சுகுணா திவாகர், கவிஞர், எழுத்தாளர், பத்திரிகையாளர். இதுவரை இரண்டு கவிதைத் தொகுப்புகளும் நான்கு கட்டுரைத் தொகுப்புகளும் இரண்டு சிறுவெளியீடுகளும் வெளியாகியுள்ளன.

அஞ்சிறைத்தும்பி

சுகுணா திவாகர்

எதிர்
வெளியீடு

அஞ்சிறைத்தும்பி
சுகுணா திவாகர்

முதல் பதிப்பு: பிப்ரவரி 2021

எதிர் வெளியீடு,
96, நியூ ஸ்கீம் ரோடு, பொள்ளாச்சி – 642 002.
தொலைபேசி: 04259 – 226012, 99425 11302.

விலை: ரூ. 400

அட்டை ஓவியம்: ஹாசிப் கான்
நன்றி: ஆனந்த விகடன்

AnchiraiThumbi
Suguna Diwakar

First Edition: February 2021

Published by
Ethir Veliyeedu, 96, New Scheme Road. Pollachi – 2.
email: ethirveliyedu@gmail.com
www.ethirveliyedu.in

ISBN: 978-93-90811-19-9

Printed at Jothy Enterprises, Chennai.
Cover Design: Jeevamani

Copyright © Suguna Diwakar

All rights reserved. No part of this book may be reprinted or reproduced or utilised in any form or by any electronic, mechanical or other means, now known or hereafter invented, including Photocopying and recording, or in any information storage or retrieval system, without permission in writing from the Publisher.

சிறகு முளைத்த கதை

ஆனந்த விகடன் இதழில் வெளியான கதைகளின் தொகுப்பு இது. 'குறுங்கதைகள்' என்று சொல்லிக்கொண்டாலும் சிறுகதைகளின் இலக்கணத்துக்குள்ளும் அடங்கும் என்றே கருதுகிறேன்.

'அஞ்சிறைத்தும்பி' தொடரைத் தொடங்கும்போது பெரிதான திட்டமிடல்களோ இத்தனை வாரங்கள் வரும் என்ற நினைப்போ இல்லை. கையில் இரண்டே கதைகளுடன்தான் 'அஞ்சிறைத்தும்பி'யைத் தொடங்கினேன். இத்தனைக்கும் அதற்குமுன் நான் மூன்று சிறுக்தைகளையே எழுதியிருந்தேன், கவிதைகளிலும் கட்டுரைகளிலும் இருந்த பயிற்சி, கதைகளில் இல்லை. ஆனால் 'அஞ்சிறைத்தும்பி' எனக்கே ஒவ்வொரு வாரமும் சவாலையும் அதேநேரத்தில் ஆர்வத்தையும் ஏற்படுத்தியது.

சமயங்களில் எழுத்து நம்மை கைபிடித்து அழைத்துச்செல்லும் புதிய அனுபவத்தை உணர்ந்தேன். ஒரு கட்டுரை எழுதும்போது அதில் திட்டமிடுதலின் கச்சிதமிருக்கும். ஆனால் இந்தக் குறுங்கதைகளில் சிலசமயம் நான் எழுத ஆரம்பித்த கதைகள் முடியும்போது வேறொன்றாக மாறியிருந்தன. சில கதைகள் பிரிந்து அதிலிருந்து வெவ்வேறு கிளைக்கதைகள் முளைத்தன. அதேபோல் நானே எதிர்பாராத சில சொற்களும் எழுதும்போக்கில் வந்து விழுந்தன. நமக்குள் உள்ளிருக்கும் மொழிக்கிடங்கு எவ்வளவு அழகும் அடர்த்தியும் ஆழமும் நிறைந்தது என்பதை உணர்ந்த தருணங்கள் அவை. 54 கதைகளுமே சிறந்த கதைகள் என்று சொல்லிவிட முடியுமா என்று தெரியவில்லை. ஆனால் எதுவும் சராசரிக்குக் கீழ் அமையவில்லை. கணிசமான நல்ல குறுங்கதைகள் உள்ளன என்பதை உறுதியாகச் சொல்ல முடியும். ஒரு வாசகனாக விலகிப் படிக்கும்போது எனக்கே நிறைவளித்த கணிசமான கதைகள் இவை.

கிட்டத்தட்ட எல்லாக்கதைகளுமே அரசியல் கதைகள் என்றுதான் சொல்லவேண்டும். அப்படியிருக்க வேண்டும் என்பதுதான் என்னுடைய விருப்பமும்கூட. புத்தர், அம்பேத்கர், பெரியார், கார்ல் மார்க்ஸ் தொடங்கி இளையராஜா, தனுஷ் வரை வெவ்வேறு ஆளுமைகள் இந்தக் கதைகளுக்குள்

வந்துபோயிருக்கிறார்கள். பெரியாரை முன்வைத்து எழுதிய ‘ஜீன்ஸ் பெரியார்’ குறுங்கதையும் அம்பேத்கரை முன்வைத்து எழுதிய ‘நீலச்சுடர்’ குறுங்கதையும் பெரும் வரவேற்பைப் பெற்றன. குறிப்பாக ‘ஜீன்ஸ் பெரியார்’ கதையும் அதற்கு நண்பர் ஹாசிப்கான் வரைந்த ஓவியங்களும் பரவலாகப் பேசப்பட்டன. அதைத் தொடர்ந்துவந்த பெரியார் பிறந்தநாளின்போதும் நினைவுநாளின்போதும் ஜீன்ஸ் பெரியார் படம் பலராலும் பகிரப்பட்டிருந்தது மகிழ்ச்சியளிக்கிறது. அந்தப் புகழ்பெற்ற ஓவியத்தையே அட்டைப்படமாகவும் ஆக்கியிருக்கிறோம்.

தொடர்ச்சியாக ஓவியங்களுக்காக மெனக்கெட்ட ஹாசிப்கான், சில கதைகளுக்கான விவரங்களைத் தேடித் தந்து உதவிய கே.ஜி.கார்த்திகேயன், வடிவமைப்பதில் சிரத்தை காட்டிய பாண்டியன், ஆதி, பிழை திருத்துவதுடன் தன் மனதில் பட்ட கருத்துகளை வெளிப்படையாக முன்வைத்த சிவன்குமரன் மற்றும் நீலகண்டன், நித்திஷ் என அனைவரும் இல்லாமல் இது முழுமையடைந்திருக்காது.

ஒரு வெகுஜனப் பத்திரிகையின் வரம்பெல்லைக்குள் நின்று பேசும் இந்தக் குறுங்கதைகள், அதன் சாத்தியங்களை விரிவுபடுத்தி வெவ்வேறுவிதமான வடிவங்களைப் பரிசீலித்ததும் எல்லாக் கதைகளும் அரசியலை முன்வைத்ததும் ‘அஞ்சிறைத்தும்பி’யின் வெற்றியாகக் கருதுகிறேன்.

எழுதுவது ஓர் அனுபவம் என்றால் படைப்புகள் குறித்த விமர்சனங்களைக் கேட்பது இன்னோர் அனுபவம். அறியப்பட்ட ஆளுமைகளில் இருந்து புதிய வாசகர்கள் வரை பலரும் ‘அஞ்சிறைத்தும்பி’ குறித்து தொடர்ச்சியாக உரையாடினார்கள். என் எழுத்துகளைத் தொடர்ந்து படித்து வருபவர்களுடன் பல புதிய நண்பர்கள் உருவானது மகிழ்ச்சிக்குரியது. நன்றி தெரிவிப்பதன் தர்மசங்கடம் விடுபடல். அதைத் தவிர்க்க மொத்தமாக நன்றிகளைச் சொல்லிக்கொள்கிறேன். இரண்டுபேரை மட்டும் உதாரணத்துக்குச் சொல்ல விரும்புகிறேன்.

எழுத்தாளர் இமையம் அவ்வப்போது இந்தக் கதைகள் குறித்துப் பேசிவந்தார். பாராட்டுவதில் அவர் பெரியாரைப்போல. சுலபமாக யாரையும் பாராட்டிவிட மாட்டார். சமகாலப் படைப்புகள் குறித்து பிரதிபலன்களைப் பற்றிக் கவலைப்படாமல் கறாரான விமர்சனங்களை முன்வைப்பவர். அவர் சில கதைகள் குறித்து பாராட்டியது ஆச்சர்யமும் மகிழ்ச்சியும் அளிப்பது. என்னுடைய ‘சிந்திப்பதைத் தவிர வேறு வழியில்லை’ கட்டுரைத் தொகுப்பைப் படித்துவிட்டு மூன்றாண்டுகளுக்கு முன்பு பேசினார். சமகாலத்தில் எழுதப்படும் எழுத்துகளிலிருந்து தனித்திருப்பதாகப்

பாராட்டினார். இத்தனைக்கும் அவருடன் அதற்குமுன் எனக்கு எந்தப் பழக்கமுமில்லை. அவரது எழுத்துகள் குறித்து நான் பாராட்டியதுமில்லை. ஆனாலும் நல்ல எழுத்து என்று தனக்குத் தோன்றுவதைப் பாராட்ட வேண்டும் என்ற அவரது மனப்பான்மை எனக்குத் தொடர் உற்சாகத்தை அளித்தது.

அதேபோல் யுவராஜ் மாரிமுத்து என்ற வாசகர் 'அஞ்சிறைத்தும்பி' தொடங்கிய முதல் வாரத்திலிருந்தே அந்தக் கதையின் முக்கியமான அம்சங்கள் குறித்தும் சிறந்த வரிகள் என்று தனக்குத் தோன்றுவது குறித்தும் தொடர்ச்சியாகத் தன் கருத்துகளை எனக்கு அனுப்பிவந்தார். பாராட்டப்படும்போது எனக்கிருக்கும் தர்ம சங்கடம், 'நன்றி' என்பதைத் தவிர வேறென்ன சொல்வது என்று தெரியாத நிலைதான். அதிலும் ஒருவர் வாராவாரம் பாராட்டும்போது என்ன செய்வதென்றே தெரியாது. இதுபோல் பல வாசகர்கள் குறிப்பான கதைகள் குறித்தும் தொடர்ச்சியான கதைகள் குறித்தும் தங்கள் கருத்துகளையும் விமர்சனங்களையும் தெரிவித்தார்கள். அனைவருக்கும் மீண்டும் மீண்டும் நன்றிகள்.

கொரோனா பெருந்தொற்றும் அதன் விளைவாக உருவான நம்பிக்கையின்மை, சக மனிதர்களுடனான இடைவெளி, பொதுமுடக்கம் ஏற்படுத்திய பொருளாதாரப் பின்னடைவுகள், குறிப்பாக அடித்தட்டு மக்கள் வாழ்க்கையில் ஏற்படுத்திய தாக்கங்கள் ஆகியவை குறித்தும் இந்தக் கதைகள் பேசுகின்றன என்றவகையில், எழுதப்பட்ட காலத்தின் வரலாற்றுப்பதிவுகளாக இந்தக் கதைகள் இருக்கின்றன. கொரோனா காலம் எல்லோரையும் பாதித்ததைப்போல் தமிழ்ப்பதிப்புலகத்தையும் இலக்கிய உலகத்தையும் பாதித்துள்ளது. சென்னை புத்தகக்காட்சியையொட்டி பல நூல்கள் தயாராகும் சூழலில், சென்னை புத்தகக்காட்சி தாமதமாக நடப்பது, இடையில் ஏற்பட்ட பொருளாதாரச் சூழல் பதிப்புலகத்தைப் பாதித்திருக்கும் நிலையில் சின்னத் தயக்கத்துடன்தான் தோழர் அனுஷை அணுகினேன். ஆனால் எனது முந்தைய புத்தகங்களைக் கொண்டுவருவதில் காட்டிய அதே ஆர்வத்துடனும் உற்சாகத்துடனும் 'அஞ்சிறைத்தும்பி' நூலையும் கொண்டுவர முனைந்தார். 'எதிர் வெளியீடு' தோழர் அனுஷுக்கு நன்றிகள்.

சுகுணா திவாகர்

கதைகள்

1. காஞ்சாஹசி ... 11
2. தற்கொலைஃபிளாட் ... 17
3. ஜெயமோகன் நகர், சாருநிவேதிதா தெரு ... 22
4. இளையராஜாவின் பார்வையாளர் நேரம் ... 29
5. ஜீன்ஸ் பெரியார் ... 35
6. நாயம்மை ... 44
7. சிங்கக்குகை ... 49
8. அந்த நெருப்பு பாம்பின் தலையைப்போல இருந்தது ... 54
9. கொல் எனும் சொல் ... 58
10. நீலச்சுடர் ... 65
11. முட்டைக்கோஸ் துப்பாக்கி ... 73
12. கேம் ஷோ ... 79
13. பூச்சிகளின் நகரம் ... 86
14. கொண்டாடப்படாத மகளிர் தினம் ... 92
15. சாதிவனம் ... 98
16. கடைசி மெழுகுவத்தி ... 104
17. உறங்கும் புத்தர் ... 111
18. பூனைகள் விளையாடும் மதுக்கூடம் ... 117
19. மூன்று குற்றங்கள் ... 124
20. கை, கால்களுடன் பேசுபவர் ... 130
21. யுத்தத்தின் அமுதிசை ... 137
22. அடையாளம் ... 144
23. அன்புள்ள ரஜினி கணேஷ் ... 151
24. காதலின் தீபம் ரெண்டு ... 158
25. புதிர் தேசத்தின் தண்டனைக்காலம் ... 166
26. சொற்கள் நிரம்பிய தனிமை ... 173

27. முகமூடிகள் விற்பவன் ... 180

28. தொடர்பு எல்லைக்கு அப்பால்... ... 188

29. ஆச்சர்யங்களின் கணிதம் ... 193

30. காவியத்தலைவன் ... 199

31. சே குவேராவின் கண்களைப் போலில்லை ... 204

32. வழி தவறி வந்த நிழல் ... 210

33. ஒளிச்சேர்க்கை ... 218

34. நழுவும் இசை ... 224

35. அப்பாவின் சைக்கிள் ... 230

36. ஜீவநதி ... 236

37. பழுது ... 244

38. மொட்டைமாடி கொலைகள் ... 251

39. சலிப்பின் கடவுள் ... 258

40. அலை ... 264

41. தமிழ்ப்பிணம் ... 272

42. நிழல் காகம் ... 279

43. நாக்கின் நீளம் ... 286

44. மீசை நாற்காலி ... 293

45. நூற்றாண்டின் விதைகள் ... 299

46. தனிமைப்படுத்தப்பட்ட பகுதி ... 305

47. அவரவர் இடம் ... 312

48. தீர்க்கரேகை ... 319

49. தனுஷ் நடிக்க வேண்டிய படம் ... 326

50. தொடர்பு எல்லைக்கு அப்பால் ஞானம் ... 334

51. சிவப்புநிற சவப்பெட்டி ... 343

52. மாமிசம் ... 352

53. வளர்ந்துகொண்டேயிருக்கும் ஓவியம் ... 360

54. இது முடிகிற கதையில்லை! ... 367

1. காஞ்சாஹசி

"சாராயத்துக்கு உங்க பாஷையில என்ன சொல்வீங்க?" என்றேன்.

"காஞ்சாஹசி" என்றார் ஜெய்சங்கர்.

"பேரே பயங்கர போதையா இருக்கே..." என்று சிரித்தேன். அவரும் இணைந்துகொண்டார்.

ஜெய்சங்கர் ஒரு நரிக்குறவர். தமிழ் சினிமா பார்த்து நரிக்குறவர்களைப் பற்றி உங்களுக்கு சில பிம்பங்கள் இருக்கும் என்றால் நீங்கள் தெரிந்துகொள்ள வேண்டியது நிறைய இருக்கிறது. தகர டப்பா, டால்டா டின், 'சாமியோவ்' என்ற விளிப்பு, இரைச்சல், அழுக்கு... இவையல்ல அவர்கள். இந்தியாவின் ஆதிப்பழங்குடிகள் அவர்கள். உங்களைப்போல் என்னைப்போல் நவீன நாகரிக மனிதர்களுக்கு இருக்கும் சில அழுக்குகளோ பிரச்னைகளோ அவர்களிடமில்லை. அதிகபட்ச ஏமாற்று என்பது நரிக்கொம்பு விற்பதாக இருக்கலாம். அதை விற்று அவர்கள் சொத்து சேர்க்கப்போவதில்லை. அடுத்த மாத வீட்டுக்கடன் தவணை குறித்து அவர்களுக்குப் பயமில்லை. வீடு என்பது அவர்களுக்குத் தங்கிச்செல்லும் ஓர் இடமே தவிர, அடுத்த தலைமுறைக்கான சொத்து இல்லை.

"எங்க ஆட்களில யாராவது பிச்சை எடுத்துப் பார்த்திருக்கீங்களா, திருடிப் பார்த்திருக்கீங்களா? எங்க பொண்ணுங்க விபச்சாரம் பண்ணிப்பார்த்திருக்கீங்களா? ஆனா இந்த சினிமாவில எல்லாம் எங்களை ரொம்பக்

கேவலமாக் காட்டுறாங்க. அதுவும் ஜெமினி கணேசன் நடிச்ச 'குறத்தி மகன்' ரொம்ப மோசம் சார்"

"ஆனா, நீங்கதான் சினிமா பார்க்கிறதை விட மாட்டேங்கிறீங்களே?"

"ஆமா சார். எங்க ஆளுங்களுக்கு சினிமான்னா உசிரு. எங்க தாத்தாவுக்கு எம்.ஜி.ஆர்ன்னா ரொம்பப் பிடிக்கும் சார். தாத்தா, பாட்டி ரெண்டுபேருமே ஊசி, பாசியெல்லாம் எடுத்துட்டு கொட்டாய் போயிடுவாங்களாம். அங்கேயே உக்காந்து பாசிமணி பின்னுவாங்களாம். எம்.ஜி.ஆர் நம்பியாரைக் குத்து விடும்போதெல்லாம் இவங்க பின்னுற ஸ்பீடு அதிகமாகுமாம் சார்" என்றான் அஜித்.

அஜித், ஜெய்சங்கரின் மகன். சினிமாப் படங்கள் பார்த்து தங்கள் குழந்தைகளுக்கு சினிமா நட்சத்திரங்களின் பெயர்கள் சூட்டுவது அவர்கள் வழக்கம். தனுஷ், விஜய், சூர்யா, விக்ரம், ஜீவா, ஏன் அமிதாப், சல்மான்கான்கூட இருக்கிறார்கள். பெண்களிலும் பத்மினி, ஜெயலலிதா, குஷ்பு, சிம்ரன், ஜோதிகா, சினேகா எல்லாம் உண்டு.

"ஆமா, உங்க அப்பாவுக்கு எம்.ஜி.ஆர்தானே பிடிக்கும்? ஜெய்சங்கர் பேரை ஏன் வெச்சாரு?" என்றேன் ஜெய்சங்கரிடம்.

"எனக்கு ஒரு அண்ணன் இருந்தான் சார். அவனுக்கு 'வேட்டைக்காரன்'னு எம்.ஜி.ஆர் சினிமா பேர் வெச்சிருந்தார். அவன் சின்னவயசில செத்துட்டான். எங்கப்பாவுக்குத் துப்பாக்கின்னா ரொம்பப் பிடிக்கும். ஜெய்சங்கரும் நிறைய படத்துல எங்க வேட்டை துப்பாக்கி வெச்சிருப்பார்ல, அதான் எனக்கு அந்தப் பேரு வெச்சிட்டாரு."

"ஆமா, இப்போ எனக்கு உங்க கூட்டத்தில ஒரு பொண்ணைப் பிடிக்குதுன்னு வெச்சுக்கங்க. உதாரணத்துக்கு இந்த குஷ்பு இருக்குல்ல, அந்தப் பொண்ணைக் கல்யாணம் பண்ணணும்னு கேட்டாத் தருவீங்களா?"

சடாரென்று தலைகுனிந்த ஜெய்சங்கர் "பண்ணலாம் சார். ஆனா... அதுக்கப்புறம் அந்தப் பொண்ணையும் உங்களையும் எங்க கூட்டத்துல சேர்த்துக்க மாட்டோம் சார்" என்றார்.

“சரி விடுங்க. நான் சீரியஸால்லாம் கேக்கலை. இந்த முயல் கறி செமையா இருக்கே?” என்றேன்.

“ஆமா சார்” என்றபடி தட்டை என்பக்கம் நகர்த்திவைத்தார் ஜெய்சங்கர். என் வாழ்க்கையில் சாப்பிட்ட சுவையான இறைச்சியுணவுகளில் இவர்களின் உணவும் ஒன்று. குழம்பு, ரசமெல்லாம் கிடையாது. கறியை மசால் போட்டு வறுத்து, சோற்றில் பிசைந்து சாப்பிடலாம். பூனைக்கறி வரை சாப்பிட்டிருக்கிறேன்.

***

நான் அப்போது பழனியில் ஒரு என்.ஜி.ஓவில் வேலை செய்துகொண்டிருந்தேன். என்.ஜி.ஓவுக்கு எல்லாமே புராஜெக்ட்தான். அப்போது மெயின் புராஜெக்ட் ‘குழந்தைத் தொழிலாளர் உழைப்பு’. குழந்தைத் தொழிலாளர்களைப் பள்ளியில் சேர்ப்பது, சேராதவர்களுக்கு மாலை வகுப்பு எடுப்பது என் பணி. பழனி வட்டாரப் போக்குவரத்து அலுவலகத்தின் எதிரில் ஒரு பெரிய மைதானம். அங்கேதான் அவர்கள் தங்கியிருந்தார்கள். முதலில் வகுப்பு எடுக்க அனுமதிக்கவில்லை. பேசிப் பேசி சம்மதிக்கவைத்தேன். ஜெய்சங்கரின் மகன் அஜித்துக்குப் படிப்பில் நிறைய ஆர்வம். பள்ளியில் சேர்த்திருந்தேன். எப்போதாவது ஜெய்சங்கருடன் குடிப்பேன்.

“சார், காஞ்சாஹசி பத்தி எங்க கூட்டத்தில ஒரு கதை இருக்கு சார். படவேட்டம்மன், காளி, மதுரை மீனாட்சி, துர்க்கை இதுதான் நாங்க கும்பிடற சாமிக. எல்லாமே பொம்பளைச் சாமிதான் சார். ஆடு சாப்பிடறவங்க, எருமைக்கிடா சாப்பிடுறவங்கன்னு எங்களுக்குள்ள ரெண்டு பிரிவு உண்டு. எருமைக் கறி சாப்பிடுறவங்க கும்பிடற தெய்வம்தான் படவேட்டம்மன். ‘தேஹோ’ன்னு ஒரு அரக்கன் பகல்ல எருமை மாடாவும், ராத்திரியில அரக்கனாவும் மாறி எல்லாரையும் புடிச்சுத் தின்னான். அந்த அரக்கனை அழிக்க அவதாரம் எடுத்த சாமிதான் படவேட்டம்மன். அரக்கனை அழிக்கிறதுக்காக படவேட்டம்மன் ஊர் ஊரா அலையுறப்ப அம்மனுக்குத் தாகம் எடுத்துச்சு. அப்ப எதிர்க்க வந்த தயிர் விக்கறவன்கிட்ட, ‘தயிர்க்காரா... தாகமாயிருக்கு. தயிரு கொஞ்சம் தா’ன்னு அம்மன் கேக்க, அவன் ‘தர மாட்டேன்’னுட்டான். கொஞ்ச

தூரத்துல காஞ்சாஹசி விக்கறவன் வந்தான். அவன் கொடுத்த காஞ்சாஹசியிலதான் அம்மனோட தாகமே தணிஞ்சுச்சு. உடனே அம்மன், 'இனிமே தயிர்க்காரன் தயிரைத் தெருத்தெருவா அலைஞ்சு திரிஞ்சு கஷ்டப்பட்டு விக்கட்டும். காஞ்சாஹசி விக்கி றவன்கிட்ட சனங்களே தேடிப் போயி வாங்குவாங்க!'ன்னு வரம் கொடுத்திருச்சு. அதனாலதான் இன்னிக்கு வரைக்கும் காஞ்சா ஹசியை நாமளே தேடிப் போய் வாங்குறோம் சார்."

"சூப்பர் கதை ஜெய்சங்கர்" என்று அவரைத் தோளோடு அணைத்துக்கொண்டேன்.

பிறகு நான் அந்த என்.ஜி.ஓவில் இருந்து விலகி வேறுவேறு வேலைகள். வேறுவேறு ஊர்கள். சிலமுறைதான் பழனிக்குச் செல்லும் வாய்ப்பு. இரண்டுமுறை ஜெய்சங்கரைச் சந்தித்துப் பேசினேன். அஜித் நன்றாகப் படித்துக்கொண்டிருந்தான். அவன் படிப்பைத் தொடர்வதே ஆறுதலாக இருந்தது. கடைசியாக ஒருமுறை சென்றபோது அந்த மைதானத்தில் சர்க்கஸ் நடந்துகொண்டிருந்தது. அவர்கள் எங்கே போனார்கள் என்று தெரியவில்லை.

★★★

பத்து வருடங்கள் கடந்திருக்கும். சென்னையில் பணி. வீட்டில் யாருமில்லை. ஒரு சனிக்கிழமை இரவு. டாஸ்மாக்கில் நுழைந்தேன். இங்கேதான் நானும் சத்யனும் பேசிக்கொண்டிருந்தோம்.

"இருக்கிறதிலேயே ரொம்ப போரான இடம் தெரியுமா? சொர்க்கம். ஓஷோதான் இதைச் சொன்னார். அங்கே மது ஆறா ஓடுமாம். சொர்க்கத்துக்குன்னே ரம்பா, ஊர்வசின்னு சியர்ஸ் கேர்ள்ஸ் இருப்பாங்களாம். யாருக்கும் எந்தக் கவலையும் கிடையாது. அதான் ஓஷோ சொல்வாரு, சொர்க்கத்தில ஒரே ஒருநாள் நியூஸ் பேப்பர் அடிச்சிருப்பாய்ங்க. கொலை கிடையாது, விபத்து கிடையாது, சீட்டுக்கம்பெனி கிடையாது, மோடி கிடையாது, பிக்பாஸ் எலிமினேஷன் கிடையாது, இன்க்ரிமென்ட் கிடையாதுன்னா என்னடா சுவாரஸ்யம் இருக்கும்?"

"சரிதான். நரகம் எப்படி இருக்கும் தெரியுமா? தமிழ்நாட்டில டாஸ்மாக் எப்படி இருக்குமோ அப்படித்தான் இருக்கும்.

சொர்க்கம், நரகம் ரெண்டுக்கும் உள்ள ஒத்துமை சாராயம்" என்றேன் நான்.

நரகத்தைச் சுற்றிப்பார்த்தேன். மேஜை என்ற பெயரில் ஒரு குப்பைத்தொட்டி. காலி பாட்டில்கள், காது கிழிந்த வாட்டர் பாக்கெட்டுகள், கால்வாயாய் ஓடும் நீரில் ஊறிய காராபூந்தி, மிக்சர், மூன்று மாமிசத்துண்டுகள்....

"என்ன சார் வேணும்?" என்று வந்தவனுக்கு 25 வயதுக்குள் இருக்கும்.

"முதல்ல இதை க்ளீன் பண்ணச் சொல்லுங்க."

யாரையோ அழைத்து சுத்தம் செய்யச்சொன்னான். சில நிமிடங்களில் குப்பைத்தொட்டி மேஜையானது.

"மார்பியஸ் ப்ளூ ஒரு குவார்ட்டர். அப்புறம் சைட்-டிஷ் என்ன இருக்கு?"

"சார் மார்பியஸ் இருக்கான்னு தெரியலை. இல்லைன்னா என்ன வாங்கணும்?"

இந்தக் குரல் நிச்சயம் அவனுடையதுதான். அந்த தனித்துத் தெரியும் மூக்கும் நெற்றித்தழும்பும் அவனைத்தான் அடையாளம் சொல்கின்றன.

"உங்க பேர் என்ன?"

"எதுக்கு சார்...? அஜித்"

"பழனியில நீங்க இருந்திருக்கீங்களா?"

"பழனியிலும் இருந்திருக்கேன். சார்...நீங்க...பாலா சார்தானே? எப்படி சார் இருக்கீங்க? சென்னையிலதான் இருக்கீங்களா?"

"ஆமா அஜித். ஜெய்சங்கர் எப்படியிருக்கார்? நீ படிச்சு முடிச்சியா?"

"அப்பா செத்துட்டார் சார். இப்போ நான் கூட்டத்தில இல்லை சார். மடிப்பாக்கத்தில ஒரு ரூமெடுத்து தங்கியிருக்கேன். படிச்சேன் சார். டிகிரி வரைக்கும் படிச்சேன். ஏதாவது கவர்மென்ட் வேலை கிடைக்க டிரை பண்ணினேன். இதான் இப்போதைக்குக் கிடைச்சது. எப்படியாவது டாஸ்மாக் சூப்பர்வைசர் ஆகணும் சார். அதுக்குத்தான் சார் டிரை

அஞ்சிறைத்தும்பி 15

பண்ணிக்கிட்டிருக்கேன். சார் உங்க போன் நம்பர் கொடுங்க. நான் ஃப்ரீயா பேசறேன். இப்போ என்ன சரக்கு இருக்குன்னு பார்த்துட்டு வர்றேன் சார்"

அஜித் போய்விட்டான். சுற்றிலும் பார்த்தேன். ஒரே இரைச்சல். உற்சாகம், அழுகை, விவாதம், கவிதை, சினிமா, கட்சி, பாட்டு எல்லாம் கலந்த இரைச்சல். "ரெண்டு கடலை மட்டும் தாங்க சார்" என்று கெஞ்சிக்கொண்டிருந்தார் ஒரு பெரியவர். "இப்பதான் கொஞ்சம் தண்ணி கேட்டீங்க. ஒரு வாட்டர் பாக்கெட் தந்தேன். என்னதான் வாங்கிட்டு வருவீங்க, வெறும் சரக்கு மட்டும்தானா?" என்று கடுப்படித்தார் அவர்.

வெளியே வந்துவிட்டேன். அஜித்துக்கு என் போன் நம்பரைத் தரவில்லை என்பது நினைவிருந்தது.

16   சுகுணா திவாகர்

2. தற்கொலைஃபிளாட்

நான் தேடும் செவ்வந்திப் பூவிது

நாள்தோறும் அந்தியில் பூத்தது

பூவோ இது வா.....

ரிங்டோனைப் பாதியில் நிறுத்திப் பேசினேன்.

"ஹலோ"

"இளையராஜா குரல்வளையை நெறிக்காதீங்கண்ணா" - கையைப் பிடித்துக்கொண்டு கெஞ்சினான் எதிரில் இருந்தவன். இதற்குத்தான் நான் இங்கெல்லாம் வருவதில்லை. எனக்குக் குடிக்கும் பழக்கமும் கிடையாது. ரகு என் நண்பன். பிறந்தநாள் என்று டாஸ்மாக் கூட்டி வந்துவிட்டான். அவனின் நண்பன்தான் இளையராஜாவுக்காக மிகுபோதையில் அழுகிறவன். நான் ரகுவை முறைத்தபடி கடைக்கு வெளியே வந்துவிட்டேன். போனில் தமிழ்ச்செல்வன். வீடு விஷயமாகத்தான் பேசுவான்.

"சொல்லு தமிழ்."

"அந்த வீடுதான்... எனக்கு ஒண்ணும் பிரச்னையில்லை. என் மனைவிதான் ரொம்ப பயப்படுறாங்க."

"ம்."

"எதையாவது சொல்லிக் கட்டாயப்படுத்திக் கூட்டிட்டு வந்துடலாம். ஆனா தொடர்ந்து வீட்டுல இருக்கணுமில்லை?" என்றபடி பத்துநிமிடம் தன்னிலை விளக்கமளித்தான். பத்திரிகையாளன். மடிப்பாக்கத்தில்

எனக்கு மூன்று ஃபிளாட்டுகள் இருக்கின்றன. அதில் ஒரு ஃபிளாட்டில் வசித்த ஓர் இளைஞன் தற்கொலை செய்துகொண்டு செத்துவிட்டான். ஏழு மாதங்களாகிவிட்டன. ஒருவரும் குடிவரத் தயாராக இல்லை. தமிழ்ச்செல்வனுக்குக் கடவுள், பேய் இரண்டின்மீதும் நம்பிக்கையில்லை. ஆனால் அவன் மனைவிக்கு இரண்டின்மீதும் நம்பிக்கையிருந்தது; தன் கணவனின் கொள்கைகள்மீது மட்டும் நம்பிக்கையில்லை. குற்றவுணர்வுடன் நீண்டநேரம் விளக்கிக்கொண்டிருந்தவனிடம் பேச்சை மாற்றினேன்.?

"நீ ஆணவக்கொலை பத்தி எழுதின கட்டுரை படிச்சேன். நல்லா இருந்துச்சு."

"ப்ச். அந்தக் கட்டுரை எழுதி பிரின்டுக்குப் போய் புத்தகம் வர்றதுக்குள்ள ரெண்டு ஆணவக்கொலை நடந்திடுச்சே?" - பத்துநிமிடங்கள் அவனிடம் பேசிவிட்டு போனை வைத்தேன். மிஸ்டு கால் வந்திருந்தது. அதே மடிப்பாக்கம் வேறொரு பிளாட்டில் வசிக்கும் வெங்கட்டிடம் இருந்து போன். ஆந்திராக்காரன். கண்டிப்பாகத் தண்ணீர்ப்பிரச்னை பற்றிப் பேசத்தான் கூப்பிட்டிருப்பான். லாரித் தண்ணீருக்குச் சொல்லவேண்டும் என்பான். அதற்கான பணமும் வீட்டு உரிமையாளர்தான் தரவேண்டும் என்பான். எப்படியும் இரண்டு மாதங்களுக்கு ஒருமுறை அழைப்பான். புகார் தெரிவிக்க மட்டுமே அழைப்பவன். மீண்டும் அழைத்தால் பேசிக்கொள்ளலாம். ரகுவிடம் கைகுலுக்கி வாழ்த்துகளைச் சொல்லிவிட்டுக் கிளம்பினேன். இளையராஜா ரசிகன் கண்கள் செருகியபடி, ஒரு சிகரெட்டை இழுத்துக்கொண்டிருந்தான்.

★★★

இரவு மீண்டும் அழைத்த வெங்கட், தன் நண்பனுக்குத் தெரிந்த ஒருவர், அந்தத் தற்கொலை ஃபிளாட்டைப் பார்க்க மறுநாள் காலை வருவதாகச் சொன்னான்.

நான் காலையில் அங்கிருந்தேன். பத்து நிமிடங்களிருக்கும், ஒரு நடுத்தர வயதுக்காரரைக் கொண்டுவந்து விட்டுவிட்டு, வேலைக்கு நேரமாவதாகச் சொல்லிவிட்டு வெங்கட் போய்விட்டான். அவர் வீட்டுக்குள் நுழைந்தார். அவர் நின்றார் என்பதைவிட, கால்பந்து மைதானத்தில் பந்தை

உதைக்கத் தயாரானவனைப் போல் உடல் ஒருபக்கம் சாய்ந்து நின்றார். அழைத்துச் சென்று இரண்டு படுக்கையறைகளையும் சமையலறையையும் கழிப்பறைகளையும் காட்டி, ஹாலுக்கு வந்தேன். உட்கார்வதற்கு நாற்காலிகள் ஏதுமில்லை. சன்னலில் சாய்ந்தபடி பேசத் தொடங்கினேன்.

“நீங்க மட்டும் தனியாளா வந்திருக்கீங்க?”

“ஓம். என் தங்கை அவுஸ்திரேலியாவில இருக்கிறா. அவளுக்கு ஒரு மக உண்டு. உடல்நலம் சரியேல்ல. நண்பர் வீட்டில நிக்கிறா” என்றார்.

“நீங்க மலையாளமா?”

“இல்லை. தமிழாளுதான். சிலோன்.”

“சிலோனா? வெங்கட் ஒண்ணும் சொல்லலையே?”

“ஓ, கதைச்சிருப்பார் எண்டு நினைச்சேன்” என்றபடி அங்கிருந்த ஓவியம் ஒன்றை உற்றுப்பார்த்தார். ஒரு கறுப்பினக் குழந்தை ஓவியம். சிரிக்கிறதா, சோகமா என்று தெரியாத மாதிரியான முகபாவனை.

“இதை வரைஞ்சவர் பேர் ராகவனோ?”

“ஆமாம்” என்றபடி யோசிக்கத் தொடங்கினேன். இலங்கைக்காரருக்கு வீடு தருவதா? ஏழு மாதங்களாச்சு, யாரும் குடிவரத் தயாரில்லைதான். ஆனாலும் இவருக்கு வீடு தந்தால் நாளை ஏதாவது பிரச்னை என்றால்..?

“என்ன யோசிக்கிறீங்க? என் தங்கை மகள் இங்கே ஒரு இன்ஸ்டிட்யூட்டில் விஸ்காம் படிக்கிறா. அதுக்காகத்தான் இங்கே நிக்கிறோம்.”

வேகவேகமாக அவர் பேசியதில் வார்த்தைகளைத் தடயம் கண்டு, ஓரளவு நானாக யூகித்துக் கொண்டேன். ‘இருக்கிறோம்’ என்பதை ‘நிக்கிறோம்’ என்று அவர் சொல்லும்போதெல்லாம் விநோதமாக இருந்தது.

“புலியாக இருப்போம் எண்டு தயங்கிறீங்களோ?”

“அவங்கதான் இப்ப இல்லையே?”

“எங்களால எந்தப் பிரச்னையும் வராது. இதுவரை பன்னிரெண்டு வீடு பார்த்துட்டோம். யாரும் தரேல்லை. இந்த வீட்டு வாடகைப்பணமும் குறைவா இருந்தது. எங்கட ஆக்களுக்கு வாடகை விடுறதெண்டால் அதிகப்பணம் கேப்பாங்க. இது உங்கட ஆக்களுக்கு விடுறதைவிடக் குறைவா இருந்தது.”

“வெங்கட் உங்ககிட்ட ஒண்ணும் சொல்லலையா?”

அவர் குழப்பத்துடன் தலையாட்டினார். அவன் புகார்களைத் தவிர எதையும் சொல்ல மாட்டான்போல. நானே சொல்ல வேண்டியதுதான்.

“இந்தப் படம் வரைஞ்சானே ராகவன்னு ஒரு பையன். ஐ.டி. கம்பெனியில வேலை பார்த்தான். இங்கேதான் தங்கியிருந்தான். நல்ல பையன்தான். அவனுக்கு பர்சனல் பிராப்ளம். ஏழு மாசத்துக்கு முன்னாடி தூக்கு மாட்டிட்டு செத்துட்டான். சும்மா செத்தாலும் பரவாயில்லை. அதை டிக்டாக் வீடியோவாக்கி செத்துட்டான். பேப்பர், டி.வி, ஆன்லைன்னு ஒரே பரபரப்பாகிடுச்சு. எத்தனை தடவை ஸ்டேஷன் அலைய வேண்டியிருந்தது தெரியுமா? அதில இருந்து யாரும் குடிவரத் தயாரில்லை. பின்னே பயம் இருக்கத்தானே செய்யும்?”

நான் சொல்லி முடிக்கவும், “ஓ?” என்று மட்டும் சொன்னார் அவர். சின்ன ஆச்சர்யமோ அதிர்ச்சியோ இல்லை. அந்த ஓவியத்தைப் பார்க்கும்போது அவர் முகத்தில் தெரிந்த உணர்ச்சிகூட இதைக் கேட்ட போதில்லை. எனக்குத்தான் ஆச்சர்யமாக இருந்தது.

“உங்களுக்குப் பேய்பயம் கிடையாதா?”

“பேயா?” என்று சிரித்தவர், ‘தவறாக நினைத்து விடுவேனோ’ என்று நினைத்தாரோ என்னவோ நிறுத்திவிட்டார்.

“எங்கட வீட்டில மொத்தம் ஆறு சாவு. 1983 அப்போதான் முதல் இனக்கலவரம் வெடிச்சது. அப்போ எங்க மாமா, அம்மம்மா செத்துப்போனாங்கள். அப்புறம் ஆமி குண்டுவீச்சில அப்பா செத்துப்போனார். ராகவனும் யுத்தத்தில செத்துப்போனான். கடைசியா 2009-ல ரெண்டு சாவு. மிச்சம் எஞ்சினது என் தங்கையும் அவ மகளும். அவளுக்கும்கூட மேலே விமானம் பறக்கும்போதெல்லாம் அப்பப்போ பயம் வரும்” நிதானமாகச் சொல்லிமுடித்தார்.

நான் கறுப்பினக் குழந்தையின் இடது தோளின்மீதிருந்த ராகவனின் கையெழுத்தைச் சில விநாடிகள் உற்றுப் பார்த்தேன்.

"குடிக்கத் தண்ணி கிடைக்குமா?"

"இங்கே இருக்காதே சார். வாங்க, கீழே போய் டீ சாப்பிடலாம்."

சாவிக்கொத்தைக் கையிலெடுத்து அவருடன் கிளம்பினேன்.

3. ஜெயமோகன் நகர், சாருநிவேதிதா தெரு

"நீங்க வேணும்னா படுத்துக்கங்க சார்" என்றார் நாகராஜ்.

"இருக்கட்டும். இந்த நேரத்துல ஊரையும் ரோட்டையும் பார்க்கிறது நல்லாருக்கும்" என்றார் முரளி.

இரவுநேரப் பயணம் எப்போதுமே அலாதியானதுதான். நெடுஞ்சாலையோரம் நிற்கும் பெயர் தெரிந்த, தெரியாத மரங்கள் ஒவ்வொன்றும் ஒரு கதை சொல்லும். நெடுஞ்சாலை மட்டுமல்ல, இரவு நேரத்து நகரமும்கூடத் தனித்துத்தெரிவதுதான். மூடியிருக்கும் கடைகள், ஒட்டப்பட்டிருக்கும் விதவிதமான போஸ்டர்கள், தனித்து நிற்கும் தலைவர் சிலைகள், ஒன்றிரண்டு பேருடன் ஓடும் கடைசிப்பேருந்துகள், ஒருசில டீக்கடைகளில் ஆவிபறக்கும் அடுப்பும் விதவிதமான பலகாரங்களும், ஆளரவமற்ற மார்க்கெட்டில் சிதறிக்கிடக்கும் காய்கறிகள், பூக்கள் என இரவுநேரத்து நகரம் வித்தியாசமான சித்திரங்களைத் தரும்.

'இந்த அப்பளத்தைச் சாப்பிட்டால் இந்தியா வல்லரசு ஆகும்' என்ற விளம்பரத்தைப் பார்த்திருப்பீர்களே, அந்த அப்பளமும் மசாலாப்பொருள்களும் தயாரிக்கும் நிறுவனத்தில்தான் நாகராஜும் முரளியும் வேலை செய்கிறார்கள். கணக்குவழக்குகள் எதுவும் முறைப்படி இருப்பதில்லை. சரக்கை ஏஜென்ட்டுகள் இருப்பிடத்தில் இறக்கிவைத்து, பணத்தை வாங்கிவருவது முரளியின் வேலை. நாகராஜ் லாரி டிரைவர்.

சுகுணா திவாகர்

டேஷ்போர்டிலிருந்து மாணிக்சந்த் சரத்தை எடுத்த நாகராஜ் ஒன்றைப்பிய்த்து வாயில் போட்டுக்கொண்டார். 'ஆத்தாடி என்ன உடம்பு...' என்று ஸ்பீக்கர் அலறியது.

'அடையாளம் சின்னத்தழும்பு' என்று முணுமுணுத்துக்கொண்ட முரளி கேட்டார்.

"ஏன் நாகராஜ், இளையராஜா பாட்டெல்லாம் போட மாட்டீங்களா?"

"அய்யய்யே..."

"என்ன அய்யய்யே, அப்போ உங்களுக்கு இளையராஜா பாட்டு பிடிக்காதா?"

"இளையராஜாவைப் பிடிக்காத தமிழன் யாரு சார்?"

"பின்னே, நைட் டிராவல், அதுவும் ரொம்ப தூரம் டிராவல்னா இளையராஜா பாட்டுதானே?"

"அதெல்லாம் கார் ஓட்டிட்டுப் போறவங்களுக்கு சார். ராஜா பாட்டு கேட்டு மனசு லேசாகிப் பறக்க ஆரம்பிச்சிடும். கொஞ்சம் கொஞ்சமா நம்மளை மறந்திடுவோம். தூங்கக்கூட செஞ்சிடுவோம். லாரியில எப்பவும் குத்துப்பாட்டு தான் சார். அப்பதான் ரொம்பதூரம் ஓட்ட முடியும். இதுக்குன்னே லாரி நிக்கிற இடம், மோட்டலில எல்லாம் 'ஆத்தாடி என்ன உடம்பு', 'லாலாக்கு டோல் டப்பிம்மா'ன்னு கேசட் விக்கும்."

"தூக்கம் வரக்கூடாதுன்னுதான் அண்ணன் மாணிக்சந்த் போடறார்" என்றான் கிளீனர் கணேசன்.

* * *

காலை 4 மணி. கடையநல்லூர் ஏஜென்ட்டை எழுப்பி, அப்பளப்பெட்டிகளையும் மசாலா சிப்பங்களையும் கணேசன் இறக்கிவைத்தான். எல்லாவற்றையும் சரிபார்த்த ஏஜென்ட், கணக்கு வழக்குகளைப் பார்த்துப் பணத்தைக் கொடுத்தார். எண்ணிப்பார்த்துக்கொண்டு கிளம்பும்போதுதான் ஓரத்தில் ஒரு புத்தகம் இருந்ததை முரளி பார்த்தார். 'வெள்ளை யானை.' ஜெயமோகனின் நாவல்.

"அண்ணாச்சி இதை எடுத்துக்கவா?"

“தாராளமா எடுத்துக்கங்க. இதெல்லாம் எம்பையன் படிப்பான். இப்போ மெட்ராஸ்ல ஹாஸ்டலில படிக்கிறான்.”

ஒரு டீயைச் சாப்பிட்டதும், லாரி கிளம்பியது.

“சார், நீங்க இலக்கியம்லாம் படிப்பீங்களா?”

“படிப்பேன் நாகராஜ்.”

“நானும் படிப்பேன் சார்.”

“ஆச்சர்யமா இருக்கு. லாரி டிரைவரா இருந்துக்கிட்டு இலக்கியம் படிப்பீங்களா?”

“ஏன் சார்? அது என் தொழில். சுந்தர ராமசாமி ஜவுளிக்கடை முதலாளி. தோப்பில் முகமது மீரான் மிளகாய் வத்தல் வியாபாரி. அதுமாதிரி நான் லாரி டிரைவர்.”

“நல்லாப் பேசுறீங்க. ஆமா, இந்த புக் படிச்சிருக்கீங்களா?”

“வெள்ளை யானைதானே, படிச்சிருக்கேன் சார். எனக்குப் பெரிசாப் பிடிக்கலை. இன்னும்கூட ஜெயமோகன் நல்லா எழுதியிருக்கலாம். ஆனா இந்தப் புத்தகத்தில எனக்கு ஒரு வரி மனசுல பதிஞ்சிடுச்சு. ஏய்டன்னு ஒரு வெள்ளைக்கார அதிகாரி கேரக்டர். அவனைப் பத்தி எழுதறப்போ ஜெயமோகன் ஒரு வரி எழுதியிருப்பார், ‘ஆழமான பெருமூச்சு விட்டாலும் மனத்தின் எடை குறையவில்லை.’ சூப்பர் வரி சார். எனக்கு அடிக்கடி அது ஞாபகத்துக்கு வரும். ‘வெண்முரசு’ நாவலில ஒரு பகுதியோட பேர் ‘தீயின் எடை.’ எனக்கென்னமோ அந்த வெள்ளை யானை வரி அவர் மனசுல எங்கேயோ தங்கிதான் இந்தத் தலைப்பு உருவாகியிருக்கும்னு தோணுச்சு. நினைச்சுப்பார்க்க முடியாத தலைப்பு. என்ன ஒரு படிமம் சார்.”

“ண்ணே, பாயின்ட்ணே” என்று முரளிக்குக் கேட்காத குரலில் சொன்னான் கணேசன். கண்களைக் காட்டிவிட்டு, பேச்சைத் தொடர்ந்தார் நாகராஜ்.

“அப்போ நீங்க ஜெயமோகன் ரசிகனா நாகராஜ்?”

“அப்படியில்லை சார். எனக்கு சாருவை ரொம்பப் பிடிக்கும். காலச்சுவடுல ‘ஹேராம்’ படத்துக்கு அவர் எழுதின விமர்சனம் இன்னும் ஞாபகம் இருக்கு. ஸீரோடிகிரியில் ‘கி.பி. ஒன்பதாம்

நூற்றாண்டின் செத்த மூளை'ன்னு ஒரு கேரக்டர் வரும். செம ஜாலியா இருக்கும்."

"ஓ, நீங்க சாரு ரசிகர்ங்கிறதால் இளையராஜாவைப் பிடிக்காதோ?"

"சார், நான்தான் சொன்னேனே இளையராஜாவைப் பிடிக்காத தமிழன் கிடையாதுன்னு. சாருதான் லத்தீன் அமெரிக்கக்காரராச்சே?"

முரளி சிரிக்க ஆரம்பிக்க, "பத்து நிமிஷம் சார். வண்டியில இருங்க" என்று நாகராஜும் கணேசனும் இறங்கிப் பின்னால் போனார்கள். விளக்கைப் போட்டு வெள்ளை யானையின் சில பக்கங்களைப் புரட்டிக்கொண்டிருந்தார் முரளி.

இரண்டு அத்தியாயங்கள் தாண்டிய நிலையில் மீண்டும் லாரி கிளம்பியது.

"என்னாச்சு, நாகராஜ் எதுவும் பிரச்னையா?"

"ஒண்ணுமில்லை சார். டீசல் எடுத்தோம்."

"டீசல் எடுத்தீங்களா? என்கிட்டயே சொல்றீங்க? இது திருட்டு இல்லையா நாகராஜ்?"

"சார், இவய்ங்க பண்ற வியாபாரம் உங்களுக்குத் தெரியாதா? இதெல்லாமா திருட்டு?"

கணேசன் மட்டும் ஓரக்கண்களால் முரளியைப் பார்த்தான். 'நெருப்பு கூத்தடிக்குது... காத்தும் கூத்தடிக்குது' பாட்டு ஓடிக்கொண்டிருந்தது. சில நிமிடங்கள் போனதும் முரளியே பேச ஆரம்பித்தார்.

"ஆமா, எப்படி உங்களுக்கு இலக்கியத்துல ஆர்வம் வந்தது?"

"எனக்குப் படிப்பு ஏறலை. ஆனா இலக்கியம் படிக்கப் பிடிக்கும். நைட்டு வண்டி ஓட்டினா பகலில படிப்பேன் சார்."

"ஒரு லாரி டிரைவர் இலக்கியம் படிக்கிறது இன்னும் எனக்கு ஆச்சர்யமாத்தான் இருக்கு."

"சார், ஜெயமோகன் 'சர்கார்'க்கு வசனம் எழுதினா ஏத்துக்குவீங்க. சாரு, 'நந்தலாலா'வில் 'கன்னித்தீவுப் பொண்ணா

கட்டழகுக் கண்ணா'ன்னு ஆடினா ஏத்துக்குவீங்க. ஒரு லாரி டிரைவர் இலக்கியம் படிச்சா ஏத்துக்க மாட்டீங்களா?"

"அண்ணே, அது 'நந்தலாலா' இல்லைண்ணே, 'யுத்தம் செய்' படம்ண்ணே" என்றான் கணேசன்.

"சார். எனக்கு ஒரு கதை தோணுச்சு. ஜெயமோகன் 'கொற்றவை' படிச்சிருக்கேன். 'தடம்'ல ஜான் ஆபிரகாம் இப்போ வந்தா எப்படி இருக்கும்னு கீரனூர் ஜாகீர் ராஜா ஒரு கதை எழுதியிருந்தார். இது ரெண்டையும் வெச்சுத்தான் அந்தக் கதை தோணுச்சு. பௌத்த மதத்திலதான் மறுபிறவி நம்பிக்கை இருக்குல்ல, இளங்கோவடிகள் இப்போ பொறந்திருக்கார். அவர் பேரு இந்தப் பிறவியில பழனிச்சாமி. அவர் பழங்கச்சாமின்னு பேரை மாத்திக்கிறார். தன் கதாபாத்திரங்கள் எங்கே இருக்காங்கன்னு தேடிப்போறதுதான் கதை. சென்னையில் ஒரு பிரபலமான நகைக்கடையில் செக்யூரிட்டி வேலை பார்க்கிறான் கோவலன். பக்கத்துலயே பிளாட்பாரத்தில செருப்புக்கடை போட்டிருக்கா கண்ணகி."

"அப்போ பாண்டியன் நெடுஞ்செழியன்?".

"அவன் இந்தப் பிறவியில பிரபலமான ஹார்ட் ஸ்பெஷலிஸ்ட் டாக்டரா இருக்கான். மாரடைப்பு வந்துதானே பாண்டிய மன்னன் செத்துப்போனான்" என்று நாகராஜ் சொல்லவும் முரளி சிரித்துவிட்டார்.

"கண்ணகி, கோவலன் ரெண்டுபேருமே கண்ணகி நகர்ல வசிக்கிறாங்க. நகரத்தோட சென்டர்ல இருக்கிற மக்களை கண்ணகி நகர்ல குடியேத்துறதை எதிர்த்து இளங்கோ மனு எழுதிப்போடறாரு, கோர்ட்டுக்குப் போறாரு, போராட்டம் பண்றாருன்னு கதை போகுது. 'பூம்புகார்'னு தலைப்பு வெச்சிருக்கேன் சார்."

"இளங்கோவடிகள் புகார் எழுதுறதால பூம்புகாரா? பார்த்திபன்தனமா இருக்கு நாகராஜ்."

"அப்போ 'இளங்கோ தெரு, கண்ணகி நகர்'னு தலைப்பு வைக்கலாமா சார்?"

"முதல்ல கதையை எழுதி முடிங்க. தலைப்பை அப்புறம் யோசிக்கலாம்."

உரையாடல் தொடர, ஒரு கட்டத்தில் தூக்கத்தில் விழுந்தேன். "சர்கார் படம் உங்களுக்குப் பிடிக்குமாண்ணே?" என்று கணேசன் கேட்டது அரைகுறையாகக் கேட்டது. காற்று சில்லென்று வீசியது இதம்.

'நம்பிக்கைக்கு நாங்க; நகை வாங்க நீங்க' என்று நெஞ்சில் கைவைத்தபடி பேசிக்கொண்டிருந்தார் நகைக்கடை முதலாளி. அவரது சட்டைப்பையின் மேல் ஸ்டெதஸ்கோப்பை வைத்துப் பரிசோதித்துக்கொண்டிருந்தார் பாண்டியன் நெடுஞ்செழியன். "என்னா நம்பிக்கை? செய்கூலி மத்த கடையில எல்லாம் மூணு பர்சென்ட்தான். நீங்க ஆறு பர்சென்ட் வாங்குறீங்க?" என்றாள் தலைவிரிகோலமாய் கண்ணகி. "நான் உள்ளே விட மாட்டேன்னு தான் சொன்னேன். அதுவா வந்துடுச்சு. பார்த்தாலே திருட்டுநகை மாதிரி தெரியுது சார்" என்றான் செக்யூரிட்டி உடையில் கோவலன்.

முரளிக்கு விழிப்பு வந்துவிட்டது. திரும்பிப் பார்த்தால் கண்ணசந்து தூங்கிக்கொண்டிருந்தார் நாகராஜ். வண்டி அதுபாட்டுக்குப் போய்க்கொண்டிருந்தது. அவசரமாக கணேசனை எழுப்பினாார் முரளி.

"டிரைவர் தூங்குறார்டா!"

"பார்த்தேன் சார். பயமா இருந்துச்சு. அதான் கண்ணை மூடிட்டேன். உங்களுக்கும் பயமா இருந்தா கண்ணை மூடிக்கங்க சார்" என்றான் கணேசன்.

'கண்ணை மூடுவதா' என்று முரளி பதறவும், லாரி அதற்கு முன்னால் நின்ற எய்ஷர் மீது மோதவும் சரியாக இருந்தது. லெவல் கிராசிங்கிற்காக நின்றிருந்த கேரள வண்டி நகர்ந்த நேரத்தில்தான் எங்கள் லாரி மோதியது என்பதால் எந்தச் சேதாரமும் இல்லை. முன்னால் இருந்த வண்டிக்கு, மோதியதுகூடத் தெரியவில்லை.

நாகராஜ் விழித்துக்கொண்டார். "கேரளா வண்டிண்ணே. எப்பவுமே இவனுக இப்படித்தான்" என்று ஒரு கெட்ட வார்த்தையைச் சொன்னான் கணேசன்.

"அவய்ங்க மேல தப்பில்லைடா. நான் அசந்துட்டேன்."

“நீங்க அசந்தது சரி. இவன் என்ன பண்ணினான் தெரியுமா?” என்று முரளி சொல்லிமுடிக்க நாகராஜ் வெடித்துச்சிரித்தார்.

“தம்பி, உன்னை மாதிரி கிளீனரைப் பத்தி இசைன்னு ஒரு கவிஞர் கவிதை எழுதி யிருப்பார். சார், உங்களுக்கு இசையோட கவிதை பிடிக்குமா?”

“ப்ச், மீம்ஸ் போடறதுக்குப் பதிலா அவர் கவிதை எழுதிக்கிட்டிருக்கார்” என்றார் முரளி.

“போங்க சார். டேய், நீ அந்தக் கவிதையைக் கேளு” என்றபடி சொல்லத்தொடங்கினார் நாகராஜ்...

அந்த சிமென்ட் லாரிக்கு வழி வேண்டும்.
டிரைவரின் கீழ்ப்படியும்‘கிளி
தன் ஒற்றைக்கையை வெளியே நீட்டுகிறது.
விறைத்து நீண்ட ஒரு உலக்கையைப் போலல்ல...
ஐயா... அவசரம்... என்று கெஞ்சுகிற பாவனையிலல்ல...
அது கையை நீட்டியதும்
அதன் மணிக்கட்டில் உதித்த சாம்பல்நிறப்பறவை
அலையலையாய் நீந்துகிறது.
நான் காண்கிறேன்...
இந்த மீப்பெருஞ்சாலையின் அந்தரத்தில்
ஓர் அற்புதநடனமுத்திரை.
அதன் நளினத்தின் முன்னே
உலகே! நீ வழிவிட்டொதுங்கு!

முரளி திரும்பிப்பார்த்தார். கணேசன் மலங்க மலங்க விழித்தபடி, என்ன செய்வது என்று தெரியாமல் லேசாகச் சிரித்துவைத்தான். முரளி பொத்தானைத் திருகி பாடலின் சத்தத்தை அதிகப்படுத்தினார். பாடல் லாரி முழுவதும் பரவத்தொடங்கியது

‘ஒயிட் லக்கான் கோழி ஒண்ணு கூவுது!
அது ஃபாஸ்ட்ஃபுட் கடையைப் பார்த்து ஏங்குது!

❒ ❒ ❒

4. இளையராஜாவின் பார்வையாளர் நேரம்

"கண்டிப்பா பாடறோம். உங்க கல்யாணத்துக்குப் பாடாம வேற யார் கல்யாணத்துக்குப் பாடப்போறோம்? ஆனா ஒரு கண்டிஷன் மேடம்" என்றார் மதுரைவீரன்.

"சொல்லுங்க" என்றாள் பூர்ணா.

"ராஜபார்வை, காசி படத்துப் பாட்டு மட்டும் பாட மாட்டோம்."

ஏதோ சொல்ல வாயெடுத்த பூர்ணாவின் தொடையில் கிள்ளி அழுத்தினான் நீலகண்டன்.

"ஏன் சொல்றேன்னு புரியுதா?"

"ம், புரியுது" என்ற நீலகண்டனை இன்னும் புரியாமல் பார்த்தாள் பூர்ணா.

"அதுக்குப் பெயர்தான் சார். மேடம், சார் எங்களுக்கு எவ்வளவோ உதவி பண்ணியிருக்கார் தெரியுமா. எங்களுக்கு மட்டுமில்லை, எங்களை மாதிரி இருக்கிறவங்களுக்கு நிறைய ஹெல்ப் பண்ணியிருக்கார்" பூர்ணா காதல் ததும்ப நீலகண்டனின் கைகளை எடுத்துத் தன் மடியில் கோத்துக்கொண்டபோது, ஒரு தட்டில் நாலு டீ டம்ளருடன் வந்தார் அவர்.

"சார், டீ எடுத்துக்கங்க."

"மூர்த்தி டீ சாப்பிட்டுப்பாருங்க. டீ போடுறது ஒரு கலை. பதனி, இளநி, ஜிகர்தண்டா எல்லாம் நேரா

வயித்துக்குள்ள போய் சிலுசிலுன்னு ஆக்கும். ஆனா நல்ல டீ முதல்ல தொண்டையில நிக்கும். அதுக்கப்புறம்தான் குடலில இறங்கும். அடுத்த டீ சாப்பிடறவரைக்கும் அது ஞாபகப்படுத்திக்கிட்டே இருக்கும். மூர்த்தியோட டீ சாப்பிட்டுப் பார்த்தீங்கன்னா உங்களுக்கே தெரியும்."

மதுரைவீரன் சொல்லவும் இருவரும் டீ டம்ளர்களை எடுத்துக்கொண்டனர்.

"உங்களைப் பத்திச் சொல்லுங்க" என்றாள் பூர்ணா.

"சொல்றதுக்கு என்ன இருக்கு மேடம்? எல்லாப் பார்வையற்றவர்களுக்கும் இருக்கிற வழக்கமான கதைதான். ராஜூமுருகன், பாக்கியம் சங்கர்லாம் கூட ஏற்கெனவே எழுதியிருக்காங்களே, அதே கதைதான். இந்த இன்னிசைக்குழுவுக்கு இளையராஜா இன்னிசைக்குழுன்னு பேர் வெச்சது மூர்த்திதான். எங்களுக்கு இது முழுநேர வேலை கிடையாது. நான் பிளைண்ட் ஸ்கூலில டீச்சரா இருக்கேன். அவன் கிதாரிஸ்ட். கூப்பிட்டவங்களுக்கு எல்லாம் பாடப்போறதில்லை. மனசுக்குப் பிடிச்சிருந்தா போவோம்."

"உங்களுக்குப் பார்வை இல்லைன்னு வருத்தப்பட்டது கிடையாதா?"

"பூர்ணா, உனக்கு ரெக்கை இருந்தா எப்படி இருக்கும்?" என்றான் நீலகண்டன்.

"செம ஜாலியா இருக்கும் நீல்ஸ். டிராபிக் கவலை இல்லாம, பறந்தே உன்னைப் பார்க்க வந்திடுவேன்."

"இப்போ ரெக்கை இல்லாததுக்கு நீ வருத்தப்படறியா?"

"இல்லையே?"

"அதேமாதிரிதான் மேடம் எங்களுக்கும். ஒருவேளை பொறக்கிறப்ப பார்வை இருந்து இடையில போனவங்க வருத்தப்படலாம். ஆனா எனக்கும் மூர்த்திக்கும் பிறவியில இருந்தே பார்வை கிடையாது. பார்வைன்னு ஒண்ணு தெரிஞ்சாத்தானே அது இல்லைன்னா வருத்தப்படணும்?"

"சூப்பர்ண்ணா. நாங்கல்லாம் மியூசிக் கேட்கிறப்போ பாட்டு சீன் ஞாபகத்துக்கு வரும். உங்களுக்கு எப்படி?"

“மேடம், மியூசிக்ங்கிறது சவுண்ட். மூர்த்தி, அந்த ஆர்மோனியத்தை எடு. ‘மடை திறந்து’ பாடு.”

மூர்த்தி ஆர்மோனியத்தை ட்யூன் செய்து ஆரம்பித்தார்.

“தல்லலலலா... தாலலலா...
மடை திறந்து தாவும் நதியலை நான்
மனம் திறந்து கூவும் சிறுகுயில் நான்
இசைக்கலைஞன் என் ஆசைகள் ஆயிரம்
நினைத்தது பலித்தது... ஹேய்...”

“போதும்டா. மேடம் அருவியில குளிச்சிருக்கீங்களா? இந்தப் பாட்டு அப்படியொரு அருவிதான். குளிக்கிறதுக்கு முன்னால குளிர் இருக்கும். அப்புறம் தலையில மொத்தமாக் கொட்டுற அருவியில நாம வேற, தண்ணி வேறன்னு இல்லாம முழுசாக் கரைஞ்சிடுவோம். தண்ணியோட உற்சாகம் நம்ம ரத்தத்தில பாயும். உடம்பு முழுக்க நனைஞ்சு மூச்சுத்திணறினாலும் மறுபடி மறுபடி நனைவோம்ல, அதான் ‘மடை திறந்து’”

மூர்த்தி மீண்டும் ஆர்மோனியத்தில் ‘ரபபபா ராபபபா ரபரபா’ என்று பாடி... ‘ஹேய்’ என்றான்.

“இந்த ஹேய் இந்தப் பாட்டுக்குன்னா இன்னொரு பாட்டு இருக்கு.

உம்ஹேய்...ஹேய்ஹேய்....ஹேய்...ஹேஹேய்....ஹேய்ய்ய்ய்
இசையில் தொடங்குதம்மா விரக நாடகமே
வசந்தம் கண்டதம்மா வாழும் வாலிபமே....”

நிறுத்திய வீரன், “இது பேய்மழைப் பாட்டு. மழை ஆரம்பிக்கும்போது வானத்தை நோக்கி மூஞ்சியக் காட்டினா, முதல் மழைத்துளி எங்கே விழும் தெரியுமா? கண்ணு இமை மேல. அப்புறம் கொஞ்சம் கொஞ்சமா வேகமெடுக்கிற மழை நம்மை நனைக்குமே அதான் இது. அதேமாதிரி ஒரு திருவிழாவுக்குப் போனா நீங்க என்னென்னமோ பார்ப்பீங்க. ஆனா எங்களுக்குச் சத்தம்தான். விதவிதமான சத்தம். பஞ்சு மிட்டாய் வண்டி, கோயில் மணி, திருவிழாக்கடை சத்தம், பக்தர்கள் கூச்சல், குழந்தைகள் அழுகை... இப்படி ஒரு

திருவிழாவில தொலைஞ்சுபோனா எப்படி இருக்கும்? அப்படித்தான் இருக்கும் இந்தப் பாட்டு.”

“ரொம்ப நல்லாயிருக்குண்ணா. ஆனா இந்தப் பாட்டை நான் கேட்டதே இல்லையே?”

“இது இளையராஜாவோட பெஸ்ட் பூர்ணா. ‘ஹேராம்’ படப்பாட்டு.”

“ஆமா. ஆனா நிறைய பேருக்குத் தெரியாது. ஆனா அதே படத்துல இன்னொரு பாட்டுப் பாடச்சொல்லி எங்களைக் கேட்பாங்க.”

‘நீ பார்த்த பார்வைக்கொரு நன்றி.

நமைச்சேர்த்த இரவுக்கொரு நன்றி

அயராத இளமை சொல்லும் நன்றி நன்றி

என்று வீரன் பாட, இறுதியில் முடியும் ‘நன்றி’யை ஏந்தினான் மூர்த்தி.

“வேடிக்கையைப் பார்த்தீங்களா, பார்வையே கிடையாது. ஆனா ‘நீ பார்த்த பார்வைக்கொரு நன்றி’” என்று சிரித்தார் வீரன். “இதைவிட ஒரு டெரர் பாட்டு இருக்கு” என்ற மூர்த்தி, டீ கிளாஸை அவர்களிடமிருந்து வாங்கினார்.

“என் ஊர் தொப்பம்பட்டி. பஸ்ல ஏறி உக்காந்தா கரெக்டா ஸ்டாப் தெரியும். ஒருநாள் பஸ்ல இந்தப் பாட்டுப் போட்டாங்க பாருங்க. பஸ் ஓடுது. என் மனசு எங்கேயோ ஓடுது. ஸ்டாப்பை மிஸ் பண்ணிட்டேன். பின்னே, பாட்டு எங்கெங்கேயோ டிராவல் பண்ணுது” என்றபடி மூர்த்தி பாடத்தொடங்கினார்.

“உன்னை நானறிவேன் என்னையன்றி யார் அறிவார்?...” - அறை முழுக்கத் தேன்.

“கேட்டீங்களா. அம்மா மடியில தலையைச் சாய்ச்சு, ‘உனக்குக் கண்ணில்லைன்னா என்னடா, கண்ணுக்குக் கண்ணா நான் இருக்கேன்’னு சொல்றமாதிரி இருக்கும். அதுல கிறங்கும்போது டக்குன்னு பாட்டு மாறும்பாருங்க. ஒரு கர்னாடக சங்கீத ஆலாபனை. அப்புறம்...”

“ஒயிலா லோ... ஒயிலா லோ...

லபோ லபோ லப்ஜினக்கா...”

பூர்ணாவுக்குக் காட்டுக்குள் இருப்பதைப்போலிருந்தது. பழங்குடியிசை மெல்ல ஆக்கிரமித்தது.

மீண்டும் காட்டிலிருந்து அம்மா மடியில் பாடலை இறக்கிவைத்தார் மூர்த்தி.

"எனக்கே கேக்கிறப்ப சிலிர்க்குதுண்ணா. உங்ககிட்ட பேசினபிறகு மியூசிக்கை இன்னும் துல்லியமாக் கேக்கலாம், அனுபவிக்கலாம்னு தோணுது. நான் ஒரு பாட்டு சொல்றேன். 'நெஞ்சோடு கலந்திடு உறவாலே... காயங்கள் மறந்திடு அன்பே'" என்று பூர்ணா பாட, "நல்லாப் பாடறீங்க மேடம்" என்றார் வீரன்.

"கிண்டலடிக்கிறீங்கன்னு தெரியுது. ஆனா அந்தப் பாட்டு ஆரம்பிக்கிறதுக்கு முன்னாடி ஒரு சவுண்டு வரும். அது பூனை கத்துற மாதிரி இருக்கும் மியாவ்னு."

"அது மியாவ் இல்லை மேடம். மிய்யூவ். மிய்யூவ்வ்வ்வ்... நெஞ்சோடு கலந்துடு உறவாலே" என்று பாடிய வீரனிடம் "மூர்த்திண்ணா உங்களுக்கு ரொம்பப் பிடிச்ச பாட்டு எது?" என்றாள் பூர்ணா.

"மயங்கினேன் சொல்லத் தயங்கினேன் உன்னை விரும்பினேன் உயிரே, குக்கூம் குக்கூம், தினம் தினம் உன் தரிசனம் பெறத் தவிக்குதே மனமே, குக்கூம் குக்கூம். பாட்டு முழுக்கக் குயில் கூவும்."

"நல்லவேளை, அந்தப் பாட்டு சீனை நீங்க பார்க்கலை" என்றான் நீலகண்டன்.

"ஏன் சார்? லவ் சாங்தானே?"

"லவ் சாங்கா. ஹீரோயின் மேல விழுந்து புரண்டு டிரஸ்ஸைப் பிடிச்சு இழுத்து ரேப் சாங் மாதிரி இருக்கும்"

"ஆனா அதை ஹீரோ பண்ணுவாரு" என்ற பூர்ணா, "அண்ணா நீங்க இளையராஜா பாட்டு மட்டும்தான் பாடுவீங்களா?"

"இளையராஜா இன்னிசைக்குழுன்னு வெச்சிருக்கிறதால கேக்கிறீங்களா? எல்லாப் பாட்டும் பாடுவேன். 'உன்னை அறிந்தால் நீ உன்னையறிந்தால் உலகத்தில் போராடலாம்' பாடுவேன். எம்.எஸ்.வி பாட்டு."

"ம்க்கும். அது ஈவ்டீஸிங் பாட்டுண்ணா."

நீலகண்டனின் போன் அடித்தது. ரிங்டோனுக்கு ஏற்றபடி விரல்களால் சொடக்குப் போட்டார் வீரன். போனை கட் செய்த நீலகண்டன் "சரிங்க வீரன். கிளம்புறேன். நிறைய வேலை இருக்கு. தேதி ஞாபகம் இருக்குல்ல?"

"நவம்பர் 20தானே? அதெல்லாம் கன் மாதிரி வந்துடுவோம்."

"சரி வர்றேன். வர்றேன் மூர்த்தி."

★ ★ ★

மாலை ஒரு சாலையோரத்து டீக்கடையில் பைக்கை நிறுத்தினான் நீலகண்டன். இறங்கிய பூர்ணா, "அண்ணா ரெண்டு டீ" என்றவள் "தொண்டையில நிக்கிற மாதிரி இருக்கணும் டீ" என்றாள்.

"தொண்டையில நிக்கிறதுக்கு அது என்ன சிவபெருமான் குடிச்ச விஷமா? உங்களுக்கு எந்த ஊர் மேடம்?" என்றார் டீக்கடைக்காரர்.

"கரூர்"

"அங்கே எப்படி டீ போடுவாங்க தெரியும்ல. டீ போட்டுட்டு, அதுக்குத் தொப்பி மாதிரி கொஞ்சம் பாலை ஊத்துவாங்க. அதைவிட இந்த டீ நல்லாத்தான் இருக்கும்."

"ரைட்டு. உங்களுக்கு எப்படி விருப்பமோ அப்படியே போடுங்க" என்ற பூர்ணா, ஸ்டால் போஸ்டர்களைப் பார்த்துக் கொண்டிருந்த நீலகண்டனிடம் வந்தாள்.

"காலையில வீரன், மூர்த்திகிட்ட பேசினது ஞாபகத்திலேயே இருக்கு. இசையை எப்படியெல்லாம் காட்சிப்படுத்து றாங்கல்ல, உனக்கு என்ன தோணுது?"

"எனக்கா? ம்... இளையராஜா மியூசிக் போட்ட எய்ட்டீஸ் பாட்டெல்லாம் டிவியில பார்க்கிறப்போ வீரன், மூர்த்தி மாதிரியே இருந்திருக்கலாம்னு தோணுது."

சூடான டீ கிளாஸை நீட்டினார் டீக்கடைக்காரர். அப்போது முதல் மழைத்துளி அந்த டீ கிளாஸில் விழுந்தது.

◻ ◻ ◻

சுகுணா திவாகர்

5. ஜீன்ஸ் பெரியார்

‘இது உண்மைதானா என்று நம்ப முடியவில்லை’ என்பது ஒரு தேய்வழக்கான வாக்கியம்தான். ஆனால் என் இப்போதைய மனநிலையை விளக்க இதைவிட பொருத்தமான வாக்கியம் வேறில்லை. அனுபவம் தரும் பரவசம், இது நிஜம்தானா என்ற நம்பகத்தன்மை மீதான குழப்பம் இரண்டும் கலந்ததோர் உணர்வு உடல் முழுக்க ஊறிக்கொண்டிருந்திருந்தது. அருகில் இருந்தவரைப் பார்க்கும்போது அது இன்னும் அதிகரித்தது.

“இன்னும் எவ்வளவு நேரம் ஆகும் ஐயா?”

“ஒளியோட வேகம் ஒரு வினாடிக்கு 3 லட்சம் கிலோமீட்டர். அந்த வேகத்தை மனிதர்கள் கடந்துட்டா காலத்தைத் தாண்ட முடியும். இதுதாங்கய்யா அடிப்படை. நாம இன்னும் 46 வினாடியில போயிடுவோம்”

டைம் மிஷின் எனப்படும் கால இயந்திரம். 1895ல் ஹெஜ். ஜி வெல்ஸ் என்ற எழுத்தாளனின் கற்பனையில் உதித்தது. காலத்தைக் கடக்க முடியும் என்பது விஞ்ஞானிகளின் நம்பிக்கை. ஐன்ஸ்டீன் காலத்தில் இருந்து இந்த முயற்சிகள் தொடங்கியிருக்கின்றன. இப்போதுதான் அது சாத்தியமாகியிருக்கிறது. சாதித்த நான் தமிழன். இந்தச் சாதனையை வெளியுலகுக்குச் சொல்வதற்கு முன்னால் கடந்த காலத்தைச் சேர்ந்த ஒரு மகத்தான மனிதரோடு இந்தக் கால இயந்திரத்தில் பயணிக்க வேண்டும் என்று ஆசைப்பட்டேன். 50 ஆண்டுகளுக்கு முன்பான காலத்துக்குப் போய் அவரை அழைத்துக்கொண்டு இப்போது நிகழ்காலம் நோக்கிப் பயணிக்கிறேன்.

"எந்த வருஷத்தில இருந்து வர்றீங்கய்யா?"

"2019"

"இப்போ 1969. கண்டிப்பா உங்க காலத்தில நான் உயிரோட இருந்திருக்க மாட்டேன். நான் எந்த வருஷம் செத்துப்போனேன்?"

"அது வந்துங்கய்யா...."

"எதுக்குத் தயங்குறீங்க? இப்பவே எனக்கு 91 வயசு. மிஞ்சிப் போனா நூறு வயசு இருப்பேனா? சொல்லுங்க, எப்போ இறந்துபோனேன்?"

"1973, டிசம்பர் 24"

"அப்போ 95 வயசு. ராஜாஜியை விட ஒரு வயசு அதிகமாத்தான் வாழ்ந்திருக்கேன்"

தாடியைத் தடவியபடி சிரித்தார். அவர் பெரியார். தமிழர்களுக்கு அறிவியல் மனப்பான்மையை விதைத்த அவருடன்தான் முதன்முதலில் கால இயந்திரத்தில் பயணிக்கவேண்டும் என்பது நெடுநாள் கனவு. இயந்திரத்தின் வேகம் உள்ளே தெரியாமல் இருப்பதற்கான பொத்தானை அழுத்தினேன்.

"இப்போ நாம எங்கே இறங்கப்போறோம்?"

"சென்னைதாங்கய்யா. ஏதாவது ஒரு நல்ல ஹோட்டலில் ரூம் போட்டுடறேன்"

"ரூமா? எவ்வளவு வாடகை ஆகுங்கையா?"

"ஆறாயிரத்தில் இருந்து பத்தாயிரம் ரூபாய்"

"என்னங்கய்யா இப்படிச் சொல்றீங்க? இதில ஒரு மாகாண மாநாடே நடத்தலாமே, செங்கல்பட்டு முதல் சுயமரியாதை மாகாண மாநாட்டுச் செலவே ஆயிரம் ரூபாய்க்குள்ளதானே. அதெல்லாம் வேணாங்கய்யா. உங்க வீட்டுக்கே போயிடலாம்"

"எனக்கு வீடு இல்லைங்கய்யா. ரூம் எடுத்துத்தான் தங்கியிருக்கேன்"

"கல்யாணம்...?"

"இல்லைங்கய்யா"

"கல்யாணத்தைக் கிரிமினல் குற்றமாக்கணும்னு நான் சொன்னேனே, அரசாங்கம் ஆக்கிடுச்சா? சந்தோஷங்கய்யா"

"ஐயோ அப்படில்லாம் இல்லைங்கய்யா. அரசாங்கம் அந்தளவுக்கெல்லாம் யோசிக்கலை. நானும் இன்னும் கல்யாணத்தைப் பத்தி யோசிக்கலை. உங்களை ஐயான்னு கூப்பிடறது எனக்கு ஒருமாதிரி இருக்கு"

"சார்ங்கிற ஆங்கில வார்த்தை மாதிரி ஐயா. உங்களுக்கு சங்கடமா இருந்தா ராமசாமின்னு கூப்பிடுங்க. அதானே என் பேரு?"

"இருக்கட்டுங்கய்யா. ஐயான்னே கூப்பிடறேன்" - சொல்லி முடிக்கும்போது என் அறை வந்திருந்தது.

அவருக்கு என் அறையில் இருந்த, நான் நீண்ட நாள்கள் பயன்படுத்தாமல் இருந்த கம்ப்யூட்டரை ஆன் செய்து காண்பித்து அதைப்பற்றி விளக்கினேன். பிறகு என் லேப்டாப்பையும் மொபைல் போனையும் காண்பித்து விளக்கினேன். அவருக்கு ஆச்சர்யம்.

"'இனி வரும் உலகம்' புத்தகத்தில 'எதிர்காலத்தில் அனைவரின் சட்டைப்பையிலும் கம்பியில்லா தந்தி சாதனம் இருக்கும்'னு எழுதியிருப்பீங்க. இந்த செல்போன் அப்படித்தான். 'ஆண், பெண் சேர்க்கை இல்லாமலே குழந்தை பிறக்கும்'னு எழுதியிருப்பீங்க. டெஸ்ட் ட்யூப் பேபி வந்திருச்சுங்கையா" என்று அதைப்பற்றி விளக்கினேன்.

ஒரு குழந்தையைப் போல் குதூகலித்தவர், "ரொம்ப மகிழ்ச்சிங்கய்யா. ஆனா ஒண்ணு, இதெல்லாம் நான் முன்னாடியே சொல்லிட்டேன்னு என்னைக் கடவுள், மகான், தீர்க்கதரிசி ஆக்காம இருக்கணும். அப்படி எதுவும் நடக்கலைல?"

"நீங்க வேற. சிலபேர் உங்க சிலைக்கு செருப்புமாலை அணிவிக்கிறவங்கல்லாம் இருக்காங்க"

"சந்தோஷம். சந்தோஷம். என் போட்டோவையே சிலபேர் செருப்பால அடிக்கிற போராட்டம் அறிவிச்சாங்க. நானே சொந்தச் செலவுல போட்டோ அனுப்புறேன்னேன். யாரையும் சாமி ஆக்கிடக்கூடாதுங்கய்யா. நான் சொல்றதை உங்க

பகுத்தறிவு ஏத்துக்கிட்டா மட்டும்தான் பின்பற்றணும். இல்லைன்னா தூக்கிக் கடாசிடணும்" என்றவரிடம் மரபணு அறிவியல் தொடங்கி அறிவியல் உலகிலும் சமூகத்திலும் ஏற்பட்ட மாற்றங்கள் குறித்து விளக்கினேன்.

"இவ்ளோ நடந்திருக்கிறது நல்ல விஷயங்கய்யா. ஆமா, சூத்திரப்பட்டம் ஒழிஞ்சதா? அதை ஒழிக்கணும்னுதானே நான் குரல் கொடுத்துக்கிட்டேயிருந்தேன்?"

"உங்க கன்டெக்ஸ்ட்ல அது ஒழிஞ்சதா, இல்லையான்னு எனக்குச் சொல்லத் தெரியலை. ஆனா இப்ப இருக்கிற இளைஞர்களுக்கு அந்த வார்த்தையே தெரியாது. உங்களை ஃபாலோ பண்றவங்கதான் அந்த வார்த்தையோட ஆபத்தான அர்த்தத்தை விளக்கிக்கிட்டிருக்காங்க" என்றபடி சில ஃபேஸ்புக் பக்கங்களையும் ட்வீட்டர் பக்கங்களையும் காட்டினேன். டிக்டாக் வீடியோக்கள் சிலவற்றைப் பார்த்தவர், "இதென்ன கூத்தாடிப் பசங்களாட்டம் நம்மாளுக நடந்திருக்கிறாங்க. படிச்சு முன்னேறுறதை விட்டுட்டு இதென்ன வெங்காயம்?" என்றார்.

"இல்லைங்கய்யா. சினிமா பத்தின உங்க கருத்தில எனக்கு மாறுபட்ட கருத்து இருக்கு. இப்போ ஜனநாதன், பா.இரஞ்சித், மாரி செல்வராஜ், கோபி நயினார்னு சினிமாக்காரங்களும் சாதியை எதிர்த்துப் படம் எடுக்கிறாங்க. அதில இரஞ்சித் உங்க போட்டோவை சினிமாக்களில் காட்டுறதில்லைன்னு விமர்சிக்கிறவங்களும் இருக்காங்க"

"என்னங்கய்யா இது, அந்தத் தம்பிங்கல்லாம் சாதியை எதிர்த்து சினிமாவில பேசுறாங்களா?"

"ஆமாங்கய்யா"

"நான் 50 வருஷமா பேசினதை அவங்க சினிமாவில பேசுறாங்கல்ல, அதுதானே முக்கியம். என் முகத்தைக் காட்டுறதா முக்கியம்? எனக்கு நானேதான் சிலை வெச்சுக்கிட்டேன். இன்னொருபக்கம் செருப்பால அடிக்கிற என் போட்டோவையும் நானே அனுப்புறேன்னும் சொன்னேன். ரெண்டுக்கும் ஒரே காரணம்தான். நம்ம கொள்கை பரவணும் அவ்ளோதான்"

"அது உண்மைதாங்கய்யா. ஆனா நீங்க போராடி வாங்கின உரிமைகளை அனுபவிக்கிறவங்களே கீழ்சாதின்னு சொல்லி

மத்தவங்களைக் கொடுமைப்படுத்துறாங்க. ஆணவக்கொலைகள் நடக்குதுங்கய்யா"

"ஆணவக்கொலைகளா, அப்படின்னா...?"

அவரிடம் விளக்கியதுடன் சில சாதிவெறி டிக்டாக் வீடியோக்களையும் ஃபேஸ்புக் பக்கங்களையும் காட்டினேன்.

"பார்த்தீங்களா, ஏதோ சில மன்னர்கள் போட்டோவை வெச்சு அவனும் நானும் ஒரே சாதிங்கிறான். வெங்காயப் பசங்க. அந்த மன்னனா இந்த கம்ப்யூட்டர், போன்லாம் கண்டுபிடிச்சான். எவனோ கண்டிபிடிச்ச சாதனங்களையும் சாதி வளர்க்கறதுக்குப் பயன்படுத்துறாய்ங்க காட்டுமிராண்டிப் பசங்க. அறிவியல் வளர்ந்தா பத்தாதுங்கய்யா, அறிவு வளரணும்" என்றபடி ஆவேசமானார்.

"ஐயா, தாழ்த்தப்பட்ட மக்களுக்காக நீங்க உழைக்கலைனும் உங்க போராட்டங்களால் சூத்திரச் சாதிகள்தான் வளர்ந்துச்சுன்னும் விமர்சிக்கிறவங்க இருக்காங்க"

"அப்பாடியா சொல்றாங்க? நீங்க எந்த வருஷம் பொறந்தீங்க?"

"1978"

"நான் செத்து அஞ்சு வருஷம் கழிச்சுப் பொறந்திருக்கீங்க. உங்களுக்கே 40 வயசாகுது. நான் செத்து அம்பது வருஷம் ஆகப்போகுது. 'எல்லாத்துக்கும் கடவுள்தான் காரணம்'னு சொல்றமாதிரி 'எல்லாத்துக்கும் ராமசாமிதான் காரணம்'னு சொல்றது எப்படிங்கய்யா சரியாயிருக்கும்? நான் ஏதோ எனக்குத் தெரிஞ்சவகையில போராடினேன். நான் மட்டுமா, அம்பேத்கர், ரெட்டைமலை சீனிவாசன், எம்.சி.ராஜா, எல்.சி.குருசாமி, ஜெகந்நாதம், சிவராஜ், மீனாம்பாள் சிவராஜ்னு நிறைய ஆதிதிராவிடர் தலைவர்கள் அவங்க வழியில போராடியிருக்காங்களே, என்னோட பாதை தப்புன்னா அதைப் பின்னாடி வந்தவங்க சரிபண்ணிக்க வேண்டியதுதான். ஆனா விமர்சனம் பண்றது நல்ல விஷயம்தானேங்கய்யா?" என்றபடி அலமாரி பக்கம் சென்றவர் ஒரு பச்சை நிற பாட்டிலைக் கையிலெடுத்தார்.

"இது என்னங்கய்யா? ஏதும் திராவகமா, இல்லை மருந்து பாட்டிலா?"

“இல்லைங்கய்யா, அது வந்து... வேணாங்கய்யா, வெச்சிடுங்கய்யா”

“ஏதும் ஆபத்தான திரவம்ங்களா”

“இல்லைங்கய்யா, அது சரக்கு பாட்டில்”

“சரக்கா, என்ன சரக்கு? நான்கூட ஈரோட்டில மஞ்சள் மண்டி நடத்தினப்போ நிறைய சரக்கு அனுப்பியிருக்கேன்”

“இல்லைங்கய்யா. இது வந்து....லிக்கர், அதாவது மது”

“அவ்ளோதானே, இதுக்கு ஏன் தயங்குறீங்க?”

“இல்லைங்கய்யா, நீங்க கள்ளை ஒழிக்கணும்னு 500 தென்னைமரங்களைல்லாம் வெட்டியிருக்கீங்க...”

“அது நான் காங்கிரஸுல இருந்தப்போ. ஒருத்தன் பிறந்தப்போ அம்மணமா இருந்தான்கிறதுக்காக கடைசிவரைக்கும் அப்படியேவா இருப்பான்? காங்கிரஸை விட்டு வெளியே வந்தபிறகு ராஜாஜி காலத்தில இருந்து நம்ம கலைஞர் காலம் வரைக்கும் மதுவிலக்கை எதிர்த்துக்கிட்டுத்தான் இருக்கேன். மது அருந்துறது அவங்க சுதந்திரம். ஆனா எதுக்கும் ஒரு கட்டுப்பாடு இருக்கணும்னு நினைக்கிறேன்”

“ஐயயோ ஒரு கிளாஸ்தாங்கய்யா இருக்கு. இன்னொண்ணு வாங்கிட்டு வந்துடவா?”

“எனக்கா? நான் ஈரோட்டில மைனரா, காலியா திரிஞ்சுக்கிட்டிருந்தப்பவே குடிக்கிற பழக்கம் கிடையாது. என் வாயிலகூட சாராயத்தை ஊத்தியிருக்காங்க. ஆனா எனக்கு என்னமோ அதைக் குடிக்கப் பிடிக்கலை. அதுக்காக மத்தவங்க உரிமையை நான் தடுக்க விரும்பலை”

“சரிங்கய்யா. நாம ரூம்லயே இருக்காம கொஞ்சம் வெளியில போயிட்டு வரலாம்” என்று ஒரு கால் டாக்ஸி புக் செய்தேன்.

★★★

முதலில் பெரியார் திடலுக்குச் சென்றேன். தன் சமாதி முன்பே அவர் நின்றபோது ஒரு பரவசம் கலந்த பதைப்பு அவர் நரம்புகளுக்குள் ஓடியதை என்னால் உணர முடிந்தது.

"பார்க்க நம்ம ஐயா மாதிரியே இருக்காருல்ல?" - தூரத்தில் ஒரு கறுப்புச்சட்டை இளைஞன் இன்னொருவரிடம் சொல்லிக்கொண்டிருந்தார்.

"ஐயா, நம்ம பெண்களோட நிலைமையில் மாற்றம் இருக்கா?"

"நிறைய மாறியிருக்கங்கய்யா. ஒருபக்கம் குழந்தைகளைப் பாலியல் பலாத்காரம் பண்றது தொடங்கிப் பல மோசமான விஷயங்கள் இருக்கு. அதேநேரத்தில் பெண்கள் நிறைய படிக்கிறாங்க. ஆண்களைவிட சம்பாதிக்கிறாங்க. அவங்க நடை, உடைகளில் ஏகப்பட்ட மாற்றங்கள் வந்திருக்கு. நீங்களே பார்ப்பீங்க" என்றபடி அவரை மெட்ரோ ரயில், ஷாப்பிங் மால், காபி ஷாப் உள்ளிட்ட பல இடங்களுக்குக் கூட்டிச் சென்றேன். ஒவ்வோர் இடத்தையும் புதிதாய்ப் பிறந்த குழந்தையைப் போல் ஆச்சர்யமும் மகிழ்ச்சியும் ததும்ப பார்த்தார்.

"ரொம்ப மகிழ்ச்சியா இருக்குங்கய்யா. நிறைய பொண்ணுங்க கிராப் வெட்டியிருக்காங்க. குழாய் மாட்டியிருக்காங்க. பல பொண்ணுங்க நகை மாட்டுற ஸ்டாண்டா இல்லாம இருக்காங்க. நான்லாம் அப்போ கிராப் வெட்டுற பொண்ணுக்கு 50 ரூபாய் பரிசு கொடுத்துக்கிட்டிருந்தேன். இப்போ கொடுக்கிறதாயிருந்தா திடலைத்தான் விக்கணும்போல இருக்கு" என்று சிரித்தார்.

"எனக்கு ஒரு சந்தேகம்" என்றவுடன் "கேளுங்க, கேளுங்க" என்றார் உற்சாகமாய்.

"பெண்கள் விடுதலைன்னு சொல்லி பெண்களை ஆண்களைப்போல் முடி வெட்டச் சொல்றது, பேண்ட் போடச் சொல்றதுன்னு ஆண்களாகவே மாத்துறது ஒரு அதிகாரம் இல்லையா? ஏன் ஆம்பளைங்க பொம்பளைங்க மாதிரி மாறக்கூடாது?"

"நல்ல கேள்வி கேட்டீங்க. சேலையும் நகைகளும் கூந்தலும் சௌகரியமான விஷயங்கள் கிடையாது. கடினமான வேலை செய்ய, முன்னேற அதுவே பொண்ணுங்களுக்குத் தடையா இருக்கு. அதனாலதான் அவங்களை சௌகரியமா இருக்க அதையெல்லாம் மாத்திக்கச் சொன்னேன். சௌகரியமான விஷயங்களை எல்லாம் ஆம்பளைதானே வெச்சுக்கிறான்? அதை இவங்களும் பண்ண வேணாமா?"

அஞ்சிறைத்தும்பி

“உண்மைதான். என் நண்பர் ஒருத்தர் சுனாமி வந்தப்போ ஆவணப்படம் எடுக்கப்போயிருந்தார். நிறைய பொண்ணுங்க சுனாமி வந்தப்போ சேலை கட்டியிருந்ததால ஓட முடியாம, கூந்தல் மரத்துல மாட்டி செத்துப்போனாங்கன்னு அவர் சொன்னார். ஓடற பஸ்லகூட சேலை கட்டிட்டு ஏற முடியாதே?” என்று சொன்னபிறகுதான் அவருக்கு சுனாமியைப் பற்றி விளக்கவேண்டும் என்பது உறைத்தது. விளக்கினேன்.

“இன்னும் ரெண்டு சந்தேகங்கள். பெண்கள் விடுதலைக்காக இவ்ளோ பேசினீங்க. ஆனா மணியம்மை இனிஷியலா உங்க பேரைப் போட்டுக்கிட்டது அடிமைத்தனம்னு நீங்க நினைக்கலையா?”

ஒருகணம் தடுமாறியவர், “அட ஆமாங்க. நீங்க சொல்றது உண்மைதான். ஏன் சாதிப்பெயரை ஒழிக்கணும்னு சொன்னேன்? இலை நிறைய சாப்பாடு வெச்சு, ஓரத்தில மலம் வைக்கிறமாதிரிதான் பேருக்குப் பின்னால சாதி போடுறதும். இப்போ நீங்க சொல்றதை யோசிச்சா பொம்பளைங்க புருஷன் பேரைப் போட்டுக்கிறதும் தப்புதான். பார்த்தீங்களா, காலம் வளர வளர எவ்ளோ கேள்வி வருதுன்னு. அறிவு வளரணும்”

“அதேமாதிரி, நம்ம மொழியிலேயே ஆணாதிக்கம் இருக்குங்கிறதை நீங்க விளக்கியிருக்கீங்க. ஆனா நீங்களே ‘கடவுளை மற, மனிதனை நினை’ன்னு சொல்லும்போது அது ஆணை மையப்படுத்திடுதே. அதுவும் ஆணாதிக்கம்தானே?”

“ஆமாமா. அப்போ ‘கடவுளை மற, மனிதரை நினை’ன்னு சொல்லணும். சரியாங்கய்யா? பார்த்தீங்களா எவ்ளோ விஷயத்தை மாத்த வேண்டியிருக்கு. மனிதர்கள் கண்டுபிடிப்பிலேயே அற்புதமானது எது தெரியுமா? எங்க காலத்தில இருந்த மோட்டார் கார், ஆகாய விமானம், இப்போ உங்க காலத்தில கம்ப்யூட்டர், போன் இதெல்லாம் பெரிய கண்டுபிடிப்பு கிடையாது. கேள்வி...அதான் மனிதக் கண்டுபிடிப்பிலேயே பெரிசு. கேள்வி கேட்டதாலதான் அறிவு வளர்ந்தது. புத்தர் கேள்வி கேட்டார். நம்ம அம்பேத்கர் எவ்ளோ விஷயங்களைப் படிச்சுக் கேள்வி கேட்டார். காரல் மார்க்ஸ், லெனின்லாம் எவ்ளோ கேள்வி கேட்டாங்க. இப்போ நீங்க இவ்ளோ யோசிச்சு கேள்வி கேக்கிறது ரொம்ப மகிழ்ச்சியா இருக்குங்கய்யா” என்றபடி கைகளைப் பிடித்துக்கொண்டார்.

"உங்களுக்கு ஒரு பரிசு வாங்கித் தரணும்" என்றபடி ஒரு ஆடையகத்துக்கு அழைத்துச் சென்றேன். "உங்களுக்குப் பிடிச்ச உடையை எடுத்துக்கங்க" என்றேன்.

எல்லாவற்றின் விலைச்சீட்டையும் புரட்டிப் பார்த்தவர், "இல்லைங்கய்யா. ..வேணாம்" என்று இழுத்தார். "என்ன மாகாண மாநாடா? ஐயா, எனக்கு மாசம் மூணு லட்சம் சம்பளம். இந்தச் சம்பளத்துக்கு நீங்களும் உங்க போராட்டங்களும் ஒரு காரணம்னு நான் நினைக்கிறேன். இதை நீங்க நிச்சயம் மறுக்கக்கூடாது" என்றேன்.

தலையாட்டியவாறே, "இது என்ன?" என்றார். "டி-ஷர்ட்" என்றேன்.

ஒரு கறுப்புநிற டி-ஷர்ட்டையும் நீலநிற பேண்டையும் எடுத்துக்கொண்டு டிரையல் ரூம் சென்றவர், பத்து நிமிடங்களுக்குப்பிறகு திரும்பினார்.

ஜீன்ஸ், டி-ஷர்ட்டில்...அட்டகாசமாய் இருந்தார் பெரியார். அவரே தன்னைக் கண்ணாடியில் ஏற இறங்கப் பார்த்துக்கொண்டார்.

"ஒரு செல்ஃபி எடுத்துக்கலாமாய்யா?"

"இந்த 'ஐயா' வேணாம். வயசான மாதிரி இருக்கு. தோழர்னே கூப்பிடுங்க. ஆமா, அது என்னமோ சொன்னீங்களே, என்னது?" என்றார்.

அவர் தோளில் கைபோட்டு ஒரு செல்ஃபி எடுத்து உடனே ஃபேஸ்புக்கில் ஏற்றினேன். நிச்சயம் லட்சக்கணக்கில் ஹார்ட்டின்கள் அள்ளும்.

❒ ❒ ❒

6. நாயம்மை

மானக்கேடாகப் போய்விட்டது சுப்பிரமணியத்துக்கு. பேச்சியம்மை இப்படிச் செய்வார் என்று அவர் நினைத்திருக்கவில்லை. நான்கு மாதங்களுக்கு முன்பு வரை யார்தான் அப்படி நினைத்திருப்பார்கள்? உறவுக்கார இளைஞர்கள்கூட 'நாயம்மை' என்று கிண்டலடித்துப் பேசுவது அவர் காதுகளுக்கு வரத்தான் செய்தது. பழைய சுப்பிரமணியம் என்றால் அவர்களின் நாக்கு நடுக்கூடத்தில் விழுந்திருக்கும். இப்போது அதிகமும் தளர்ந்துவிட்டிருந்தார்.

"ஐயாவோட கௌரவத்தில அம்மை மூத்திரம் பேஞ்சுட்டாங்க" என்றானாம் முருகனும். வலதுகரம்தான். நம்பிக்கையான ஆள். ஆனால் அவன் சொல்வதும் உண்மைதானே?

★★★

நாய்கள் வளர்ப்பதில் அப்படியொரு பெருமை சுப்பிரமணியத்துக்கு. அவர் வளர்த்த மூன்றும் உயர்சாதி நாய்கள். ஊருக்குள் யார் யார் நாய் வளர்க்கலாம், அதுவும் ஆண் நாய் யாரெல்லாம் வளர்க்கலாம் என்று கட்டுப்பாடுகள் இருந்தன. ஊரில் இருந்த ஒரு பட்டாளத்தான் முன்புதான், சுப்பிரமணியம் வளர்த்தவை நாய்களாகத் தெரியும். மற்றவர்களின் இடுப்புக்கு மேலான உயரத்தில் சிங்கம், புலி, சிறுத்தைகளாய்த்தான் காட்சியளிக்கும். சுப்பிரமணியம் நாய்களைக் கட்டிப்போடுவதுமில்லை. ஊர்ப்பஞ்சாயத்துக்குத் தாக்கீது செய்ய வருபவர்கள், கோயில் திருவிழாவுக்குப் பணம்

சுகுணா திவாகர்

வாங்க வருபவர்களெல்லாம் சுப்பிரமணியம் வீடு என்றால் பயந்து பயந்துதான் வருவார்கள்.

"ஏலே சுப்பிரமணி, நாய்கள கட்டிப்போட்ருக்லாம்லா" என்றார் மீசைக்கார பெரியப்பா.

"கட்டிப்போட்டு வளக்க அதெல்லாம் என்ன சர்க்கஸ்ல வித்த காட்டுத சிங்கமா பெரியப்பா? எல்லாம் காட்டுச்சிங்கம்" என்றார் சுப்பிரமணியம்.

"சூப்பர்ப்பா. ஹரி 'சிங்கம் 4' எடுக்கிறப்போ சூர்யாவை இந்த டயலாக் பேசவைக்கலாம்" என்றாள் ஹேமா.

சுப்பிரமணியத்தைக் கிண்டலடிக்கும் உரிமையும் துணிச்சலும் ஹேமாவுக்கு மட்டும்தான். திருநெல்வேலி டவுனில் கல்லூரியில் படித்துக்கொண்டிருந்தாள். ஒரே மகள் என்பதால் பாலும் நெய்யும் பருப்பும் இறைச்சியும் பாசமும் ஊட்டி வளர்த்திருந்தார்.

* * *

பவிசாக வலம் வந்துகொண்டிருந்த சுப்பிரமணியத்துக்கு ஓர் அமாவாசை ராத்திரி அன்றுதான் இடி வந்து விழுந்தது. ஹேமாவைக் காணவில்லை. இரண்டு நாள்களுக்குப் பிறகுதான் அதே திருநெல்வேலி டவுனில் இருந்த பாஸ்கர் என்பவனுடன் ஓடிப்போனது தெரியவந்தது. யாரை நாயினும் கீழாக சுப்பிரமணியம் பார்த்துப் பழகியிருந்தாரோ அந்தச் சாதி என்பதுதான் அவருக்கு உடல் முழுக்க எரிந்தது.

"படிச்சா...? வேலைக்குப் போய்ட்டா? எல்லாம் மாறிருமால? காட்ல கம்பீரமா இருந்த யானையைக் கூட்டியாந்து ரோட்ல பிச்சை எடுக்கவெச்சா அது யானை இல்லன்னு ஆயிருமா, இல்ல பெட்டிக்குள்ள இருக்கிறதால பாம்புதான் இல்லன்னு ஆயிருமா? ஆனா இந்த நாய்ப்பயலுவல பாரேன் படிச்சு, நல்லதும் பொல்லதுமா சட்டையும், குழாயும் போட்டுகிட்டா எல்லாம் மாறிரும்னு நினைச்சுக்கிடுதானுவ" என்பார் மீசைக்கார பெரியப்பா.

சிங்கமாய் வளர்த்த நாய்களால் என்ன பிரயோஜனம்? அவன் வீடு வரை வந்து ஹேமாவை அழைத்துப்போயிருக்கிறான். ஹேமாவுக்குப் பழக்கப்பட்ட நாய்கள், அவளைத் தேடிவந்த அந்த நாய்க்கும் வாலாட்டியிருக்கும். முதன்முதலாக மூன்று நாய்களையும்

கட்டிப்போட்டார் சுப்பிரமணியம். நீண்ட நாள்களாகப் பயன்படுத்தப்படாமல் இருந்த வேட்டைத் துப்பாக்கிக்கு அன்று வேலை வந்தது. மூன்று தோட்டாக்கள் சீறி அடங்கின. நாய்களின் அழுகை ஊளைச்சத்தம் ஊர் முழுக்க எதிரொலித்தது.

ஊரில் பயந்து அலறிய குழந்தைகளின் வாய்களை அம்மைகள் பொத்தி அடக்கினார்கள்.

★★★

இரண்டு மாதங்கள் மகளும் அவனும் எங்கிருந்தார்கள் என்று தெரியவில்லை. சுப்பிரமணியம் ஆட்களின் தேடல் நிற்கவில்லை. பிறகுதான் அவர்கள் மதுரையில் இருப்பது தெரியவந்தது. ஒரு வழக்கறிஞரின் பாதுகாப்பில் இருந்தார்கள். அவர் ஒரு கட்சியின் மாவட்டப்பொறுப்பிலும் இருந்தார். ஏதேதோ என்.ஜி.ஓக்காரரர்கள், பத்திரிகைக்காரர்கள் எப்போதும் இருவருக்கும் பாதுகாப்பாக இருந்தார்கள். சுப்பிரமணியம் கசப்புடன் காத்திருந்தார்.

ஒருநாள் பேச்சியம்மைக்குப் பெயர் தெரியாத எண்ணிலிருந்து அழைப்பு வந்தது. விளம்பர கால் என்று அம்மை எடுக்கவில்லை. தொடர்ச்சியாக வந்ததால் எடுத்தாள். ஹேமாதான் பேசினாள். மூன்று மாதங்கள் முழுகாமல் இருக்கிறாளாம். அது என்னவோ மகள்கள் அம்மாவாகப் போகிறார்கள் என்று தெரிந்தால் அம்மாக்கள் குழந்தையாகிவிடுகிறார்கள்.

பொன்னம்மாக் கிழவியை வைத்துப் பேசித்தான் சுப்பிரமணியத்தைச் சம்மதிக்க வைத்திருந்தாள் பேச்சியம்மை. ‘ஒரே ஒரு விருந்து மட்டும். வேறெந்தத் தொடுப்பும் கிடையாது. பெறவு வளைகாப்பு அது இதுல்லாம் கிடையாது’ என்று கண்டிஷன் போட்ட சுப்பிரமணியம் தானும் ஊரில் அன்று இருக்கமாட்டேன் என்று சொல்லியிருந்தார். எப்படியோ ஒரு வாய், தன் நிறைந்த மகளுக்கு விருந்து போடுவதே அம்மைக்குப் பெரிய காரியமாய் இருந்தது.

★★★

தயங்கித் தயங்கித்தான் வீட்டுக்குள் வந்திருந்தான் பாஸ்கர். பேச்சுத்துணைக்கு யாருமில்லை. மொபைலை எடுத்துப் பார்ப்பதும் சட்டைப்பைக்குள் வைப்பதுமாயிருந்தான்.

மகளுக்கும் அவள் கணவனுக்குமாய்ப் பார்த்துப் பார்த்துச் சமைத்திருந்தாள் அம்மை. தலைவாழை இலையில் மட்டன், நாட்டுக்கோழி, இறால், மீன் என அனைத்தும் மணத்தன. நாலு கவளம் இறங்கியிருக்கும். பாஸ்கரின் முதுகில் ‘நங்’கென்று உதை விழுந்தது. இலையில் சோற்றின் மீது அப்படியே விழுந்தான். முருகனும் கூட்டாளிகளும் சுற்றிவளைத்து அடிக்கத் தொடங்கினார்கள்.

‘நாய குளிப்பாட்டி நடுவீட்டுல வச்சா வால தூக்கிகிட்டு வீல், வீல்-ன்னு குலைக்குமாம். எம்புட்டு தைரியமிருந்தா எங்க வீட்டுக்குள்ள அதுவும் நடுமுத்தத்துல உக்காந்து வக்கணையா திம்ப நாயே’ தன் கணவன் அடிபடுவதைத் தடுக்கப் பாய்ந்தாள் ஹேமா. ஆனால் தலை சுற்றிக் கண்கள் செருகியது. எல்லாவற்றையும் பார்த்துப் பார்த்துச் செய்தது பேச்சி அம்மைதான். ஆனால் அதில் நஞ்சு கலக்கப்பட்டதை அவள் பார்க்கவில்லை. பேச்சியம்மையின் கை,கால்களைக் கட்டிப்போட்டனர். சுப்பிரமணியத்தின் உத்தரவு.

பாஸ்கரைக் கைகளைக் கட்டிப்போட்டு, நாயைப்போல் நக்கிச்சாப்பிடப் பணித்தார்கள். அவன் எதையும் தடுக்கவில்லை; எதிர்க்கவுமில்லை. பாஸ்கரின் கண்கள், எல்லாவற்றையும் எதிர்பார்த்து வந்ததைப்போலவே சலனமற்று இருந்தன. சில நிமிடங்கள்தான். நீண்ட அரிவாளால் ஒரே போடு. பாஸ்கரின் தலை துண்டாகி முற்றத்தில் கிடந்தது. பேச்சியம்மை மயங்கியிருந்தாள். தன் மகள் உயிரை விட்டபோது, அவளுக்கு நினைவிருக்கவில்லை.

★★★

எல்லாச் சட்ட சம்பிரதாயங்களும் முடிந்து முருகனும் ஜாமீனில் வெளியே வந்துவிட்டான். மூன்று நாள்கள், பேச்சியம்மை யாருடனும் பேசவில்லை, ஒரு பருக்கையும் உண்ணவில்லை. பொன்னம்மாக் கிழவி எவ்வளவோ வற்புறுத்தியும் எதுவும் நடக்கவில்லை. நான்காம் நாள், தன்னருகில் வைக்கப்பட்டிருந்த சோற்றை, மண்டியிட்டு நாயைப்போல் நக்கித் தின்னத் தொடங்கினாள் பேச்சியம்மை. அப்போதுதான் உள்ளே நுழைந்த கிழவி, அதிர்ந்துபோனது. “என்னடி இப்படிப் பண்றே?” என்று கெஞ்சிப்பார்த்தது. அம்மை சாப்பிடுவதை நிறுத்தவில்லை. இரு கன்னங்களிலும் மாறிமாறி அறைந்தது

கிழவி. அண்ணாந்து விட்டத்தைப் பார்த்து ஊளையிடத் தொடங்கினாள் பேச்சியம்மை. கிழவி இன்னும் பயந்துபோனது.

பிறகு ஒவ்வொரு நாளும் நரகம்தான் சுப்பிரமணியத்துக்கு. ஒருநாள் பொன்னம்மாக் கிழவியின் கைகளைக் கடித்துவைத்தாள் பேச்சியம்மை. திடீரென்று தெருவுக்கு ஓடி ஊளையிடத் தொடங்கினாள். தெருக்களில் ஒவ்வொரு வீட்டு வாசலையும் மோந்து பார்த்துக்கொண்டிருந்தவளை வலுக்கட்டாயமாக இழுத்துவந்து கட்டிப்போட்டார்கள். ஊளை மட்டும் நிற்கவேயில்லை. கைகளால் எடுத்துச் சாப்பிடத் தயாராயில்லை பேச்சியம்மை. சுப்பிரமணியமும் மனநல மருத்துவர் தொடங்கி எல்லா வைத்தியமும் செய்துபார்த்தார். எதுவும் மாறவில்லை.

* * *

அன்று தவிர்க்க முடியாமல் சுப்பிரமணியம் தென்காசியில் ஒரு கல்யாணத்துக்குப் போக வேண்டியிருந்தது. இத்தனைக்கும் கட்டிப்போட்டிருந்தார்கள். கூட ஆட்களும் இருந்தார்கள். என்ன நடந்தது என்று தெரியவில்லை. எப்படியோ வீட்டை விட்டு வெளியே வந்திருந்த பேச்சியம்மை, தெருவின் தொடக்கத்தில் இருந்த மின்கம்பத்தில், நாய் எப்படிச் சிறுநீர் கழிக்குமோ அதேபோல் கால்களைத் தூக்கிச் சிறுநீர் கழித்திருக்கிறாள். கால்களில் வழிந்தது மூத்திரம்.

சில இளைஞர்கள் கற்களை விட்டு எறிந்திருக்கிறார்கள். பெண்கள் கூச்சலிட்டிருக்கிறார்கள். ஆனால் நிதானமாகப் பெய்து முடித்திருக்கிறாள் பேச்சியம்மை. ஊரே வேடிக்கை பார்த்திருக்கிறது.

* * *

அன்று இரவு. மீண்டும் சுப்பிரமணியம் வீட்டிலிருந்து துப்பாக்கிச்சத்தம் இருமுறை கேட்டது. இரண்டாம் முறை வெறுமனே துப்பாக்கியின் சத்தம் மட்டுமே. முதல்முறை வெடித்தபோது ஒரு பெரிய ஊளைச்சத்தம் ஊரையே உலுக்கியது. அழுகை, பரிதவிப்பு, நிராதரவு எல்லாம் கலந்த ஊளைச்சத்தம். ஊரில் பயந்து அலறிய குழந்தைகளின் வாய்களை அம்மைகள் பொத்தி அடக்கினார்கள்.

▫ ▫ ▫

சுகுணா திவாகர்

7. சிங்கக்குகை

கண்கள் கலங்கிவிட்டன. கெட்டவார்த்தையால் திட்டவேண்டும்போலிருந்தது ஆன்டனிக்கு. நல்ல பையன்கள் கெட்டவார்த்தை பேசக்கூடாது என்று வளர்த்திருந்தார்கள். ஆனால் கெட்டவார்த்தைகளுக்கு நல்ல பையன்கள், கெட்ட பையன்கள் பேதம் கிடையாது. அனைவரின் காதுகளிலும் வந்து விழுபவைதான். கஷ்டப்பட்டு கெட்ட வசவு ஒன்றைத் தனக்குள்ளேயே சொல்லிக்கொண்டான் ஆன்டனி.

சுந்தரம் சாரை நினைத்தாலே கோபமாக வந்தது. என்ன செய்யலாம் இந்த ஆளை? கம்பியை எடுத்து வயிற்றில் செருகிவிடலாமா? அவருடைய பழைய பைக் டயரையாவது பஞ்சராக்கிவிட வேண்டும். அந்தாள் சக பேராசிரியர்கள், மாணவர்கள் என்று யாருடனும் பேசிப் பார்த்ததில்லை. எப்போதாவது கல்லூரி கேன்டீனில் ஒரு காபியை வாங்கி ஆற்றி ஆற்றிக் குடிப்பதைப் பார்த்திருக்கிறான். சூடான காபி வாங்கி அவர் மூஞ்சியில் ஊற்றிவிடலாமா? இதையெல்லாம் செய்வதற்குத் துணிச்சல் இல்லை என்று ஆன்டனிக்கு நன்றாகவே தெரியும்.

ப்ளஸ் டூ வரை அரசுப்பள்ளியில் படித்து வளர்ந்தவன் ஆன்டனி. நன்றாகப் படிக்கும் மாணவன் என்றால் அப்படிக் கொண்டாடுவார்கள் அங்கே. எஸ்.எஸ்.எல்.சியில் பள்ளியில் இரண்டாவது இடம். தேர்வு எழுதும்போது கடும் காய்ச்சல். மாத்திரை போட்டுக்கொண்டுதான் எழுதினான். முதன்முதலாக அவன் பள்ளி அப்போதுதான் 400 மார்க்கைப் பெற்றிருந்தது. எஸ்.எஸ்.எல்.சியில் விட்டதை ப்ளஸ்டூவில் பிடித்துவிட்டான். பள்ளியிலேயே முதல் மாணவன்.

நன்றாகப் படிக்கும் மாணவர்களுக்குக் கிடைக்கும் ஒரு தனி அனுபவம், கால் பரீட்சை, அரைப்பரீட்சை, கிளாஸ் டெஸ்ட் பேப்பர்களை அவர்களிடம் கொடுத்துத் திருத்தச் சொல்வார்கள் ஆசிரியர்கள். ஒவ்வொரு பேப்பரும் ஒவ்வொரு டிசைனில் இருக்கும். குறிப்பாக ஆங்கில விடைத்தாள்களைத் திருத்துவதென்றால் தனி உற்சாகம்தான். மாணவர்களுக்கு ஆங்கிலம் என்பது பெயரிடப்படாத கொடிய மிருகம். அதன் வாலைப்பிடித்து இழுப்பார்கள். காதைத் திருகுவார்கள். கண்களைக் குத்தப்பார்ப்பார்கள். ஆனால் ஏறி சவாரி செய்வது சிரமம்.

Develope the Hints என்று ஒரு வினா இருக்கும். சின்னச் சின்ன ஹின்ட்ஸ் கொடுத்திருப்பார்கள். முழு வாக்கியமாக்க வேண்டும். மாணவர்களுக்கு அதற்கும் 'கோடிட்ட இடங்களை நிரப்புக'வுக்கும் வித்தியாசம் தெரியாது. ஹின்ட்ஸ்களுக்கு இடையில் உள்ள கோடுகளில் தங்களுக்குத் தெரிந்த வார்த்தைகளை இட்டு நிரப்புவார்கள். அதைப்படித்தால் இதுவரை உலகத்தில் யாரும் எழுதாத பின்நவீனத்துவக் கதை கிடைக்கும். மொழிபெயர்ப்பு விடை இன்னும் மோசம். '*The war is walking between English army and French army*' என்று ஒரு மாணவன் மொழி பெயர்த்திருந்தான். இங்கிலாந்து ராணுவத்துக்கும் பிரெஞ்சு ராணுவத்துக்கும் போர் நடக்கிறதாம்.

பொதுவாக ஆங்கில விடைத்தாள்களே தந்த இன்பத்தைச் சமயத்தில் தமிழ் விடைத்தாள்களும் தரும். அப்படித்தான் ஒருமுறை தனபால் என்ற மாணவனின் விடைத்தாளைத் திருத்தும்போது சிரித்துச் சிரித்துப் புரையேறியது ஆன்டனிக்கு.

'உவமையைப் பொருளோடு பொருத்தி எழுதுக' என்று ஒரு வினா உண்டு. 'குன்றிலிட்ட விளக்குப்போல' என்றால் 'மகாத்மா காந்தியடிகளின் புகழ் குன்றிலிட்ட விளக்குப்போல உலகம் முழுக்கப் பரவியது' என்று எழுத வேண்டும். தீரர் சத்தியமூர்த்தி அய்யரைப் பற்றி ஒரு பாடம் இருந்தது. சத்தியமூர்த்தி சுதந்திரப்போராட்ட வீரர். அந்தக்காலத்திலேயே ஆங்கிலம் கற்றவர். 'சிங்கத்தின் குகைக்குள்ளேயே நுழைந்து அதன் பிடரியைப் பிடித்தாட்டியதைப்போல ஆங்கிலத்தைக் கொண்டே ஆங்கிலேயர்களுக்கு எதிராக உரையாற்றியவர்' என்று ஒருவரி பாடப்புத்தகத்தில் இருந்தது.

‘சிங்கத்தின் குகைக்குள்ளேயே நுழைந்து அதன் பிடரியைப் பிடித்தாட்டியதைப்போல’ என்ற உவமையைப் பொருளோடு பொருத்த வேண்டும். தனபால் இப்படிப் பொருத்தியிருந்தான்.

‘சத்தியமூர்த்தி அய்யர் சிங்கத்தின் குகைக்குள் எட்டிப்பார்த்தார். சிங்கம் படுத்திருந்தது. மெல்ல குகைக்குள் நுழைந்தார். சிங்கம் மெதுவாக எழுந்து நின்றது. சத்தியமூர்த்தி சிங்கத்தைப் பார்த்தார். சிங்கம் சத்தியமூர்த்தியைப் பார்த்தது. திடீரென்று சிங்கத்தின்மீது பாய்ந்த சத்தியமூர்த்தி அதன் பிடரியைப் பிடித்து உலுக்கோ உலுக்கென்று உலுக்கினார்.’

இப்படி விடைத்தாள்களைத் திருத்தி ரசித்த ஆன்டனிக்கு இப்போது துயரம் விடைத்தாளின் வடிவில்தான் வந்தது. அவன் படிக்கும் கல்லூரி, மத்திய அரசின் நேரடிக் கட்டுப்பாட்டிலிருந்த, தன்னாட்சி பெற்ற நிகர்நிலைப்பல்கலைக்கழகம். மாணவர்கள் அவர்கள் சப்ஜெக்ட்களைப் படித்தால் போதாது என்று கிராம முன்னேற்றம், காந்தியச் சிந்தனைகள், ஃபைன் ஆர்ட்ஸ் என்று பல பாடப்பிரிவுகளையும் வைத்திருந்தனர். ஃபைன் ஆர்ட்ஸ் எனப்படும் நுண்கலைகள், மாணவர்களுக்கு ஒரு கொடுங்கனவு.

மற்ற பாடங்களைவிட ஃபைன் ஆர்ட்ஸ் பாடத்தேர்வு முடிவுகளைத்தான் அனைவரும் பீதியுடன் எதிர்பார்ப்பார்கள். அதில் யார் பாஸ் ஆவார்கள், யார் ஃபெயில் ஆவார்கள் என்று யாருக்கும் தெரியாது. அதிலும் கோல்டு மெடல் கனவிலிருக்கும் மாணவர்களுக்கு ஃபைன் ஆர்ட்ஸ், ஒரு சிம்மசொப்பனம். அனைத்துப் பாடங்களிலும் முதல் மதிப்பெண் பெறுவதுடன் எந்தப் பாடத்திலும் அரியர்ஸ் விழக்கூடாது என்பது கோல்டு மெடல் பெறுவதற்கான முக்கியமான விதி. ஆனால் பலரின் தங்கப்பதக்கக் கனவுகளை ஃபைன் ஆர்ட்ஸ் தகர்த்திருக்கிறது.

★★★

பிசிக்ஸ், கெமிஸ்ட்ரி, பயாலஜி மாணவர்களை ஒன்றாகச் சேர்த்துத்தான் ஃபைன் ஆர்ட்ஸ் பாடம் நடத்துவார் சுந்தரம் சார். அவரும் பிக்காஸோ, மைக்கேல் ஏஞ்சலோ ஓவியங்கள், மகாபலிபுரம் சிற்பங்கள் என்று என்னென்னவோ நடத்துவார். ஏற்கெனவே ஆன்டனிக்குப் பள்ளியில் படித்த ஆங்கிலத்துக்கும் கல்லூரி ஆங்கிலத்துக்குமே இனம்புரியவில்லை. சுந்தரம் சார் நடத்துவதை உற்றுக்கவனிக்கத்தான் முயல்வான். ஆனால் அவர்

பாடத்தை ஆரம்பித்ததும், லொடலொட வென்று பழைய மின்விசிறி ஓடுவதைப் போலத்தானிருக்கும்.

அவர் விடைத்தாள்களைத் திருத்துவது குறித்தே விநோதமான கதைகள் உலவின. அவரைப் பொறுத்தவரை, பத்து, பதினைந்து அடிஷனல் பேப்பர்கள் வாங்கி, விடைத்தாள்கள் கனமாக இருக்கவேண்டுமாம். ஆன்டனியின் சூப்பர் சீனியர் மாணவர்கள் இருவர் விடைத்தாளில் ‘முக்காலா முக்காபுலா’ பாடலை அப்படியே எழுதிவைத்திருக்கிறார்கள். எதையாவது எழுதிப் பக்கங்களை நிரப்பவேண்டும். தமிழில் ‘முக்காபுலா’ எழுதியவன் ஃபெயில், ஆங்கில ‘முக்காபுலா’ எழுதியவன் பாஸ்.

சுந்தரம் சார் விடைத்தாள் திருத்துவது குறித்த முக்கியமான இரண்டு கதைகள். 1. அவர் ஒரு கனமான குச்சியை வைத்தி ருப்பாராம். விடைத்தாள்களின் இடையில் குச்சியை விட்டுத் தூக்கிப்பார்ப்பாராம். திருப்தியான கனம் இருந்தால் பாஸ். 2. இதுதான் கொடூரக்கதை. எல்லா விடைத்தாள் களையும் ஒரு மேஜையில் வைத்து மின்விசிறியை 5 ஸ்பீடில் வைப்பாராம். புயல் காற்றில் தாக்குப்பிடிக்க முடியாமல் மேஜையிலிருந்து கீழே விழுந்த பேப்பர்கள் எல்லாம் ஃபெயில். தடைகளைத் தாண்டி மேஜையில் இருப்பவை பாஸ்.

‘தகுதியுள்ளவை தப்பிப் பிழைக்கும்’ என்ற டார்வினின் விதியை சுந்தரம் சார் நிரூபித்தார். விதி என்றாலே விநோதம்தானே! அது ஆன்டனியின் கோல்டுமெடல் கனவில் விநோதமாய் ஆடியது. ஃபைன் ஆர்ட்ஸில் அவன் ஃபெயில்.

★★★

காலங்கள் மின்னலைப்போல் கடந்தன. மீண்டும் ஃபைன் ஆர்ட்ஸ் எழுதித் தேர்ச்சிபெற்று, கோல்டு மெடல் பெறாவிட்டாலும், எல்லாவற்றிலும் நல்ல மதிப்பெண்கள் பெற்று, இப்போது திருவனந்தபுரத்தில் ஒரு கல்லூரியில் இயற்பியல் பேராசிரியராகிவிட்டான் ஆன்டனி. ஒருமுறை சொந்த ஊருக்குச் சென்றபோது தனபாலைப் பார்த்தான். கடைவீதியில் தனபாலாகத்தான் இவனை அடையாளம் கண்டு அருகில் வந்து பேசினான். ஒரு கட்சியில் நகரச்செயலாளர் ஆகியிருந்தான். “எந்தப் பிரச்னைன்னாலும் வா, பார்த்துக்கலாம்” என்றான். சிரித்தபடி நகர்ந்தான் ஆன்டனி.

★★★

காலையிலிருந்தே கல்லூரி யுத்தப்பரபரப்பு கொண்டிருந்தது. இன்று நீட் தேர்வு. அவன் கல்லூரியும் தேர்வுமையங்களில் ஒன்று. கடும் கெடுபிடி சோதனைகள். கம்மல், மூக்குத்தி, அரைஞாண் கயிறு, கழுத்தில் மாட்டிய சிலுவை, கையில் மாட்டிய தாயத்து என்று அனைத்தையும் கழற்றி, முருங்கைக்கீரையை உருவுவதுபோல் உருவி, குச்சிகளாக மாணவர்களைத் தேர்வெழுத அனுப்பிவைத்தார்கள். சில தமிழக மாணவர்களும் இருந்ததில் ஆன்டனிக்கு ஆச்சர்யமும் ஆறுதலும்.

தேர்வு முடிந்து எல்லாச் சம்பிரதாயங்களையும் முடித்து பைக்கில் கிளம்பி, கொஞ்சதூரம் போனபோதுதான் கவனித்தான். கல்லூரிக்கு எதிர்த்திசையில் உள்ள பஸ் ஸ்டாப்பில் நின்றிருந்தார் அவர். சுந்தரம் சார். பாதி அழிக்கப்பட்ட கரும்பலகையைப்போல சில மாற்றங்கள். ஆனால் அவரது அசமந்தம் அவரை அடையாளம் காட்டியது. பைக்கை நிறுத்திய ஆன்டனி தன்னை அறிமுகப்படுத்திக்கொண்டான். சுந்தரத்தின் அருகில் ஒரு சிறுமி. இவன் கல்லூரியில் நீட் எழுத வந்தவள்தான். "சாயா சாப்பிடலாமா சார்?" என்றான் ஆன்டனி.

கேரளாவுக்கே உரிய, புகை மண்டிய, கரி அப்பிய சாயாக்கடை. செவ்வாழைகளும் நேந்திரங்களும் தொங்கிக்கொண்டிருந்தன. கண்ணாடிப்பெட்டியில் பழம்பொரி எனப்படும் வாழையப்பங்கள், உளுந்துவடைகள், போண்டாக்கள். அவை எப்போதும் சூடாக இருந்து பார்த்ததில்லை.

"காபிதானே சார் சாப்பிடுவீங்க. சொல்லட்டுமா?"

"ஏதாவது சொல்லுங்க".

அவர் மகளைப் பார்த்தேன். கண்களில் மிரட்சி படர்ந்திருந்தது.

"இது ரெண்டாவது அட்டெம்ப்ட். சுமாராத்தான் எழுதியிருக்காளாம். ப்ளஸ் டூவில் நல்ல மார்க். ஆனா, நீட் பாஸ் ஆகணும்ல? இன்னும் ஒரே அட்டெம்ப்ட்தான். ப்ச், ஏதாவது நல்ல கோச்சிங் சென்டர் சேர்க்கணும்."

அவர் முகத்தில் உலகத்தின் அத்தனை களைப்பும் அப்பியிருந்தது. பிறகு அவர் ஒன்றும் பேசவில்லை. மேலே லொடலொடவென்று மின்விசிறி ஓடிக்கொண்டிருந்தது.

❒ ❒ ❒

8. அந்த நெருப்பு பாம்பின் தலையைப்போல இருந்தது

வரலாற்றில் மனிதர்களின் முதல் கண்டுபிடிப்பு நெருப்பு. அதற்குப்பின் அது அணைந்ததேயில்லை. காலத்தின் இடுக்குகளில் கசியும் அகதியின் பாடலைப்போலவும் தன்பால் புணர்ச்சியாளனின் ரகசிய அழைப்பைப்போலவும் மெல்லக் கசிந்த நெருப்பு, பின் கொஞ்சம் கொஞ்சமாக வரலாற்றில் பற்றிப்படர்ந்தது. அதற்குக் கடந்தகாலமே இல்லை. அழிவின் கையெழுத்தாய் சாம்பல் உதிர்த்துச்செல்லும் நெருப்பு, நிகழ்காலத்தின் கிளைகளில் ஏறிப்படரும். எதிர்காலத்தை உற்றுநோக்கும் திறம் வாய்த்திருந்தால் அங்கும் நெருப்பு எரிவதை நீங்கள் உணர முடியும்.

பூமியிலிருந்து மெல்ல எழும்பி வானத்திலிருந்து கீழே உற்றுநோக்கினால், ஏதேனும் ஒரு மூலையில் நெருப்பு எரிந்துகொண்டேயிருப்பதை நீங்கள் பார்க்கலாம். ஆப்பிரிக்க காங்கோ வீடுகளிலோ சிவகாசி தீப்பெட்டி தொழிற்சாலைகளின் ஓடுகளிலோ சிரியாவில் வீசப்பட்ட குண்டுகளிலிருந்து தெறித்து விழும் பொறிகளிலோ தாராவியின் சேரிக்குடிசைகளிலோ எங்கேனும் எப்போதும் நெருப்பு எரிந்துகொண்டேயிருப்பதை உணர முடியும். ஆதரவற்று எரியும் பிணத்தை அணைந்துகொண்டு எரியும் நெருப்பு. கங்கையின் நடுமார்பில் எரிந்தபடி மிதக்கும் சடலத்தின் கண்களை நோக்கி முன்னேறும் தீ.

எலீவீசலின் 'இரவு' படித்திருக்கிறீர்களா? இரவுகளைக் கொன்ற இரவு அது. தூக்கத்தின்மீது புரண்டெழுந்த

இரவு. கனவுகளில் ஒரு மிருகத்தைப்போல் துரத்திய இரவு. ஹிட்லரின் நாஜி வதைமுகாமில் வதைபட்டு மீட்கப்பட்ட எலிவீசலின் 'இரவு' புத்தகத்தைத் திறந்தாலே உங்கள் அறையைப் புகை சூழ்வதை உணரமுடியும். அந்தப் புகை, நாஜிவதைமுகாமின் புகைக்கூண்டிலிருந்துதான் கிளம்பியது. ஒரு வதைமுகாமில் இருந்து இன்னொரு வதைமுகாமுக்கு யூதர்களை மாற்றும்போது, மிருகங்களைப்போல் அவர்கள் நெருக்கி அடுக்கப்பட்ட ஒரு பெட்டியில் தீப்பற்றும். பின் அது புகைவண்டி முழுவதும் பரவத்தொடங்கும். தீப்பற்றியபடி ஒரு புகைவண்டி விரைந்துவருவதைக் கற்பனை செய்யுங்கள். அதுதான் நம் எதிர்காலம். நம் எதிர்காலம் அப்படித்தான் நம்மை நோக்கிவருகிறது. தீயும் அப்படித்தான் வருகிறது.

காண்டவப்பிரஸ்தம் என்னும் காட்டை அழித்து இந்திரப்பிரஸ்தம் என்னும் நகரை உருவாக்கினார்கள் அர்ஜுனனும் கிருஷ்ணனும். காடுகள் எரிந்தன. விதவிதமான கூக்குரலோடு பறவைகள் எரிந்தன. ஓலங்கள் பாதியில் மடிய விலங்குகள் எரிந்தன. பழங்குடிகள் எரிந்தனர். அவர்களின் மொழிகளும் எரிந்தன. அவர்களின் இசைகளும் கருவிகளோடு கருகின. பிறகு வரலாற்றில் மீண்டும் மீண்டும் தீப்பற்றியது. சட்டீஸ்கரில், உத்திரகாண்டில் காடுகள் எரிந்தன. பழங்குடிகள் கருகினர். ஆதியினத்தின் எச்சங்கள் எரிந்தன. நெருப்பு அமேசானுக்கு இடம்பெயர்ந்தது. காலம் தீப்பிடித்த புகைவண்டியாய் விரைந்து ஓடுவது தெரிகிறதா? பைத்தியம் பிடித்து பூமிப்பந்தின் மூலைகளுக்கு அங்கும் இங்குமாய் அலைவது தெரிகிறதா?

காலத்தைக் கொஞ்சம் முன்னோக்குங்கள். அங்கேயும் தீ. சிறிய மயானமாய் யாகச்சாலையில் தீ வளர்க்கத்தொடங்கினர் வேதியர். ஆடும் மாடும் குதிரையும் நெருப்பில் எறியப்பட்டன. பற்றியெறிந்த நெருப்பில் உருகி வழிந்தன விலங்குகளின் மாம்சம். அது நெய்யாய் மாற, வேள்வித்தீ பற்றியெரிந்தது. புத்தர் கிளம்பினார். 'நெருப்பு அணையட்டும், அன்பு மலரட்டும்' என்றார். புத்தர் புன்னகைத்தார். மீண்டும் பலநூற்றாண்டுகளுக்குப் பிறகு அணுகுண்டாய் நெருப்பு வெடித்தது. அதற்குப் 'புத்தர் புன்னகைத்தார்' என்று பெயர் சூட்டப்பட்டது. இப்போது புத்தர் மீது தீ பற்றியெரிந்தது.

தெய்வீக வானரம் தூதுக்குச் சென்ற இடத்தில் கடவுளின் மனைவியை மீட்டுவர முடியவில்லை. பிறகு கடவுளுக்கும் மிருகத்துக்கும் இடைப்பட்ட உயிரினத்தின் கோபம் தலை தொடங்கி வால்வரை எரியத்தொடங்கியது. வாலே நாகமானது. அந்த நெருப்பின் தலை பாம்பைப்போல் இருந்தது. தெய்வீக மிருகம் கிளைகளுக்குக் கிளை தாவியது. நகரம் எரிந்தது. காலத்தின் வாலில் பற்றிய தீயில் அதே நகரத்தில் நூலகம் எரிந்தது. மூன்று தசாப்தங்களுக்குத் தமிழர்கள்மீது தீப்பற்றியது. புத்தகங்கள் எரிந்தன; புத்தகங்களை எழுதிய தமிழர்களை எரித்தனர்; புத்தகங்களைப் படித்த தமிழர்கள் எரிந்தனர். வரலாற்றின், ஞாபகத்தின், மனிதர்களின் சாம்பல்களை அள்ளிச்சென்றனர் துவராடை அணிந்த துறவிகள். பிக்குகளின் வாலில் பற்றிய நெருப்பு புத்தனை எரித்தது.

அந்தப் பெண் தலைவிரிகோலத்துடன் அரண்மனை வந்தாள். அவள் அவிழ்ந்து விழுந்த கூந்தலில், அலைபாய்ந்த முடிக்கற்றைகளில் தீ. சிலம்பை வீசியெறிந்தாள். தெறித்து விழுந்த பரல்களில் பற்றியது தீ. நெஞ்சடைத்து விழுந்த மன்னனின் சடலத்தின்மீது பற்றியெறிந்தது தீ. அவள் இடதுமுலைக்காம்புகள், தீக்குச்சியின் முனைபோல் கருகி, கனன்றன. பாஸ்பரஸ் குண்டாய்த் தன் முலை திருகி வீசினாள். மீண்டுமொரு நகரம் எரிந்தது. பசு, பார்ப்பார், பத்தினிப்பெண்டிர் தவிர்த்து நகரத்தை விழுங்கியது தீ.

நெருப்புக்கு சமகாலம் என்று எதுவுமில்லை. எல்லாக்காலமும் நெருப்புக்காலம்தான். எல்லாக்காலங்களிலும் நெருப்பு எரிவதைக் கடவுள் வேடிக்கை பார்த்துக்கொண்டிருந்தார். யார் கண்டது? பிணங்களைப் புதைக்கும் வேலையை அவரே ஏற்றிருக்கக்கூடும். நெருப்பு....நெருப்பு....அந்த நெருப்பு ஒரு பாம்பின் தலையைப்போலிருந்தது. பாம்பு புரண்டு படுத்தது. வரலாற்றின் கீழ்ப்பகுதியில் தீப்பிடித்தது. யுகங்களை விழுங்கி வயிறு புடைத்த மலைப்பாம்பு நெருப்பு. ஒரு குடிசையில் குழந்தைகள், பெண்கள், ஆண்கள் என்று 44 பேரைத் தின்றபிறகும் பாம்பின் பசி அடங்கியதில்லை. பாம்பு காலந்தோறும் வளைந்து நெளிந்து ஆடியபடியே பயணிக்கிறது. காலத்தின் மகுடி ஓசைக்கேற்ப நடனமாடுகிறது. அது ஓர் அழகிய நடனம் என்று சொல்வதற்கில்லை. பட்டினத்தார் தன் கரும்புகளை எரியும் சுள்ளிகளோடு நெருப்பில் எரிகிறார்.

முன்னையிட்ட தீ, பின்னையிட்ட தீ, அன்னையிட்ட தீ, கொங்கையிட்ட தீ. தீயோடு தீ சேர்ந்து தீ எரிகிறது.

நீங்கள் ஒரு குறுங்கதையை எதிர்பார்த்திருந்தால் ஏமாற்றமடைந்திருப்பீர்கள். இது நெடுங்கதை. வரலாற்றில் இனியும் நடக்கப்போகும் நெடுங்கதை. நாம் நடக்கும் பாதைகளெங்கும் சாம்பல் அப்பியிருக்கிறது. நாம் இழந்தவர்களின் கல்லறைகளில் சாம்பல்நிற மலர்கள் பூத்திருக்கின்றன. சாம்பல்நிறக் கண்களுடன் தங்கள் கணவர்களை இழந்த பெண்களும் தந்தைகளை இழந்த குழந்தைகளும் காத்திருக்கிறார்கள். அனைவரின் கைகளிலும் தீப்பந்தங்கள்.

தன் ஆடைகள் அனைத்தையும் களைந்து நெருப்பில் வீசும் ஒருவன் நிர்வாண நடனம் ஆடத்தொடங்குகிறான். தன் பழைய காதல் கடிதங்களைத் தீயில் எரித்தபடி விம்மத்தொடங்குகிறாள் ஒரு பெண். நெருப்பு அணையத் தொடங்கும் சமயத்தில் எல்லாம் ஒரு விம்மலால் மீண்டும் அதைப் பற்றவைக்கிறாள். நெருப்பு பற்றிய உடலுடன் துண்டுப் பிரசுரங்களை வினியோகித்தபடி அலைபாய்ந்துகொண்டிருக்கிறது ஒரு உடல். நாம் அதன் சாம்பலைப் புசித்துக்கொண்டிருக்கிறோம்.

மதவழிபாட்டிடங்கள் எரிகின்றன. குண்டுவீச்சில் குழந்தைகள் படிக்கும் பள்ளிக்கூடங்களும் ஓட இயலாதோர் நிறைந்த மருத்துவமனைகளும் எரிகின்றன. அவர்கள் இவர்களை எரிக்கிறார்கள். இவர்கள் அவர்களை எரிக்கிறார்கள். நீங்கள் என்னை எரிக்கிறீர்கள். நான் உங்களை. நீங்கள் உங்களையே எரிக்கிறீர்கள். நான் என்னையே. நம் அடிவயிற்று மாம்சம் எரிகிறது. அது மிக மென்மையானது. பின் நம் தலைமுடி, மணிக்கட்டு, 16 பற்கள், பழுப்புநிற மீசை...அத்தனையும் எரிகின்றன.

இதைப்படிக்கும்போது இந்தக் காகிதம் தீப்பற்றியிருக்க வேண்டும். கணிணி என்றால் கணிணி. ஒவ்வொரு எழுத்தின் தலையிலும் தீ பற்றியிருக்கிறது. தீப்பிடித்த புகைவண்டியைப்போல் காலம் நம்மை நோக்கித்தான் வருகிறது.

❏ ❏ ❏

9. கொல் எனும் சொல்

"ஒழுங்கா ஷூவுக்கு பாலிஷ் போடத்தெரியுதா? ப்ளஸ் ஒன் படிக்கிறே. சொட்டை சொட்டையா பாலீஷ் போடறே?" என்று அலுத்துக்கொண்டாள் மீனாட்சி.

"ஏண்டி, அவன் என்ன செருப்புக்கடையிலேயா வேலை பார்க்கிறான், ஷூ பாலீஷ் போட்டுப்பழக?" என்றார் பெரியசாமி.

"ஆமா, பையனை ஒரு வார்த்தை சொல்லிடக்கூடாதே, கோபம் வந்திடுமே? வீட்டுல ரெண்டு ஆம்பளைங்க இருக்கீங்கன்னுதான் பேரு. ஏதாவது பிரயோஜனம் இருக்கா? ஒரு லீவு நாளில ஒட்டடை அடிக்கிறது, பாத்திரம் கழுவுறதுன்னு ஏதாவது உதவி பண்ணியிருக்கீங்களா?"

"போலீஸ்காரனுக்கு என்னடி லீவு? எப்போ அர்ஜென்ட்னு கூப்பிட்டாலும் போகணும்"

"அதுசரி. வக்கத்தவனுக்கு வாத்தியார் வேலை, போக்கத்தவனுக்கு போலீஸ் வேலைன்னு எங்கூர்ல சொல்லுவாங்க. ஒரு வாத்தியார் சம்பந்தமும் வந்துச்சு. அந்தாளைக் கட்டியிருந்தா, வாரத்துக்கு ரெண்டுநாள் லீவு. எனக்கு ஒத்தாசையா இருந்திருக்கும்"

"ஐ ஜாலி. அப்போ நான் யாருக்குப் பிறந்திருப்பேன். அம்மா உனக்கா, அப்பாவுக்கா?" என்று கேட்ட சத்யனைச் செல்லமாக மண்டையில் தட்டினாள் மீனாட்சி.

"பேச்சைப்பாரு. ஸ்கூலுக்குக் கிளம்புடா" - மகனை அனுப்பிவிட்டு வீட்டுக்குள் நுழைந்தாள் மீனாட்சி.

‘மூத்திரத்தைக் குடிக்கிறமாதிரி குடிக்கிறியேன்னு சொல்லிட்டியேய்யா. கூல்ட்ரிங்ஸைக் குடிக்கிறப்பெல்லாம் அதானேய்யா ஞாபகம் வரும்?’ - சிங்கமுத்து காமெடியைப் பார்த்து சிரித்துக்கொண்டிருந்தார் பெரியசாமி. கையிலிருந்து டம்ளரில் இருந்த டீ தெறித்து, பனியனில் பட்டது.

“ஏங்க டூட்டிக்குக் கிளம்பலையா? காலையில டிவியைப் பார்த்து உக்காந்திருக்கீங்க. சுடுதண்ணி போட்டிருக்கேன். போய்க் குளிங்க” என்றாள் மீனாட்சி.

★★★

சென்னை நந்தனம் சிக்னல். மேலே தகித்துக்கொண்டிருந்த சூரியன் நடுமண்டையில் ஏறியது. என்ன காலம் இது, காலையில் அந்தக் குளிர் குளிர்கிறது, 11 மணியானால் வெயில் கொளுத்துகிறது, போனவாரம் இரண்டு நாள்கள் மழைவேறு. இந்தக் காலத்தைப் புரிந்துகொள்ளவே முடியவில்லை. உச்சிமண்டையில் ஏறிய வெய்யில் கொஞ்சம் கொஞ்சமாய் உருகி, நெற்றி, மூக்குநுனி வழியே வழிய ஆரம்பித்திருந்தது. கன்னச்சதைகளில் வெம்மை. அப்போது டூவீலரில் மூன்றுபேர். சிக்னலுக்குப் பின்னால் முதல்வரிசையில் திமிராக அமர்ந்திருந்தார்கள். ஒவ்வொருத்தனுக்கும் ஒவ்வொரு ஹேர்ஸ்டைல். குளம் வெட்டுவதைப்போல நடுவில் மட்டும் முடிவெட்டியிருந்தார்கள். மஞ்சள், ரோஸ், சேவல் கொண்டை சிவப்பு என ஒவ்வொருவரும் ஒவ்வொரு தலைச்சாயம் பூசியிருந்தார்கள். ஒருவனுக்குத் தாடையில் பூச்சி மொய்த்ததுபோல் இத்தணூண்டு தாடி. பைக்கோடு மூவரையும் ஓரம் கட்டினார் பெரியசாமி.

“என்னடா, தௌலத்தா ட்ரிபிள்ஸ் போறீங்க. மண்டையில என்னடா பஞ்சுமிட்டாயைக் கொட்டிவெச்சிருக்கீங்க. சிக்னலில இருக்கிற சிவப்பு அவன் தலையில இருக்கு? படிச்ச பசங்களாட்டமா இருக்கீங்க. கேட்டா புள்ளிங்கோ, புடுங்கிங்கோன்னு சொல்வீங்க. அப்பன் ஆத்தாவும் அலைய விட்டுருக்காய்ங்க பாரு.”

“சார், மரியாதையாப் பேசுங்க சார்” என்றான் சேவல்கொண்டைக்காரன்.

"என்னடா பெரிய மரியாதை? ட்ரிபிள்ஸ் வந்துட்டு என்ன எகிறுறே?"

கூட இருந்த இன்னொரு கான்ஸ்டபிளிடம் அபராதம் தீட்டச்சொன்னார் பெரியசாமி. கொஞ்சம் கொஞ்சமாக வெய்யில் ஏறத்தொடங்கியது. ஆம்புலன்ஸின் சைரன் சத்தத்துக்கு சடசடவென்று வாகனங்கள் விலகத்தொடங்கின. பாக்கெட்டில் இருந்த செல்போன் அடித்தது. எடுத்துப்பேசிவிட்டு வைத்தபோது, சடாரென்று இடதுபக்கம் ஒதுங்கிய ஷேர் ஆட்டோ மீது, பின்னால் வந்த பைக் மோதியது. கீழே இறங்கிவந்த ஷேர் ஆட்டோ டிரைவருக்கும் பைக் இளைஞனுக்கும் இடையில் வெய்யில் இறங்கியது.

"பார்த்துவர மாட்டியா, கண்ணு பொடனியிலயா இருக்கு?" என்று ஆட்டோ டிரைவர் கேட்க, "யோவ், நீ முதல்ல இண்டிகேட்டர் போட்டியா? சடார்னு திரும்புறே" என்றான் உஷ்ணத்துடன் பைக் இளைஞன். பெரியசாமி அருகே போய் நின்றார்.

"என்னா தம்பி புதுசாப் பேசுறீங்க. ஆட்டோக்காரங்க, அதுவும் ஷேர் ஆட்டோக்காரங்க என்னைக்கு இண்டிகேட்டர் போட்டாங்க? ஷேர் ஆட்டோ, டவுன் பஸ், அரசியல் கட்சித்தலைவரு இவங்க பின்னாடில்லாம் போகவே கூடாது. எப்போ எங்கே நிறுத்துவாங்க, எங்கே டர்ன் ஆவாங்கன்னு யாருக்கும் தெரியாது" என்றார் அங்கேயிருந்த முதியவர் ஒருவர்.

"யோவ் பெரிசு, உங்கிட்ட கருத்து கேட்டாங்களா? போவியா" என்று விரட்டினார் பெரியசாமி. அந்தப் பஞ்சாயத்தை முடித்துவிட்டு மீண்டும் சிக்னல் அருகே வந்தார். பச்சை முடிந்து சிவப்பு ஒளிர்ந்த நேரம். ஒரு பைக் தாண்டியது. நடுத்தர வயது இளைஞன். இவர் கைகாட்டியதைக் கவனிக்காமல் கொஞ்ச தூரம் போய் நின்றான்.

"என்னடா, மயிரு மாதிரிப்போறே? கண்ணு தெரியலையா?" என்றார் பெரியசாமி.

"சார், மரியாதையாப் பேசுங்க"

"என்ன மரியாதை வேண்டிக்கிடக்கு. ரெட் சிக்னல் போட்டபிறகும் கிராஸ் பண்றே?"

"கவனிக்கலை சார். கவனிச்சிருந்தா கண்டிப்பா நின்னிருப்பேன்"

“அப்படி என்னத்த கலெக்டர் வேலையைக் கழட்டுறே? என்ன வேலைடா பார்க்கிறே?”

“சார். ஃபைன் போடுங்க. கோர்ட்டுக்குக் கூட்டிட்டுப்போங்க. போடா, வாடான்னு பேசாதீங்க”

“என்ன வேலை பார்க்கிறே?”

“கார்ப்பெண்டர்”

“பார்க்கிற வேலைக்கு உனக்கு மரியாதை ஒரு கேடு. பேப்பர்ஸை எடு.”

எல்லா பேப்பர்ஸும் சரியாகத்தானிருந்தது. எச்சரித்து அனுப்பினார். வெயிலின் கடுமை அதிகமாகிக் கொண்டேயிருந்தது. ஹெல்மெட் போடாதவர்கள், சிக்னல் மீறுபவர்கள், ட்ரிபிள்ஸ் பயணிப்பவர்கள், குடித்துவிட்டு வண்டி ஓட்டுபவர்கள் என ஒவ்வொருக்கும் தக்கபடி வெயிலின் கொதிநிலை மாறியது. ஆனால் கார்களிடம் கடுமை காட்டமுடிவதில்லை. எந்த காரில் எந்தப் பாம்போ?

★★★

வழக்கமாகத்தான் அன்றைய நாளும் கழிந்தது. ஆனால் அந்த பைக் சம்பவம் இப்படி விபரீதமாக மாறும் என்று பெரியசாமி நினைக்கவில்லை. கார்பென்டர், பெரியசாமி தன்னை அவதூறான வார்த்தைகளால் திட்டி இழிவுபடுத்தியதாக மனித உரிமை ஆணையத்தில் புகார் செய்திருந்தான். உடனே வந்து பார்க்கும்படி டிராபிக் சார்ஜென்டிடம் இருந்து அழைப்பு.

★★★

“ஏன்யா எழவைக்கூட்டுறீங்க? இந்த மாசத்தோட உன்னோட சேர்த்து இது நாலாவது கேஸ். திருச்சியில உன்னைய மாதிரி ஒருத்தன், ஹெல்மெட் போடலைன்னு பைக்கை எட்டி உதைச்சிருக்கான். பின்னாடி இருந்த பொண்ணு, புள்ளைத்தாச்சி விழுந்து கர்ப்பம் கலைஞ்சிருக்கு. கள்ளக்குறிச்சியில ஒரு வயசான அம்மா செத்திருக்கு.சிவகங்கையில ஒரு போலீஸ் வீலில குச்சியைவிட்டு ஆட்டியிருக்கான். பையன் ஸ்பாட் அவுட். எல்லாரும் சேர்ந்து தாலியை அறுங்க” என்று சீறினார் சார்ஜென்ட்.

"சார், நானும் ஒண்ணும் செய்யலை. சும்மாத் திட்டத்தான் செஞ்சேன். கார்பென்டர் வேலை பார்க்கிற ஆளு சார்."

"அவன் கம்யூனிஸ்ட் கட்சியில இருக்கானாம். கட்சி சப்போர்ட் பண்ணுது. முதல்ல அவனைப்போய்ப் பார்த்து சமாதானம் பேசு. கேஸை வாபஸ் வாங்கச்சொல்லு."

★★★

'நானும் வருகிறேன்' என்று ஆரோக்கியம் சாரும் கூட வந்தார். சீனியர். விஷயங்களைப் பக்குவமாகக் கையாள்பவர்.

"தம்பி, வேணும்னு பண்ணலை. டூட்டியில இதெல்லாம் சகஜம். பெரிசுபடுத்தாம விடுங்க"

"எப்படி சார் விடமுடியும்? நான் தப்பு செஞ்சிருந்தா ஃபைன் போடுங்க. கோர்ட்ல நிறுத்துங்க. அதென்ன சார், போலீஸ் யூனிஃபார்ம் மாட்டினா யாரை வேணும்னாலும் அவன், இவன், போடா, வாடான்னு கூப்பிடுவீங்களா? அந்த அதிகாரத்தை உங்களுக்கு யார் சார் கொடுத்தது?"

"தம்பி. உங்க கருத்தை நீங்க சொல்றீங்க. போலீஸ்காரனுக்கு எவ்ளோ பிரச்னை இருக்கு தெரியுமா? இத்தனை பொதுமக்களுக்கு இத்தனை போலீஸ்னு கணக்கு இருக்கு. ஆனா அத்தனை போலீஸ் டிபார்ட்மென்ட்ல இல்லை. ஏகப்பட்ட வொர்க் லோட், பிரஷர். விஐபி பாதுகாப்பு, பந்தோபஸ்துன்னு மணிக்கணக்கில நிக்கவெச்சிடுவாங்க. பொம்பளை போலீஸ் நிலைமையெல்லாம் ரொம்ப மோசம். நீங்க கம்யூனிஸ்ட் கட்சிதானே தம்பி, உங்க பிரச்னையைப் பேச சங்கம் இருக்கு. எங்களுக்கு என்ன இருக்கு?"

"அதுசரி சார். ஆனா நீங்க எல்லாரையுமா அவன், இவன்னு திட்டுறீங்க? உங்க பிரச்னைக்கு யார் காரணமோ அவங்ககிட்ட உங்க அதிகாரத்தையோ ஆத்திரத்தையோ காட்டுறதில்லை. கறுப்பா இருக்கிறவன், கைலி கட்டியிருக்கிறவன், தாடி வெச்சிருக்கிறவன், கூலித்தொழிலாளி, ஆட்டோ டிரைவர்... இவங்களைத்தானே மட்டமாத் திட்டுறீங்க?"

என்ன சொல்லியும் அவன் சமாதானமாகவில்லை. போதாதற்கு இந்தச் சம்பவத்துக்கு ஆதாரமும் இருக்கிறது. ஒரு ஆட்டோ டிரைவர் நடந்ததைத் தன் மொபைல்போனில் வீடியோ

எடுத்திருக்கிறான். விசாரணை முடிவில் ஆறுமாதம் சஸ்பெண்ட். வாய் பேசாத குழந்தைகள் இல்லத்தை ஒருநாள் முழுவதும் சுத்தம் செய்யவேண்டுமென்று வினோதமான தீர்ப்பு அளித்தார் மனித உரிமை ஆணையத் தலைவரான, ஓய்வுபெற்ற நீதிபதி.

★ ★ ★

சஸ்பெண்ட் முடிந்து வேலைக்குச் சேர்ந்ததற்குப் பிறகும் பெரியசாமிக்குத் தயக்கமும் பயமும் முழுமையாக நீங்கவில்லை. யாரைத் திட்டுவது, யாரிடம் பணிந்துபோவது என்று தெரியவில்லை. காலத்துக்கும் ஒரு களங்கமாகவே நின்றுபோனது. 'யாரையாவது அடிச்சுட்டு சஸ்பெண்ட் ஆனாக்கூட பரவாயில்லை. 'போடா'ன்னு சொன்னதுக்கு சஸ்பெண்ட் ஆயிருக்கார் இந்தாளு' என்று சிரித்தது காவல்துறை வட்டாரம். ஆனால் தான் செய்ததில் என்ன தவறு, எதற்கு அவ்வளவு பெரிய தண்டனை என்று பெரியசாமிக்குத் தெரியாமலே ஓய்வுபெற்றுவிட்டார்.

★ ★ ★

இரவு 11 மணி ஆகிவிட்டது. சத்யனை இன்னும் காணவில்லை. மெக்கானிக்கல் இன்ஜினீயரிங் முடித்துவிட்டு, பிரபலமான மோட்டார் நிறுவனத்தில் வேலைக்குச் சேர்ந்து ஒருமாதம் முடிந்துவிட்டது. 'வந்துடுவான். படுங்க' என்று மீனாட்சி சொன்னாலும் கேட்கவில்லை. வாசலுக்கும் ஹாலுக்குமாக நடந்துகொண்டிருந்தார். அரைமணிநேரத்துக்குப் பிறகு வந்த சத்யனின் கண்களில் அப்பாவைப் பார்த்த பதற்றம். குனிந்து ஷூக்களைக் கழற்றத் தொடங்கினான்.

"ஏன் இவ்ளோ நேரம்?"

"ஆபீஸ்ல வேலைப்பா"

"நைட்டு 12 மணிவரைக்குமா வேலை?" என்று கேட்டவர், அந்த வாசனையைக் கண்டுபிடித்துவிட்டார். குடித்துவிட்டு வந்திருக்கிறானா?

"என்னடா குடிச்சிருக்கியா?"

"இல்லைப்பா. வேலை. ஆபீஸ்ல இருந்து வர்றேன்"

"இல்லையே. நாத்தம் அடிக்குது. எங்க, ஊது"

வெயில் சத்யனின் ரத்தத்துக்குள் பாய்ந்தது. மதுவின் தீவிரமும் கோபமும் அவனை உச்சத்துக்குக் கொண்டுசென்றது.

"ஏன், மெஷின் ஏதும் இருக்கா, கொண்டுவந்து காட்டுங்க, ஊதுறேன். பெரிய புடுங்கியாட்டம் என்கொயரி பண்ணிட்டு.... கிழட்டு..."

கழற்றிய ஷூவைக் கோபத்தில் வீசியெறிந்தான். நல்லவேளையாகப் பெரியசாமியின்மீது படவில்லை.

10. நீலச்சுடர்

புத்தரின் கடைசி சீடரான ஆனந்தர் இவ்வாறு கேட்டார்.

"கருணை நிரம்பிய ததாகரே, நீங்கள் ஆத்மாவை ஏற்றுக்கொள்வதில்லை. அனாத்மவாதி என்று அழைக்கப்படுகிறீர்கள். ஆனால் மறுபிறவி தத்துவத்தை ஏற்றுக்கொள்கிறீர்கள். ஆத்மாவே இல்லாதபோது மறுபிறவி எப்படி சாத்தியம்?"

"ஆனந்தரே! ஒருவர் இறந்தபிறகு அவரது கடைசி சுவாசக் காற்று என்னவாகிறது? பரந்துகிடக்கும் இப்பிரபஞ்சத்தின் காற்றுமண்டலத்தில் கலந்துவிடுகிறது. பின் அது இன்னொருவரின் சுவாசமாகிறது. மறுபிறவி என்றால் ஒருவர் இறந்தபிறகு இன்னொரு உடலுடன் பிறக்கிறார் என்று அர்த்தமில்லை. ஒருவர் வாழும்போது அவரின் எண்ணம், சிந்தனை, செயல், தத்துவம், லட்சியம், செயல்கள் இவையெல்லாம் இறந்தபிறகு என்னவாகின்றன? அவை நல்லெண்ணங்கள், நல்ல செயல்கள் என்றால் அடுத்துவரும் தலைமுறை அவற்றை ஏந்திச்செல்கிறது. அங்கே அவர் மறுபிறவியெடுக்கிறார். ஒரு விளக்கிலிருந்து இன்னொரு விளக்கை ஏற்றலாம். இன்னொன்றிலிருந்து மற்றொன்றுக்கு...."

- அம்பேத்கர் படித்துக்கொண்டிருந்தபோது வீட்டின் கதவு தட்டப்பட்டது. அடையாளத்துக்காய் பக்கத்தை மடித்துவிட்டு, எழுந்துபோய்த் திறந்தார். வாசலில் ஒரு புகழ்பெற்ற பத்திரிகையாளர் நின்றுகொண்டிருந்தார். அவரது கண்களில் ஆச்சர்யம் சுடர்ந்தது.

"சொல்லுங்கள்" என்றார் அம்பேத்கர்.

65

"மகாத்மா காந்திஜியின் வீட்டுக்குச் சென்றேன். அவர் உறங்கச் சென்றுவிட்டார். வீட்டில் விளக்குகள் அணைக்கப்பட்டுவிட்டன. மொஹம்மத் அலி ஜின்னா வீட்டுக்குச் சென்றேன். அவரும் உறங்கச் சென்றுவிட்டார். அவர் வீட்டிலும் விளக்குகள் அணைக்கப்பட்டுவிட்டன. ஆனால் உங்கள் வீட்டில் இன்னமும் விளக்குகள் எரிகின்றனவே?"

"காந்திஜி, ஜின்னா இருவரின் நோக்கமும் நிறைவேறியிருக்கலாம். அவர்கள் நிம்மதியில் உறங்கச்சென்றிருக்கலாம். அவர்கள் மக்களின் விடுதலை சாத்தியப்பட்டுவிட்டது என்று அவர்கள் நினைத்திருக்கலாம். இன்னும் என் நோக்கங்கள் நிறைவேறவில்லை. எம் மக்களின் விடுதலை இன்னும் சாத்தியப்படவில்லை. விடியலுக்கு இன்னும் காலமிருக்கிறது; இன்னும் தூரமிருக்கிறது. முடிவற்றவை என் இரவுகள். இந்த முடிவற்ற பாதை நெடுகிலும் நான் விளக்குகளை ஏற்றிவைக்கிறேன். ஒன்றிலிருந்து இன்னொன்றுக்கு, இன்னொன்றிலிருந்து மற்றொன்றுக்கு."

"அப்படியானால், மிஸ்டர் அம்பேத்கர், நீங்கள் உங்கள் மக்களைப் பற்றி மட்டும்தான் சிந்திக்கிறீர்களா? நீங்கள் பொதுவான தலைவரில்லையா?"

அம்பேத்கர் புன்னகைத்தார். வாசலில் அவர் தலைக்கு மேலிருந்த புத்தரின் புகைப்படத்தின்கீழ் நீலவிளக்கு ஒளிர்ந்துகொண்டிருந்தது.

★★★

1947, மார்ச் 29. பெரிய பெரிய படிக்கட்டுகள் நிறைந்த அந்தப் புராதனக் கட்டடத்தில் அரசியல் சட்டக்குழு உறுப்பினர்கள் ஒவ்வொருவராக வந்துகொண்டிருந்தார்கள். நீளமான அறை முழுக்க காற்றை விசிறியபடி ஆறு மின்விசிறிகள் ஓடிக்கொண்டிருந்தன. அம்பேத்கர் ஒரு புத்தகத்தைக் கூர்ந்து படித்து, அடிக்கோடிட்டுக்கொண்டிருந்தார்.

"என்ன மிஸ்டர் அம்பேத்கர், டெல்லியில் ரொம்பதான் குளிர். இல்லையா?"

குரல் கேட்டு நிமிர்ந்துபார்த்தார். நிசாருதீன் அகமது.

"ஆமாம் ஆமாம் மிஸ்டர் அகமது. ஆனால் லண்டன் அளவுக்கு இது குளிர் இல்லை."

"ஆனால் நீங்கள் லண்டன்காரரைப் போல்தானே எப்போதும் கோட்டுடன் இருக்கிறீர்கள்?"

அம்பேத்கர் சிரித்தார்.

"எப்படியோ ஆர்ட்டிக்கிள் 15 கொண்டுவந்துவிட்டீர்கள். ரொம்ப நல்ல விஷயம். ஒருத்தரைப் பிறப்பின் அடிப்படையில பாகுபாடு காட்டக்கூடாதுன்னு சட்டம் கொண்டுவர்றது எவ்வளவு பெரிய சாதனை!"

அம்பேத்கர் ஏதோ சொல்ல வாயெடுத்தபோது அல்லாடி கிருஷ்ணசாமியின் குரல் கேட்டது. "மிஸ்டர் அம்பேத்கர், தீண்டாமை ஒழிப்புச் சட்டப்பிரிவு அடிப்படை உரிமைகளில் ஒன்றாக ஆக்கப்படுது. அடிப்படை உரிமைகளுக்கான நிர்ணயக்குழு உறுப்பினர்களுக்கு, நீங்கள் எழுதிவந்த டிராஃப்டை வாசித்துக்காட்டுங்கள்"

கோட்டை அழுந்தப் பிடித்தபடி எழுந்த அம்பேத்கர், வாசிக்கத் தொடங்கினார்.

'தரம், பிறப்பு, தனிநபர், குடும்பம், சமயம், சமயப் பண்பாடு என்னும் செயல்பாடு ஆகியவற்றிலிருந்து உருவாகும் எந்த ஒரு சலுகை அல்லது இயலாமை என்பது ஒழிக்கப்படும்'.

மூத்த உறுப்பினர் ஒருவர் குறுக்கிட்டார்.

"நோ மிஸ்டர் அம்பேத்கர். இதில மதத்தைக் கொண்டுவர்றது சரியா இருக்காது. இந்தியா இப்போ எரிமலைக்குழம்பு மேல உக்காந்திருக்கு. எந்த நேரம் வேணும்னாலும் மதச்சண்டைகள் வெடிக்கலாம். அதுக்கு நாமே காரணமா இருந்துடக்கூடாது. மதப்பாரம்பரியத்தை அவ்வளவு சுலபமா இந்தியர்கள் விட்டுத்தர மாட்டாங்க. மிஸ்டர் கே.எம்.முன்ஷி, நீங்க ஒரு டிராஃப்ட் எழுதிட்டு வந்தீங்களே, அதையும் வாசிங்க"

கே.எம்.முன்ஷி எழுந்து அவைக்கு வணக்கம் தெரிவித்துவிட்டு வாசித்தார்.

'தீண்டாமை ஒழிக்கப்படும். அத்தகைய செயல்பாடு அரசியல் சட்டத்தின்படி தண்டனைக்கு உரிய குற்றமாகும்'.

“இப்படி மொட்டையா சொன்னா எப்படி? தீண்டாமைக்கு விளக்கம் கொடுக்க வேண்டாமா?” என்று கேட்டார் நிசாருதீன் அகமது. ஆனால் பெரும்பான்மை உறுப்பினர்கள் முன்ஷியின் வரைவையே ஏற்றுக்கொண்டார்கள். ஏற்றுக்கொள்ளப்பட்டதை மீண்டும் அம்பேத்கர் எழுந்து படித்தார். ‘மகாத்மா காந்தி வாழ்க’ என்று உறுப்பினர்கள் எழுப்பிய சத்தத்தில் அறை நிறைந்தது. ஜன்னலுக்கு வெளியே புறாக்கள் சிறகடித்துப் பறந்தன. காற்றில் அடித்துக்கொண்டிருந்த ஒரு ஜன்னலுக்கு யாரோ ஒரு சிறுகல்லைக் கொண்டுவந்து முட்டுக்கொடுத்தார்கள்.

★★★

1951, செப்டம்பர் 28. இந்தியாவின் முதல் நாடாளுமன்றத்தின் வளாகத்தில் அமைந்த கேன்டீன். அந்த இருவரும் சாவகாசமாக அமர்ந்து பேசிக்கொண்டிருந்தார்கள்.

“போண்டா நல்லாப் போட்டிருக்கானே, டேஸ்டா இருக்கு.”

“ரொட்டி, சப்ஜியும் நல்லாயிருக்கு. எங்க மாதாஜி கைப்பக்குவம் மாதிரியே இருக்கு. ஆமா, டெல்லி பாலிடிக்ஸுக்கு வந்திட்டீங்க. இன்னும் எத்தனைநாள் போண்டா, இட்லி, மசால் தோசை, சாம்பார் சாப்பிட்டிக்கிட்டிருக்கப்போறீங்க. எப்போ ரொட்டி, சப்ஜிக்கு மாறப்போறீங்க?”

“மாறுறேன், மாறுறேன். எல்லாம் உடனே மாறிட முடியுமா? படிப்படியாத்தான் மாறும். ஆனா பாருங்க, இந்த அம்பேத்கருக்கு இது புரியலை. ரொம்ப கோபக்காரரா இருக்காரு. நேத்து பாருங்க, லா மினிஸ்டர் போஸ்டை ரிசைன் பண்ணிட்டுப்போயிட்டாரு.”

“ரொம்ப பிடிவாதக்காரர்தான். தமிழ்நாட்டில ஒரு போராட்டம் நடந்ததும் ஓ.பி.சின்னு ஒரு பிரிவை உண்டாக்கி, அதுக்கு ரிசர்வேசனும் கொடுக்கணும்னுட்டாரு. கம்யூனிஸ்ட்காரரனே பரவாயில்லை. தொழிலாளர்களுக்கு எட்டுமணிநேர வேலைன்னு சட்டம் கொண்டுவந்தாரு. கடைசியாக் கொண்டுவந்தார் பாருங்க, இந்து சட்ட மசோதா. அதை பார்லிமென்ட் ஏத்துக்கலைங்கவும் கோபப்பட்டு ரிசைன் பண்ணிட்டுப்போயிட்டார்.”

“ரிசைன் பண்ணிட்டு ஒரு அறிக்கை கொடுத்திருக்கார் பாருங்க. அரசியல் சட்டத்தை ஏத்து ஒரு வருஷம் ஆச்சு. இன்னும்

ஏன் ஓ.பி.சி முன்னேற்றத்துக்கு கமிஷன் அமைக்கலைன்னு கேட்டிருக்கார். விடமாட்டார்போல இருக்கே. அந்த இந்து சட்ட மசோதா, அப்பப்பா! மசோதாவா அது! வெடிகுண்டு! பகத்சிங் பார்லிமென்ட்ல வீசின வெடிகுண்டைவிட பெரிய வெடிகுண்டு. பொம்மனாட்டிகளுக்கு அவங்க அப்பா சொத்தில பங்கு கொடுக்கணுமாம். விவாகரத்து பண்ற உரிமை கொடுக்கணுமாம். ஏற்கெனவே பொம்மனாட்டிக ஆட ஆரம்பிச்சிட்டாளுக. இன்னும் உரிமை கொடுத்தா, நம்மளை கீழ போட்டு மிதிச்சிடுவாளுக. நம்ம கல்ச்சர் என்ன ஆகுறது!"

"ரொட்டி சப்ஜி சாப்பிட்டுப் பழகறதும் நம்ம கல்ச்சருக்கு முக்கியம் சார். சாப்பிட்டுப் பழகுங்க!"

கீழே சிதறிக்கிடந்த உணவுத்துணுக்குகளைப் பறந்துவந்த சில காக்கைகள் கொத்தத் தொடங்கின.

★★★

1956, டிசம்பர் 7. தமிழகத்தின் தென்மாவட்டத்தில் உள்ள குக்கிராமம். கறுப்புச்சட்டையுடன் தளர்வான நடையில் நடந்துவந்துகொண்டிருந்தார் சுப்பையா. கையில் சுருட்டப்பட்ட நாளிதழ். கண்களிலும் முகத்திலும் சோகம் அப்பிக்கிடந்தது. மதிய வெயிலில் காலியாக இருந்த கடைவீதியில் எதிர்ப்பட்ட சண்முகம், சுப்பையாவை நிறுத்தினார்.

"என்ன சுப்பையா, எங்கே போறீரு? முகமெல்லாம் வாடிக்கிடக்கு. வெயிலா, விசனமா? 'ராவணன் உணவகம்'னு ஓட்டல் ஆரம்பிச்சீரே, எப்படிப் போகுது?"

"நல்லாப்போகுது. பல பிரச்னை வரத்தான் செய்யுது. ஆபீசருக்கு மொட்டை பெட்டிஷன் எழுதிப்போடறாய்ங்க. நைட்டு கூரை மேல காவாலிப்பயலுக கல்லெறியறாய்ங்க. எல்லாத்தையும் சமாளிச்சுட்டுத்தான் நடத்திக்கிட்டிருக்கேன்."

"அதுக்கா இவ்ளோ விசனப்படறீரு? கடவுள் புண்ணியத்தில... சரி ஓமக்குப் பிடிக்காது. ஓம்ம மனசுக்கு எல்லாம் நல்லபடியா நடக்கும் ஓய். கவலைப்படறதை விடும்."

"அதுக்குக் கவலைப்பட்டேன்னு ஓம்மகிட்ட யாரு சொன்னா? அம்பேத்கர் இறந்துட்டாரு" என்றபடி அந்த நாளிதழை விரித்து நீட்டினார்.

‘உலகமேதை டாக்டர் அம்பேத்கார் உயிர்நீத்தார்’ என்றது ‘விடுதலை’ தலைப்புச்செய்தி.

‘தொழிலாளரு அமைச்சர், சட்ட அமைச்சரா இருந்தாரே அவர்தானே? இதுக்கா அவ்வளவு விசனம்? அவர் கீழ்ஜாதிக்கார தலைவர் ஆச்சே, நீரு ஏன் வாடறீரு?”

“என்ன இப்படி சொல்லிட்டீங்க. அவர் எவ்ளோ பெரிய மனிதர். அவருக்குத் தெரியாத விஷயமே கிடையாது. புராணம், இதிகாசம், இலக்கியம், பொருளாதாரம், தத்துவம்னு படிச்சவரு. தடித்தடியா புத்தகம் எழுதினவரு. அதனாலதான் ‘சட்டமேதை’ன்னு போடாம ‘உலகமேதை’ன்னு போட்டிருக்காரு அய்யா. ‘அடக்கமுடியாத துயரத்துடன் வெளியிடுகிறோம்’னு செய்தி எழுதியிருக்காரு பாருங்க. அய்யா விமர்சிக்காத தலைவர்களே கிடையாது. காந்தி, ராஜாஜி, திருவி.க, அண்ணாத்துரைன்னு எல்லாரையும் திட்டியிருக்காரு. அவர் தலைவருன்னு சொன்ன ஒரே ஆளு அம்பேத்கருதான். அண்ட்ராயர்ல மடிச்சுவெச்சிருக்கீரே ரூபா நோட்டு. அதை அச்சடிக்கிற ரிசர்வ் பேங்கை உருவாக்கினது அம்பேத்கருதான். எங்க அய்யா சொல்லுவாரு, ‘ஒரு மனுஷனைப் பணத்தை வெச்சுத்தான் மதிக்கணும்னா ரிசர்வ் பேங்கைத்தான் மதிக்கணும், படிப்பை வெச்சு மதிக்கணும்னா லைப்ரரியைத்தான் மடிக்கணும்’னு. அதெல்லாம் தாண்டி இந்த மனித சமூகத்துக்கு உழைக்கிறவங்கதான் காலாகாலத்துக்கும் நிலைச்சு நிப்பாங்க. அப்படிப்பட்டவருதான் அம்பேத்கரு.”

“எப்பா போதும். சூனாமானாகாரங்களுக்குச் சொல்லவா வேணாம், அது எப்படிய்யா, மைக், மேடை இல்லாமலே பிரசங்கத்தை ஆரம்பிச்சுடறீரு? நான் வர்றேன். பையன் பன்னீர்செல்வம் என்ன பண்றான்?”

“ஸ்கூலுக்குப் போறான்” என்றபடி மீண்டும் நாளிதழைச் சுருட்டி கையில் வைத்தபடி நடக்கத்தொடங்கினார் சுப்பையா.

★★★

2016. வீடு இருண்டுகிடந்தது. அந்த இருட்டு தனத்தின் விரிந்துகிடந்த கூந்தலின்மீதும் அப்பிக்கிடந்தது. கன்ன மேடுகள் அழுதழுது உப்பியிருந்தன. இனியும் நீரில்லை. கண்கள் வறண்டிருந்தன. பிள்ளைகள் பசியால் சுருண்டிருந்தனர். யாரோ

கதவைத் திறக்கும் சத்தம் கேட்டு அவசரமாய் எழுந்தாள் தனம். பாக்கியம் சின்னம்மாதான். கூந்தலை அள்ளி முடிந்தாள்.

“என்னடி தனலெட்சுமி, வீடு இப்படி இருண்டுகிடக்கு. வீடான வீட்டுல விளக்கேத்துறதில்லையா? புள்ளைகளா, சாப்பிட்டீங்களா?”

‘இல்லை’ என்று தலையாட்டின இருபிள்ளைகளும்.

“ஏன்டி தனம். புள்ளைகளைப் பட்டினி போடலாமா? எல்லாம் கேள்விப்பட்டுத்தான் வந்தேன். தாத்தா பேருதான் ஒம் புருஷனுக்கும் வெச்சிருக்கு. அவர் எவ்ளோ பெரிய மனுஷன். ஊருல ஒரு பிரச்னைன்னா முத ஆளா நிப்பாரு. உங்க மாமனாரு மட்டும் என்னவாம், பன்னீர்செல்வம் ஸ்கூலில என்கூடதான் படிச்சாரு. அவரும் மரியாதையான மனுஷன். ஆனா ஒம் புருஷன்...? ரெண்டுபேரு பேரையும் கெடுக்கணும்னு தட்டழிஞ்சு கிடக்கான்.”

“ஆமா சின்னம்மா, எந்நேரமும் குடி. கோயிலு அரசமரத் திண்ணையில சூதாட்டம். ஒரு வேலைக்கும் போறதில்லை. குடிக்கிறதுக்குக் கூட ஒழைக்கிறதில்லை. போன வருஷம் என் அப்பாரு செத்துப்போனாரு. சொத்தைப் பிரிச்சு வாங்கிட்டுவான்னு ஒரே சண்டை. அன்னையில இருந்து என் அண்ணன் என் மூஞ்சியில முழிக்கிறதில்லை. சொத்தைப் பிரிச்சு வாங்கிட்டு வந்த காசு, என் கையில காதில இருந்த நகைய வெச்சு குடிச்சுட்டு அலையுது சனியன். அதேமாதிரி ஆகாத நாலுபேரு கூட்டாளின்னு அந்தாளுகூட அலையறானுக. சாதி சொல்லி ஊரில பஞ்சாயத்து பண்ணிக்கிட்டு திரியுதுக. நேத்து அம்பேத்துகாரு சிலைய உடைச்சிருக்கானுக. வெறி. போலீசு சும்மா விடுமா, ஸ்டேசனுக்குத் தூக்கிட்டுப் போயிடுச்சு.”

“எல்லாம் கேள்விப்பட்டுத்தான் வந்தேன் தனம். ஊரே பதட்டமாயிருக்கு. பக்கத்தூர்ல இருந்து போலீசு வந்து இறங்கியிருக்கு. செலையைச் சுத்தி கூண்டு செய்யப்போறாங்களாம். இவனுக்கு எதுக்கு வேண்டாத வேலை? மப்பு உப்பு கேக்குதாம், அள்ளிப்போட ஆளு கேக்குதாம்.”

“ஸ்டேஷன்ல இருந்து வரட்டும். போதையில தூங்குறப்போ தலையில கல்லைத்தூக்கிப்போட்டுக் கொன்னுட்டு நானும்

ஜெயிலுக்குப் போயிடணும். இல்லைன்னா நீயும் வேணாம், ஒன் தாலியும் வேணாம்னு வெவாகரத்துப் பண்ணிட்டு எம் புள்ளைகளைக் கூட்டிட்டு கண்காணாத ஊருக்குப் போகணும்."

"அவசரப்பட்டு எந்த முடிவுக்கும் வந்துடாதேடி சிறுக்கி. பொம்பளைங்க கொஞ்சம் தணிஞ்சுதான் போகணும். எல்லாம் மாறும்."

"மாறும் மாறும். ஆனா, ஆம்பளைக மாற மாட்டாய்ங்க."

"மொதல்ல நீ மொகத்தைக் கழுவி ஒரு பொட்டை வை. புள்ளைகளக் கூட்டிட்டுக் கிளம்பு. நாலு நாளைக்கு நம்ம வூட்டுல இருக்கலாம். அதுக முகம் வாடியிருக்கு பாரு. வீடு இப்படி இருண்டுகிடக்கக்கூடாது. கருப்பசாமி துடியான சாமி. 'எம் புருசன் மனுசனாகணும்'னு கருப்பை வேண்டிக்கிட்டு விளக்கை ஏத்து. எல்லாம் நல்லபடியா நடக்கும்."

குழந்தைகளை அழைத்துக்கொண்டு கிளம்பத் தயாரானாள் தனலெட்சுமி. கதவைப் பூட்டுவதற்கு முன் விளக்கைப் பற்றவைத்தாள். காற்றில் நீலச்சுடர் அசைந்தது.

❒ ❒ ❒

11. முட்டைக்கோஸ் துப்பாக்கி

"போங்குண்டன்... கப்பிச்சினோ" என்றார் ரிசப்ஷனில் இருந்த அந்தப்பெண்.

"போங்குண்டனா, உங்களைத்தான் சார் அந்தப் பொண்ணு அசிங்கப்படுத்துது" என்றான் மோகன்தாஸ்.

"அது என் பேரைச் சொல்லத் தெரியாம சொல்லுது. நீதான் உண்மையிலேயே என்னை அசிங்கப்படுத்துறே" என்றார் பூங்குன்றன். .

பாண்டியன் சிரிக்க, "ரொம்ப பசிக்குது. இந்த ஊர்ல எங்கேதான் வெஜிடேரியன் ஃபுட் கிடைக்குமோ?" என்றார் பூங்குன்றன்.

"வத்தக்குழம்பும், வடாமுமா? சான்ஸே இல்லை" என்றார் பாண்டியன்.

"நீங்களும் ஏன் சார் கலாய்க்கிறீங்க?" என்று அலுத்துக்கொண்டார் பூங்குன்றன். அது ஜெர்மனியின் தலைநகரம் பெர்லினில் உள்ள ஹோட்டல், 'மோட்டல் ஒன்'. சர்வதேசத் தொழில் கருத்தரங்கத்தில் கலந்துகொள்வதற்காக மூவரையும் நிறுவனம் அனுப்பிவைத்திருந்தது. கருத்தரங்கத்துக்கு நேரமாகிவிட்டது என்பதால் கப்பிச்சினோவைக் குடித்துவிட்டு கிளம்பினார்கள். மூவரில் இளையவன் மோகன்தாஸ். பூங்குன்றன் சைவம் என்பதால் நேற்று இரவு வந்து சேர்ந்ததில் இருந்து சைவ உணவைத் தேடி அலுத்துவிட்டார். காபி என்றாலும் கப்பிச்சினோதான் கிடைக்கிறது.

கருத்தரங்கம் நடக்கும் டெலிகாம் சென்டர், ஹோட்டலில் இருந்து நடந்துபோகும் தூரம்தான். கூகுள் மேப்பில் பார்த்தால் மூன்று வலது, இரண்டு இடது சொன்னது. ஏற்கெனவே குளிர். போதாக்குறைக்கு மழை வேறு தூறிக்கொண்டிருந்தது. இன்னர், டிரஸ், அதன் மேல் கோட், கழுத்தில் ஸ்கார்ப், கையில் 'மோட்டல் ஒன்' என்று எழுதப்பட்ட குடையுடன், டெலிகாம் சென்டருக்குச் சென்றார்கள்.

விதவிதமான பவர் பாயின்ட் பிரசென்டேஷன்களுடன் அன்றைய முற்பகல் முடிந்து மதிய உணவு. நான்கு மேஜைகளில் விதவிதமான ஜெர்மன் உணவுகள் அடுக்கிவைக்கப்பட்டிருந்தன. Sauerbraten, Schweinshaxe, Rinderroulade, Bratwurst என்று பெயர்களே வாயில் நுழையவில்லை. அத்தனையும் பன்றி இறைச்சியாலும் மாட்டிறைச்சியாலும் செய்யப்பட்டவை என்பதால் பூங்குன்றனின் வாயிலும் நுழையப்போவதில்லை. அங்கேயிருந்த ஒரே ஒரு சைவ உணவு Kartoffelkloesse, உருளைக்கிழங்கால் செய்யப்பட்ட பான் கேக். அதைமட்டுமே சாப்பிட்டுப் பூங்குன்றன் வயிறு நிரம்பவில்லை. மோகன்தாஸ் எல்லாவகையான இறைச்சியையும் உண்பவன்தான். பீஃப் என்றால் சிறுசிறு துண்டுகளாக நறுக்கி, வெங்காயம், மசாலா சேர்த்து காரமாகச் சாப்பிடப்பிடிக்கும். அவன் ஊரில் வெண்பன்றி கிடையாது. கறுப்புதான். பன்றி பிடிப்பவர்கள் சைக்கிளின் முன்னாலும் பின் கேரியரிலும் அதன் கை, கால்களைக் கட்டி எடுத்துச்செல்வதைப் பார்த்திருக்கிறான். அப்போது பன்றி கதறும் அலறல் ஊரையே எரிச்சலூட்டும். வார் எனப்படும் பன்றி இறைச்சியின் தோல், தேங்காய்ச்சில்லைப் போலிருக்கும். அதைச் சமைக்க எண்ணெய் தேவையில்லை. பன்றியே கொழுப்புமிருகம்தான். மஞ்சள், மசாலா தடவி அதைச் சாப்பிட்டுத்தான் அவனுக்குப் பழக்கம். ஆனால் மேஜையில் இருந்த அத்தனை ஜெர்மானிய உணவும் பாதி வெந்த பன்றியிறைச்சி, மாட்டிறைச்சியால் ஆனவை. மசாலா இல்லாததால் கவுச்சி அப்படியே அடித்தது. சிரமப்பட்டுத்தான் மோகனும் சாப்பிட்டான்.

கருத்தாங்கம் முடிந்து ஹோட்டலுக்குப் போகும்போது, "எனக்குப் பசிக்குது" என்றான் பூங்குன்றன். ஒரு சிறிய உணவகம். நம்மூர் பேக்கரிபோல் இருந்தது. நல்லவேளையாக சாலட் கிடைத்தது. வெள்ளரி உள்பட காய்கறிகள் நிறைந்த

சுகுணா திவாகர்

சாலட்டில் முட்டைக்கோஸும் இருந்தது. நம்மூர்போல இல்லாமல் வயலெட் நிறத்திலிருந்தது அந்த முட்டைக்கோஸ்.

ஹோட்டலுக்குச் செல்லும் வழியில் பாண்டியன் தன் வீட்டுக்கு வீடியோ காலிங் செய்தார். ஜெர்மன் வீதிகள், கடைகள், கோட் அணிந்த வெள்ளைக்காரர்கள், பிரமாண்ட கட்டடங்கள் எல்லாவற்றையும் இந்தியாவிலிருந்த தன் குடும்பத்துக்கு சுற்றிச் சுற்றிக்காட்டினார். வீடு முழுக்க புன்னகையும் சுற்றி வந்தது. ஆளாளுக்கு என்ன வாங்கிவர வேண்டும் என்று ஒரு பட்டியலைத் தந்தார்கள். "அப்பா, எனக்குத் துப்பாக்கி பொம்மை வேணும்" என்றான் பாண்டியனின் இளைய மகன்.

★★★

மறுநாள் மாலை. கூகுளில் தேடி ஹோட்டல் அருகிலிருந்த ஒரு பாலஸ்தீன ஹோட்டலுக்குச் சென்றார்கள். "வெஜிடேரியன் இருக்குமா?" என்றார் பூங்குன்றன். யாருக்குத் தெரியும்? அட்டகாசமான பாலஸ்தீன மட்டன் பிரியாணி சாப்பிட்டார்கள் மோகனும் பாண்டியனும். "சாலட் இருக்கா?" என்று கேட்ட பூங்குன்றனுக்கு Falafel என்னும் இஸ்ரேலிய சைவ உணவு கிடைத்தது. நம்மூர் மசால் வடையைப்போலிருக்கும். திருப்தியுடன் இரண்டு பிளேட் சாப்பிட்டார். பிறகு இரண்டு நாள்களாகப் போகுமிடங்களில் எல்லாம் பூங்குன்றன் ஃபலாஃபெல் கேட்க, பாவம் அவருக்கு வயலெட்நிற முட்டைக்கோஸ் நிறைந்த சாலட்டே கிடைத்தது. அவரே இரண்டு நாள்களில் வயலெட் நிறத்துக்கு மாறிக்கொண்டிருப்பதைப்போல் தோன்றியது மோகனுக்கு.

★★★

பெர்லினில் திரும்பிய திசையெல்லாம் அருங்காட்சியகங்கள். "முன்னூறுக்கு மேல இருக்கும். பாரம்பரியத்தைப் பாதுகாக்கிறதில் ஜெர்மானியர்களுக்கு ஆர்வம் அதிகம்" என்றார் கருத்தரங்கில் பழக்கமான, ஈழத்தமிழரான முரளி. கருத்தரங்கம் முடிந்து இரண்டுநாள்கள் ஊர்சுற்றல்தான். முரளி வருவதாகச் சொல்லியிருந்தார். மோட்டல் ஒன்னுக்கு எதிரிலேயே ஸ்ட்ரீட் ஃபுட் கிடைத்தது. திபெத் அகதிக்குடும்பத்தின் வண்டிக்கடை. நல்லவேளையாக பூங்குன்றனுக்கு வெஜிடேபிள் பிரைட் ரைஸ் கிடைத்தது. அந்த திபெத்தியர்களுக்கு ஆங்கிலம் சுத்தமாகத்

தெரியவில்லை. 'சிக்கன் ஃபிரைட் ரைஸ்' கேட்ட மோகன் தாஸ், கக்கத்தில் றெக்கையடித்து விளக்கவேண்டியிருந்தது.

மூன்று மியூசியங்களைச் சுற்றிப்பார்ப்பதற்குள்ளேயே களைத்துப்போனார்கள். ஆங்காங்கே கிரேக்கப் புராணக் கதாபாத்திரங்களின் சிலைகள் திறந்தமேனியாய் நின்றுகொண்டிருந்தன.

"நம்மூர்ல சிலைக்கெல்லாம் கூண்டு போடுவாங்க. இங்கே அட்லீஸ்ட் ஜட்டியாவது போட்டுவிட்டிருக்கலாம்" என்றான் மோகன் தாஸ்.

"இங்கே கன் மியூசியம் இருக்கா?" என்றார் திடீரென்று பாண்டியன்.

"இல்லை. இங்கே அதுமட்டும் கிடையாது. ஆனா எனக்குத் தெரிஞ்ச ஒரு ஜெர்மன் பத்திரிகையாளருக்கு பாரம்பரியத் துப்பாக்கிகளைச் சேகரிக்கிறதில் ஆர்வம் அதிகம். எல்லாம் இல்லீகல்தான். அவரை வேணும்னா பார்க்கலாமா?" என்றார் முரளி.

'வேண்டாம்' என்று பூங்குன்றன் சொல்லிமுடிப்பதற்குள் தலையாட்டியிருந்தார்கள் மற்ற இருவரும்.

இரண்டு மெட்ரோ ரயில்கள், ஒரு பஸ் பயணம் முடிந்து 20 நிமிடம் நடக்க வேண்டுமாம். *Reich Chancellery* என்ற இடத்தைக் கடக்கும்போது முரளி சொன்னார். "இங்கேயுள்ள ஒரு பாதாள அறையில்தான் ஹிட்லரும் அவரது காதலி ஈவா பிரவுனும் தற்கொலை செய்துகொண்டார்கள்" என்று. ஆனால் அந்தச் சுவடே தெரியாமல் அது வாகன நிறுத்துமிடமாக மாற்றப்பட்டிருந்தது.

ஜெர்மன் பத்திரிகையாளர் ஜோகன்ஸ் ஹெல்முத் 63 வகையான பாரம்பரிய துப்பாக்கிகளைக் காட்டினார். *Walther PPK* என்னும் துப்பாக்கியைக் காட்டிய ஹெல்மூத், "இந்தத் துப்பாக்கியில்தான் ஹிட்லர் சுட்டுத் தற்கொலை செய்துகொண்டார்" என்றார். "அதே துப்பாக்கியா?" என்றார் பாண்டியன். "அதே துப்பாக்கி எனக்கு எப்படி கிடைக்கும்? அதே மாடல்" என்றார் அவர். ஐவரும் சாப்பிட ரெஸ்டாரெண்ட் போனபோது, "ஹிட்லர் செத்திருக்கலாம். அவர் சித்தாந்தம் சாகவில்லை. நியோ நாஜிக்கள் என்று ஒரு குழு இப்போதும் வெளிநாட்டினர்மீது

தாக்குதல் நடத்துகிறது" என்றார். பூங்குன்றன் சாலட் சாப்பிடுவதைப் பார்த்தவர், "நீங்கள் வெஜிடேரியனா? ஹிட்லரும்கூட வெஜிடேரியன்தான்" என்றார். ஒயின் கிளாஸ் ததும்ப சிரித்துவிட்டான் மோகன்தாஸ்.

★★★

அன்று மாலை. ஷாப்பிங்குக்காக *'Mall of Berlin'* நோக்கி நடந்துகொண்டிருந்தார்கள்.

"எவ்ளோ குடிச்சாலும் பத்து நிமிஷத்துல எல்லாம் இறங்கிடுது. அவ்ளோ குளிர்" என்றான் மோகன்.

"ஆனா பாரு, எல்லாரும் குடிக்கிறாங்க. ஆனா நம்மூர் மாதிரி யாரும் தள்ளாடிப் பார்த்ததில்லை. ஒரே ஒரு தரம் *Voltastraße* மெட்ரோ ஸ்டேஷன்ல மட்டும் ஒரு பொண்ணு தள்ளாடி வந்ததைப் பார்த்தேன்" என்றார் பாண்டியன்.

"இதோ இன்னொருத்தன் வர்றான்ல" என்று பூங்குன்றன் கைகாட்டிய திசையில் ஒருவன் தள்ளாடித் தள்ளாடி வந்தான். பெர்லின் சுவரே எழுந்துவருவதைப்போல உயரமும் அகலமுமாக வந்தவன் முதுகில் ஒரு பை. தள்ளாடி வந்தவன் மூவரின் முன்பும், கால்பந்து மைதானத்தில் பந்தை மறிப்பவன் போல நின்றுகொண்டு, பைக்குள் கைவிட்டு ஏதோ எடுக்க முயன்றான்.

மதனுக்கு இதயத்தில் பன்றிகளின் கதறல் சத்தம் கேட்டது. மற்ற இருவரும் பயத்தில் வெடவெடப்பது தொடாமலே தெரிந்தது. ஒரு சிகரெட் பாக்கெட்டை எடுத்தவன், மூவரின் வாயிலும் சிகரெட்டுகளைத் திணித்தான். புகைப்பிடிக்க கட்டாயப்படுத்தியன் தானே லைட்டரில் பற்றவைக்கவும் செய்தான். மூன்று சிகரெட்டுகளும் காலியானபிறகுதான் தள்ளாடியபடியே நகர்ந்துபோனான்.

ஆழமான பெருமூச்சை விட்டார்கள் மூவரும். அவன் நின்றுகொண்டிருந்த இடத்தில் குனிந்து, அவன் தவறவிட்ட லைட்டரை எடுத்தார் பாண்டியன். சங்கிலி கோர்க்கப்பட்ட அந்த லைட்டரில் துப்பாக்கியின் படம் வரையப்பட்டிருந்தது.

★★★

மால் ஆஃப் பெர்லினில் துப்பாக்கி பொம்மை கிடைக்கவில்லை. மெட்ரோ ரயிலேறி Potsdamer Strabe-க்குச் சென்றார்கள். 'ஒன் யூரோ ஷாப்' இருந்தது. நம்மூரில் 'எதை எடுத்தாலும் 10 ரூபாய்' போல, அங்கே 'எதை எடுத்தாலும் 1 யூரோ'. ஒருவழியாகத் துப்பாக்கி பொம்மை கிடைத்தது.

★★★

அதிகாலை பிராங்க்பர்ட் விமானநிலையம். உலகத்தின் பெரிய, பரபரப்பான விமான நிலையங்களில் ஒன்று. சம்பிரதாயங்களை முடித்து, விமானத்தை நெருங்கவே இரண்டுமணி நேரத்துக்கும் மேலானது. சோதனையில் 'லைட்டருக்கு விமானத்தில் அனுமதியில்லை' என்று பறித்துக்கொண்டார்கள்.

விமான இருக்கையில் அமர்ந்ததும் "சாலட் இருக்கிறதா?" என்ற பூங்குன்றனின் கேள்விக்கு, பணிப்பெண் வேகவேகமாய்த் தலையசைத்தது, பூகம்பத்தின்போதான பறவையின் சிறகசைப்பைப்போலிருந்தது. ஒருவழியாகப் பூங்குன்றனுக்கு வெஜ்-பர்கர் கிடைத்தது.

சாப்பிட்டுக்கொண்டே, "இதைத் தின்னுறது என் வாயில யாரோ துப்பாக்கியைத் திணிக்கிறமாதிரியே இருக்கு" என்றார் பூங்குன்றன்.

"எனக்கும் சமயத்தில சாம்பார் சாதம் சாப்பிடறப்போ அப்படித்தான் இருக்கும்" என்றான் மோகன்தாஸ்.

❒ ❒ ❒

12. கேம் ஷோ

"நீங்க இதெல்லாம் முன்னாடியே சொல்லலையே?" என்று கேட்டாள் லயா.

"ஆமாம். நீங்க முதல்ல சொன்னது வேற. இப்போ சொல்றது வேற" என்றான் அஷ்வத்.

"உங்க அக்ரிமென்ட்ல பேஜ் நம்பர் 37 - படிச்சுப்பாருங்க" என்றான் பிரவீண், கேம் ஷோ நடத்தும் சர்வதேச நிறுவனத்தின் அதிகாரி.

'இந்த கேம் ஷோவில் ஆட்ட விதிகள் எப்போது வேண்டுமானாலும் மாற்றப்படும். இந்த விதிகளை ஏற்றுக்கொள்ள மறுத்தால் தகுந்த இழப்பீட்டை நிறுவனத்துக்கு வழங்க வேண்டும்' என்றது விதி.

திரையரங்குகள், தொலைக்காட்சிகளில் இருந்து மக்கள் ஓ.டி.டி எனப்படும் இணைய மேடைக்குப் பெரும்பாலும் நகர்ந்துவிட்ட காலமது. கேம் ஷோக்களும் ஓ.டி.டிக்கு நகர்ந்துவிட்டன. இருக்கும் போட்டிகளில் தக்கவைக்க ஏராளமான புதுமைகளைப் புகுத்த வேண்டியிருந்தது. இந்த கேம்ஷோ, எல்லா ஷோக்களையும் போலவே '60 நாள்கள் வெளியுலகத் தொடர்பின்றி வாழும் கேம்' என்றே ஆறு போட்டியாளர்களை அழைத்திருந்தது. அதில் லயாவும் ஒருத்தி. அவள் ஒரு வளர்ந்துவரும் நடிகை. ஆனால் அவள் 'வளர்ந்துவருகிறாள்' என்பதையும் அவள்தான் சொல்லவேண்டும். அஷ்வத் ஒரு மாடல். சினிமா பாடலாசிரியர், யூ-ட்யூப் பிரபலம், இளம் அரசியல்வாதி, ஹோட்டல் பணியாளர் மற்ற நால்வர்.

79

“வழக்கமா ஒரு வீட்டில உங்களை அடைச்சு, நீங்க என்ன பண்றீங்கன்னு ஆடியன்ஸ் பார்க்கிறது, ரொம்ப போரடிச்சுப்போயிடுச்சு. அப்படியான கேம் ஷோக்கள் போன சீஸன் எடுபடலை. அதே கான்செப்ட்தான். ஆனா வீடு கிடையாது. உங்களை ஆபத்துள்ள, ஆபத்தில்லாத இடங்களுக்கு கூட்டிட்டுப்போவோம். உங்க உயிருக்கு நாங்க உத்திரவாதம். லட்சக்கணக்கில இன்ஷ்யூர் பண்ணியிருக்கோம். ஆக்சிடென்ட் நடந்தா கவலைப்பட வேண்டியதில்லை” என்றான் இன்னொரு அதிகாரியான சாம்சன்.

“இன்னொரு முக்கியமான விஷயம். இதைத்தான் நீங்க எதிர்பார்த்திருக்க மாட்டீங்க. உலகமே நீங்க என்ன செய்றீங்கன்னு பார்த்துக்கிட்டிருக்கும். ஆனா அது பார்ட் ஆஃப் த கேம்தான். அதிகபட்சம் 5 மணிநேரம்தான் நீங்க அந்த கேம்ல இருக்கப்போறீங்க. அதில சிலநேரம் நாங்களே நீங்க என்ன செய்யணும்னு ஸ்கிரிப்ட் கொடுத்துடுவோம்” என்ற பிரவீண், சில நொடிகள் இடைவெளிவிட்டுச் சொன்னான்.

“இந்த விளையாட்டின் முக்கியமான அம்சமே வேற. அதான் இதை மற்ற கேம் ஷோக்களில் இருந்து வித்தியாசப்படுத்தப்போகுது. இங்கே எப்படி உங்களைச் சுத்தி கேமராக்கள் இருக்குதோ அதேமாதிரி தமிழ்நாட்டின் முக்கியமான பிரபலங்கள் வீட்டில் அவங்களுக்குத் தெரியாம கேமராக்கள் பொருத்தியிருக்கோம். நீங்க என்ன செய்றீங்கன்னு ஆடியன்ஸ் பார்க்கிறமாதிரி, பிரபலங்கள் என்ன செய்றாங்கன்னு நீங்க கண்காணிக்கப்போறீங்க. உங்களை மக்கள் கண்காணிக்கிறது உங்களுக்குத் தெரியும். ஆனா நீங்க கண்காணிக்கிறது அந்தப் பிரபலங்களுக்குத் தெரியாது. அங்கே என்ன நடந்தாலும் சரி, நீங்க பார்க்கணும். உங்களால் பார்க்காம தவிர்க்கவே முடியாது. அப்போ உங்களுடைய உடல்நிலை, மனநிலை இதெல்லாம் எப்படி ஆட்டத்தில் பிரதிபலிக்குதுங்கிறதை அனலைஸ் பண்ணி ஆடியன்ஸ் முன்னால வைப்போம். ஆனா இதை 30வது நாளில்தான் பார்வையாளர்களுக்கு உடைக்கப்போறோம். அதுவரைக்கும் இதைச் சாதாரண கேம் ஷோவா நினைச்சுத்தான் அவங்க பார்ப்பாங்க” என்றான் பிரவீண்.

“இது தப்பில்லையா?” என்றான் அஷ்வத்.

“டெக்னாலஜி வளர்ந்தபிறகு எதுவுமே தப்பில்லை. லுக் மிஸ்டர் அஷ்வத், உங்க ஐட்டி சைஸ், பிடிச்ச பெர்ஃபீப்யூம், என்னென்ன போர்ன் சைட் பார்த்தீங்க, யாரோட சாட் பண்ணீங்க, யார் பேரை பாஸ்வேர்டா வெச்சிருக்கீங்கன்னு அத்தனையும் இன்னைக்கு ரகசியமில்லை. எல்லாமே டேட்டாவா மாறியிருக்கு. இதெல்லாம் நீங்க பிரவுஸ் பண்ணனும்னு அவசியமில்லை. ‘எந்த சினிமாவுக்குப் போகலாம்’னு நீங்க யார்கிட்டே பேசினாலும் உங்க ஃபேஸ்புக், ட்வீட்டர், மெயில்ல டிக்கெட் புக்கிங் வெப்சைட், பட விமர்சனம் வந்து நிக்கிறதைக் கவனிச்சிருப்பீங்க. சமயங்களில் எதையாவது யோசிச்சாக்கூட அதுதொடர்பான விளம்பரங்கள் உங்களுக்கு வருமே?” என்ற பிரவீணைத் தொடர்ந்தான் சாம்சன்.

“பிரபலங்கள்மீது மக்களுக்கு எப்பவும் ஈர்ப்பும் இருக்கு, வெறுப்பும் இருக்கு. அவங்களோட பணம், செல்வாக்கு, புகழ்மேல மக்களுக்குப் பொறாமை இருக்கு. ‘நாம இருக்கவேண்டிய இடத்தில இவள்/ன் இருக்கான்’னுதான் நினைக்கிறாங்க. சோஷியல் மீடியாவில் பிரபலங்களின் பக்கங்கள் போய்ப்பாருங்க. மக்கள் கெட்டவார்த்தையில் திட்டாத பிரபலமே கிடையாது. பிரபலங்கள் எப்போ அம்பலப்படுவாங்கன்னு காத்துக்கிட்டிருக்காங்க. அவங்க ரகசியங்களைத் தெரிய ஆவலாயிருக்காங்க. லயா, நீங்க பெரிய பிரபலம் கிடையாதுதான். ‘ஆனால் நடிகை லயா செய்த காரியத்தைப் பாருங்கள்’னு ஒரு வீடியோவுக்கு எத்தனை வியூஸ் வந்தது?”

“ஒன் மில்லியனுக்கு மேல” என்றாள் லயா.

“ஆனா, பிரபலங்களைக் கண்காணிக்கிறது பிரச்னையில்லையா?” என்றான் யூ-ட்யூப் பிரபலம்.

“அதைப்பத்தி நீங்க ஏன் கவலைப்படறீங்க? உங்களுக்கு எந்தச் சட்டச்சிக்கலும் வராது. நாங்க பார்த்துக்கிறோம்” என்ற பிரவீணின் குரலில் ரிங் மாஸ்டரின் தோரணை.

★★★

மறுநாளில் இருந்து தொடர்ச்சியான அழுத்தங்கள். சிலசமயம் வீட்டில். பலசமயம் வினோதமான இடங்களில். அடர்ந்த காட்டில், பனிமலைச்சிகரங்களில், பாலைவனத்தில், நடுக்கடல்

பயணம், பேய் நடமாடுவதாகச் சொல்லப்படும் கட்டடம், சுடுகாடு என விதவிதமான இடங்களில் போட்டியாளர்கள் என்ன ரியாக்ட் செய்கிறார்கள் என்பதைப் பார்வையாளர்கள் கண்காணித்துக்கொண்டிருந்தனர். அவர்களிடமிருந்தே 'எந்த இடத்துக்கு அவர்கள் போகலாம்' என்ற பரிந்துரைகளும் வந்து குவிய, தகுந்தவற்றைப் பரிசீலனை செய்தது கேம்ஷோ நிறுவனம்.

எங்கிருந்தாலும் பிரபலங்களைக் கண்காணிப்பதற்கான ஏற்பாடு அவர்களுக்குச் செய்யப்பட்டிருந்தது. யார், யாரைக் கண்காணிக்கிறார்கள் என்பது மற்ற ஐவருக்குத் தெரியாது. அதைப்பற்றிப் பேசக்கூடாது என்பது முக்கிய விதி.

"மனுஷங்க எவ்ளோ முன்னேறினாலும் அவங்களுக்கு அடிப்படையில பிடிச்ச விஷயம் செக்ஸும் வன்முறையும். இது எப்பவுமே அவங்க அடிமனசுல இருக்கு. அதைநோக்கித்தான் இங்கே எல்லாம். இதயத்தில தமனி, சிரைன்னு ரெண்டு அறை இருக்கும். அந்த ரெண்டு அறையிலும் நிரம்பி வழியறது செக்ஸும் வன்முறையும்தான்" என்றார் சினிமா பாடலாசிரியர்.

"நல்லாப் பேசுறீங்களே சார். அப்புறம் ஏன் இங்கே வந்தீங்க?" என்றார் இளம் அரசியல்வாதி.

"இதயத்தைத் தாண்டி வயிறு இருக்கே. முதல்ல நான் சொன்ன ரெண்டு விஷயத்துக்கும் பணமும் தேவைப்படுதே" என்றவர் உரையாடலை அத்துடன் முடித்துக்கொண்டார்.

★★★

லயா கண்காணித்தது ஒரு பிரபல கார்ப்பரேட் சாமியாரின் ஆசிரமம். அவளுக்கு பக்தி, பஜனை, பிரசங்கங்களில் எப்போதும் ஆர்வமிருந்ததில்லை. அந்தச் சாமியாரின் பேச்சை சிலநாள்கள் கேட்க, கேட்க சிறுவயதில் அவள் படித்த நீதிக்கதைகளும் காமிக்ஸ் மற்றும் பாடப்புத்தகங்களும் நினைவுக்கு வந்தன. எப்படி இதை உலக அதிசயமாகக் கேட்க பக்தர்கள் குவிகிறார்கள் என்று அவளுக்குப் புரியவில்லை. சிலசமயங்களில் அந்த குருஜியின் வித்தியாசமான நடவடிக்கைகள், நடக்கச் சாத்தியமில்லாதவற்றை நடத்திக்காட்டியதாக அளக்கும் பிரதாபங்கள் கொஞ்சம் பொழுதுபோக்காகவும் இருந்தன.

ஆனால் போகப்போகத்தான் அது ஒன்றும் முட்டாள் கூடமோ பொழுதுபோக்கு மையமோ இல்லை என்பது அவளுக்குப் புரிய ஆரம்பித்தது. பெரும் அரசியல் புள்ளிகள், அதிகாரிகள், அவள் ஆதர்சமாய் நினைத்த சினிமா பிரபலங்கள், இவர்களின் உறவுக்காரப் பெண்கள் வந்துபோக அது அதிகாரச் சக்கரத்தின் பிரமாண்டமான அச்சு என்பது புரிந்தது. அங்கே எல்லாமே கிடைத்தது. பக்தி, அறிவுரைகள், சிகிச்சை, போதை, பாலுறவு, பதவி, அதிகாரம்... யாருக்கு எது தேவையோ அது கிடைத்தது. அவர்கள் மூலம் தேவையானதை ஆசிரமம் பெற்றுக்கொண்டது.

கேமரா, குருஜி மற்றும் பிரதானச் சீடர்களின் படுக்கையறை நோக்கித் திரும்பியபோது அதிர்ந்துபோனாள். ஒருநாள் கிறக்கத்தில் குருஜி அந்தப் பெண்ணிடம் சொன்னார், “போதையும் சந்தோஷமும்தானே ஸ்வர்க்கம். அந்த ஸ்வர்க்கத்தை என்னை நாடி வர்றவங்களுக்குத் தர்றேன்”

இதையெல்லாம் பார்க்கப் பார்க்க லயாவுக்கு உணர்வின் இழைகள் ஒவ்வொன்றாய் அறுந்தன. இந்த உலகத்தில் என்ன நடந்துகொண்டிருக்கிறது, இது சிறு உலகம்தான். ஆனால் பெரும்பான்மை உலகத்தைக் கட்டுப்படுத்துபவர்கள் நிறைந்த சிறு உலகம். அந்த உலகத்துக்கும் இந்த உலகத்துக்குமான அளவுகோல்கள் எல்லாவகையிலும் மாறுபடுகிறதே, இதில் எது சரி, எது தவறு, எதற்கு என்ன அர்த்தம், அர்த்தம் என ஒன்றிருக்கிறதா? கேள்விகள் மூளையிலிருந்து புழுக்களைப் போல் ஊர்ந்தன. இந்த நிலை அவளது கேம் ஷோவிலும் பிரதிபலிக்கத் தொடங்கியது. அவளுக்கு மட்டுமல்ல, எல்லோருக்கும்தான். இந்த வித்தியாசங்களை அவர்கள் புரிந்தாலும் அதிலிருந்து மீள முடியவில்லை.

குளியலறையில் கேமராக்கள் இல்லை என்று அவளுக்குத் தெரியும். ஆனால் அவள் அணிந்த உடைகளுடனே குளிக்கத்தொடங்கினாள்.

★★★

ஆறாம் நாள். “உன் தங்கச்சி உன்னைவிட சில விஷயங்களில் அழகா இருக்கா” என்று அஷ்வத் சொன்னபோது அவளுக்குச் சந்தேகம் வந்தது. அவள் குடும்பப்பேட்டி சில மீடியாக்களில் வந்திருக்கிறது என்று அவள் யோசிக்கும்போது, அங்கே

பெரிய அலாரம் அடித்தது. அஷ்வத்துக்கு அவசர அழைப்பு. அதன்பின் அவன் வரவில்லை. 'தவிர்க்கவியலாத காரணங்களால் அஷ்வத் வெளியேறுகிறார்' என்று அறிவிக்கப்பட்டது. ஆனால் அவனை வெளியேற்றமாட்டார்கள், கேம் முடிவதற்குள் இந்த ரகசிங்கள் கசிய அனுமதிக்கப்படாது, அவன் வேறெங்கோ மாற்றப்பட்டிருக்கிறான் என்றுதான் லயா நினைத்தாள்.

'அவன் ஏன் என் தங்கையைப் பற்றிச் சொன்னான்? என் வீடும் கண்காணிப்பில் இருக்கிறதா?' என்ற கேள்வி லயாவைத் தொந்தரவு செய்துகொண்டேயிருந்தது. ஒரு ராட்சத இயந்திரத்தின் அழுத்தம்.

★★★

மூன்றே நாள்களில் அவள் தன் தங்கையை அந்த ஆசிரமத்தில் பார்த்தாள். அடுத்து என்ன நடக்கக்கூடாது என்று நினைத்தாளோ அது நடந்தது. எது நடந்ததோ அது மோசமானது. அவளால் அதைப் பார்க்காமல் இருக்க முடியவில்லை. எதையும் நிறுத்தக்கூடிய சக்தியோ அதிகாரமோ அவளுக்கு இல்லை. ஆனால் அவளை அதைப் பார்க்கவைக்கக்கூடிய சக்தி, அதிகாரத்துக்கு இருந்தது.

★★★

மறுநாள். இன்று வீட்டில்தான் கேம். தனக்குக் கொடுக்கப்பட்ட ஸ்கிரிப்டின்படி பாடலாசிரியர் லயாவை நெருங்கவேண்டும். அதற்கு அவள் என்ன எதிர்வினை செய்யப்போகிறாள் என்பது நிகழ்ச்சியின் வெற்றியைத் தீர்மானிக்கும். சமையலறையில் காய்கறி நறுக்கிக்கொண்டிருந்த லயாவுக்கு, அவர் நெருங்கும்போது மீண்டும் மீண்டும் மந்திரம்போல் குரல்கள் கேட்டன. எல்லாமும் நினைவுக்கு வந்தன. ஏதேதோ நினைவுக்கு வந்தன. அவள் கைகள் எப்போது கத்தியை எடுத்து அவரைத் தாக்கத்தொடங்கின என்பது அவளுக்குத் தெரியவில்லை. அவள் ஒரு ராட்சத இயந்திரமாகியிருந்தாள். அந்தச் சத்தத்தின் முன்னால் வேறெந்த சத்தமும் கேட்கவில்லை.

சமையலறையில் மூன்று கத்திகள் இருந்தன. மற்றவர்கள் நெருங்கிவந்தபோது என்ன நடந்தது, யார் உயிருடனிருந்தார்கள், யார் கொல்லப்பட்டார்கள் என்று தெரியவில்லை.

★★★

'மறுநாள் நிகழ்ச்சியைக் காண முடியாது' என்பது தெரியாமலே பார்வையாளர்கள் இன்றைய காட்சியை ரசித்துக்கொண்டிருந்தார்கள். அடர்ந்த காட்டுக்குள் லயா வழியைத் தொலைத்துவிட்டாள். "எங்கே இருக்கீங்க? யாராச்சும் இருக்கீங்களா?" என்று குரலெழுப்பியபடி அவள் ஓடிக்கொண்டிருந்தாள். அப்போது மரத்திலிருந்து ஒரு புழு அவள் தோள் மீது விழுந்தது. பயந்து அலறினாள்.

13. பூச்சிகளின் நகரம்

கிட்டத்தட்ட ஒருமாதத்துக்குப் பிறகு இன்றுதான் வாக்கிங் செல்ல முடிந்தது. நவம்பரில் மெல்லத் தொடங்கி சென்னையை மூழ்கடித்த பெருமழையின் வெள்ளம் கொஞ்சம் கொஞ்சமாக வடிந்திருக்கிறது. ஆனால் இன்னமும் கணுக்கால்வரை நனைக்கும் மழைநீர். தினமும் அதிகாலை வாக்கிங், அதற்குமுன்பு சூடான டீ...இவை இல்லாத நாள்கள் செல்வாவுக்கு கஷ்டமாகத்தானிருந்தன.

டீயைக் குடித்துக்கொண்டிருந்தபோதுதான் பார்த்தான். சுவற்றில் மெல்ல ஊர்ந்துகொண்டிருந்த அந்தப்பூச்சி, ஆரஞ்சு நிறத்தில் இருந்தது. கைத்தடியின் முனையைப்போல் வளைந்த தோற்றம் கொண்ட அந்தப் பூச்சியின் முதுகில் வெள்ளைக்கோடுகள். இதுவரை காணாத விசித்திரமாய் இருந்த பூச்சியை செல்போனில் படம் எடுத்துக்கொண்டான்.

"இந்தப் பூச்சி என்னன்னு தெரியுமா?" என்று டீக்கடைக்காரரைக் கேட்டான். அவர் மூன்று வினாடிகள் அவனை உற்றுப்பார்த்துவிட்டு, தலையை மட்டும் லேசாக அசைத்தார். டீ கொடுப்பது, காசு வாங்குவதைத் தவிர அவர் எந்த வினையிலும் ஈடுபட்டு அவன் பார்த்ததில்லை. அவனுக்கும் அதிகம் பேசும் டீக்கடைக்காரர்களைப் பிடிக்காது என்பதால்தான் இங்கே வருகிறான்.

வாட்ஸ்-அப்பில் ஆஸ்திரேலியாவில் வசிக்கும் தன் நண்பன் மகேஷுக்கு அனுப்பினான். அவன் ஓர் உயிரியல் விஞ்ஞானி. அவனே வாட்ஸ்-அப் காலில் வந்தான்.

சுகுணா திவாகர்

“இந்தப் பூச்சி எப்படி அங்கே?” என்றான் மகேஷ்.

“ஏன்? அந்தப் பூச்சியைப் பத்திச் சொல்லு”

“இதோட பேர் ‘ஈகிள் ஆரஞ்சு’. ஒண்ணு கடுமையான பனி, இல்லைன்னா அதிகமான வெப்பநிலையிலதான் இது இருக்கும். இந்தியாவில எப்படி?”

“இப்பத்தான் இந்தியாவோட கிளைமேட்டே மாறிடுதே. தண்ணியில்லாக் காடுதான் சென்னை. மழை வந்தா அதிசயம். ஆனா இப்ப வந்த மழை அடிச்சு ஊத்தி துவம்சம் பண்ணிடுச்சே”

“இருந்தாலும் எனக்கு ஆச்சர்யமாத்தான் இருக்கு. ஒண்ணுதானே பார்த்தே?” என்றான் மகேஷ்.

★★★

அலுவலகம் சென்றதும் முதல்வேலையாக ‘ஈகிள் ஆரஞ்சு’ குறித்து இணையத்தில் தேடினான். அவன் கைத்தடியின் முனை என்று நினைத்தது, கழுகின் மூக்கின் வடிவம்தான். அதனால்தான் அதற்கு இந்தப் பெயர். உலகின் கொடூரமான பூச்சிகளில் ஒன்று. மகேஷ் சொன்னது சரிதான். அதிக வெப்பநிலை கொண்ட, லிபியாவில் உள்ள எல் அசிசியா மற்றும் குறைந்த வெப்பநிலை கொண்ட சைபீரியாவிலும் இது அதிகம். பனி முதலைகளின் கண்களை அரித்துத் தின்பது இதற்குப் பிடித்த உணவுப்பழக்கம். மற்ற விலங்குகள், மனிதர்களின் தோலில் கடித்தால் தன் எடையைவிட 15 மடங்கு அதிகம் ரத்தம் குடிக்குமாம். தன் வாழ்நாளில் 3000 முட்டைகள் இடுமாம். அமெரிக்கப் பசுக்களின் சாணத்திலிருந்து இவை உற்பத்தியாகலாம் என்று ஒரு கருத்து இருந்தது. எல்லாம் சரி, எப்படி இது சென்னைக்கு வந்தது?

★★★

சிலநாள்கள் அந்த டீக்கடை சுவற்றில் ‘ஈகிள் ஆரஞ்சு’ இருக்கிறதா என்று பார்த்தான். இல்லை. பிறகு வழக்கமான அலுவல்கள், கவலைகளில் மறந்துபோனான். இரண்டு வாரங்களுக்குப் பிறகு ஒருநாள் வாட்டர் கேனைக் கவிழ்க்கும்போது மூன்று பூச்சிகள் கேனில் இருந்து ஓடியதைப் பார்த்தான். மொத்தத் தண்ணீரையும் பாத்ரூமுக்குள் கொட்டினான். அந்தப் பூச்சிகள் எங்கே போயின என்று

வீடு முழுக்கத் தேடிப்பார்த்தான், கட்டில்கள், மேஜை, பீரோக்களுக்குக் கீழே குனிந்து பார்த்தபோது கிட்டத்தட்ட அதே நிறமுடைய ரசீது, சாக்லேட் உறை, துண்டுப்பிரசுரத்தின் கிழிந்த பகுதி ஆகியவை கிடைத்தன. ஆனால் அந்தப் பூச்சிகளைக் காணவில்லை.

இரவு, ஊரிலிருந்து அம்மா போன் செய்தபோது அந்தப் பூச்சிகளைப் பற்றிச் சொன்னான்.

"சீக்கிரம் கல்யாணம் பண்ணு. 28 வயசாச்சு" என்றார் அம்மா.

அதற்கும் இதற்கும் என்ன சம்பந்தம் என்று தெரியவில்லை.

"ரொம்ப பயமாயிருந்தா ஒரு வாரம் லீவு போட்டுட்டு ஊருக்கு வா"

"நான் பயந்தேன்னு உங்ககிட்ட சொன்னேனா? எதுக்குப் பயம்? பூச்சிதானே?"

"நம்ம ஊரு பூச்சி இல்லைங்கிறியே? ரூமை மாத்த வேண்டியதுதானேடா?"

"என்னம்மா, ஒரு பழமொழி சொல்வாங்களே, அதை அப்படியே சீரியஸா சொல்றே?"

"சரி" என்றபடி, ஒரு சாமியாரின் பெயரைச் சொல்லி "மகானை நினைச்சுக்க. எந்தப் பிரச்னையும் வராது" என்றார்.

"அவர் பூச்சி பிடிக்கிறவரா?"

"இந்தத் திமிருக்கு ஒண்ணும் குறைச்சல் இல்லை" என்றார் அம்மா.

அவர் பேசி முடித்த பத்து நிமிடத்தில் தம்பி, அந்த சாமியாரின் புகைப்படத்தை வாட்ஸ்-அப்பில் அனுப்பிவைத்தான். 'டி.பி.யா வெச்சுக்கோ. எந்தப் பிரச்னையும் இருக்காது' என்ற செய்தியையும் அனுப்பியிருந்தான். இப்போது வாட்ஸ்-அப் வழியாகவும் சாமியார்கள் வருகிறார்கள் என்பது ஆச்சர்யமாக இருந்தது. வாட்டர் கேன்களைத் தவிர்த்துவிட்டால் வேறு என்ன வழிகள் இருக்கின்றன என்று யோசிக்க ஆரம்பித்தான்.

★★★

அவனும் நண்பனும் சினிமாவுக்குச் சென்றபோது, அவன் தொடையில் ஏதோ ஊர்ந்ததுபோலிருந்தது. செல்போன் வெளிச்சத்தில் பார்த்தபோது, சில 'ஈகிள் ஆரஞ்சு' பூச்சிகளைப் பார்த்ததும் அதிர்ந்தான்.

"முதல்ல வெளியே வா" என்று நண்பனை இழுத்துப்போனான். அவனுக்கு என்ன காரணம் என்று தெரியவில்லை. கதவைத் திறக்கும்வரை அவன் கண்கள் திரையில்தான் இருந்தன.

"சார், இந்தக் காலத்துல ஏது சார் மூட்டைப்பூச்சி? அதுவும் டூரிங் டாக்கீஸா, என்ன இது? மல்ட்டிபிளெக்ஸ் காம்பளக்ஸ்ல இருக்கிற தியேட்டர் சார்" என்றார் மானேஜர்.

"அது மூட்டைப்பூச்சி இல்லை. அதோட பேர் ஈகிள் ஆரஞ்சு. கொடூரமான பூச்சி" என்றவன், சில வினாடிகள் மொபைலில் தேடி, அதன் படத்தைக் காட்டினான்.

"ஏதாவது வயக்காட்டில இருக்கும் சார். நான் பார்த்ததே இல்லையே" என்றார் மானேஜர்.

"வந்து என் சீட்டை செக் பண்ணுங்க" என்றான்.

"இப்ப சான்ஸ் இல்லை சார். எல்லாரும் படம் பார்த்துக்கிட்டிருக்காங்க. இண்டர்வெல் விடட்டும்" என்றார்.

இடைவேளையில் பணியாளர்கள் வந்து தியேட்டரை அலசினார்கள். ஒன்றும் அகப்படவில்லை.

"சரி வா, கிளம்பலாம்" என்றான் செல்வா.

"டேய், இந்தப் படத்துக்கு எவ்ளோ கஷ்டப்பட்டு டிக்கெட் வாங்கினேன் தெரியுமா?"

"ஒருமாசத்தில நெட்ஃபிளிக்ஸ்ல வரும்டா" என்று அழைத்துப்போனான். இப்போதும் காலித்திரையைப் பார்த்தபடியே வந்தான் நண்பன்.

★★★

"அந்தப் பூச்சியைப் பத்திச் சொல்லுங்க" என்றார் உளவியலாளர்.

செல்வா பொறுமையாகச் சொல்லிமுடித்ததும், அவரும் லேப்டாப்பில் தேடி தகவல்களை உறுதிப்படுத்திக்கொண்டார்.

"உண்மைதான். ஆனா மத்த யாரும் இந்தப் பூச்சியைப் பார்த்ததாச் சொல்லலையே?"

"ஆனா நான் பார்த்தது பொய்யில்லையே. நான் எடுத்த போட்டோ பார்த்தீங்களே?"

"அந்த ஒரு போட்டோதானே, அதுக்கப்புறம் நீங்க எடுக்கலையா?"

"இல்லை டாக்டர். அதுக்கான சந்தர்ப்பம் அமையலை"

"செல்வா. நீங்க சுற்றுச்சூழல் பத்தி நிறைய புத்தகங்கள், கட்டுரைகள், செய்திகள் படிப்பீங்களோ?"

"அதனால் இதெல்லாம் என் மனப்பிரமையா இருக்கும்னு சொல்றீங்களா?"

"உறுதியாத் தெரியலை, நிறைய விஷயங்கள் வருது. உதாரணத்துக்கு குளோபல் வார்மிங் பத்தியே ரெண்டு தரப்பு இருக்கு. 'இன்னும் இந்த பூமி 30 வருஷம்தான், 40 வருஷம்தான்'னு சொல்றவங்களும் இருக்காங்க. 'அதெல்லாம் பைத்தியக்காரத்தனம்னு சொல்றவங்களும் இருக்காங்க. அணு உலை, நியுட்ரினோ, ஆர்கானிக், தடுப்பூசின்னு ஏராளமான விஷயங்களில் இப்படி கருத்துமாறுபாடு இருக்கு. சமயத்துல ரொம்பவே பயமுறுத்துறாங்கன்னும் தோணுது"

"அப்ப எதுக்கும் பயப்படவே வேண்டியதில்லைங்கிறீங்களா?"

"பயப்பட வேண்டியதுக்குப் பயப்படத்தான் வேணும். ஆனா அது பயப்பட வேண்டியதுதானான்னு தெரியணும்ல? நானே ஏதோ 'விசு' பட டயலாக் பேசிக்கிட்டிருக்கேன்ல" என்று சிரித்தவர், "மெடிசன்ஸ் எழுதித் தர்றேன். சாப்பிட்டுப் பாருங்க. ஒரு மாசம் பார்ப்போம். நீங்க தூங்க நைட் ரெண்டு மணி ஆகுதுன்னு சொல்றீங்க. காலையில சீக்கிரம் எந்திருச்சிடறீங்க. தூக்கமின்மை பல நோய்களுக்குக் காரணம்" என்று கொஞ்சம் ஆங்கிலத்தில் அதுகுறித்த விவரங்களைச் சொன்னார்.

"இப்போ நீங்களும் பயமுறுத்தத்தான் செய்றீங்க டாக்டர்"

★★★

பத்து நாள்களாக நல்ல உறக்கம் வருகிறது. உண்மையிலேயே இது புத்துணர்ச்சியாகத்தானிருக்கிறது. ஆனால் ஏன் மற்ற

நாள்களில் தூக்கம் வருவதில்லை என்று செல்வாவுக்குத் தெரியவில்லை.

மீண்டும் பெருமழை. வீட்டில் மழைநீர் புகுந்திருந்தது. இப்போது ஆங்காங்கே ஈகிள் ஆரஞ்சைப் பார்த்தான் செல்வா. பயந்து ஹாலுக்குப் போனான். அது தடயமின்றி உலர்ந்திருந்தது. டி.வியை ஆன் செய்தான்.

“இப்போது நமக்கு முன் இருக்கும் மூன்று கேள்விகள், புயல்களுக்கு என்ன பெயர் வைப்பது, புதிதாகத் தோன்றும் நோய்களுக்கு என்ன பெயர் சூட்டுவது, நமது ‘புதிய இந்தியா’ திட்டங்களுக்கு என்ன பெயர் வைப்பது என்பதுதான். ஆனால் இதை எதிர்கொள்ளாமல் தேசத்துரோக, பிரிவினைவாத...” - பிரதமர் பேசிக்கொண்டிருக்கும்போது சேனல் மாற்றினான்.

“சம்ஸ்கிருதம் பேசினால் சிறுநீரகத்துக்கு நல்லது. நம் தேசம் பண்பாட்டுப் பொக்கிஷங்கள் பலவற்றை இழந்துவிட்டது. நமது முனிவர்கள் தவமிருக்கும்போது அவர்கள்மீது புற்று வளர்வது தெரியாமல் தியானத்திலிருப்பார்கள். நம்மால் அது சாத்தியமில்லை என்பதால்தான் புற்றில் உள்ள பாம்புக்குப் பால் வார்த்துவந்தோம். அந்தப் பழக்கம் இப்போது குறைந்துவிட்டது. புற்று வழிபாடு இருந்தவரை இந்தியாவில் புற்றுநோய் இருந்ததில்லை” என்று மத்திய அமைச்சர் ஒருவர் மருத்துவப் பல்கலைக்கழகப் பட்டமளிப்பு விழாவில் உரையாற்றிக்கொண்டிருந்தார். செல்வா ரிமோட்டை டி.வியை நோக்கி எறிந்தான். உள்ளிருந்து நிறைய பூச்சிகள் பறந்து ஹாலை வளைக்கத் தொடங்கின. அதில் ஒன்று அவன் கண்ணிமை மேல் ஏறிப்படர்ந்தது.

கனவுதான். விழித்துக்கொண்டான். மீண்டும் தூக்கம் வருமா? வருவதற்கு மீண்டும் மருந்து சாப்பிட வேண்டுமா? குழப்பத்துடன் எழுந்து அமர்ந்து மண்பானையில் இருந்து நீரெடுத்து அருந்தினான். மேலே இயங்கிக்கொண்டிருந்த ஏ.சி இயந்திரத்தில் இரண்டு ‘ஈகிள் ஆரஞ்சு’ பூச்சிகள் இருப்பதை அப்போதுதான் பார்த்தான்.

❐ ❐ ❐

14. கொண்டாடப்படாத மகளிர் தினம்

"ஹேப்பி மென்'ஸ் டே!" என்றாள் அமுதா.

"என்னாது?" என்றான் ராஜன்.

"ஓ, உனக்குத் தமிழில் சொன்னாத்தானே பிடிக்கும்! ஆண்கள் தின வாழ்த்துகள்!"

"ஆண்கள் தினமா, அது எப்போ?"

"நவம்பர் 19. ஹே, எனக்கே தெரியாது. உமாதான் சொன்னா. போன வருஷத்துல இருந்துதான் அவளுக்கே தெரியுமாம்."

"அப்போ ரெண்டு வருஷமாத்தான் உலகத்துல ஆம்பளைங்க பொறக்குறாய்ங்களா?"

"எல்லாத்துக்கும் கிராஸ் கேள்வி கேளு. பெண்களுக்கு ஒரு தினம் இருக்கிற மாதிரி, ஆண்களுக்கு ஒரு தினம். இதில உனக்கு என்ன பிரச்னை?"

"மார்ச் 8-ங்கிறது நீங்க சாக்லேட் கொடுத்து, பிங்க் கலர் சேலை கட்டிக் கொண்டாடுற மாதிரியான மகளிர் தினமில்லை. அது உழைக்கும் பெண்கள் தினம். கிளாரா ஜெட்கின்னு ஒரு ஃபெமினிஸ்ட், பெண்கள் மாநாடு கூட்டி கோரிக்கை வெச்சுக் கொண்டாடின தினம்தான் மார்ச் 8. சிகாகோவில் தொழிலாளர்கள் உரிமைக்காகப் போராடினதுக்காக மே தினம். ஒரு தினம் கொண்டாடணும்னா அதுக்கு ஒரு காரணம் இருக்கணும்."

"ஆண்கள் தினம்னா, பெண்கள் ஆண்களுக்கு நன்றி தெரிவிக்கிற தினம். எதுக்கு நன்றி தெரிவிக்கணும், அடிமையா வெச்சிருக்கிறதுக்கா? வருஷத்துல 365

நாளும் ஆண்கள் தினம்தான். உரிமைக்காகப் போராடுறதை நினைக்கிறதுக்குத் தான் மகளிர் தினம், தொழிலாளர் தினம்னு வேணும். விட்டா ஆண்கள் தினம், ஆதிக்கச்சாதி தினம், எஜமானர்கள் தினம்னு எல்லாம் கொண்டாடுவீங்கபோல இருக்கே?"

"போடா லூசு" என்று போனை வைத்துவிட்டாள் அமுதா.

பெண்களுக்காகப் பேசும் ஆண்களைப் பெண்கள் 'லூசு' என்றுதான் அழைக்கிறார்கள். அழைக்க முடியாத சந்தர்ப்பத்தில் நினைத்துக்கொள்கிறார்கள்.

***

ராஜனுக்கு இன்னொரு அமுதா நினைவுக்கு வந்தாள். அப்போது அவன் கல்லூரி முடித்து வேலை கிடைக்காமல் சின்னச் சின்ன வேலைகள் பார்த்துக்கொண்டிருந்த காலம். அந்த வேலைகளில் ஒன்று எஸ்.டி.டி பூத்தில் வேலை பார்த்தது. அது ஒரு பைபாஸ் அருகில் உள்ள எஸ்.டி.டி பூத். வருபவர்களில் பாதிப் பேர், லாரி டிரைவர்கள், குடிகாரர்கள், லோடுமேன்கள். ஒருநாள் மதியம் ஒரு போன் வந்தது. இரண்டு பெண்கள் பேசினார்கள்.

"ஹலோ, ஹேமா டாக்கீஸா?" என்றது பெண் குரல்.

"இல்லையே, ராங் நம்பர்" என்றான் ராஜன்.

"அப்போ நீங்க யாரு?" என்றது மீண்டும் பெண் குரல்.

"இது எஸ்.டி.டி பூத்துங்க."

"உங்க பேர் என்ன?" என்று மீண்டும் ஒரு கேள்வி கேட்க, உற்சாகமானான் ராஜன். முதன்முதலாக ஒரு பெண் குரல் உரையாட ஆரம்பித்ததில் இவனுக்கும் அந்த உற்சாகம் தொற்றிக்கொண்டது. இரண்டு பெண்கள், மகளிர் கல்லூரி விடுதியிலிருந்து பேசுவதாகச் சொல்லவும், இவனும் பேச ஆரம்பித்தான். இப்படியே நான்கைந்து நாள்கள் போகவும், ஐந்தாம் நாள்தான் உண்மை உடைந்து வெளியே வந்தது.

அது மகளிர் கல்லூரி விடுதியல்ல. அவன் ஊருக்குப் பக்கத்தில் உள்ள ஒரு சிறு கிராமம். ராஜனிடம் பேசியது அமுதா, ஒரு பெண்குழந்தையின் தாய்.

“சும்மா விளையாட்டுக்குத்தான் பேசினோம். ராணியக்காதான் என்னைவிட ஆர்வமா இருந்தாங்க.”

“அவங்க பேரு ராணியா, ஸ்வேதான்னு சொன்னீங்க?”

“என் பேருகூடதான் சியாமளான்னு சொன்னேன். ஆனா என் பேரு அமுதா” என்ற அமுதா, ராணியக்காவைப் பற்றிச் சொன்னாள். அவர் கணவர் திருமணமான இரண்டு மாதங்களில் ஊரை விட்டு ஓடிவிட்டார். குழந்தைகள் கிடையாது. அமுதா வீட்டுக்குப் பக்கத்து வீட்டில் வசிக்கும் ராணியக்காவுக்கு கேன்சர். அமுதா தன் கணவனைப் பற்றிச் சொல்லத்தொடங்கினாள்.

கணவர் பெயர் சௌந்தர். அந்த ஊரில் முக்கியமான புள்ளி. ஒரு கட்சியின் ஒன்றியச்செயலாளர். பக்கத்தில் இருக்கும் மலையில் சொந்தமாக ஒரு எஸ்டேட் உண்டு. ராஜன் ஆணாதிக்கம் என்று எவற்றையெல்லாம் வரையறுத்து வைத்திருந்தானோ, அத்தனையும் சௌந்தரிடம் உண்டு.

இத்தனை உண்மை விவரங்களையும் சொல்வதற்கு அமுதாவுக்கு இரண்டு வாரங்களாகியிருந்தன. ஆனால் ராஜனோ பேச ஆரம்பித்த முதல் நாளிலிருந்தே தன் கல்லூரிக்கால காதல், தன் குடும்பம், வேலைக்கு முயற்சி செய்வது என எல்லாவற்றையும் சொல்லியிருந்தான்.

“அதனாலதான் உங்கமேல நம்பிக்கை வந்துச்சு. எனக்கு என் பொண்ணும் ராணியக்காவும்தான் துணை. அக்காதான் சும்மா விளையாட்டா ஒரு நம்பருக்கு போன் போடுவோம்னு சொன்னாங்க. நல்லவேளை நீங்க நல்லவரா இருந்தீங்க. அதனாலதான் எல்லா உண்மையும் சொன்னேன்.”

“நான் சொல்றது எப்படி உண்மைன்னு கண்டுபிடிச்சீங்க?”

“எங்க வீட்டுக்காரர்கிட்ட பேசிப்பேசி எது பொய்ன்னு எனக்கு நல்லாத் தெரியும். அதனால நீங்க பேசினது பொய்யில்லைன்னும் தெரியும்.”

அன்றிலிருந்து மதியம் ஆனாலே ராஜன் அமுதாவின் போனுக்காகக் காத்திருந்தான். ஒருநாள் தன் வீட்டுக்கு வரும்படி அழைத்தாள் அமுதா.

★★★

பஸ்ஸை விட்டு இறங்கிக் கொஞ்ச தூரம் நடந்தால் அமுதாவின் வீடு. வீட்டின் அடையாளத்தைச் சொல்லியிருந்த அமுதா, எதார்த்தமாக இருப்பதைப் போல வீட்டு வாசலில் அமர்ந்திருந்தாள். முன்னமே சொன்னதைப் போல வீட்டு அருகில் உள்ள சந்து வழியாக வந்தால் அமுதா வீட்டின் பின்புறம். அதன் அருகில்தான் ராணியக்காவின் வீடு.

ராணியக்கா கலகலப்பாகப் பேசினார். அவருக்கு கேன்சர் என்பதை நம்புவது ராஜனுக்கு சிரமமாகத்தான் இருந்தது. அமுதா, தன் மகள் தன்யாஸ்ரீயின் புகைப்படம், கல்யாண ஆல்பம், தன் அம்மா, அப்பா புகைப்படங்கள் என எல்லாவற்றையும் காட்டினாள்.

"அடுத்த வாரம் என் பொண்ணுக்குப் பிறந்தநாள். மார்ச் எட்டு" என்றாள் அமுதா.

"பெண்கள் தினத்திலா?" என்றான் ராஜன் ஆச்சர்யமாக.

"அன்னைக்குத்தான் பெண்கள் தினமா?" என்ற அமுதாவிடம் எந்த ஆச்சர்யமும் இல்லை.

இரண்டு மணிநேரம் பேசியதற்குப் பிறகு, வந்த வழியாகவே ஊருக்குத் திரும்பினான் ராஜன்.

சௌந்தரைப் பற்றிக் கேட்கும்போது வியப்பாகத்தானிருந்தது; கொடூரமாகவும். அவனுக்கு வீட்டில் எல்லாம் சுத்தமாக இருக்கவேண்டும். நாம் குழம்பு, ரசம், மோர் எல்லாவற்றையும் ஒரே தட்டில்தானே சாப்பிடுவோம்? ஆனால் சௌந்தர் சோற்றில் குழம்பு ஊற்றிச் சாப்பிட்டால் அமுதா தட்டைக் கழுவிக்கொண்டு வரவேண்டுமாம். பிறகு சோறு போட்டு ரசம். பிறகு தட்டைக் கழுவி, சோறு ஊற்றி மோர். கேட்கவே விநோதமாக இருந்தது ராஜனுக்கு.

ஒருநாள் பேசும்போது அழுகை நனைத்த குரல். சாப்பாட்டில் முடி இருக்கிறது என்று முகத்தில் தட்டை வீசியெறிந்திருக்கிறான் சௌந்தர். கண்ணுக்குக் கீழே தட்டு வெட்டி, ரத்தம் வழிந்திருக்கிறது. ராணியக்காதான் மருத்துவமனைக்கு அழைத்துச் சென்றிருக்கிறாள்.

"எல்லாப் பாத்திரமும் விளக்கிக்கிட்டேயிருக்கணும் ராஜன். காலையில, மத்தியானம், சாயந்தரம், நைட்டு. ஒருதடவை

அஞ்சிறைத்தும்பி 95

டம்ளர்ல ஏதோ கறைன்னு, என் அப்பா ஊர்ல இருந்து வீட்டுக்கு வந்தப்பவே எனக்கு அடி. பாத்திரங்களைக் கழுவிக் கழுவி எனக்கே அது வியாதியாயிடுச்சு. எந்தப் பாத்திரத்தைப் பார்த்தாலும் அதுல ஏதோ கறை இருக்கிறமாதிரி தோணுது. ஹோட்டலுக்குப் போனா, அம்மா வீட்டுக்குப் போனா, கோயிலுக்குப் போனா எங்கேயாவது தூசியைப் பார்த்தா, கறையைப் பார்த்தா பயம் வந்துடுது" என்றாள் அமுதா.

சௌந்தரிடம் இது மட்டும் பிரச்னையில்லை. அவனுக்குப் பல பெண்களுடன் தொடர்பு இருந்தது. எஸ்டேட்டில், ஊரில் என்று பல செய்திகள் அமுதாவின் காதுகளுக்கு வரத்தான் செய்தன.

"அதெல்லாம்கூட நான் பார்த்ததில்லை ராஜன். ஆனா எங்க வீட்டு வேலைக்காரம்மாவையே... எனக்குத் தெரியும்னு அந்தாளுக்குத் தெரியும். அந்தம்மாவைச் சொல்லியும் குத்தமில்லை" என்று அமுதா சொன்னபோது ராஜனுக்கே என்னவோ போலிருந்தது.

★★★

ராஜனுக்கு ஒரு தனியார் நிறுவனத்தில் விற்பனைப் பிரதிநிதி வேலை கிடைத்திருந்தது. அவனாக அமுதாவுக்கு போன் செய்ய முடியாது. நம்பர் தெரியும்தான். ஆனால் எப்படித் தொடர்பு கொள்வது? ராணியக்கா வீட்டில் போன் இருந்தாலாவது தொடர்பு கொண்டிருக்கலாம். அப்படியும் ஒருநாள் அந்த நம்பருக்கு போன் செய்தான்.

"ஹலோ" என்றது ஆண்குரல். சௌந்தராக இருக்கலாம். ஆனால் அமுதா அவனைப் பற்றிச் சொன்னதை வைத்து ராஜனுக்கு ஒரு சித்திரம் இருந்தது. ஆனால் அந்தச் சித்திரத்துக்குப் பொருந்தாமல், அந்தக் குரல் மென்மையாக இருந்ததைப்போல் தோன்றியது ராஜனுக்கு.

"ஹலோ ஹேமா டாக்கீஸா?" என்றான் அவசரமாக.

"ராங் நம்பர்" என்று போன் வைக்கப்பட்டுவிட்டது. அதற்குப் பிறகும் இரண்டு தடவை அவன் முயற்சி செய்தபோதும் தொடர்பு கிடைக்கவில்லை. என்னவென்று வர்ணிக்க முடியாத சத்தமே தொடர்ந்து கேட்டது.

அதற்குப் பின் ஓராண்டில் பேஜர் வந்து, ஆறு மாதத்துக்குள்ளேயே மொபைல் போன் வந்திருந்தது. ஆரம்பத்தில் இன்கமிங் கால்களுக்கும் கட்டணம். சில ஆண்டுகளில் அந்தக் கட்டணம் இல்லாமல்போனபோது மொபைல் போன் பரவலாக ஆரம்பித்தது. எஸ்.டி.டி பூத்துகளின் பயன்பாடு குறைந்து, கிட்டத்தட்ட இழுத்து மூடவேண்டிய நிலை. ராஜனிடமும் இப்போது, ஒரு பெரிய கொம்புடன், கறுப்புச் செங்கல்லாக ஒரு நோக்கியா போன் இருந்தது. அவனுக்கு அவ்வப்போது அமுதாவின் ஞாபகம் வரத்தான் செய்தது. ஆனால் அவள் வீட்டு போன் நம்பர் மட்டும் நினைவு வரவேயில்லை. சில ஆண்டுகள் கழித்து தொலைக்காட்சிகளில்தான் அமுதாவைப் பார்த்தான்.

அமுதா வீட்டு வேலைக்காரம்மாவின் மகளைப் பாலியல் வன்முறை செய்ய முயன்றதால் அமுதாவும் வேலைக்காரம்மாவும் சௌந்தரைக் கொலை செய்ததாகச் செய்தி வாசிக்கப்பட்டது. ரத்தக்கறை படிந்த ஆடைகளுடன் அமுதாவும் வேலைக்காரம்மாவும். 'கொலை செய்யப்பட்ட தந்தை. கைதான தாய்; கதறி அழும் மகள்' என்ற குரலைத் தொடர்ந்து கேமரா திரும்பியபோது, அங்கே அமுதாவின் மகள் அழுதுகொண்டிருந்தாள். அன்று அவளின் பிறந்தநாள் என்பது ராஜனுக்கு ஞாபகம் வந்தது.

❒ ❒ ❒

15. சாதிவனம்

"மாப்ளே, வேலையே இதானாடா?" என்றான் மகாலிங்கம்.

இது முதன்முறையாகக் கேட்கப்படும் கேள்வி அல்ல என்பதால் சித்தார்த்துக்கு பழகிப்போனது. "இதுவா வேலை?", "இதான் வேலையேவா?", "இது ஹாபி. அப்போ என்ன வேலை பார்க்கிறீங்க?" என்று விதவிதமாகக் கேட்கப்பட்டாலும் அதன் தொனி ஒன்றுதான். அவர்களைப் பொறுத்தவரை வேலை என்பது காலையில் அலுவலகம் செல்வது, மாலை வீடு திரும்புவது. இரண்டு கட்டடங்களுக்கு இடையேயான நிகழ்வுதான் வேலை. ஆனால் சித்தார்த், மனிதர்கள் எங்கிருந்து இந்தக் கட்டடங்களுக்கு வந்தார்களோ அங்கு சென்றான். அவன் இந்தியாவின் முக்கியமான கானுயிர் புகைப்படக் கலைஞன். ஆனால் அந்த 'முக்கியமான' என்பதன் முக்கியத்துவம் பலருக்குத் தெரிவதில்லை.

இன்ஜினீயரிங் படித்து முடித்தாலும் அவனுக்கு போட்டோகிராபியில்தான் ஆர்வம் அதிகம். அதிலும் வைல்ட் லைஃப் போட்டோகிராபியில் மனசு சென்றது. உலகம் முழுக்க காடுகள், மலைகள், நீர்நிலைகள் என வெவ்வேறு பரப்புகளுக்குச் சென்று புகைப்படங்கள் எடுத்துவந்தான். விதவிதமான விலங்குகள், பறவைகள், பூச்சிகள், வெவ்வேறு விதமான அலகுகள், இனம்புரியாத வண்ணங்கள் கொண்ட சிறகுகள், அவற்றின் பழக்கவழக்கங்கள், காதல், யுத்தம் என அனைத்தும் பிரமிப்பூட்டுபவை. அது, தன்னைத்தானே செல்ஃபி எடுத்துத் திரியும் இந்த மனிதர்களுக்குப் புரியாது.

சுகுணா திவாகர்

“தம்பி, ஊர்ல ஸ்டூடியோ வெச்சுத்தர்றேண்டா” என்று சொல்லி அலுத்துப்போனார் அப்பா. “நீபாட்டுக்கு காடு, மலைன்னு சுத்திக்கிட்டிருக்கே. ஏதாவது ஒண்ணு ஆச்சுன்னா என்னாகிறது?” என்பார் அம்மா. அதுவும் உண்மைதான். ஒருமுறை ஜிம்கார்பெட் பூங்காவில் ஒரு சிறுத்தையைப் படம் பிடிக்கும் ஆர்வத்தில் சென்றுவிட்டான். ஒருபக்கம் அடர்ந்த காடு. இன்னொருபக்கம் ஆழமான பள்ளத்தாக்கு. மிகக்குறுகலான ஒற்றையடிப் பாதையில் சென்றபோது எதிரில் யானை தன் இரண்டு குட்டிகளுடன் வந்துவிட்டது. பேசாமல் நின்றுவிட்டான். சிறிதுநேரம் கழித்து அதுவே கடந்துபோனது. இப்படியான பல சந்தர்ப்பங்கள்.

“இதான் வேலையா?” என்று கேட்பவர்களின் இரண்டாவது கேள்வி, “சிங்கம், புலியெல்லாம் பாத்திருக்கியா?” என்பது. சித்தார்த் புலி, சிறுத்தை பார்த்திருக்கிறான். ஆனால் சிங்கம் பார்த்ததில்லை. கிர் காடுகளில் மாதக்கணக்கில் தவமிருந்தும் அவனால் ஒரே ஓர் ஆசிய சிங்கத்தைக்கூட காண முடியவில்லை.

★★★

தங்கைக்கு ஃபாரீனில் வேலை கிடைத்திருக்கிறது. ஒப்பந்தப்படி மூன்றாண்டுகள் இந்தியா திரும்ப முடியாது. “கொஞ்சநாள் எங்ககூட வந்து இரேன்” என்ற தங்கையின் வேண்டுகோளுக்கு ஏற்ப மூன்று மாதங்கள் காட்டுக்கு விடுப்பு எடுத்திருக்கிறான். இடைப்பட்ட காலத்தில் தன் பள்ளி, கல்லூரி நண்பர்களைத் தேடித் தேடிப்பார்க்கிறான். பள்ளி நண்பன் சீனியின் குழந்தைக்கு முதல் பிறந்தநாள் விழா. “உன்கூட படிச்சவன்லாம் கல்யாணம் பண்ணி, குழந்தை பெத்துட்டாங்க. நீ கரடிக்குட்டியை போட்டோ எடுக்கிறேன், கழுதைக்குட்டியை போட்டோ எடுக்கிறேன்னு அலைஞ்சுக்கிட்டிருக்கே” என்றார் அம்மா.

★★★

மண்டபத்து வாயிலில் பெரிய பேனர் வைக்கப்பட்டிருந்தது. சீனியின் மகள் சிரிக்கும் புகைப்படத்தின் அருகில் சிங்கம் ஒன்று வாயைத் திறந்து கர்ஜித்தது. கீழே ‘எங்கள் இன செல்லக்குட்டி ஸ்ரீதனாவை வாழ்த்தும் வீரச்சொந்தங்கள்’ என்ற வாசகத்தின் கீழ் இரண்டு இளைஞர்கள் செல்போன் பேசியபடியே கேமராவைப்

பார்க்க, ஒருவர் மீசையை முறுக்கியபடியும் இன்னொருவர் அகலச் சிரித்தபடியும் காட்சியளித்தார்கள்.

"என்னடா பேனர்ல சிங்கம்லாம் போட்டிருக்கீங்க?" என்றான் சித்தார்த் சீனியிடம்.

"அது எங்க சாதிச்சங்கத்துக்காரங்க வெச்ச பேனர்டா"

"சிங்கம் உங்க சாதியா?"

"உன் நக்கல் இன்னும் போகலை பார்த்தேல்ல, சிங்கம் மாதிரி வீரமான சாதின்னு சொல்றோம்"

"அதுசரிடா, குழந்தையோட முத பொறந்தநாளுக்கேவா?"

"காட்டுல இருந்து இருந்து உனக்கு நாட்டுல என்ன நடக்குதுன்னே தெரியலை" என்றான் சீனி.

விழாவில் தன் பழைய நண்பர்களைப் பார்த்தான். அங்கேதான் மகாலிங்கம் "இதான் வேலையாடா?" கேள்வியைக் கேட்டான்.

"ஏண்டா இதில ஆபத்து இல்லையா?" என்றான் நண்பன் பாஸ்கர்.

"எதிலதான் ரிஸ்க் இல்லை? டிரைவர் வண்டி ஓட்டுறாரு. எப்ப வேணும்னாலும் ஆக்சிடெண்ட் ஆகலாம். டிரைவர்னு இல்லை, வண்டி ஓட்டுற யாருக்கும் எதுவும் நடக்கலாம். செப்டிக் டேங்க் சுத்தம் பண்றவங்க கேஸ் அடிச்சு சாகறதில்லையா?" என்றான் சித்தார்த்.

"கருமம், எதைப்போய் எதோட கம்பேர் பண்றே?" என்றான் மகாலிங்கம்.

தன் இன்ஸ்டாகிராம் பக்கம் போய் தான் புகைப்படம் எடுத்த விலங்குகள், பறவைகள், பூச்சிகளைக் காட்டி நண்பர்களிடம் விவரித்தான் சித்தார்த்.

"எந்த பயங்கர மிருகம்னாலும் இப்போ மகா பயப்பட மாட்டான். ஏன் சொல்லு?" என்றான் பாஸ்கர்.

"ஏன்?" என்றான் சித்தார்த்.

"அவனுக்குத்தான் போன மாசம் கல்யாணம் ஆகிடுச்சே. பொண்டாட்டி வந்தபிறகு, சிங்கம் புலிக்குப் பயப்படவா

சுகுணா திவாகர்

போறான்?" என்ற பாஸ்கரை முதுகில் அறைந்து ஓங்கிச் சிரித்தான் மகாலிங்கம்.

"வாழ்த்துகள்டா. சொல்லவேயில்லை?" என்றான் சித்தார்த்.

"ஆமா, காட்டுக்குள்ள வந்து உனக்கு கல்யாணப்பத்திரிகை வைக்கச் சொல்றியா? சரி, நீ மூணுமாசம் இங்கேதானே இருக்கே, வர்ற சண்டே கோயம்புத்தூர் வீட்டுக்கு வா. என் ஒய்பை அறிமுகப்படுத்திவைக்கிறேன்" என்றான் மகாலிங்கம்.

★★★

சாய்பாபா காலனியில் பெரிய வீடுதான். மகாலிங்கத்தின் மனைவி, கேட்ட கேள்விகளுக்கெல்லாம் அளந்து அளந்து பேசினாள். சிரிப்பும் அளந்தபடியிருந்தது. பத்து நிமிடங்களுக்குப் பிறகு மகாலிங்கத்தின் அம்மா கண்ணைக் காட்ட, உள்ளே அறைக்குப் போய்விட்டாள்.

ஹாலில் சித்தார்த்தும் மகாலிங்கமும் பேசிக்கொண்டிருக்க, மகாலிங்கத்தின் அம்மா கல்யாண ஆல்பத்தை சித்தார்த்தின் கைகளில் கொடுத்துவிட்டு, டிவியில் சீரியல் பார்க்கத்தொடங்கினார்.

திறந்தவுடனே மகாலிங்கம் மணமகள் தோளில் கைவைத்து நிற்க, இருவரும் எங்கோ மூலையைப் பார்த்துக்கொண்டிருந்தனர். இன்னொரு புகைப்படத்தில் அந்தப் பெண் காதில் இருந்த ஜிமிக்கியை வருடிக்கொண்டிருந்தார். மற்றொரு புகைப்படத்தில் பாரதிராஜா பட நாயகிகள்போல் கன்னத்தில் கைவைத்து சிரித்துக்கொண்டிருந்தார்.

"இன்னுமாடா இதேமாதிரி போட்டோ எடுத்துக்கிட்டிருக்காங்க?" என்றான் சித்தார்த்.

"அதெல்லாம் மாறிடிச்சுடா. இப்பல்லாம் வெட்டிங் போட்டோகிராபின்னு டூயட்லாம் பாட வெச்சு சினிமா மாதிரி எடுக்கிறாங்க. சேத்தில புரள வெச்செல்லாம் கூத்தடிக்கிறாங்க. ஆனா எங்க அம்மாகிட்ட சொன்னா கொன்னுடும்" என்றான்.

சித்தார்த் ஆல்பத்தைப் புரட்டினான். புகையால் கலங்கிய கண்களுடனும் தலையில் சிதறிய அட்சதைகளுடனும் இருவரும் மாறி மாறிக் கால்களில் விழுந்தனர். நலங்கு வைபவம்,

ஆசிர்வாதம் என்று தொடர்ந்த பக்கங்களில் நடுவில் பழைய பள்ளி நண்பர்கள் வந்திருந்த புகைப்படங்களைப் பார்த்தான்.

"ஆமா, உனக்கு குளோஸ் ப்ரெண்ட் முரளிதானே?"

"ஆமாடா. ரெண்டுபேரையும்தான் ட்வின்ஸ் ராஸ்கல்ஸ்னு திட்டுவாரே சேவியர் சார்?

"ரெண்டுபேரும் ஸ்கூல் கட் அடிக்கிறது, கிளாஸ்ரூம்ல பட்டாசு வெடிக்கிறதுன்னு அவ்ளோ அநியாயம் பண்ணீங்களே?"

"ஏண்டா நல்ல விஷயமே உனக்கு ஞாபகத்துக்கு வராதா?"

"ஸாரிடா. நீங்க ரெண்டுபேரும் காந்தியோட உப்புச்சத்தியாக்கிரகம் போனது, கார்கில் போர்ல கலந்துக்கிட்டதெல்லாம் ஞாபகம் வருதுடா"

"அப்புறம் நாங்க ரெண்டுபேரும் அப்துல் கலாமோட சேர்ந்து அணுகுண்டு வெடிச்சதை விட்டுட்டே?"

"ஆமால்ல, ஸாரிடா மறந்துட்டேன்" என்றவனை முதுகில் அறைந்து ஓங்கிச் சிரித்தான் சித்தார்த்.

"சரி அவன் கல்யாணத்துக்கு வரலையா?"

"வந்தான் வந்தான்" என்ற மகாலிங்கத்தின் குரலில் அலைவரிசை மாறியிருந்தது.

"போட்டோ எடுக்கலயா?"

"எடுத்தான் எடுத்தான்"

"ஆல்பத்தில அவன் போட்டோவையே காணோமே?" என்று சித்தார்த் கேட்க, "அம்மா குடிக்கத் தண்ணி கொண்டுவா" என்றான் மகாலிங்கம்.

சீரியலில் இருந்து முகம் திருப்பி தண்ணீர் எடுக்கப்போன அம்மாவின் முகத்தில் சலிப்பு தெரிந்தது.

"டேய், முரளி என்ன செஞ்சான் தெரியுமா? ஒரு எஸ்.சி பொண்ணை இழுத்துட்டு ஓடிட்டாண்டா" என்றான் மகாலிங்கம்.

"செரி..." என்றான் சித்தார்த், 'அப்புறம்?' என்ற தொனியில்.

"என்ன செரி? எவ்ளோ பிரச்னை ஆயிடுச்சு தெரியுமா, முரளி வீட்டுல ரெண்டுபேரையும் வெட்டிப்போடறதுக்குத்

தேடினாங்க. அப்புறம் போலீஸ் ஸ்டேஷன்ல பஞ்சாயத்து வெச்சு, 'உனக்கும் எங்களுக்கும் எந்தச் சம்பந்தமும் இல்லை'ன்னு எழுதிக்கொடுத்துட்டாங்க"

"நீங்கதான் கல்யாணம் பண்ணி வெச்சீங்களா?"

"வைப்பாங்க நல்லா. ஏண்டா நீ வேற. அவன் காலேஜ் பிரெண்ட்ஸ் கல்யாணம் செஞ்சு வெச்சிருக்காங்க. நான் அவனுக்குப் பத்திரிகைலாம் வைக்கலை. அவனாதான் பொண்டாட்டியைக் கூட்டிட்டு வந்தான். கல்யாணத்துக்குப் பிறகு ஊருல அவங்க வந்த விசேஷம் இதான்."

"சரிடா. அவன் போட்டோ ஏன் ஆல்பத்தில இல்லை?"

"டே சித்து. இங்கெல்லாம் எஸ்.சி பொண்ணைக் கட்டிக்கிட்டவனைக் கல்யாணத்துக்குக் கூப்பிட மாட்டாங்க. போட்டோ எடுத்தாலும் அதை ஆல்பத்தில சேர்க்கமாட்டோம். மத்தவங்க பார்த்தா சங்கடப்படுவாங்கல்ல?"

"என்னடா அநியாயமா இருக்கு."

"நீ காட்டுல இருந்து இருந்து மனுசங்க பழக்கவழக்கம்லாம் மறந்துட்டே" என்று மகாலிங்கம் சொல்லிக்கொண்டிருந்தபோது, அம்மா சொம்பில் தண்ணீர் கொண்டுவந்து கொடுத்தார். சட்டென்று அமைதியான மகாலிங்கம் மொபைலை எடுத்து நோண்ட ஆரம்பித்தான்.

சித்தார்த் ஆல்பத்தைப் புரட்ட, எல்லா உருவங்களும் தலையில்லாத முண்டங்களாகத் தோன்றின. முரளியின் புகைப்படம் இருக்கவேண்டிய தடயத்தைத் தேடித் தேடித் தடவிக்கொண்டிருந்தன சித்தார்த்தின் விரல்கள்.

16. கடைசி மெழுகுவத்தி

"நிஜமாவே தாத்தா காலத்தில இதெல்லாம் கிடையாதா?" - மழையில் நனைந்த கூழாங்கற்களைப் போல் ஆச்சர்யம் நந்தனின் கண்களில் உருண்டது. 'அப்பாவும் இப்படித்தான் ஆச்சர்மாய்க் கேட்பார். அப்போது அவர் கண்களும் இப்படித்தான் இருக்கும்' என்று நினைத்துக்கொண்டான் பிரகாஷ்.

★★★

நந்தனின் முதல் பிறந்தநாள் விழாவை ஒரு மண்டபத்தைப் பிடித்து நடத்தலாம் என்று பிரகாஷ் திட்டமிட்டபோதே ரத்தினம் கேட்டார்.

"எதுக்குப்பா இவ்வளவு செலவு? மண்டபம்லாம் பிடிச்சுப் பண்ணணுமா?"

"அப்பா, உங்களுக்கு நடைமுறையே தெரியலை. இப்ப இதான்பா பழக்கம். என் ஆபீஸ் கலீக்ஸ், காலேஜ்மேட்ஸ் எல்லாம் இப்படித்தான் பண்றாங்க. இதான்பா சந்தோஷம். ஸ்டேட்டஸும்கூட" என்றான் பிரகாஷ்.

வாசலில் நந்தனின் புகைப்படத்துடன் பேனர். முன்னூறுபேர் வரை குவிந்துவிட்டார்கள். கல்லூரி நண்பர்கள், தெருக்காரர்கள், அலுவலக நண்பர்கள் என்று கூட்டம் களை கட்டியது. கூட்டத்தைப் பார்த்து நந்தன்தான் மிரண்டுபோனான். பாதி விழா வரை அழுதுகொண்டேயிருந்தான். ரத்தினம் அவனைத் தூக்கிக்கொண்டே திரிந்தார். அவனும் பயத்தில்

ஒடுங்கிக்கொண்டான். சிறுநீரில் நனைய நனைய மூன்று ஆடைகள் மாற்ற வேண்டியிருந்தது.

‘ஹேப்பி பர்த் டே டூ நந்தன்’ என்று எழுதப்பட்ட பெரிய கேக்கில் பெரிய மெழுகுவத்தி. பிரகாஷ் கொளுத்த, நந்தன் ‘ஊத வேண்டும்’ என்று தெரியாமல் கைகளை நெருப்பின் அருகில் கொண்டுபோனான். பதறிப்போன ரத்தினம் அவன் கைகளை இறுக்கமாகப் பிடித்துக்கொண்டார். பிரகாஷின் மனைவி அபிநயாதான் நந்தனை வாங்கி, மெல்லக் குனியவைத்து ஊதவைத்தாள். மெழுகுவத்தி அணைந்ததும் மண்டபமே ‘ஹேப்பி பர்த்டே டூ யூ’ பாட, வினோதமாய்ப் பார்த்தார் ரத்தினம்.

பிறகு ஆளாளுக்கு வந்து வரிசையாகப் பரிசுப்பொருள்களைக் கொடுத்தார்கள். சிலர் குழந்தையை வாங்க முயல, யாரிடமும் நந்தன் போகவில்லை. அட்டையைப் போல் தாத்தாவிடம் ஒட்டிக்கொண்டான். கூட்டம் கூட்டமாக புகைப்படத்துக்கு போஸ் கொடுத்தார்கள். கண்களில் வெளிச்சம் மின்ன, மின்ன சிரித்தபடி, அழுதபடி, மிரண்டபடி புகைப்படங்களில் பதிவானான் நந்தன்.

கீழே அவனை விட்டுவிட்டு உறவினர்களிடம் பேசிக்கொண்டிருந்தார்கள். நந்தனோ கேக் வைக்கப்பட்டிருந்த சிறிய டேபிளைப் பிடித்தபடி நின்றுகொண்டே சின்ன விரலால் கேக்கை எடுத்து சாப்பிடத் தொடங்கினான். நூறுகிராம் வரை அவன் சாப்பிட்டபோது, பதறிப்போய் ரத்தினம் அவனைத் தூக்கிக்கொண்டார். அழுது ஆர்ப்பாட்டம் செய்த நந்தன், அவர் வெள்ளைச்சட்டை முழுவதும் கேக் கறையால் கோடு போட்டிருந்தான்.

“குழந்தையைக் கவனிக்க மாட்டீங்களா? இவ்ளோ கேக் சாப்பிட்டா வயித்துக்கு என்ன ஆகுறது?” என்று அவர் சத்தம்போடவும் ரத்தினத்தின் மனைவி லெட்சுமி, பிரகாஷ், அபிநயா எல்லோர் முகத்திலும் சின்னக்கோபம் ‘கூட்டத்தில ஏன் இப்படிக் கத்தணும்?’ என்றது.

பிரியாணி மணக்க மணக்க கூட்டம் விருந்தை நிறைத்தது.

★★★

கேக் வெட்டுவது, பிறந்தநாள் பாடல், கூட்டம், பரிசுப்பொருட்கள், பிரியாணி எல்லாமுமே ரத்தினத்துக்குப் புதியவைதான்.

"பொறந்தநாள் அன்னைக்கு கவுச்சி போடணுமா? சாம்பார் சாதம் போடலாமே" என்று அவர் சொன்னதை யாரும் கேட்கவில்லை.

பிரகாஷும் அபிநயாவும் பரிசுப்பெட்டிகளைப் பிரிக்கத் தொடங்கினார்கள். ஆடைகள், பொம்மைகள், விளையாட்டுப் பொருள்கள், பேபி சோப்...

ரத்தினம் ஆர்வத்துடன் கவனிக்கத் தொடங்கினார். இடையில் புகுந்து கலைக்கப் பார்த்த நந்தனைத் தூக்கிக்கொண்டார்.

★★★

கொஞ்சம் கொஞ்சமாகப் பிறந்தநாள் கொண்டாட்டங்களைப் பழகத் தொடங்கினார் ரத்தினம். ரத்தினத்தின் மூன்றாவது பிறந்தநாள் விழாவில் அவரே வெட்கத்துடன் 'ஹேப்பி பர்த் டே டூ யூ' பாடினார்.

ஆனால் பெருஞ்சத்தத்துடன் பார்ட்டி பிளாஸ்டர் வெடித்தபோதுதான் பதறிப்போனார். "ஏய் ஏய்" என்றார்.

"ஏன்பா எல்லாத்துக்கும் டென்ஷனாகிறீங்க?" என்று எரிச்சலானான் பிரகாஷ். அபிநயாவின் கண்களிலும் எரிச்சல் எதிரொலித்தது.

"இல்லைடா, வெடிச்சுடப் போகுது..." என்று தயக்கத்துடன் முறையிட்ட ரத்தினம், அப்போதுதான் எல்லோர் தலையிலும் நட்சத்திரங்களாய் அப்பிக்கிடந்த வண்ணங்களைப் பார்த்தார். ஏதோ சொல்ல வாயெடுத்தவர், பிரகாஷின் பார்வையைப் பார்த்ததும் நிறுத்திக்கொண்டார்.

★★★

அடுத்தடுத்த பிறந்தநாள்களில் வீட்டில் கட்டுவதற்கு அவரே பலூன்களை ஊதித் தந்தார். ஆங்காங்கே கலர் கலர் பேப்பர்களை ஒட்டினார். கொஞ்சம் சத்தமாகவே 'ஹேப்பி பர்த் டே டூ யூ' பாடினார். இப்போதெல்லாம் நந்தனுக்கான பிறந்தநாள் கேக்குகளை நந்தனே தேர்ந்தெடுக்கத் தொடங்கினான். பிளாக்

சுகுணா திவாகர்

ஃபாரெஸ்ட்டில் சோட்டா பீம், ஸ்பைடர் மேன், சிஞ்சான் என்று கார்ட்டூன்கள் வரைந்திருக்க வேண்டும்.

"அப்பா பர்த்டேவை எல்லாம் நீங்க கேக் வெட்டி செலபரேட் பண்ண மாட்டீங்களா தாத்தா?" என்று கேட்டான் நந்தன்.

"கேக் எல்லாம் கிடையாது. நான் கேசரி செஞ்சு கொடுப்பேன். அவ்ளோதான்" என்றார் லெட்சுமி.

"அப்பெல்லாம் ஒவ்வொரு பிறந்தநாளைக்கும் அவனைக் கோயிலுக்குக் கூட்டிட்டுப்போவேன். காலேஜ் போனதில் இருந்து அவன் கோயிலுக்குப் போறதை நிறுத்திட்டான்" என்று ரத்தினம் சொல்ல, தன் அப்பாவை அண்ணாந்து பார்த்தான் நந்தன்.

நந்தனின் ஒவ்வொரு பிறந்தநாள் முடிந்தததும் அந்த மெழுகுவத்திகளைச் சேகரித்துவைப்பதை வழக்கமாக வைத்திருந்தார் ரத்தினம். மின்சாரம் இல்லாத நாள்களில் அதைப் பற்றவைக்கலாம் என்று கேட்டாலும் தர மாட்டார். இருள் என்றாலும் கடையில் போய் புது மெழுகுவத்தி வாங்கிவந்து தருவார்.

"இது எதுக்குங்க சின்னப்புள்ள மாதிரி" என்று லெட்சுமி கேட்டாலும், "போடி" என்று சிரித்துக்கொள்வார் ரத்தினம். அது என்னவோ அவருக்கு நந்தனின் கடந்துபோன காலங்களை, அவன் வயதை, அவன் குழந்தைமையைச் சேகரிப்பதுபோல்தான் அந்த மெழுகுவத்திகள். சில குழந்தைகள் கீழே விழுந்த தன் பற்களை எடுத்து சிலநாள்கள் பத்திரப்படுத்திவைப்பதைப் போல் என்று சொல்லலாம்.

"தாத்தா. ரொம்ப சிம்பிளா சீன் வெச்சிட்டீங்க? அவ்ளோதானா அப்பா பர்த் டே?" என்றான் நந்தன் விடாமல்.

'சிம்பிளா சீன் வெச்சிட்டீங்க' என்பது அப்போது பிரபலமான ஒரு திரைப்பட வசனம் என்பதால் அனைவருமே அதைக்கேட்டுச் சிரித்தார்கள். குழந்தைகள் அறியாமையால் பேசினாலும் மகிழ்ச்சிதான்; புத்திசாலித்தனமாகப் பேசினாலும் மகிழ்ச்சிதான்.

"பிரகாஷ் எட்டாவது படிச்சுக்கிட்டிருந்தான். அப்போ நான் மெட்ராஸ்ல பெரியமேட்டில தோல்ஷாப்பில வேலை

பார்த்துக்கிட்டிருந்தேன். அப்போ அவன் பிறந்தநாள் வந்துச்சு" என்ற ரத்தினத்தை இடைமறித்தான் பிரகாஷ்.

"அப்பெல்லாம் அப்பா எங்களுக்கு இன்லேன்ட் லெட்டர் எழுதுவாரு. ஒரு லெட்டரை நாலு பாக்ஸாப் பிரிச்சு எனக்கு, அம்மாவுக்கு, அண்ணனுக்கு, கணேஷுக்கு எல்லாம் லெட்டர் எழுதுவாரு. அதிலேயும் 'மகன் தந்தைக்கு ஆற்றும் உதவி'ன்னு திருக்குறள் எல்லாம் எழுதுவாரு" என்றான் பிரகாஷ்.

உதட்டைப் பிதுக்கினான் நந்தன்.

"இருடா, முழுசா சொல்லி முடிக்க விடு" என்று பிரகாஷை அதட்டிவிட்டு சொல்லத் தொடங்கினார்.

"அப்போ மணியார்டர் செய்யணும்னா அதுக்குத் தனியா செலவாகும். எனக்குச் சம்பளமும் கம்மிதான். அப்போ கால் பிளேட் பிரியாணி 30 ரூபாய். நான் என்ன செஞ்சேன், முப்பது ரூபாயை ஒரு பேப்பர்ல மடிச்சு வெச்சு, அதை இன்லேன்ட் லெட்டர்ல வெச்சு, நல்லா ஒட்டி அனுப்பிச்சேன். ஆனா அந்தப் பாவி போஸ்ட்மேன் எப்படி எடுத்தான்னு தெரியலை. இவங்களுக்கு வர்றப்போ அந்த முப்பது ரூபாயைக் காணோம்" என்றார், ஏதோ நேற்று நடந்ததைப் போல் அதே சோகம் தொனிக்க.

"என் புள்ளை முகம் வாடிடுச்சு" என்றார் லெட்சுமி.

"அப்பா, போஸ்ட்மேன்தான் எடுத்தார்னு தெரியுமா? எங்கேயாவது கீழேகூட விழுந்திருக்கலாம்" என்றான் பிரகாஷ்.

"அப்பா பாவம்" என்றான் நந்தன்.

★★★

நந்தனின் பத்தாவது பிறந்தநாளின்போது ஒரே ஒரு பெரிய மெழுகுவத்தியை கேக்கின்மீது வைத்தான் பிரகாஷ். சுற்றம், நட்பு, தெரு என்று ஒவ்வொரு பிறந்தநாளின்போதும் கூட்டம் சுருங்கிச் சுருங்கி, இப்போது குடும்பம் மட்டும்தான்.

"என்னடா, பத்தாவது பிறந்தநாளைக்கு ஒரே ஒரு மெழுகுவத்தி வெச்சிருக்கே?" என்றார் ரத்தினம்.

“பின்னே? தாத்தா, கேக் முழுக்க கேன்டீல்ஸ் வைக்கச் சொல்றீங்களா? அப்போ நாம கேக் சாப்பிட முடியாது. கேன்டீலைத்தான் சாப்பிடணும்” என்றான் நந்தன்.

“நைந்த் பர்த்டே வரைக்கும்தான்பா நம்பர்ல கேன்டீல்ஸ். அப்புறம் ஒண்ணுதான்” என்றான் பிரகாஷ்.

ஏனோ ‘ஹேப்பி பர்த் டே’ பாடும்போது ரத்தினத்தின் குரலில் உற்சாகம் குறைந்ததைப் போல் இருந்தது.

★★★

சரியாக நந்தனின் பிறந்தநாளைக்கு ஒருவாரம் இருக்கும்போது இறந்துபோனார் ரத்தினம். தெரு முழுக்கக் கூட்டம். கண்ணாடிப்பெட்டியில் வைக்கப்பட்டிருந்த ரத்தினத்தின் உடல் அருகே அழுதுகொண்டிருந்த பெண்களில், நந்தன் தாத்தா சேகரித்துவைத்திருந்த மெழுகுவத்திகளைத் துளாவிக்கொண்டிருந்ததை அபிநயா மட்டும் கவனித்தாள்.

வெளியே நாற்காலிகளில் ஆண்கள் அமர்ந்திருந்தார்கள். எல்லோருக்கும் தேனீர் வழங்கப்பட்டிருந்தது. ஒருவர் அங்கேயும் செய்தித்தாள் படித்துக்கொண்டிருந்தார்.

பிரகாஷின் நண்பன் லோகு, “அப்பாவுக்கு போஸ்டர் அடிக்கணும்டா. அடிச்சு நம்ம தெரு, பக்கத்து தெருன்னு ஒட்டிடுவோம். அப்பத்தான் துக்கத்துக்கு வர்றவங்களுக்கு அட்ரஸ் தெரியாம இருந்தாலும் கண்டுபிடிக்க ஈஸியா இருக்கும். ஆமா, எப்போ எடுக்கப்போறீங்க?”

“மூணு மணிக்கு எடுத்துடலாம்டா” என்றான் பிரகாஷ்.

தெருமுனைக்குப் போன லோகு திரும்ப வந்தான். துக்கம் விசாரிக்க வந்த தன் மேலதிகாரியிடம் பேசிக்கொண்டிருந்த பிரகாஷிடம் கண்களைக் காட்டினான். பிரகாஷ் அவரை உள்ளே அனுப்பிவிட்டு லோகுவிடம் வந்தான்.

“போஸ்டர்ல ‘தோற்றம், மறைவு’ போடணும்ல. அப்பா பொறந்தநாள் என்ன?” என்றான் லோகு.

பிரகாஷுக்குத் தெரியவில்லை. இவ்வளவுநாள் அவன் அதை யோசித்ததில்லை என்பதே, அந்த துக்கத்திலும் அவனுக்கு ஆச்சர்யமாக இருந்தது.

"தெரியலையேடா?"

"சரி, அப்பாவுக்கு எத்தனை வயசிருக்கும்?"

"75 வயசிருக்குமா?"

"சரி, ரவுண்டா வேணாம். 77ன்னு வெச்சிக்குவோம்" என்றபடி சின்ன மனக்கணக்குப் போட்டவன், "1937. மார்ச் ஒண்ணாந்தேதின்னு வெச்சுக்குவோம். 01.03.1937ன்னு தோற்றம் போட்டுக்குவோம்டா" என்றான்.

சின்னத் தயக்கத்துடன் தலையாட்டினான் பிரகாஷ்.

□ □ □

17. உறங்கும் புத்தர்

"குழந்தை பொறந்தாலே சந்தோஷம்தான். ஆனா குழந்தை பொறந்தவுடனே அழுதா, அந்த அழுகைச் சத்தத்தைக் கேட்டு, பெத்தவங்களுக்கு இன்னும் சந்தோஷமா இருக்கும். அப்படித்தான், ஒரு சிலையைச் செஞ்சு முடிச்சாலும் அது கண்ணைத் தொறக்கிறப்பதான் அந்தச் சிலை முழுச்சிலை ஆகுதுன்னு ஐயா சொல்லுவாரு" என்றார் சின்னையன்.

வாய்பிளந்து கேட்டுக்கொண்டிருந்த குமரேசன், குட்டியானை வண்டி வாடகைக்கு ஓட்டுகிறார். மகாபலிபுரத்தில் சிறிதும் பெரிதுமாய்ச் சிலைகள் செய்யும் கடையில் வேலை பார்க்கும் சின்னையன், லோடு அடிக்கும்போது நண்பர் ஆனவர். பெரும் பணக்காரர்களின் வீடுகள், அலுவலகங்கள், தொழில் நிறுவனங்கள், நட்சத்திர விடுதிகளுக்கு அவ்வப்போது சிலைகளை லோடு அடிப்பார் குமரேசன்.

மகாபலிபுரம், சிலைகளுக்குப் பெயர் பெற்ற ஊர். அர்ச்சுனன் தபசு, கடற்கரை கோயில், பாண்டவர் ரதம் என்று பல்லவர்காலச் சிற்பங்கள் ஒருபுறம் இருக்க, புத்தம்புது பளிங்குச்சிலைகள் சாலையோரக் கடைகளில் காட்சியளிக்கும். லோடு அடிக்கும்போது மட்டும் அல்லாமல் ஓய்வுநேரங்களில் சிலைகள் தயாராவதை வேடிக்கை பார்ப்பது குமரேசனின் முக்கியமான பொழுதுபோக்கு. ஆன்டனி சிலைகள் செதுக்குவதில் கெட்டிக்காரர். அவருக்கு உதவியாளாக நான்குபேர்கள் இருக்கிறார்கள். சின்னையனுக்கு எடுபிடி

111

வேலைகள்தான். ஆன்டனி கிறிஸ்தவர் என்றாலும் ‘கணபதி ஓவியக்கூடம்’ என்று பெயர் வைத்திருந்தார்.

ஒருநாள் தன் மகன் அகிலனையும் அழைத்து வந்திருந்தார் குமரேசன். அகிலனின் சின்னக் கண்கள் ஆச்சர்யத்தால் விரிந்தன. திருப்பதி வெங்கடாசலபதி, கருப்பணசாமி, அம்மன் சிலைகள் என்று விதவிதமான சிலைகள் இருந்தாலும் நிறைய இருந்தவை புத்தர் சிலைகளும் விநாயகர் சிலைகளும்தான். கணபதி ஓவியக்கூடத்தில் மட்டுமல்ல, பெரும்பாலான ஓவியக்கூடங்களில் புத்தர் -விநாயகர் கூட்டணியே பெரும்பான்மையைப் பிடித்திருந்தது.

“அப்பா, நம்ம வீட்டுக்குப் புத்தர் சிலை வாங்கலாம்பா” என்று ஒரு சிலையைக் காட்டினான். தியானத்தில் உறைந்திருந்தார் புத்தர்.

“எவ்ளோ ரேட்டு சின்னு?” என்றார் குமரேசன்.

“முப்பதாயிரம். உனக்கு வேணும்னா ஆயிரம், ரெண்டாயிரம் குறைச்சுத் தருவாரு”

“என்ன விளையாடறியா? அகிலு, அப்பா ஒருவருஷம் உழைச்சாக்கூட இதெல்லாம் வாங்க முடியாது”

“சரி, அப்போ சின்ன சிலையா எனக்கு வாங்கிக்கொடு” என்று அவன் காட்டிய சின்னஞ்சிறு புத்தர் ஒற்றைக்கையை உயர்த்தி ஆசி வழங்கினார். அதுவும் ஆயிரம் ரூபாய்.

“இது வேலைக்காகாது அகிலு. உனக்கு கார் பொம்மை வாங்கித் தர்றேன்”

“அப்போ அதோட லேஸ், கிண்டர் ஜாய் வாங்கித் தரணும்” என்றான் அகிலன்.

★★★

பொங்கல் விடுமுறையில் பெரிதாக வேலைகள் இல்லை. பொழுதுபோகாமல் சிற்பக்கூடம் வந்தார் குமரேசன். சின்னையன் மட்டும் அங்கிருந்த ஒரு கல்லில் அமர்ந்து ஒரு சிவப்பான இளைஞனிடம் பேசிக்கொண்டிருந்தார். ஸ்டூலில் அமர்ந்திருந்த இளைஞனின் தோள்களில் டாட்டூ, குறுந்தாடி, வண்ணமயமான டி-ஷர்ட் அவன் உலகத்துக்கும் குமரேசன்

உலகத்துக்கும் இடையில் உள்ள பள்ளத்தை நிரப்ப, நாலு புத்தர் சிலைகளை வைத்து அடுக்க வேண்டும் என்பதை உணர்த்தின.

“சின்னு, இருக்கிறதிலேயே அதிகம் விற்பனையாகிற சிலை எது?”

“இதென்ன கேள்வி சார்? புத்தர் சிலையும் பிள்ளையார் சிலையும்தான்” என்றார் சின்னையன்.

“ஏன் சார், பிள்ளையார் சிலையைக் கும்பிடுவாங்க. சரி, புத்தர் சிலையைக் கும்பிடுவாங்களா? எப்படி கும்பிடணும்? தேங்காய், பழம்லாம் படைக்கணுமா, இல்லை, கவுச்சி படைப்பாங்களா?” என்றார் குமரேசன்.

“ஏய் லூசு, புத்தர் சைவம்பா. கவுச்சி ஆகாது” என்று சின்னையன் சொல்லவும் சத்தம் போட்டுச் சிரித்தான் அந்த இளைஞன். பெயர் ஆகாஷ். அவன் அப்பா மூன்று கல்வி நிறுவனங்களை நடத்திவருகிறார். ஆகாஷுக்கு சோற்றுக்குப் பிரச்னையில்லை என்பதால் சுற்றுலாவிலும் கலைப்பொருட்களிலும் ஆர்வம் அதிகம்.

“நீங்க சொல்றது சரிதான் சின்னு. பிள்ளையார் சிலைக்கும் புத்தர் சிலைக்கும்தான் டிமாண்ட் அதிகம். புத்தரை வீட்டில வெச்சுக் கும்பிடலாம் மாட்டாங்க. அது ஒரு அழகுப்பொருள் அவ்வளவுதான். பிள்ளையாருக்கு ஒரு மதம் இருக்கிறமாதிரி, புத்தருக்கும் ஒரு மதம் இருக்கு. இலங்கை, சீனா, ஜப்பான், மியான்மர், தாய்லாந்துன்னு பல நாடுகளில் அந்த மதம் இருக்கு” என்று ஆகாஷ் சொல்லவும், “தெரியும் சார். டிவியில சினிமாவில எல்லாம் பார்த்திருக்கேன். மொட்டையடிச்ச சாமியாருங்க, ஆரஞ்சு டிரஸ் போட்டிருப்பாங்க” என்று தன் புத்திசாலித்தனத்தைக் காட்டினார் சின்னையன்.

“என்ன பியூட்டின்னா காசு, பணம், அரண்மனை, அந்தஸ்து எதுவும் வேணாம்னு காட்டுக்குத் துறவியாப் போனவரு புத்தர். ஆனா இன்னைக்குப் புத்தர் சிலை இருக்கிற இடம்லாம் ஒண்ணு பணக்காரங்க வீடு, இல்லைன்னா பணக்காரங்க வந்துபோற ரிசார்ட், ஃபைவ் ஸ்டார் ஹோட்டல்ஸ்” என்று சீரியஸான பாவனையில் சொன்னான் ஆகாஷ்.

ஒன்றும் புரியவில்லை என்றாலும் சின்னையனும் குமரேசனும் அதே பாவனையில் கேட்டுக்கொண்டார்கள்.

“நீங்க கலைப்பொருள் கண்காட்சியெல்லாம் போனதில்லையா?” என்று ஆகாஷ் கேட்கவும், மையமாகத் தலையாட்டிவைத்தார் குமரேசன்.

“சண்டே மைலாப்பூர்ல ஒரு எக்ஸ்போ இருக்கு. வாங்க போலாம், கார்லயே போலாம்” என்றான் ஆகாஷ்.

“பையனையும் கூட்டிட்டு வர்றேன் சார்” என்றார் குமரேசன்.

★★★

அந்தக் கண்காட்சியிலும் நிறைய இருந்தவை பிள்ளையார் சிலைகளும் புத்தர் சிலைகளும்தான். கண்ணாடி போட்ட பிள்ளையார், புத்தகம் படிக்கும் பிள்ளையார், லேப்டாப் பார்க்கும் பிள்ளையார் எல்லாம் இருந்தாலும் குமரேசனுக்கு எந்த ஆச்சர்யமும் இல்லை. விநாயகர் சதுர்த்திக்கே கார்கில் பிள்ளையார், பிகில் பிள்ளையார், கிரிக்கெட் பிள்ளையார், பாகுபலி பிள்ளையார் என்று விதவிதமான பிள்ளையார் சிலைகளைப் பார்த்திருக்கிறான். அவருக்கு ஆச்சர்யமாக இருந்தது புத்தர் சிலைகள்தான்.

“இது என்ன சார், புத்தர் மூஞ்சி வேற வேற மாதிரி இருக்கு?”

“ஆமா. தாய்லாந்து புத்தர், மியான்மர் புத்தர், இலங்கை புத்தர்...”

“புத்தர் ஒருத்தர்தானே?”

“ஒருத்தர்தான். ஆனா அந்தந்த நாட்டு மக்கள் அவங்கவங்க மூஞ்சி மாதிரி புத்தர் மூஞ்சியை மாத்திட்டாங்க. இது என்ன தெரியுதா?”

“செட்டியார் சிலை சார்”

சிரித்த ஆகாஷ், “ஊஹூம். இதுக்குப்பேரு லாஃபிங் புத்தா. சிரிக்கும் புத்தர். இதை வீட்டுல வெச்சா நல்லது நடக்கும்னு நம்பிக்கை இருக்கு. இங்கே பார்த்தீங்களா, தம்பி மாதிரி குட்டியூண்டு புத்தர். இது பேபி புத்தா. உனக்கு நான் வாங்கித் தர்றேன்டா. என் அன்பளிப்பு” என்றான் ஆகாஷ்.

“இல்லை அங்கிள். இது வேண்டும்” என்று அகிலன் காட்டிய புத்தர், ஒருபக்கம் சாய்ந்து தலையைக் கைகளால் முட்டுக்கொடுத்து கண்கள் மூடியிருந்தார்.

“இது ஸ்லீப்பிங் புத்தா” என்றபடி அந்தச் சிலையை வாங்கி அகிலனுக்குப் பரிசளித்தான். விலை மூவாயிரம் ரூபாய். குமரேசனுக்கு கொஞ்சம் வயிற்றெரிசலாக இருந்தது. அது சரிதானா என்று தெரியவில்லை.

காரில் வரும்போது, “உங்களுக்கு ஜென் கதை ஒண்ணு சொல்றேன்” என்றான் ஆகாஷ்.

“ஜென்னுன்னா காரா சார்?”

“ஊஹூம். அது ஒரு... சரி வேணாம். கதையைக் கேளுங்க. வெளிநாட்டில கடுமையான குளிர். ஒரு புத்த சாமியார் மடத்துல தங்கியிருந்தார். குளிர் தாங்க முடியலை. அங்கே நிறைய மரத்தாலான புத்தர் சிலைகள் இருந்துச்சு. இவர் நைட்டு முழுக்க ஒவ்வொரு சிலையா எரிச்சு குளிர் காஞ்சாரு. காலையில மடத்துக்கு வந்த தலைமைத் துறவிக்குக் கோபமான கோபம். செம டென்ஷன் ஆகிட்டாரு. ‘ஏன் புத்தர் சிலையை எரிச்சே?’ன்னு கேட்க, ‘குளிருச்சு, எரிச்சேன்’னார் இவர். சத்தம்போட்டு அவரை வெளியே அனுப்பிட்டார் தலைமைத் துறவி. கொஞ்சநேரம் கழிச்சு வெளியே வந்து பார்த்தா, சிலையை எரிச்ச அந்தத் துறவி மைல்கல்லைக் கும்பிட்டுக்கிட்டிருந்தார். ‘என்ன செய்றீங்க?’ன்னு தலைமைத் துறவிக்குக் கேட்க, ‘உங்களுக்கு மரத்துல புத்தர் இருந்தாரு. எனக்கு மைல்கல்லில புத்தர் இருந்தாரு’ன்னு சொன்னாரு” என்று சிரித்த ஆகாஷ் “புரியுதா?” என்றான்.

“சார். தப்பா நினைச்சுக்காதீங்க. நீங்க பேசுறது முக்காவாசி புரிய மாட்டேங்குது” என்றார் குமரேசன்.

“அங்கிள். திருப்பதி வெங்கடாஜலபதி கண்ணு மூடியிருக்குமாம். அவர் எப்போ கண்ணு திறக்கிறாரோ, அப்போ உலகம் அழிஞ்சுடும்னு என் ஃப்ரெண்ட் சொல்வான். ஸ்லீப்பிங் புத்தா கண்ணு முழிச்சா உலகம் அழிஞ்சுடுமா?” என்ற அகிலனின் தலைமுடியைக் கலைத்து சிரித்தான் ஆகாஷ்.

★★★

முதலில் ‘இந்தப் புத்தர் சிலை இவ்வளவு பிரமாண்டமாக இருக்கிறதே’ என்றுதான் நினைத்தார் குமரேசன். ஆனால் அந்த வீட்டின் பிரமாண்டத்துக்கு முன், புத்தர் பேபி புத்தராகத் தெரிந்தார்.

"கரெக்டா பார்த்து இறக்குங்க. ஃப்ளோர்ல கீறல் விழக்கூடாது. சிலைக்கும் ஒண்ணும் ஆகக்கூடாது" என்றார் அந்த ஷார்ட்ஸ் அணிந்த பணக்காரர்.

"ஸ்வீப்பிங் புத்தால்லாம் வாங்க மாட்டீங்களா?" என்றார் குமரேசன்.

"அது ஸ்லீப்பிங் புத்தாப்பா" என்று திருத்தினார் சின்னையன்.

"ச்சேச்சே, அதெல்லாம் வெச்சா வீடு விளங்காது" என்றார் அவர் வெடுக்கென்று.

★ ★ ★

"ஏன்ப்பா கௌதம் தூங்கிக்கிட்டேயிருக்கான்?" என்றான் அகிலன்.

"எந்திரிச்சான்னா அழுவான். பரவாயில்லையா?" என்றார் குமரேசன்.

"பாப்பால்லாம் ஒருநாளைக்கு 15, 16 மணிக்குத் தூங்கும்டா. நீ சின்னப்பிள்ளையா இருக்குறப்பவும் அப்படித்தான் தூங்குவே" என்று அகிலனின் அம்மா யசோதா சொல்லிக்கொண்டிருக்கும்போது, குமரேசனின் போன் அடித்தது.

இவர்கள் பிரமாண்ட புத்தர் சிலைகளை இறக்கிவைத்திருந்த நான்கு வீடுகளில் சிலைகளைக் காணவில்லையாம். இரவில் இருந்த அவற்றை, அவ்வளவு கனமான சிலைகளை யார் எடுத்துச்சென்றார்கள் என்று தெரியவில்லை என்று தகவல் சொல்லியிருந்தார் சின்னையன்.

"புத்தர் நைட்டு எந்திரிச்சுக் காட்டுக்குப் போயிருப்பார்ப்பா. அவருக்குத்தான் பணக்கார லைஃப் பிடிக்காதே?" என்றான் அகிலன்.

"இங்கே பாருங்க, குழந்தை சிரிக்குது" என்றார் யசோதா.

தூக்கத்திலேயே புன்னகைத்தான் கௌதம்.

◻ ◻ ◻

18. பூனைகள் விளையாடும் மதுக்கூடம்

கோப்பையைக் காலிசெய்துவிட்டு, கசப்பு நீங்க முகத்தைச் சுழித்து மூக்கை உறிஞ்சி, நாக்கில் சத்தமெழுப்பினான் கார்த்தி. அப்போது அவன் கால்களில் ஏதோ ஒன்று உரசும் உணர்வு வர, அனிச்சையாகக் காலை உதறினான். தெறித்து ஓடியது பூனைக்குட்டி.

இந்த மதுக்கூடத்தில் நான்கு பூனைக்குட்டிகள் இருந்தன. பழுப்பு, கறுப்பு, சாம்பல் மற்றும் மேகமற்ற வெளுத்த வானத்தின் வெண்மை. மதுக்கூடமெங்கும் சிதறிக்கிடக்கும் மீன் எலும்புகள், இறைச்சி மிச்சங்களுக்காகவே கால்களைச் சுற்றிச் சுற்றிவரும்.

“வெள்ளை நிறத்திலொரு பூனை - எங்கள்
வீட்டில் வளருது கண்டீர்!
பழுப்பு நிறத்திலொரு பூனை - எங்கள்
பாரில் வளருது கண்டீர்!”

என்று ஒருமுறை உற்சாக மிகுதியால் பாட்டுப்பாடினார் இலக்கிய விமர்சகர் கோவிந்தன். யாருமில்லாமல் தனியாகக் குடிக்க வரும்போது இந்தப் பூனைகளைப் பார்த்தவாறு மதுவருந்துவது கார்த்தியின் பொழுதுபோக்கு. இவனிடம் உதைபட்ட பூனை இரண்டு மேஜைகளுக்கு அப்பால், ஒரு வாட்டர் பாக்கெட்டைக் காலால் பிடித்து வாயால் கடித்து இழுக்கும் முயற்சியில் இருந்தது.

“பூனைக்காப் பயந்துட்டீங்க புரட்சிக்காரரே?” என்று சிரித்தார் எதிரில் இருந்த கவிஞர் சில்வியா குண்டலகேசி. ஆண்தான். பழந்தமிழ் இலக்கியமான குண்டலகேசியையும் அமெரிக்கப் பெண் கவிஞர்

சில்வியா பிளாத்தையும் இணைத்து தனக்கு புனைபெயர் வைத்துக்கொண்டார்.

"'மந்திரிகுமாரி' படம் பார்த்திருக்கீங்களா? 'வாராய்...நீ வாராய்'ன்னு பாட்டுப் பாடிட்டுப் போய், தன்னைக் கொல்ல நினைச்ச புருஷனை மலையுச்சியில் இருந்து தள்ளிவிட்டவ குண்டலகேசி. கருணாநிதி 'குண்டலகேசி'யில இருந்து எடுத்து 'மந்திரிகுமாரி'ல வெச்சாரு. சில்வியா பிளாத் தற்கொலை செஞ்சு செத்துப்போன கவிஞர். ஒரு கொலை, ஒரு தற்கொலை - இதுக்கிடையிலதான் என்னோட கவிதை" என்று தன் பெயருக்கு விளக்கமளிப்பார்.

"நாய்கிட்ட இருந்து விசுவாசத்தைக் கத்துக்கிடலாம். ஆனா பூனைகிட்ட இருந்து எதையும் கத்துக்க முடியாது" என்றார் சில்வியா.

"போயும் போயும் பூனைகிட்ட கத்துக்கிற நிலைமையிலேயா மனுசங்க இருக்காங்க?" என்றான் கார்த்தி அடுத்த கோப்பையை நிரப்பியபடி.

"என்ன இப்படி சொல்லிட்டே, புலி, சிறுத்தை எல்லாமே கேட்ஃபேமிலிதான். நாய்க்கு ஒரு பிஸ்கெட் போடு, வாலை ஆட்டிக்கிட்டே சுத்திச் சுத்தி வரும். ஆனா பூனை அப்படியில்லை. அதுக்கு விசுவாசம்லாம் கிடையாது. தனக்கு என்ன தேவையோ அதை எடுத்துக்கும். எத்தனை தடவை நீ மீன் முள்ளும் கறியும் போட்டிருக்கே. ஆனா அடுத்த தடவை வரும்போது உன்னை ஞாபகம் வெச்சுக்குமா? ஆனா நாய் வெச்சுக்கும். பூனையைப் பொறுத்தவரைக்கும் அது கெஞ்சிக்கேக்காது. உரிமையோட கேக்கும்"

"திமிர் பிடிச்ச பிச்சைக்காரன் மாதிரி"

"மாமூல் கேட்கிற போலீஸ்காரர் மாதிரின்னுகூட சொல்லலாம்"

இப்போது கார்த்தி திரும்பிப் பார்த்தபோது சாம்பல்நிற பூனையின் மீசை, போலீஸ் மீசையைப் போலவே இருந்தது. தனக்குள் சிரித்துக்கொண்டான். நான்காம் மேஜையில் இருந்த, தனியாகக் குடித்துக்கொண்டிருந்தவர் பூனையைத் தூக்கிக் கொஞ்சப்போக, அது உதறி ஓடியது.

★★★

சுகுணா திவாகர்

இந்த மதுக்கூடத்துக்கு வரும்போதெல்லாம் பூனைகளைப் பார்க்கும்போதெல்லாம் சில்வியா தவறாமல் சொல்லும் சம்பவம்தான் அது. 43வது தடவையாக அன்றும் சொன்னார்.

அன்று கோவையில் ஓர் இலக்கியக்கூட்டம் முடிந்து மூன்று கவிஞர்களும் இரண்டு நவீன ஓவியர்களும் மது அருந்தச் சென்றிருக்கிறார்கள். "இலக்கியச் சந்திப்புங்கிறது என்ன தெரியுமா? இலக்கியக் கூட்டத்துக்கு வெளியில நடக்கிறதுதான் இலக்கியச் சந்திப்பு" என்று கவிஞர் ஞானசீலன் அடிக்கடி சொல்வார். சில்வியா ஞான சீலனிடமிருந்தும் அவர் கவிதைகளிடமிருந்தும் எதை கற்றுக்கொண்டாரோ இல்லையோ இந்தப் பொன்மொழியைக் கற்றுக்கொண்டார்.

மதுச்சாலைகளுக்கு வெளியிலும் இலக்கிய விவாதம் தொடர்ந்திருக்கிறது. உரத்து சத்தமிட்டபடி நால்வரும் சாலைகளை அடைத்தபடி சென்றுகொண்டிருக்க இரண்டு போலீஸ்காரர்கள் கூப்பிட்டு சில்வியாவையும் ஞானசீலனையும் அறைந்திருக்கிறார்கள்.

"ரோட்டுல ஒழுங்காப் போகமாட்டீங்களா, ஊரையே அலசிட்டிப் போறீங்? எந்த ஊருய்யா நீங்க?"

"நாங்க கவிஞர்களுங்க"

"எந்தப் படத்துக்குப் பாட்டு எழுதியிருக்கீங்க?"

அவர்களுக்குக் கவிஞர்கள் என்றால் சினிமாவில் பாட்டெழுதியிருக்க வேண்டும். இவர்கள் குதிரைவீரன் பயணம், நவீன விருட்சம், புது எழுத்து என்று இலக்கியப் பத்திரிகைகளின் பெயர்களைச் சொல்ல, 'மலையாள சினிமாபோல இருக்கு' என்று தங்களுக்குள் பேசிக்கொண்டார்களாம்.

சும்மா இல்லாமல் சில்வியா "சார் இவங்க ரெண்டுபேரும் மாடர்ன் ஆர்ட்டிஸ்ட்" என்று சொல்லியிருக்கிறார்.

"எந்தப் படத்துல நடிச்சிருக்கீங்க?" என்று கேட்ட போலீஸ்காரர்கள் குரலில் கொஞ்சம் மரியாதை ஏறியிருந்தது.

"நடிகர்கள் இல்லை சார். ஓவியர்கள். நவீன ஓவியர்கள். காலயுகம், இமை பத்திரிகையில எல்லாம் ஓவியம் வரைஞ்சிருக்கோம்" என்றார்கள்.

சட்டென்று மரியாதை குறைய, சில வினாடிகள் யோசித்த போலீஸ்காரர் பேண்ட் பாக்கெட்டைத் துழாவி, ஒரு வெள்ளைப் பேப்பரைக் கையில் கொடுத்திருக்கிறார்.

“எங்கே பூனை படம் வரைங்க, பார்ப்போம்”

சில வினாடிகள் தயங்கியவர்கள் வேறுவழியில்லாமல் வரையத் தொடங்கியிருக்கிறார்கள். பத்து நிமிடங்களில் நவீன ஓவியப் பூனை அந்தக் காகிதத்தில் துள்ளிக்குதித்தது. ஆனால் அந்த போலீஸ்காரர்கள் தங்கள் வாழ்நாளில் பார்த்திருந்த எந்தப் பூனையைப் போலவும் இல்லை அது. பூனையின் மீசையையும் வாலையும் தேடிப்பார்த்து ஏமாற்றமடைந்திருக்கிறார்கள் அந்தக் காவலர்கள். எதிர்பாராத நேரத்தில் இருவரின் பிடரியிலும் அடி விழுந்திருக்கிறது.

“ஒரு பூனை படம் ஒழுங்கா வரையத் தெரியலை. மாடர்ன் ஆர்ட்டிஸ்ட்டாம்!”

★★★

எப்போதும் சென்னை மெரினா கடற்கரையில் கலங்கரை விளக்கம் அருகில்தான் மீன் வாங்குவது கார்த்தியின் வழக்கம். எப்படியும் 200 கடைகளுக்கு மேல் இருக்கும். சின்னதும் பெரியதுமாய் வவ்வால், வஞ்சிரம், சூறை, மத்தி, காலா, நெத்திலி, கணவா, சங்கரா, நண்டு என்று விதவிதமாய்க் கிடைக்கும். கடற்காற்று வாங்கியதுபோலவும் ஆச்சு, மீன் வாங்கியதுபோலவும் ஆச்சு.

ஒரு மாறுதலுக்கு அன்று கலங்கரை விளக்கத்துக்கு முன்புள்ள நடுக்குப்பத்தில் மீன் வாங்கினான் கார்த்தி. அங்கேயும் பூனைகள். மீன்கடைகளுக்குப் பக்கத்தில் எப்போதும் பூனைகள் உலவுகின்றன. அவை தனக்கு ஒரு மீன் முள்ளோ இறாலின் எச்சமோ எறியப்படும் வரை காத்திருக்கின்றன. எப்போதுமே பூனைகள் நம் கண்களை உற்றுநோக்கும். அவற்றுக்கு பயம் இருந்ததில்லை. அந்தக் கண்களில் பிரியத்தையோ நட்பையோ ஏமாற்றத்தையோகூட நம்மால் உணரமுடியாது. இன்னும் சொல்லப்போனால் வேண்டுகோள்கூட தேங்கிநிற்பதில்லை. எப்போதும் பூனையின் கண்களில் ஆணைதான் இருக்கிறது என்று தோன்றியது கார்த்திக்கு.

ஒருமுறை மெரினா கடற்கரையில் மீன் வாங்கி கறுப்புப் பையில் வைத்து, தன் ஹோண்டா ஆக்டிவா பைக்கில் முன்புறம் மாட்டியிருந்தான். டீ சாப்பிடுவதற்காக ஒரு டீக்கடையில் ஒதுங்கி டீ குடித்துவிட்டு வந்தான். எங்கிருந்தோ வந்த பூனை, அந்த கேரிபேக்கின் அடியில் கடித்து சில மீன்களைச் சாப்பிட்டுக்கொண்டிருந்தது. பிறகு அதைத் துரத்திவிட்டு அதை வண்டியின் பின்சீட்டுக்கு அடியில் உள்ள இடத்தில் வைத்துப்பூட்டிவிடுவான். மீன் நாற்றமடிக்கும். வேறுவழியில்லை.

நடுக்குப்பத்தில்தான் ஜான்சனைச் சந்தித்தான். ஜான்சனை இதற்கு முன்பு கருத்துச்சுதந்திரத்தை வலியுறுத்தி நடத்தப்பட்ட ஓர் இலக்கியக்கூட்டத்தில் சந்தித்திருக்கிறான். அதற்குப்பிறகு புத்தகக்கண்காட்சியில் ஒரு நண்பர் அறிமுகப்படுத்திவைத்திருந்தார். நடுக்குப்பத்தில் பார்த்தவுடன் ஜான்சன் பரிச்சயத்தின் சினேகம் காட்டிச் சிரித்தார்.

"வாங்க சார், டீ சாப்பிடப் போலாம்" என்று அழைத்தார் ஜான்சன்.

வழக்கம்போல் மீன் கேரிபைக்கை வண்டிக்குள் வைத்து சாத்திவிட்டு, அதைப் பரிசோதித்துவிட்டுப் போனான் கார்த்தி.

"வர்ற ஞாயித்துக்கிழமை 'ஜனவரி 23'ன்னு ஒரு ஆவணப்படம் போடறாங்க. வந்துடுங்க சார்" என்றார் ஜான்சன்.

"எதைப்பத்தி?"

"ஜல்லிக்கட்டுப் போராட்டத்துக்குப் பிறகு போலீஸ் எங்க குப்பத்துல நுழைஞ்சு அடிச்சாங்களே அதைப்பத்தி சார்" என்றார் ஜான்சன்.

★★★

ஒன்றேகால்மணி நேரம் ஓடிய ஆவணப்படத்தில் போலீஸ் செய்த அத்துமீறல்களை, பாதிக்கப்பட்ட முப்பதுக்கும் மேற்பட்டவர்கள் விளக்கினார்கள். போலீஸால் தாக்கப்பட்டு கண் பாதிக்கப்பட்டிருந்த இளைஞனும் அவன் தாயும் வந்திருந்தார்கள்.

கூட்டம் முடிந்து வெளியே வந்து கார்த்தியும் ஜான்சனும் வெகுநேரம் பேசிக்கொண்டிருந்தார்கள்.

அஞ்சிறைத்தும்பி 121

“போலீஸ் அடிக்கலாம், துப்பாக்கிச்சூடு நடத்தலாம். எல்லாம் செஞ்சுட்டு ‘சமூகவிரோதிகள் ஊடுவல்’னு ஒத்தை வரியில முடிச்சிடுறாங்கல்ல ஜான்சன்?”

“ஆமா சார். அதைச் சொல்றதுக்குத்தான் அரசாங்கத்தில இருந்து பெரிய பெரிய நடிகர்கள் வரைக்கும் இருக்காங்கல்ல. டாக்குமென்ட்ரியில பாதிக்கப்பட்டவங்க பேசினதைக் கேட்டீங்கல்ல. சமூக விரோதின்னா என்ன சார்? தன்னைவிட வலிமை குறைஞ்சவங்களை அடிக்கிறது,பொண்ணுங்களைத் தரக்குறைவாப் பேசுறது, உடைமைகளைச் சூறையாடறது. இது எல்லாம் செஞ்சது போலீஸ். ஒரு வீட்டில பூந்து ரெண்டு செல்போனை எடுத்துட்டுப் போனதை ஒரு பையன் வீடியோவில சொல்றான். அப்போ சமூக விரோதி யார் சார்? நல்லா யோசிச்சுப் பாருங்க. கடலில மீன் பிடிக்கிற எங்களுக்கும் ஜல்லிக்கட்டுக்கும் என்ன சம்பந்தம்? இல்லை, அந்த பீச்சுல உக்காந்திருந்தவங்களில பாதிபேரு வாழ்நாளில ஜல்லிக்கட்டையே நேர்ல பார்த்திருக்க மாட்டாங்க. போராட்டம் பண்ணவங்களை போலீஸ் அடிச்சுச்சு. அவங்க எங்க குப்பம் பக்கம் ஓடிவந்தாங்க. அதுக்கப்புறம் போலீஸும் குப்பத்துல பூந்து அடிச்சு நொறுக்கிடுச்சு” என்றார் ஜான்சன்.

★★★

ஒரு சனிக்கிழமை மதியம் கார்த்தியும் சில்வியாவும் மட்டும் மது அருந்திக்கொண்டிருந்தார்கள். மதுச்சாலையில் கூட்டமில்லை. பேச்சு அரசியல், குடியுரிமை பாதுகாப்புச் சட்டம், போராட்டம் என்று போய்க்கொண்டிருந்தது. அடுத்த மேஜையில் தனியாக அமர்ந்து மது அருந்திக்கொண்டிருந்தவரும் வந்து இணைந்துகொண்டார். அவர் போலீஸ்காரர் என்று தன்னை அறிமுகப்படுத்திக்கொண்டபோது மதுவின் கசப்பு இன்னும் அதிகமானதைப்போல் இருந்தது இருவருக்கும்.

“எப்ப பார்த்தாலும் போராட்டம், போராட்டாம்னா நாடு எப்படி சார் முன்னேறும்? நாட்டைக் காப்பாத்துறது எங்களைமாதிரி போலீஸ்தான் சார்” என்றார் அந்த மீசை போலீஸ்காரர்.

“என்ன சார் சொல்றீங்க, இவ்ளோ தொந்தியும் தொப்பையுமா இருக்கீங்க. நீங்க எப்படி சார் நாட்டைக் காப்பாத்துவீங்க?” என்றார் சில்வியா.

"சார், இப்பவும் நான் 100 தண்டால் இருப்பேன். பார்க்கிறீங்களா?" என்றவர், நாற்காலிகளை ஒதுக்கிவிட்டு, இருவரும் எதிர்பாராத நேரத்தில் தரையில் தண்டால் எடுக்க ஆரம்பித்தார்.

நெத்திலி கருவாட்டை உண்பதில் மும்முரமாக இருந்த அந்த பழுப்புநிறப்பூனை நிமிர்ந்து போலீஸ்காரரைப் பார்த்துவிட்டு, மீண்டும் மீனைச் சாப்பிட ஆரம்பித்தது.

23, 24, 25.....

19. மூன்று குற்றங்கள்

காதலர் தினம் என்றால் உங்களுக்கு என்ன நினைவுக்கு வரும்? பூங்கொத்துப்போல் இருக்கும் சோனாலி பிந்த்ரேவுக்காக ஒற்றை ரோஜாவுடன் 'ரோஜா ரோஜா' என்று பாடும் குணால் நினைவுக்கு வரலாம். காதல் கடிதங்கள், கைக்குட்டை, பழைய பயணச்சீட்டுகள், ஹேர்பின், மீசையின் பழுப்புநிற முடி, டக்-இன் செய்யப்பட்ட சட்டை, பளபளக்கும் பாலீஷ் ஷூ, கொலுசு, ஒற்றைச்சடை, உள்ளங்கை கதகதப்பு, தியேட்டர் இருட்டு, முதல் முத்தம், தற்கொலை முயற்சி, நாடகக்காதல்....இன்னும் என்னவெல்லாமோ நினைவுக்கு வரலாம். எனக்கு இரண்டு குற்றங்கள் நினைவுக்கு வரும். கதையின் சுவாரஸ்யத்துக்காக இந்தக் கதையைக் காதலர்தினத்தன்று நடந்ததாகத் தொடங்குவதில் எனக்கு விருப்பமில்லை. எந்தத் தனித்தன்மையுமற்ற ஒரு நாள் என்று வைத்துக்கொள்ளுங்கள்.

★★★

ஓர் அரசு மருத்துவமனையின் ஈரம் உலராத தரையிலிருந்தும் மருந்துநெடியடிக்கும் வளாகத்திலிருந்தும் இந்தக் கதைகள் தொடங்குகின்றன. ஸ்வேதாவின் முகத்தைப் பார்த்து, அவள் கண்களை நேருக்குநேர் நோக்கி நாம் இந்தக் கதையைக் கேட்பது சிரமம். ஏனெனில் அவளது முகத்தின் ஒருபகுதி ஆசிட்டால் சிதைந்திருந்தது. அவளது மூக்கு உருகி வழிந்திருந்தது. இடதுகண் அதிகமும் சேதமடைந்திருந்தது. அவள் அழகாய் இருந்ததற்கான தடயங்களையும் சேர்த்தே இந்தக் கொடூரத்தைப்

புரிந்துகொள்ளலாம். ஸ்வேதாவின் இந்த நிலைக்குக் காரணம் காதல் என்பதை அவள் சொன்னபோது நானும் உங்களைப்போல்தான் ஒரு முன்முடிவான காரணத்தை யூகித்திருந்தேன்.

★ ★ ★

குற்றம் 1

ஐந்து மாதங்களுக்குப் பிறகு அன்றுதான் பாதுகாப்பை உணர்ந்தாள் ஸ்வேதா. சுகுமாரைக் காதலித்து ஹைதராபாத்துக்கு ஓடிப்போய்த் திருமணம் செய்து, இருவீட்டாருக்கும் தெரியாமல் தலைமறைவு வாழ்க்கைதான் நடத்த வேண்டியிருந்தது. எட்டுமாத இல்லற வாழ்க்கையில் ஸ்வேதா இப்போது ஐந்துமாதக் கர்ப்பிணி.

சுகுமாரின் குடும்பம் இவ்வளவு சீக்கிரம் இந்தத் திருமணத்தை ஏற்றுக்கொண்டது என்பதில் ஒருபக்கம் நிம்மதி, இன்னொருபக்கம் 'இதை முன்பே செய்திருக்கலாமோ' என்றும் தோன்றியது. சுகுமார் தன் நண்பர்களைப் பார்க்கச் சென்றிருந்தான். வீட்டில் மாமியார் தனலெட்சுமியும் நாத்தனார் அங்கயற்கண்ணியும் மட்டும் இருந்தார்கள். அந்தப் பேரைக் கேட்டபோதே சிரிப்பு வந்தது ஸ்வேதாவுக்கு.

"என் பேரை யார் கேட்டாலும் சிரிக்கிறாங்க. ஏம்மா எனக்கு இப்படி ஒரு பேர் வெச்சே?" என்று சிணுங்கினாள் அங்கயற்கண்ணி.

"அதை உங்க அப்பாகிட்டதான் கேட்கணும்" என்று சிரித்தார் மாமியார். அங்கயற்கண்ணியின் அப்பாவோ இதற்குப் பதில் சொல்ல முடியாமல் புகைப்படமாகத் தொங்கிக்கொண்டிருந்தார்.

யூ-ட்யூபில் பார்த்து சாம்பார் வைக்க முயன்ற ஸ்வேதாவிடம், "இதுக்கெல்லாமா நெட்ல பார்ப்பாங்க" என்றபடி சமையல் பக்குவத்தைச் சொல்லிக்கொடுத்துக்கொண்டிருந்தாள் அங்கயற்கண்ணி. அப்போது காலிங்பெல் சத்தம் கேட்க, நாத்தனார் வீட்டுக்கதவைத் திறந்தபோது மூன்று மனிதர்கள் வாசலில் நின்றுகொண்டிருந்தார்கள். அதில் ஒருவர் ஸ்வேதாவின் அப்பா என்பது அவளுக்குத் தெரியாது. அவராக அறிமுகப்படுத்திக்கொண்டே உள்ளே நுழைந்தார்.

அஞ்சிறைத்தும்பி

சமையலறையைவிட்டு வெளியே வரமறுத்த ஸ்வேதாவைக் கட்டாயப்படுத்தி ஹாலுக்கு அனுப்பிவைத்தார் மாமியார்.

"ஏம்மா, சொல்லாம கொள்ளாம இப்படி பண்ணிட்டியே. எங்ககிட்ட சொல்லியிருக்கலாமே? சரி நடந்தது நடந்துபோச்சு. வீட்டுக்குப் போலாம் கிளம்பு" என்றார் ஸ்வேதாவின் அப்பா. அங்கயற்கண்ணி டம்ளரில் கொண்டுவந்து கொடுத்த தண்ணீரை அவர் வாங்கவில்லை. மற்ற இருவரும் வாங்கிக்குடித்து டி.வி இருந்த மேஜைமீது வைத்தார்கள்.

"அவர் வெளியில போயிருக்கார். வந்ததும் அவர்கிட்ட பேசுங்க"

"27 வருஷமாப் பெத்து வளர்த்தவன் சொன்னா வரமாட்டே, நேத்துவந்த சொந்தம் பெரிசாப் போயிடுச்சா?" அவர் குரல் கொஞ்சம் உயர்ந்தது.

"இல்லை, அவர் வரட்டும்"

"பையன் வரட்டும். நானே பேசி அனுப்பிவைக்கிறேன்" என்றார் மாமியார்.

"நான் உங்ககிட்ட பேசலைங்க. என் பொண்ணுகிட்ட பேசுறேன்" என்ற அப்பா பத்து நிமிடங்களுக்கு மேல் வாதாடிப்பார்த்தார். அவரின் குரல் உயர்வதும் தழைவதுமாய் நடுக்கடல் பாய்மரம்போல் அல்லாடியது.

"அம்மாவுக்கு உடம்பு சரியில்லை. முடியாம இருக்கா. உன்னைப் பார்க்கணும்கிறா" என்று அப்பா சொன்னபோது குரல் தழைந்ததைப் பார்த்தால் 'உண்மையாக இருக்குமோ' என்று தோன்றினாலும், 'உண்மையென்றால் வந்தவுடனேயே அதைச் சொல்லியிருக்கலாமே. இது தகப்பனின் தந்திரம்' என்றும் தோன்றியது ஸ்வேதாவுக்கு.

ஒருகட்டத்தில் அப்பாவுக்கும் மகளுக்குமான உரையாடலில் மாமியார், நாத்தனார், ஸ்வேதா அப்பாவுடன் வந்தவர்கள் என அனைவரும் பங்குபெற்று, ஒருகட்டத்தில் யார் என்ன பேசுகிறார்கள், யார் யாரிடம் பேசுகிறார்கள் என்று குழம்பி இரைச்சல் மட்டுமே வீடு முழுக்கச் சுற்றிச்சுற்றி வந்தபோதுதான் ஸ்வேதாவின் அப்பா, தன் பாக்கெட்டிலிருந்த அந்த பவுடரை ஸ்வேதா முகத்துக்கு நேராக வீசினார். வலியால்

சிதறிப்போனாள் ஸ்வேதா. உடன் வந்தவர்கள் மற்ற இரு பெண்கள்மீதும் அந்த பவுடரை வீசினார்கள்.

★★★

குற்றம் 2

ஒரு மிகப்பெரிய விடுதலை மனநிலையும் விவரிக்க முடியாத மகிழ்ச்சியும் மல்லிகாவை நிறைத்திருந்தன. அவளும் விக்னேஷும் மூன்றாண்டுகளாகக் காதலித்துவருகிறார்கள். பக்கத்துப் பக்கத்து கிராமம்தான். ஆனால் அங்கே பழக்கமில்லை. சென்னையில் ஒரு தனியார் நிறுவனத்தில் இருவரும் இணைந்து பணியாற்றும்போதுதான் அது தெரியவந்தது. காதலுக்கு அதுமட்டுமே காரணம் என்று சொல்ல முடியாது.

வீட்டில் திருமணத்துக்கு ஒப்புக்கொள்வார்களா என்று மல்லிகாவுக்குத் தெரியவில்லை. 'என் அப்பா உன்னை அழைத்துவருவார். திருமணம் செய்துகொள்ளலாம்' என்று விக்னேஷ் அனுப்பிய குறுஞ்செய்தி மல்லிகாவுக்கு ஆயிரம் இறக்கைகளை முளைக்கவைத்திருந்தது. சொன்னபடியே விக்னேஷின் அப்பா நவநீதம் அழைத்ததின் பேரில்தான் இப்போது அவர் காரில் சென்றுகொண்டிருக்கிறாள். காரில் இசைத்துக்கொண்டிருந்த புதுப்பாடலின் வரிகளைத் தனக்குள் முணுமுணுத்துக்கொண்டாள். ஒரு பெரிய வீட்டின் முன் கார் நின்றது.

"சொந்தக்காரங்க வீடு. சாப்பிட்டுக் கிளம்பிடுவோம். காலையில கல்யாணத்துக்கு ஏற்பாடு செஞ்சிருக்கேன்" என்றார் நவநீதம். தெரியாத வீட்டில் சாப்பிடுவது கூச்சம்தான் என்றாலும் விக்னேஷின் உறவினர்கள் தனக்கும் உறவினர்கள்தானே என்ற உறவெண்ணமும் எழுந்தது.

அதற்குப்பிறகு மல்லிகாவுக்கு நிகழ்ந்தது வாழ்வின் பெருந்துயரம். அவள் அந்த வீட்டுக்குள் நுழைந்ததுதான் தெரியும். மதிய உணவுக்குப் பிறகு, "கொஞ்ச நேரத்துல கிளம்பிடலாம். ரெஸ்ட் எடுத்துக்க" என்றார் நவநீதம்.

அதற்குப்பிறகு மூன்று நாள்கள் நவநீதம் அந்த வீட்டில் வைத்து மல்லிகாவைப் பாலியல் வன்முறை செய்தார். அந்த வீட்டிலிருந்த உறவினர்கள் இதெல்லாம் இயல்புதான்

என்பதைப்போல நடந்துகொண்டனர். வேளாவேளைக்குச் சாப்பாடு வந்தது. சாப்பிட மறுத்த மல்லிகாவுக்கு மிரட்டல்கள் வந்தன. ஒருபுறம் பாலியல் வன்முறையும் இன்னொருபுறம் 'இவையெல்லாம் விக்னேஷுக்குத் தெரிந்துதான் நடக்கிறதா?' என்ற சந்தேகமும் மல்லிகாவை இருட்டுக்குள் தள்ளின. முதல்முறை நடந்தபோது 'விக்னேஷ் வந்துவிட மாட்டானா, அவன் தோள்களில் சாய்ந்து அழவேண்டும்' என்று தோன்றியது. ஆனால் மறுபடி மறுபடி நடந்தபோது அவளுக்குக் காதல், உலகம், வாழ்க்கை என எல்லாவற்றின்மீதான பிடிப்பும் கொஞ்சம்கொஞ்சமாக அற்றுக்கொண்டேபோனது.

மூன்று நாள்களுக்குப் பிறகு மல்லிகாவைக் கொன்றுவிட முடிவுசெய்து நவநீதம் தன் உறவினர்களுடன் பேசிக்கொண்டிருந்ததைக் கேட்ட கார் டிரைவர் காவல்துறையிடம் தகவல் தெரிவித்தபிறகுதான் இந்த வன்கொடுமை முடிவுக்கு வந்தது.

காவல்துறை சொல்லித்தான் விக்னேஷுக்கு நடந்த சம்பவங்கள் தெரியவந்தன. தன் அப்பாவை நினைத்தபோது மலக்குழிக்குள் விழுந்ததைப்போலிருந்தது விக்னேஷுக்கு. மல்லிகாவை நினைக்கும்போது ஒரு பிரமாண்டமான எரிமலையின் வாயிலில் தலைகீழாக நுழைந்ததைப்போலிருந்தது.

நவநீதமும் உறவினர்களும் சிறைக்குச் சென்றுவிட்டார்கள். மல்லிகாவை விக்னேஷ் திருமணம் செய்துகொண்டதுடன் இந்தக் கதை முடிகிறது.

குற்றம் 3

மூன்றாவது குற்றத்தை நானே ஒப்புக்கொண்டு உங்களிடம் ஒரு மன்னிப்பையும் முன்வைக்கிறேன். மேலே நீங்கள் படித்த இரண்டும் கதைகள் அல்ல. சென்ற வாரம் செய்தித்தாள்களில் இடம்பெற்ற செய்திகள். வழக்கம்போல் பெயர்கள் மாற்றப்பட்டுள்ளன. மாற்றப்படாவிட்டாலும் தவறில்லை.

நாளிதழை வாசிக்கும் உங்களுக்கும் எனக்கும் மட்டும் அவை செய்திகள். ஸ்வேதாவுக்கும் மல்லிகாவுக்கும் அவை சிதைந்துபோன வாழ்க்கைத் துண்டு; எத்தனைமுறை அழுதாலும் அடங்காத துரோகத்தின் வடுக்கள்; உறவுகள் புனிதமானவை என்று சொல்லப்பட்ட கதைகளின் முகமூடி கழன்று விழுந்த

கணம். நமது இலக்கியங்கள் காதலைப் பேசுகின்றன. நமது இதிகாசங்கள் காதலைப் பேகின்றன. நமது தெய்வங்கள் காதலைப் பேசுகின்றன; நமது திரைப்படங்கள் காதலைப் பேசுகின்றன; நமது பாடல்கள் காதலைப் பாடுகின்றன; நம் வீட்டுத் தொலைக்காட்சி நாம் உருகி மருகுவதற்கான காதலால் நிறைந்த ஒளித்துண்டுகளை ஒளிபரப்பிக்கொண்டிருக்கின்றன. நமது வாழ்க்கையும் நமது சுவாசமும் நம் ஒளிமிகு விழிகளும் காதலால் நிறைந்திருக்கின்றன. எந்தவொரு கணத்திலும் காதலின் வசீகரத்தின் பக்கம் சாயத் தயாராகவிருக்கிறோம். ஆனால் அந்தக் காதலை மறுக்க நமக்கு ஆயிரம் காரணங்கள் இருக்கின்றன; நமக்கு ஆயிரம் அடையாளங்களிருக்கின்றன. காதலைவிடவும் அவற்றைக் காப்பாற்ற வேண்டிய அவசியமும் நமக்கு இருக்கின்றன. அதனாலேயே காதலை மறுத்துக் கொலை செய்யவும் பாலியல் வன்முறை செய்யவும் பெற்ற மகளின் முகத்தில் திராவகம் வீசவும் தயாராகிறோம். அடுத்த காதலர்தினத்தில் நாம் நினைவுகூர இன்னமும் நிறைய செய்திகள் கிடைக்கலாம்.

20. கை, கால்களுடன் பேசுபவர்

சாதாரண பகற்பொழுதில் நாம் பார்க்கும் அசோகன் வேறு; அலுவலகம் முடிந்து தன் தனியறையில் வாழும் அசோகன் வேறு.

அலுவலகம் முடிந்து வீட்டுக்கு வந்ததும் குழந்தைகளையும் செல்லப்பிராணிகளையும் கொஞ்சுவதும் பேசுவதும் நேரங்கழிப்பதும் பலரின் வழக்கமாக இருக்கலாம். அப்படித்தான் செல்லப்பிராணிகளாய் நினைத்து தன் இரண்டு கைகள், இரண்டு கால்களுடன் உரையாடுவது அசோகனின் வழக்கம்.

"சூப்பர்டா, இன்னைக்கு அழகா வேலை பண்ணிணே. எவ்ளோ அழகான கையெழுத்து உன்னோடது. பாலு, குமார்ல்லாம் பாராட்டித் தள்ளிட்டாங்கே" என்று வலதுகையைப் பாராட்டியபடி வருடிக்கொடுப்பார். திடீரென்று இடதுகையைப் பார்க்கும்போது அவர் முகம் மாறிப்போகும். "ஏன்டா டவுன்பஸ்ஸில உக்கார சீட்டு கிடைக்கலைன்னுதானே கம்பியைப் பிடிச்சு நின்னுக்கிட்டே வர்றேன். அதைக்கூட ஒழுங்காப் பிடிக்கத் தெரியாதா? நீ வழுக்கினதில கீழே விழத் தெரிஞ்சிருப்பேன், இந்தா இவனுக பேலன்ஸ் பண்ணினதால மானம் போகாம தப்பிச்சிச்சு" என்று இடதுகையைத் திட்டியபடி தன் இருகால்களையும் வருடிக்கொடுப்பார்.

அப்பா வாங்கிய கடன், அக்காளின் திருமணக்கடன், வேலை வாங்கியதற்காகச் செலவழித்த கடன் என எல்லாக் கடன்களையும் முடித்தபோது அசோகனுக்கு 45

வயது, திருமணம் என எல்லாம் கடந்திருந்தன. மிச்சமிருந்த ஒரே சொந்தமான அம்மாவும் இரண்டு வருடங்களுக்கு முன்பு இறந்துபோக, இறுதிக்கடனையும் முடித்துவிட்டார். மாம்பலத்தில் ஒரு தனியறை. போதுமான சம்பளம். எந்தப் பழக்கமும் கிடையாது என்பதால் பணக்கஷ்டமில்லை. தானுண்டு, தன் அலுவலகம் உண்டு, தன் கை, கால்கள் உண்டு என்று வாழ்ந்துவருகிறார்.

எப்போது அவருக்கு இந்தப் பழக்கம் ஆரம்பித்தது என்று தெரியவில்லை. பகலில் அலுவலகத்தில் எல்லோரிடமும் இயல்பாகத்தான் பேசுவார். இயல்பாக என்றால் கலகலப்பாக, தாராளமாக என்று அர்த்தமில்லை. பேசுவார் அவ்வளவுதான். கேட்ட கேள்விக்குப் பதில், கூடுதலாக இரண்டு வார்த்தைகள். மேலும் அவருக்குக் கோபம் என்ற உணர்ச்சியே வராதா என்ற வியப்பும் அனைவருக்கும் உண்டு.

அவர் கோபப்பட்டு யாரும் பார்த்ததில்லை. மின்வாரிய அலுவலகம். மாதத்தின் முதல் இரண்டு வாரங்கள் பிஸியாக இருக்கும். மற்றபடி எந்தப் பரபரப்புமில்லாமல்தான் இருக்கும். மின்கட்டணம் கட்டுவது, கட்டாமல் நிறுத்தப்பட்ட மின் இணைப்பு குறித்த புகார்கள், புதிய மின் இணைப்புக்கான விண்ணப்பங்கள் என்று வேலைகளைப் பட்டியலிட்டால் பத்துக்குள்தான் வரும்.

★ ★ ★

அன்று பேருந்தில் ஏறும்போது தவறுதலாக முட்டி மோதியதில் காலில் கடுமையான வலி. அலுவலகத்துக்கு விடுப்பெடுத்துவிட்டு அறையிலேயே தங்கியிருந்தார். மாலை ஏழு மணியிருக்கும். மேல் மாடி அறையில் தங்கியிருந்த நிஜாம் எட்டிப்பார்த்து, "ரூம்ல உனக்காகப் பிரியாணி வெச்சிருக்கேன். எடுத்துட்டு வரலாம்னு நினைச்சு மறந்துட்டேன். இந்தா சாவி" என்று கொடுத்துவிட்டு இறங்கிப்போனார்.

பிரியாணியை நினைக்கும்போது அதன் மணம், ருசி, மிருதுவான கறி, மசாலா என எல்லாமும் அசோகனின் கண்களில் நிறைந்தன. மேலே போய் எடுத்துவரலாம் என்று நினைத்தால், கால் முட்டி வலியில் தெறித்தது. 12 படிகள்தான். ஆனால்

மெதுமெதுவாக அவர் படிகளை ஏறியபோது யுகாந்திரமாய் நீண்டது.

“உன்கூடப் பிறந்தவன்தானே அவன். அவன் எவ்ளோ சமத்தா இருக்கான். நீ தொல்லை கொடுத்துக்கிட்டே இருக்கியேடா” என்று இரண்டு படிகளுக்கிடையில் இடதுகாலை நொந்துகொண்டு திட்டினார். கீழே இறங்கும்போதும் வசவுதான்.

வந்தவுடன் வலி கொஞ்சம் தணியட்டும் என்று காத்திருந்துவிட்டு பிரியாணியைச் சாப்பிட்டார். சாப்பிட்டுக்கொண்டே இடதுகாலைத் திட்டுவதும் தொடர்ந்தது. கையில் கோழியின் தொடை அகப்பட்டதும் ஒருகணம் திடுக்கிட்டுப்போனவர், அதை அகற்றிவிட்டு ஒருகவளம் சோற்றை மட்டும் சாப்பிட்டார். பிறகு மிச்ச பிரியாணியையும் எடுத்து ஓரமாக வைத்துவிட்டுப் படுத்துக்கொண்டார். கண்களில் நீர் வழிந்தது.

★★★

அசோகனுக்குத் தன் கை, கால்களை அடுத்துப் பிடித்த விஷயம் தன் கையெழுத்து. அச்சடிக்கப்பட்ட புத்தகத்திலிருந்து எழுந்து வந்ததைப்போலிருக்கும். மேலதிகாரிக்குக் கடிதம், புதிய விண்ணப்பங்கள் தொடங்கி கல்யாணப்பத்திரிகையில் பெயர் எழுதுவதுவரை அசோகனிடம்தான் கொடுப்பார்கள். கிளார்க் சண்முகத்துக்கு கவிதை பைத்தியம். அவன் சொல்லச் சொல்ல, அசோகன் எழுதிக்கொடுப்பார். தபாலில் பத்திரிகைகளுக்கு அனுப்பிவைப்பான்.

ஒவ்வொரு கல்யாணப் பத்திரிகையில் பெயர் எழுதிக்கொடுக்கும்போதும் “நீங்க எப்ப சார் கல்யாணச் சாப்பாடு போடப்போறீங்க?” என்ற கேள்வியைத் தவறாமல் கேட்பான் அலுவலக உதவியாளர் பாலு. ஒரு சின்னச் சிரிப்புடன் பேருக்குக் கீழே வளைந்த கோட்டை வரைவார் அசோகன். பாலுவுக்கு மூன்று மாதங்களுக்கு முன்புதான் திருமணம் முடிந்தது. அவன் கல்யாணப் பத்திரிகையில் பெயர் எழுதிக்கொடுக்கும்போதும் தவறாமல் கேட்டான்.

“எவ்ளோ அழகா எழுதறான் பார்த்தியா, அதனாலதான் இவன் வாட்ச் கட்டியிருக்கான்” என்று தன் இடதுகையைப் பார்த்துச் சொல்லியபடி வலதுகையை வருடிக்கொடுப்பார்.

"என் ராஜா, செல்லம், நடிகைகளின் அழகுசோப் லக்ஸ் உனக்குத்தாண்டா" என்றும் வலதுகையைப் பார்த்துச் சொல்வார்.

★ ★ ★

அசோகனுக்குப் பொழுதுபோக்கு என்று பெரிதாக எதுவும் கிடையாது. காலையில் மேன்ஷனில் பேப்பர் படிப்பார். எப்போதாவது மேன்ஷனில் பாடல்கள் பார்ப்பார். மனிதர்களின் கைகளை வேடிக்கை பார்ப்பதுதான் அவருடைய முதன்மையான பொழுதுபோக்கு என்று சொல்லலாம். அவ்வளவு கூட்டத்துக்கிடையிலும் கம்பியில் வாகாகச் சாய்ந்தபடி கண்டக்டர் டிக்கெட் கொடுக்கும் கைகளின் லாகவத்தை ரசிப்பார். அவர் மேன்ஷனுக்குச் செல்லும் வழியில் ஒரு பாதாம் பால் கடையும் புரோட்டா கடையும் இருந்தன.

மஞ்சள் சமுத்திரம்போல் சட்டியில் எப்போதும் கொதித்துக்கொண்டிருக்கும் பாதாம்பாலை ஒரு குவளையில் அள்ளி, அதன் வாயருகே டம்ளரைக் கொண்டுபோய்ச் சட்டென்று கடல் அலை போல் விஸ்வரூபம் எடுத்து டம்ளர்கள் மாற்றி மாற்றி ஆற்றும் கைகளின் வித்தையைக் கவனிப்பார். அதேபோல் குவித்துவைத்திருக்கும் பரோட்டா மாவைத் தன் வசம் இழுத்து இழுத்து பிசைந்து, சின்னச் சின்ன உருண்டைகளாக்கி பிறகு பெரிய பரோட்டாக்களாக மாற்றுவது, படுக்கை விரிப்பதைப்போல் வீச்சு பரோட்டா போடுவது ஆகியவற்றை ஆர்வமுடன் ரசிப்பார்.

எப்போதாவது மேன்ஷன் டிவியில் பாடல்கள் பார்க்கும்போது கதாநாயகர்களின் கைகளைக் கவனிப்பார். கேமராவுக்கு முன்பாகக் கைகளை என்ன செய்வது என்பது ஒரு சவால். எம்.ஜி.ஆர் நாயகிகளின் தோள்களைப் பிடித்து உலுக்கி, அதை எதிர்கொள்வார். ரஜினி பாதாம் பால் போல கைகளைச் சுழற்றி விசிறுவார் அல்லது பேண்ட் பாக்கெட்டில் கைகளை நுழைத்துக்கொள்வார். பாடல், நாயகி, இசை எல்லாம் எவ்வளவு சுமாராக இருந்தாலும் ராமராஜன் 'சூப்பர்' என்பதைப்போல், இரண்டு விரல்களை மடக்கி மூன்று விரல்களை விரித்து சைகை காட்டுவார்.

★ ★ ★

அலுவலகத்துக்கு கம்ப்யூட்டர் வர ஆரம்பித்தபிறகு அசோகனின் கையெழுத்துக்கு வேலை இல்லாமல் போனது. தட்டுத்தடுமாறி அசோகனும் இரண்டு கைவிரல்களாலும் கம்ப்யூட்டரில் டைப் அடிக்கப் பழகிக்கொண்டார். இரண்டு வாரங்களுக்குப் பிறகு ஒரு வெள்ளைத்தாளில் எழுதிப்பார்த்தபோது அவர் கையெழுத்து முன்புபோல இல்லை.

அன்று மாலை "உனக்கும் நாளையில இருந்து லக்ஸ் சோப்புடா" என்றார் தன் இடதுகையிடம்.

★★★

"நீங்களும் கைபேசி வாங்கிக்க வேண்டியதுதானே?" என்றான் சண்முகம். புரியாமல் பார்த்த அசோகனிடம், "அதான் மொபைல் போன்" என்றான்.

ஏனோ அவருக்கு அதில் விருப்பமில்லை. ஆனால் அவர் வரும் வழியெங்கும் பலர் மொபைல் போன்கள் பயன்படுத்துவதையும் எல்லோர் கைகளும் கொஞ்சம் கொஞ்சமாக ஒன்றுபோல் மாறிக்கொண்டிருப்பதையும் கவனித்தார். பாதாம் பால் கடை இருந்த இடத்தில் பானிபூரி கடை வந்திருப்பதையும் பார்த்தார். நல்லவேளை புரோட்டா கடை அப்படியே இருந்தது. "புரோட்டாக்களுக்கு அழிவில்லை" என்று சிரித்துக்கொண்டார்.

"பார்த்தீங்களாடா, உங்க பேரை வெச்சு ஒரு இன்ஸ்ட்ருமென்ட். கைபேசி. எல்லார் கையும் பேசிக்கிட்டிருக்கு" என்றார் தன் இரு கைகளைப் பார்த்தபடி. நாளை காலை சீக்கிரம் அலுவலகம் செல்ல வேண்டும். ஒருவர் கவர் ஒன்று கொண்டுவந்து தருவார் என்றும் வாங்கி வைத்துக்கொள்ள வேண்டும் என்றும் இணை மின்பொறியாளர் சொல்லியிருந்தார்.

★★★

அலுவலகத்துக்கு யாரும் வரவில்லை. பாலுவும் இன்னும் வராதது ஆச்சர்யமாகத்தானிருந்தது. நடுத்தர வயதுக்காரர் ஒருவர் மெல்லிய பதற்றத்துடன் கொடுத்த கவரை வாங்கி, தன் மேஜை இழுப்பறையில் வைத்தார். திடீரென்று நான்குபேர் அவரைச் சூழ்ந்துகொண்டார்கள்.

★★★

வந்தது லஞ்ச ஒழிப்புத்துறை அதிகாரிகள் என்றும் அது இணைமின் பொறியாளருக்கு விரிக்கப்பட்ட வலை என்றும் அசோகனுக்குத் தாமதமாகத்தான் தெரியவந்தது. கவர் வாங்கிய தன் இருகைகளையும் மனதுக்குள் திட்டித்தீர்த்தார். தீவிர விசாரணையில் அன்று முழுவதும் அசோகனை வாட்டியெடுத்தனர். மறுநாள் காலை, மேலதிகாரி வீட்டின் முன் நின்றார். பாலுவுக்குத்தான் அவர் வீடு தெரியும் என்பதால் அவனையும் அழைத்துச் சென்றிருந்தார்.

அவரோ இன்னதென்று இல்லாத வார்த்தைகளில் அசோகனைத் திட்டித் தீர்த்தார்.

"இவ்ளோ விவரம் இல்லாமயா இருப்பீங்க? ரெய்டு வரப்போகுதுன்னு முதல்நாளே தெரிஞ்சுடுச்சு. உங்களுக்குத் தகவல் சொல்லலாம்னா எப்படி சொல்றதுன்னு தெரியலை. போன் கிடையாதாம்ல. எந்தக் காலத்து ஆள்யா நீ? என்கொயரியில என்னை எதுவும் மாட்டிவிட்டுடாதே. அப்புறம் நடக்கிறதே வேற" என்று விலாவாரியாக வசவுகளை அள்ளிக்கொட்டினார். கைகளைப் பிசைந்தபடியே குனிந்தபடி எல்லாவற்றையும் கேட்டுக்கொண்டார் அசோகன்.

போகும்போது, "ஏண்ணே, நீங்க என்ன தப்பு பண்ணினீங்க? அவன் ஒரு பிராடு. அப்படித் திட்டுறான். நிக்கிறீங்க?" என்றான் பாலு கோபத்துடன்.

காதில் வாங்கிக்கொள்ளாதபடி, "பாதாம் பால் சாப்பிடலாமா?" என்றார் அசோகன்.

சடாரென்று அவர் கைகளை பாலு விசையுடன் இழுக்க நடுவீதியில் தடுமாறிப்போனார்.

"யோவ், பொட்டையா நீ? கோபமே வராதா?" என்றான் பாலு உக்கிரமாக. எப்படியோ அந்த உக்கிரம் அசோகனைப் பற்றிக்கொண்டது.

அவரே நினைத்துப்பார்க்காத காரியத்தைச் செய்தார். காலில் கிடந்த செருப்பைக் கழற்றி பாலுவை அடித்துவிட்டார். ஒருகண்ணில் அதிர்ச்சியும் இன்னொரு கண்ணில் ஆச்சர்யமுமாகப் பார்த்த பாலுவின் கண்கள் ஆத்திரத்துக்கு

அஞ்சிறைத்தும்பி

மாறிக்கொண்டிருக்க, விருவிருவென்று நகர்ந்துவந்துவிட்டார் அசோகன்.

அறையில் நுழைந்ததும், "ஏண்டா இப்படி செஞ்சே, அடிடா அவனை" என்றபடி இடது கையால் வலதுகையை அடிக்கத் தொடங்கினார். அழுகையினூடே, "அவனுக்குத்தான் புத்தியில்லைன்னா அவன் கேட்டதும் ஏன்டா செருப்பைக் கழட்டிக்கொடுத்தே?" என்று இடதுகாலை நோக்கிக்கேட்டார்.

❏ ❏ ❏

21. யுத்தத்தின் அமுதிசை

இருள் கனத்த போர்வையாய் நாலாபுறம் அடர்ந்து பரந்தது. மாறாகக் குளிர் உடலைக் கொஞ்சம் கொஞ்சமாய் ஊடுருவத் தொடங்கியிருந்தது. கண்களைக் கசக்கிப் பார்த்தபோது தூரத்து மலையில் தெரிந்த சின்ன வெளிச்சமும் அதன் இடையிலான பச்சைமரங்களும் உற்சாகத்தை அளித்தன. குளிரை விரட்டுவதற்கான திரவம் மெல்ல இறங்கியபோது கொஞ்சம் துணிச்சல் மேலெழுந்து வந்தது.

“இதுவரை எத்தனை நாடுகளைப் பிடித்திருக்கிறீர்கள் என்று தெரியுமா அரசே?” என்று கேட்டான் நிலவெழிலன்.

மேலாடையை இறுகப்பிடித்தபடி புருவத்தை உயத்திப்பார்த்த அரசன் உடைவாள் வர்மன், “தெரியவில்லையே. எப்படியும் ஐம்பதுக்கு மேலிருக்குமே?” என்றான்.

“இது 63வது நாடு” என்றான் நிலவன்.

“பரவாயில்லை தளபதி. இதையெல்லாம் நினைவு வைத்திருக்கிறாய். எனக்குப் பெண்களையும் புணர்ச்சியையும் தவிர வேறெதுவும் நினைவில் இருப்பதில்லை. அதுவும் நல்ல குளிர்நேரத்தில் அதைத்தானே நினைக்க வேண்டும்? யுத்தங்களையும் சாம்ராஜ்ஜியங்களையுமா கணக்குப் பார்ப்பது?”

“சரிதான் மன்னா. நாம் இதுவரை எத்தனையோ நிலப்பகுதிகளுக்குச் சென்றிருக்கிறோம். எத்தனை வகையான மக்களையோ சந்தித்திருக்கிறோம். எத்தனைச்

சடங்குகள், எத்தனை பழக்கவழக்கங்கள், விதவிதமான பண்பாடுகள்! எத்தனையோ மொழிகளைக் கேட்டிருக்கிறோம். சில மொழிகள், நம் மொழியின் நடுவாந்திரத்திலிருந்து புறப்பட்டதைப் போலிருக்கின்றன. சில மொழிகள் அணில்வாலைப் போல நம் மொழியிலிருந்து முறுகி நின்றிருக்கின்றன. சில மொழிகளை நம்மால் புரிந்துகொள்ளவே முடியவில்லை"

"தளபதியே, எனக்குப் புரிந்த ஒரே மொழி யுத்தம்தான்"

"உண்மைதான் மன்னா. ஆனால் அந்த யுத்தம்தான் நமக்கு இத்தனைப் பண்பாடுகளை அறியவைத்திருக்கிறது. பெரும்பாலானாவை கனத்த கதவுகள். அவற்றை உடைத்துத் தெறிக்கும் பூட்டுகளாகத்தான் இந்த யுத்த வாய்ப்பை நினைக்கிறேன்"

"தளபதி, நீ என்னவெல்லாமோ யோசிக்கிறாய், எதையெதையோ பேசுகிறாய். மற்றவற்றில் கவனம் போனால் வீரத்தின் வலிமை குறைந்துவிடும். தளபதியை மாற்றலாமா என்று யோசிக்கிறேன்"

"மன்னா" என்று பதறிப்போனான் நிலவெழிலன். அருகிலிருந்த மரத்திலும் அந்தப் பதற்றம் தொற்றிக்கொண்டதைப்போல் லேசாக அசைந்தது.

"நிலவனுக்கே அச்சமா? வேடிக்கைக்காகச் சொன்னேன். உன்னைமாதிரியான தளபதி அமைவது அரிதினும் அரிது. உனக்கு நினைவிருக்கிறதா, சாமக யுத்தத்தில் நீ நூற்றுக்கணக்கில் எதிரிகளைக் கொன்றுகுவித்தாய். ஆறாய் ஓடிய ரத்தத்தை செந்நாய்கள் நக்கிக்குடித்தன. வில்லின் நாண் போல் நீண்டிருக்க வேண்டிய நெடுயுத்தத்தை நீ ஆறே நாள்களில் முடித்தாய். இறுதிநாள் யுத்தக்காட்சி இன்னும் என் கண்களுக்குள் உறைந்துள்ளது. எதிரிவீரர்களின் பிணங்கள் குவிந்துகிடக்கின்றன. பல உடல்கள் சிதைந்துள்ளன. எது தங்கள் கணவரின் உடல் என்று தெரியாமல் மனைவிமார்கள் தடுமாறினார்கள். பிறகு உடலைக் கண்டுபிடித்தபிறகும் அந்த உடலுக்குரிய சிதைந்த பாகங்களைத் தேடி அலைந்தார்கள். அப்போது பெருமழை பெய்தது. காட்டு விலங்குகளின் அலறல், இடியின் பிளிறல், பூச்சிகளின் சத்தம், குதிரைகளின் கனைப்பொலி எல்லாவற்றையும் தாண்டி அந்த மனைவிமார்களின்

அழுகைச்சத்தம் கேட்டது. அது எனக்குப் பிடித்த இசை. மறக்க முடியாத அமுதிசை தளபதி" என்றவாறு இன்னொரு கோப்பையைத் தளபதியிடம் பரிசு வழங்கும் பாவனையில் அளித்தான் மன்னன்.

"சொல்ல மறந்துவிட்டேன். யுத்தத்தைப்போல எனக்குப் பிடித்த இன்னொரு மொழி போதை!"

★ ★ ★

உடைவாள் வர்மன் மூன்று மண்டலங்களுக்கு மேல் ஒருநாட்டில் தங்குவதில்லை. யுத்தம், வெற்றி, நாட்டில் தனக்குத் தோதான, கப்பம் கட்டும் விசுவாசமான அரசை அமைத்துவிட்டு, அடுத்த பயணம், அடுத்த யுத்தம் என்று சென்றுகொண்டிருப்பான். அவனைப் பொறுத்தவரை யுத்தமும் சாம்ராஜ்ஜியமும் என்பது மது, பெண்களில் தொடங்கி பெண்கள், மதுவில் முடிவது. விதவிதமான பழங்கள், விதவிதமான இறைச்சிகள், விதவிதமான பெண்கள்...இதுதான் அவனது யுத்தத்துக்கும் ஓய்வுக்கும் இடைப்பட்ட வாழ்க்கை.

தளபதியாக இருந்தாலும் நிலவெழிலனுக்கு ஒவ்வொரு நாடு வந்ததும் ஆச்சர்யமும் ஆர்வமும் அப்பிக்கொள்ளும். இயல்பில் அவனொரு கலைஞன். தண்ணுமை இசைக்கருவி இசைப்பதிலும் அவன் பிறந்த இனக்குழுவுக்கே உரித்தான அலங்காட்டம் ஆடுவதிலும் நிபுணன். செல்லும் இடங்களில் தான் பார்த்த வாழ்க்கையையும் மனிதர்களையும் குறித்து பயணக்குறிப்புகளாய் எழுதி வைத்திருந்தான். ஆனால் உடைவாள் வர்மன் இவற்றிலெல்லாம் ஒருபோதும் ஆர்வம் காட்டியதில்லை.

பகலும் இரவும் வெவ்வேறுவிதமான வாழிடங்களுக்குச் சென்று மனிதர்களைக் கற்பதுதான் தளபதியின் வழக்கம். பல இடங்களில் அவன் தானொரு தளபதி என்று காட்டிக்கொள்ள மாட்டான். அரை மண்டலம் இந்த நாட்டை அலசியதில் அவனுக்கு ஓரளவு இந்நாட்டின் அமைப்பு புரிய ஆரம்பித்தது.

★ ★ ★

எல்லா நாடுகளிலும் இருப்பதைப்போல் இங்கும் குயவர்கள், பூசகர்கள், பரத்தைகள், பாணர்கள், பணிப்பெண்கள், அரண்மனைப்பணியாளர்கள், உழவர்கள், வணிகர்கள் என

மக்கள்குழுக்கள் இருந்தன. இவற்றைத் தாண்டி நிலவனைக் கவர்ந்தவர்கள் இருவகையான மக்கள்குழுக்கள்.

விளவுமலைப்பகுதியில் வசிக்கும் மக்கள் தனித்ததொரு காட்டுப்பூவைப்போல் வாழ்ந்துகொண்டிருக்கிறார்கள். ஆளி என்னும் மலைவிலங்கின் தோலில் செய்யப்பட்ட வாத்தியக்கருவிகளை இசைத்துக்கொண்டே அவர்களின் பொழுது விடியவும் முடியவும் செய்கிறது. குளு ஊ என்னும் தானியத்தில் செய்யப்பட்ட மதுவும் உடும்பு இறைச்சியும்தான் அவர்களின் முதன்மை உணவு. மேலும் கிழங்கும் திணைமாவும் தேனும் உண்டுதான். குளு ஊ மதுவை அவர்கள் வெறுமனே அருந்துவதில்லை. அதில் உப்பும் மிளகும் சேர்த்தே அருந்துகிறார்கள். முதல்முறை அருந்தியபோது நிலவனுக்கு கண்களும் மூக்கும் வடியத்தொடங்கின.

“உப்பைக்கொண்டுதான் கடவுள் ரத்தத்தைப் படைத்தார். மிளகைக்கொண்டுதான் அவர் மனிதர்களின் நாக்கைப் படைத்தார்” என்றார் அந்தக்குழுவிலிருந்த முதுமனிதன். வயதேற ஏற உப்பு ரத்தத்தில் இருந்து வெளியேறி தலைக்கு ஏறி நரைக்கத் தொடங்குகிறது என்பது அவர்களின் நம்பிக்கை.

மற்றொரு புதிர் இனம், அடர் காடுகளில் வசிக்கும் நிசிகள்வர்கள். அவர்களுடன் வேறெந்த இனத்துக்கும் தொடர்புகள் இல்லை. சொல்லப்போனால் அவர்களின் வாழிடத்துக்குச் சென்ற சில அயல்மனிதர்களில் நிலவெழிலனும் ஒருவன். உள்ளூரில் அவர்கள் கள்ளம் வைப்பதில்லை. அதேபோல் வெளியூர்க் கள்ளர்கள் இங்கு வராமல் தடுக்கும் காவல் அரணும் அவர்கள்தான். ஆண்டுக்கு ஒருநாள் களவுப்பெருநாள் நடைபெறும். அப்போது ஊர்மக்கள் அனைவரும் தங்கள் இல்லங்களைத் திறந்துவிட்டு அண்டை ஊர்களுக்குச் சென்றுவிடுவார்கள். அன்று கள்வர்களுக்கான நாள். எந்த வீட்டிலும் எதையும் எடுத்துக்கொள்ளலாம். அன்று பொழுது இருட்டும் நேரம் மீண்டும் நிசிகள்வர்கள் காடுகளில் அடைந்துவிடுவார்கள்.

★★★

எல்லாவற்றையும் விட நிலவனுக்கு ஆச்சர்யமளித்தது குழந்தைகளின் சந்தைதான். மாட்டுச்சந்தை, குதிரைகள்

சந்தை, யானைகள் சந்தை, ஒட்டகச் சந்தை என்று விதவிதமான சந்தைகளைப் பார்த்துள்ளான். மணற்புயல் வீசும் பாலைநிலப்பரப்பில் கரியநிற மனிதர்களும் பெண்களும் விற்கப்படும் அடிமைகளின் சந்தைகளையும் பார்த்துள்ளான். ஆனால் அவன் வாழ்க்கையில் முதன்முதலில் பார்த்த குழந்தைகளின் சந்தை இங்குதான்.

யுத்தத்தில் மரணமுற்ற வீரர்களின் குழந்தைகள், பொருள்வயின் பிரிந்து பயணம் சென்று நெடுநாள் திரும்பாதவர்கள் இல்லக்குழந்தைகள், உடல் ஒச்சமான குழந்தைகள், மூளைவளர்ச்சியற்ற குழந்தைகள் என மாதமொருமுறை வெவ்வேறு நாடுகளில் இருந்தும் இங்கு குழந்தைகள் விற்கப்படுவதுண்டு. சமயங்களில் சந்தைகளில் விற்கப்படும் குழந்தைகளின் எண்ணிக்கை ஐந்துக்குக் குறைவாகவும் இருக்கும். குழந்தைகளற்ற தம்பதிகள் எடுத்துக்கொண்டதுபோக மிச்சமுள்ள குழந்தைகள் எடுத்துச் செல்லப்படும். மீண்டும் மீண்டும் பல குழந்தைகள் சந்தைக்குக் கொண்டுவரப்படுவதையும் நிலவன் பார்த்தான். எல்லாச் சந்தைகளிலும் எண்பது தாண்டிய வயது நிரம்பிய முதுகிழவர் ஒருவரைப் பார்த்தான். பெரும்பாலான சந்தை நாள்களில் அவர் குழந்தைகள் வாங்கிச்செல்வதைப் பார்த்தான். இந்த வயதில் இவருக்கு ஏன் இத்தனைக் குழந்தைகள், இவருக்குக் குடும்பம் இருக்கிறதா, இவரைப் பராமரிப்பதே கடினம், இவருடன் சேர்ந்து இந்தக் குழந்தைகளையும் கவனித்துக்கொள்ளுமா இவர் குடும்பம் என அடுக்கடுக்கான கேள்விகள் நிலவனிடம்.

நிலவனாக அவரிடம் பேச்சுக்கொடுத்தான். இருமுறை தவிர்த்தவர், ஒருமுறை மட்டும் அவரைக் குதிரைவணிகன் என்று அறிமுகப்படுத்திக்கொண்டார். தொடர்ச்சியாக அவனைச் சந்தைகளில் பார்த்தவர், இரண்டு சந்தைகளாக வருவதில்லை.

★★★

இருள்கள்வரில் திறமைசாலி நாகவரன். வெளிச்சமும் காற்றும் நீரும் புகமுடியாத இடத்திலும் புகுந்துவிடக்கூடியவன். உள்ளூரில் கள்ளம் வைப்பதில்லை என்ற குலவிதியை முதன்முறையாக நிலவெழிலனுக்காக மீறியிருக்கிறான். தன் குழு தாண்டி எந்த நண்பர்களையும் ஈட்டியிராத அவன் வாழ்க்கையில்

நுழைந்த முதல் மனிதன் என்பதைத்தவிர வெறென்ன காரணமிருக்க முடியும்?

அந்த முதுகிழவரின் பெயர் விமலநந்தன் என்பதை அவர் வீடுகளிலிருந்து களவாண்டு வந்த சுவடிகள் மூலம் அறிந்துகொண்டான் நிலவன். உலர்மீன்களுடன் குளு ஊ மதுவை அருந்தியபடி சுவடிகளைப் படிக்கத் தொடங்கினான்.

'விமலாதீகம் - காலக்கணியம்' என்னும் சுவடியை மூன்றுமுறை படித்தபோதுதான் விமலநந்தன் விமலாதீகம் என்னும் புதிய மதத்தைத் தானே உருவாக்கித் தானே பின்பற்றியிருக்கிறார் என்பதை நிலவனால் அறிய முடிந்தது. 'குழந்தைமையே உன்னதம்' என்பதே அந்த மதத்தின் அடிப்படைக் கோட்பாடு. குழந்தை, பிறந்து ஆறு மாதங்கள் வரை மட்டுமே புனிதத்துடன் இருக்கிறது. அதற்குப் பின் வளர, வளர மற்றவர்களின் கருத்துக்கள் ஏற்றப்பட்ட கழுதையாக மாறிவிடுகிறது. எனவே, வன்முறையற்ற பேரன்பும் அறியாமையும் குழந்தை பிறந்து ஆறேழு மாதங்கள் வரை மட்டுமே சாத்தியம் என்பதுதான் விமலநந்தனது கொள்கை. விமலநந்தன், 26 குழந்தைகளைப் பெற்றெடுத்தார்; 42 குழந்தைகள் வரை தத்து எடுத்து வளர்த்தார். ஆனால், குழந்தைகள் ஆறு மாதங்கள் வளர்ந்த பிறகு, அவற்றைக் கொன்றுவிடுவார். இவ்வாறாக, குழந்தைமையின் புனிதத்தைக் காத்துவந்தார்.26 குழந்தைகளையும் பெற்று, கொல்வதற்குள் விமலநந்தனுக்கு இப்போது 90 வயது ஆகிவிட்டது என்பதை அந்தச் சுவடிகள் மூலம் அறிந்துகொண்டான்.

காலக்கணியத்தின் இறுதிப்பகுதி இப்படிச் சொன்னது. "உலகம் இனி யுத்தத்தின் குழந்தைகளையே பெற்றெடுக்கும். எல்லாக் குழந்தைகளும் வளர்ந்து யுத்தத்தின் வசம் ஒப்படைக்கப்படுவர். எந்தக் குழந்தையும் குல அடையாளத்துடன் பிறப்பதில்லை. ஆனால் சுமத்தப்பட்ட குல அடையாளம் யுத்தத்தை ஈன்றெடுக்கும். வாளும் வேலும் வில்லும் அம்பும் என்றிருக்கும் ஆயுதங்கள் மாறும்; யுத்தம் மாறாது. யுத்த வழிமுறை மாறும்; மரணம் மாறாது. குழந்தைகள் யுத்தத்தில் இறப்பதைவிட குழந்தைகள் குழந்தைகளாக இறப்பதே புனிதமானது."

★★★

விமலநந்தனைப் பல ஆண்டுகளாகக் காணவில்லையாயினும் அவரைத் தேடுவார் யாருமில்லை. நிலவெழிலனின் பயணக்குறிப்புகள் கிடைத்தால் கீழ்க்கண்ட மூன்று முடிவுகளில் ஏதேனும் ஒன்றை நாம் அடையலாம்.

1. கொல்வதற்கு இனி குழந்தைகள் இல்லை. இப்போது தானே ஒரு குழந்தையாக இருப்பதை உணர்ந்த விமலநந்தன், ஆறு மாதங்களில் இழந்த உன்னதமான தனது குழந்தைமையை, 90 வயதில் மீண்டும் பெற்ற விமலநந்தன் வடக்கிருந்து உயிர்துறந்தார்.

2. மன அழுத்தம் தாளாது மலையுச்சியில் இருந்து குதித்து தற்கொலை செய்துகொண்டார்.

3. நிலவெழிலனால் கொல்லப்பட்டார்.

22. அடையாளம்

என்னடா இது, தமிழுக்கு வந்த சோதனை!

தமிழரசன் முத்தலீப் என்ற பெயரை ஃபேஸ்புக் ஒப்புக்கொள்ளவில்லை. நீண்ட நாள்களாக இருந்து வரும் ஐ.டிதான். யாரும் சந்தேகம் கிளப்பினார்களா, ஃபேஸ்புக்குக்கே சந்தேகம் வந்ததா என்று தெரியவில்லை. உண்மையான அடையாளம்தானா என்பதை உறுதிசெய்ய ஆவணங்களைச் சமர்ப்பிக்கச் சொன்னது ஃபேஸ்புக். மனிதர்கள்தான் ஆவணங்களை உருவாக்குகிறார்கள். பின் அந்த மனிதர்கள்தான் அந்தந்த மனிதர்களா என்பதை ஆவணங்களே உறுதிசெய்கின்றன.

ட்வீட்டர் அக்கவுண்டில் போய்ப்பார்த்தான். நல்லவேளை இங்கே எந்தப் பிரச்னையும் இல்லை. புதிதாக நித்தீஷ் அவனை ஃபாலோ செய்வதைச் சொன்னது ட்வீட்டர். அவன் பக்கத்தில் போய்ப்பார்த்தபோதுதான் அவன் சென்னையில் இருப்பது தெரிந்தது. எப்போ யு.எஸ்ஸில் இருந்து வந்தான்?

“எருமைமாடு, இந்தியா வந்தா சொல்ல மாட்டியா?” என்று டைரக்ட் மெசேஜ் அனுப்பினான்.

★★★

அவனுக்குப் பக்கத்து வீடுதான் நித்திஷின் வீடு. புதிதாகக் குடிவந்திருந்தார்கள். சில மனிதர்கள் மட்டும்தான் முதல்நாள் பார்த்தாலும் இரண்டாம் நாளைப்போல பேச ஆரம்பித்துவிடுவார்கள். நித்தீஷின் அம்மாவும் அப்படித்தான். தமிழ் அவன் வீட்டுக்குப்போனபோது அன்று ஏதோ ஒரு பண்டிகை. அவனுக்குச் சுண்டல்

தந்தார்கள். வாங்கிச் சாப்பிட்டபோது அவன் நெற்றியில் திருநீறு பூசிவிட்டார் நித்தீஷ் அம்மா.

“வேணாம், கலீமா மறந்துடும்” என்றான் தமிழ்.

கலீமா என்றால், அல்லாஹ் ஒருவனே இறைவன் என்று அரபு மொழியில் சாட்சி பகிர்தல். மதரசாவில் இருந்து அப்போதுதான் அவன் திரும்பியிருந்தான்.

“யார் சொன்னது?”

“இமாம்தான் சொன்னார்”

“அவர் கிடக்காரு. அம்மா ஒண்ணும் சொல்ல மாட்டாங்கல்ல?”

தமிழரசனின் அம்மா ஒன்றும் சொல்லவில்லை. சொல்லப்போனால் அம்மாவுக்கே சின்னச் சின்னதாய் நம்பிக்கைகள் உண்டு. கண்வலி என்றால் மாரியம்மன் கோயிலுக்குக் கண் உருவம் செய்து போட்டால் சரியாகிவிடும், வயிற்றுவலி என்றால் வயிற்றில் மாவிளக்கு ஏற்றினால் தீர்ந்துவிடும் என்பது இந்துக்களின் நம்பிக்கை. அம்மா பக்கத்து வீட்டு இந்துக்களிடம் பணம் கொடுத்து பிரார்த்தனைகளையும் நேர்த்திக்கடன்களையும் செய்யச் சொல்வார். யாராவது சுவரில் ஒற்றைக்காலை வைத்தபடி நின்றால், “தரித்திரம், அப்படி நிக்காதே” என்பார். கை, கால் கழுவும்போது முழுக்க கழுவவில்லை என்றாலும் தரித்திரம் என்பார்.

தமிழரசனின் பெயரை அறிந்துகொள்ளும் யாவரும் ஆச்சர்யத்தில் தொடங்கி ‘எப்படி’ என்ற கேள்வியில் வந்தடைவார்கள். முத்தலீப்பின் அப்பா உமர் பாருக் தமிழ்ப்பற்றாளர். முதல் மொழிப்போராட்டத்தில் பட்டுக்கோட்டை அழகிரி திருச்சியில் இருந்து சென்னை வரை நடத்திய தமிழர் படையில் இருந்தவர்களில் உமர் பாருக்கும் ஒருவர். தமிழ்ப்பற்றால் பேரனுக்குத் தமிழரசன் என்று பெயர் சூட்டியிருந்தார். பெரும்பாலும் உறவினர்களுக்கு அரபுப்பெயர்கள்தான். அல்லா பிச்சை போன்ற பெயர்கள் உண்டு. முத்தலீப்பின் தாய்மாமா பெயர் சின்ராசு, அத்தை ராசாத்தி. ஆனால் தமிழரசனுக்குத் தெரிந்து முதல் முஸ்லீம் தமிழரசன், தமிழரசன்தான்.

★★★

தர்காக்களில் மந்திரித்து தாயத்து கட்ட குழந்தைகளுடன் நிற்கும் தாய்மார்களும் முஸ்லீம்கள் கடை போட்டு வியாபாரம் செய்யும் மாரியம்மன் கோயில் திருவிழாவும் என்று ஊர் நெடுவருடங்களாகப் பிரச்னையில்லாமல்தான் இருந்தது. அந்த மாவட்டத்துக்கு முஸ்லீம் தலைவரின் பெயரை அரசு சூட்டியதை எதிர்த்து நடந்த ஊர்வலம் கலவரத்தில் முடிந்தது. ஒரு கும்பல் வெப்பம் தெறிக்கும் கோஷங்கள் போட, எங்கேயோ தீப்பற்றிக்கொண்டது. ஊர்வலத்தில் ஒருவர் ஆடை தூக்கி ஆபாசச் சவால் விட்ட காட்சி, இன்றும் தமிழரசனின் கண்களுக்குள் நின்றது. இங்கிருந்து செருப்புகளும் அரிவாள்மனைகளும் பறக்க மோதலின் முடிவில் இருதரப்பிலும் உயிர்ப்பலி. வாப்பா நடத்திவந்த 'உமர் ஸ்டோர்' சூறையாடப்பட்டது. இரண்டுநாள்களாக விடாமல் அழுதுகொண்டிருந்தான் தமிழரசன்.

★★★

நஷ்டம்தான் என்றாலும் அம்மாவின் நகைகளை அடகுவைத்து அங்கே இங்கே புரட்டி மீண்டும் கடையை வாப்பா தொடங்கிவிட்டார். கையோடு கடையின் பெயரை 'இந்தியன் ஸ்டோர்' என்று மாற்றிவிட்டார். ஒரு கலவரம் நடந்தால் பிறகு அந்த ஊரை அச்சம் பீடித்துக்கொள்ளும். கலவரத்தைவிட கலவரம் குறித்த அச்சம் கொடூரமானது. திடீரென்று பத்துபேர் ஓட ஆரம்பிப்பார்கள். அவர்கள் பின்னால் இன்னும் பத்துபேர். எங்கேயும் எதுவும் நடந்திருக்காது. ஆனாலும் பயம் உண்மையின் நிச்சயத்தன்மை அறியாது. குழந்தைகளைப் பள்ளிக்கு அனுப்பியவர்கள், கணவனைத் தொழிலுக்கு அனுப்பியவர்கள் என்று எப்போதும் முந்தானையில் நெருப்பை முடிந்துவைத்திருப்பது என்னவோ வீட்டுப்பெண்கள்தான்.

பள்ளிவாசலின் அருகில் பன்றியின் கால்கள் கிடந்ததாகவும் கோயிலின் முன்பு பசுமாட்டுத் தலை கிடந்ததாகவும் பரஸ்பரம் வதந்திகள் கிளம்ப ஊரில் மீண்டும் கலவரம் பற்றிக்கொண்டது. எந்த வதந்தி எப்போது தொடங்கியது என்பது குறித்து அறிய யாருக்கும் அவகாசமில்லை. கலவரம் முடிந்து இரண்டு நாள்களுக்குப் பிறகு ஊரில் ஒரே ஒரு பசுமாடோ பன்றியோ இறக்கவில்லை என்பது தெரியவந்தது. பசுமாடுகளும் பன்றிகளும் மனிதர்களை நோக்கிப்

பாயவில்லை. மனிதர்கள்தான் அவற்றுக்காக மனிதர்கள் மீது பாய்ந்திருந்தார்கள்.

தமிழரசன் டியூஷன் முடித்து தன் வீட்டுக்கு முன்னால் இரண்டு தெருக்கள் இருக்கும் தூரம் வரும்போது ஒரு கும்பல் சூழ்ந்துகொண்டது.

"பேரென்னடா?"

"தமிழரசன்"

அவனைப் போக அனுமதித்த கும்பல், இரண்டடி நகர்வதற்குள் மீண்டும் அழைத்தது.

"நீ ஷாப் கடை பாய் பையன்தானே? தமிழரசன்னு பேர் வெச்சா எங்களுக்குத் தெரியாதா?' என்றான் ஒருவன். அவன் குரலில் ஒரு வேட்டை மிருகம் துள்ளிக்குதித்துக் கொண்டிருந்தது. தமிழரசனுக்கு என்ன நடக்கப்போகிறதென்று தெரியவில்லை. ஒரு ஊருக்குத் தேவையான ஒட்டுமொத்தப் பயமும் அவனைச் சூழ்ந்துகொண்டது. அப்போதுதான் சின்னச்சாமி மாமா இடுப்பிலிருந்து உருவிய பெல்ட்டுடன் அங்கே தோன்றினார். எங்கிருந்து எப்படி வந்தார் என்று தெரியவில்லை.

"ஏண்டா, அராத்து பிடிச்சவனுகளா, யார் வீட்டுப் பையனைடா மிரட்டுறீங்க? ஒருத்தன் உசிர் மிஞ்சாது. அறுத்துப்போட்டுருவேன்" என்று குரலுயர்த்தினார். வாப்பா கடையில் பல ஆண்டுகளாக வேலை பார்த்த சின்னச்சாமி ஆறு ஆண்டுகளாகத் தனியாக வியாபாரம் செய்துவருகிறார். செழித்து வளர்ந்திருந்தார். வாப்பா மீது இப்போதும் அவருக்கு மரியாதை. தமிழரசனைத் தன் டிவிஎஸ் 50-யில் ஏற்றிக்கொண்டு அங்கிருந்து சென்றார்.

★ ★ ★

கல்லூரி முடிந்து பஸ் பாஸில் அரசு டவுன்பஸ்ஸில் வந்துகொண்டிருந்தபோதுதான் அந்தத் தலைவர் கொல்லப்பட்ட செய்தி வந்து சேர்ந்தது. மீண்டும் கலவரம். பேருந்து முழுவதும் பயமும் சந்தேகமும் பற்றிக்கொண்டது.

"உங்காளுக என்ன பண்ணப்போறாங்கன்னு தெரியலையே?" என்றான் நித்திஷ்.

"வெடிகுண்டுக்கும் வெட்டரிவாளுக்கும் என்னடா அடையாளமிருக்கு? யார் என்னன்னு பார்த்துட்டா கொல்லும்?" என்று தமிழரசன் சொல்லிக்கொண்டிருக்கும்போதே பேருந்து திடீரென்று நின்றுபோனது. அடிக்கடி நடப்பதுதான். ஏற்கெனவே கியரில் கயிறு கட்டி மாட்டியிருந்தார் டிரைவர். கியர் பாக்ஸ், பாளம் பாளமாய் வெடித்த நிலம்போல வெளியே வந்திருந்தது.

செட்டியப்பட்டி பிரிவிலிருந்து கிட்டத்தட்ட அடுத்த ஸ்டாப்பிங் வரை தள்ளியபிறகுதான் பஸ் ஸ்டார்ட் ஆனது. உயிரைப் பிடித்துக்கொண்டு ஓடி அமர்ந்தார்கள். இவர்கள் வந்த பேருந்து கழித்து இரண்டாவது பேருந்தில் பெட்ரோல் குண்டு வீசியிருக்கிறார்கள். கண்ணாடிகள் உடைந்து சிதறியிருக்கின்றன. நல்லவேளையாக உயிர்ச்சேதம் ஒன்றுமில்லை.

★★★

கல்லூரி முடித்து கொஞ்சநாள்கள் தமிழ், வாப்பா கடையில் உட்கார்ந்தான். பழனிரோட்டில் இருந்தது கடை. பீஃப் பிரியாணி ஸ்டால் உள்பட பல அசைவ உணவகங்கள், இந்தத் தைப்பூச பாதயாத்திரை சீஸனில் மட்டும் சைவ உணவகங்களாக மாறிவிடும். அப்படித்தான் கருப்பசாமி புரோட்டா ஸ்டாலும் வேலவன் சைவ உணவகமாக மாறியிருந்தது.

மாலை 4 மணி. முதலாளி பாண்டித்துரையுடன் பேசிக்கொண்டிருந்தான் தமிழ்.

"இது சைவ ஹோட்டல்தானே?" என்று வாசலில் நின்று தயங்கியபடி கேட்டார், அந்தப் பச்சை வேட்டிக்காரர்.

"போர்டுலயே போட்டிருக்கோமே, சுத்த சைவம். உள்ளே வாங்க, டேய் இலை போட்டு, தண்ணி எடுத்து வை. அண்ணனுக்கு என்ன வேணும்னு கேள்" என்றார் பாண்டித்துரை.

சாப்பிட்டு முடித்து கை, கழுவப்போனபோது திடீரென்று மயங்கி விழுந்துவிட்டார் அந்தப் பச்சை வேட்டிக்காரர். பதறியடித்து, கடைக்கு சரக்கு இறக்க வந்த டெம்போவில் அவரை அள்ளிப்போட்டு மருத்துவமனைக்குக் கொண்டுசென்றார்கள் தமிழும் நித்தீஷும்.

சிகிச்சை முடிந்து மூன்றுமணி நேரத்துக்குப் பிறகு கண்விழித்தவர், வேட்டி மடிப்பிலிருந்து ஒரு துண்டுச்சீட்டை

எடுத்துக்கொடுத்தார். அதில் ஒரு லேண்ட்லைன் நம்பர் இருந்தது. அவர் வீட்டுக்குத் தகவல் சொல்ல வேண்டும். டெலிபோன் பூத்துக்குப் போகத் திரும்பியபோது இருவரையும் அழைத்தார் அவர்.

அருகில்வந்த இருவரின் நெற்றியிலும் வேட்டி மடிப்பில் முடிந்திருந்த விபூதியை எடுத்துப் பூசிவிட்டார். பிறகு கண்களை மூடிக்கொண்டு கைகள் குவித்து வேண்டிக்கொண்டார்.

★★★

பல ஆண்டுகளுக்குப் பிறகு நித்தீஷைச் சந்திக்கிறான் தமிழ். ஆள் மாறிவிட்டான். முடி உதிர்ந்து, தொப்பை விழுந்திருந்தது. கண்களில் கண்ணாடி. ஆனால் முகத்தில் பளபளப்பு ஏறியிருந்தது. தன் இன்னொரு நண்பனையும் அழைத்துவந்திருந்தான். ரெஸ்டாரெண்டில் ஆர்டர் செய்துவிட்டுப் பேசிக்கொண்டிருந்தார்கள்.

“அப்புறம் உன் தம்பி வகாப் என்ன பண்றான்?”

“வாப்பா இறந்ததுக்குப் பிறகு அவன்தான் கடையைப் பார்த்துக்கிறான். பிசினஸ் முன்ன மாதிரி இல்லை. நம்மூர்லயும் ஷாப்பிங் மால், டிபார்ட்மென்டல் ஸ்டோர் வர ஆரம்பிச்சிடுச்சு. வகாப்தானே, பெரிசாத் தாடி வளர்த்து தொப்பி போட ஆரம்பிச்சிட்டான். அம்மா பர்தா போடணுமாம். ஒரே பிடிவாதம். அவங்களுக்கு துப்பட்டி போட்டுத்தான் பழக்கம்”

அருகில் இருந்த நண்பன் முரளியை அறிமுகப்படுத்திவைத்தான் நித்தீஷ். சேத்துப்பட்டில் ‘பிரபாகரன் நகலகம்’ என்று ஜெராக்ஸ் கடை நடத்திவருகிறானாம்.

“சொல்லுடா, உன் பாப்பாவுக்கு என்ன பேர் வெச்சிருக்கே?” என்று முரளியிடம் நித்தீஷ் கேட்டான்.

“அப்துல் ரவூப்”

“என்னடா முஸ்லீம் பேரு?”

“ஈழத்தமிழர்களுக்காக முதன்முதலில் தமிழ்நாட்டில தீக்குளிச்சவர்டா அப்துல் ரவூப்.”

ஆர்டர் செய்த உணவைக் கவனமாக மேசையில் வைத்தார் உணவகப் பணியாளர்.

"கையைக் கொடுங்க பாஸ். நியாயமாப் பார்த்தா உங்க பையனுக்குத்தான் கை கொடுக்கணும். 'தன் பெயரால் தலைவலி வந்தோர் சங்க'த்துக்கு வெல்கம் சொல்லணும். இந்தப் பேரைச் சொன்னதுமே ஆயிரத்தெட்டு கேள்வி. இது எப்படி, அது எப்படின்னு. இப்பெல்லாம் குழந்தைகளுக்கு அர்த்தமே இல்லாம பேர் வைக்கிறாய்ங்க. ஒருத்தன்கூட அதுக்கு என்னான்னு கேக்கிறதில்லை. தமிழரசன் முத்தலீப்புக்கு மட்டும் ஆயிரம் பஞ்சாயத்து, என்கொயரி. அட, ஃபேஸ்புக் வரைக்கும் பஞ்சாயத்து பாஸ்" என்றான் தமிழ்.

"புலம்பாம சாப்பிடுறா. எவ்ளோநாள் கழிச்சு மீட் பண்ணியிருக்கோம்! ஆமா எப்போ கல்யாணம்?"

"ஒரு லவ் போயிட்டிருக்கு. சொல்றேன்" என்றான் தமிழ்,

"பேரு?"

"முதல்ல லவ் கன்ஃபார்ம் ஆகட்டும். உனக்கு சொல்லாம யாருக்குச் சொல்லப்போறேன்?"

"உங்க குழந்தைக்கு என்ன பேர் வைப்பீங்க?" என்றான் முரளி.

"ஃபேக் ஐ.டின்னு வைக்கலாம்னு இருக்கேன்" என்று சிரித்தான் தமிழரசன் முத்தலீப்.

◻ ◻ ◻

23. அன்புள்ள ரஜினி கணேஷ்

"ஒழுங்கா வணக்கம் சொல்லமாட்டியா? நீ வணக்கம் வைக்கிற ஸ்டைலைப் பார்த்து எல்லாரும் சிரிக்கிறாங்க" என்று குறைபட்டுக்கொண்டாள் மீனாட்சி. சித்திப்பெண்ணின் திருமணம் அது.

வேண்டுமென்றே செய்யவில்லை. அனிச்சையாக வந்துவிடுகிறது. முகத்துக்கு நேரே கைகளைக் குவித்துத்தான் எல்லோரும் வணக்கம் சொல்வார்கள். ஆனால் ரஜினியோ பக்கவாட்டில் தோளுக்கு மேலே கைகளைக் குவிப்பார். பலவற்றை மாற்றினாலும் கணேஷ் அறியாமலே இது வந்திருக்கிறது. அவன் என்ன செய்வான்? 15 வயதிருக்கும், பதினாறோ?

★ ★ ★

ஆறாவது படிக்கும்போதிருந்தே கணேஷ் ரஜினி ரசிகன். 'கிழக்குத்தெரு ரஜினி பக்தர்கள்' மன்றத்தில் இருந்தவர்களுக்கு கணேஷை விட பத்துக்கும் மேல் வயது அதிகம். ஆனால் அவர்களுடன்தான் தலைவர் படம் பார்க்கப்போவான். அவனுடன் படித்த கார்த்தி தீவிர கமல் ரசிகன். வெறியன் என்றும் சொல்லலாம். இவனைப் பார்க்கும்போதெல்லாம் "தெரியாமல் போட்டி போடும் மனிதா மனிதா, சிங்கத்தை வெல்வதென்ன எளிதா எளிதா, வான்கோழி மயிலின் ஆட்டம் அறியுமா?...ஹேய் ஹேய்..உன்னைத்தானே" என்று பாடி வம்பிழுப்பான். அதிலும் தலையை ஒரு வெட்டு வெட்டி "ஹேய்...ஹேய்...உன்னைத்தானே" என்பான். ஒருநாள் கணேஷுக்கு செம கோபம் வந்தது. ஜாமிண்ட்ரி பாக்ஸில், வெட்டிய தலையில் ஒரே போடு போட்டான். மண்டை

பிளந்து ரத்தம் கொட்டியது. டீச்சர் கூப்பிட்டு விட்டதுக்கு அம்மா வரமறுத்துவிட்டார். ஆயாதான் வந்தது. டீச்சரைப் பார்த்தபிறகு, இவன் முதுகில் ரெண்டு சாத்து, கார்த்தி முதுகில் ரெண்டு சாத்து. "படிக்கிற வயசுல என்னாடா சினிமாக்காரங்க வெறி?"

ஆனாலும் கணேஷ் அடங்கவில்லை. 'ராஜா சின்ன ரோஜா' படம் வந்தபோது ஆயாவிடம் அடம்பிடித்து காசு வாங்கி, தலைவரைப் போலவே பேண்ட் தைத்துப்போட்டான். "என்ன டவுசர்டா இது, நீ வீட்டுக்கு வர்றே, உன் டவுசரு ரெண்டு தெரு தள்ளிவருது" என்று கிண்டலடித்தது ஆயா. "அதுக்குப் பேரு பேண்ட். ரொம்ப நக்கலடிக்காதே ஆயா. நீ மண்டையைப் போட்டா நான்தான் உன்னை அடக்கம் பண்ணணும்" என்றான். "அடப் போடா போக்கத்தவனே, உன்னை நம்பியா நான் இருக்கேன். பணியாரக்கடை போட்டிருக்கேன். எம் பொணத்தை அடக்கம் பண்றதுக்கு நான் காசு சேர்ப்பேன்டா" என்று சொல்லும் ஆயா.

'பாண்டியன்' படம் வந்தபோது 'ரைட்' டிக் போட்ட பேட்ஜ் குத்திக்கொண்டு ஸ்கூலுக்குச் சென்று திட்டுவாங்கினான். தலையைக் கோதியபடி "மிஸ்டர் ரைட்" என்பான். 'பாட்ஷா' படம் வந்தபோது சட்டையின் எல்லா பட்டன்களையும் கழட்டிவிட்டு, கீழ் இருபக்கமும் சேர்த்து முடிச்சுப்போட்டிருப்பான். காலர் தூக்கியிருக்கும். அந்த வருஷம் ஆட்டோ ஸ்டாண்ட் ஆயுத பூஜையை ரஜினி பக்தர்கள் சிறப்பாகக் கொண்டாடினார்கள். தூக்கிப்போட்டு ஆறு பூசணிக்காயைத் தன் தலையாலேயே உடைத்தான் கணேஷ். மூன்றுமணி நேரம் ரஜினி பாடல்களுக்கு கெட்ட ஆட்டம் ஆடினான்.

★★★

பிளஸ் டூ ஃபெயில் ஆனபிறகு என்ன செய்வதென்று தெரியவில்லை. ஹேர் ஸ்டைல், நடையுடை பாவனை என்று குட்டி ரஜினியாக உருமாறியிருந்தான் கணேஷ். தலைவருக்கு அப்போதுதான் இரண்டு பக்கமும் முடி உதிர ஆரம்பித்ததால் இவனும் பிளேடு கொண்டு இருபக்கமும் அதேபோல் முடியை மழித்துக்கொண்டான். 'தமிழன் பாய்ஸ் ஆடலும் பாடலும் கலைக்குழு' பாலன் அண்ணன், "என் குரூப்ல ஆட வர்றியா?" என்றார். அப்போதிருந்து கணேஷ், ரஜினி கணேஷ் ஆனான்.

தலைவரைப் போல் ஆடுவது எளிது. வேகமாக நடக்கவேண்டும். ஓரிடத்தில் நின்று மேலே பார்க்கவேண்டும். தலைமுடியில் கைவிரல்களை விட்டுக் கலைக்கவேண்டும். இடதுபக்கமும் வலதுபக்கமும் கைகளைச் சுற்றவேண்டும். ஆனால் இது எல்லோருக்கும் வந்துவிடுவதில்லை. கணேஷ் ரஜினி கணேஷாகவே மாறியதால்தான் இது சாத்தியமானது. 'சூப்பர் ஸ்டாரு யாருன்னு கேட்டா...' என்று அவன் கைகளைச் சுற்றும்போது பின்னால் கலர் கலராகப் பொடிகள் பறப்பதில் அவனுக்கு அவ்வளவு சந்தோஷம்.

டீக்கடையில் போய் டீ ஆர்டர் பண்ணினால்கூட, "இக்கடச்சூடு" என்பான். தினமும் ஆஃப் ஓல்டு காஸ்க் குடிக்கும் அளவுக்கு வருமானம் வந்தது. அதே குழுவில் லவ்ஸூம் வந்தது கணேஷுக்கு. சௌமியா, ஹேமா என்று இரண்டே பெண்கள்தான். குஷ்பு, கௌதமி, பானுப்ரியா, ரோஜா என்று சௌமியாவுக்கு ஏகப்பட்ட அவதாரங்கள். "சின்ன ராசாவே சித்தெறும்பு என்னைக் கடிக்குது" என்று சௌமியா ஆடும்போது ரஜினி கணேஷ் உடல் முழுக்க லட்சக்கணக்கில் சித்தெறும்பு ஊரும். 'காதலின் தீபம் ஒன்று' என்று பாடியபடி கைகளை பேண்ட் பாக்கெட்டில் விட்டபடி தனியாக ஃபீல் செய்து நடப்பான். ஆனால் சௌமியாவோ 'வாடி பொட்டப்புள்ள வெளியே' என்று நடனம் ஆடிய வடிவேலு குமாரைத் திருமணம் செய்துகொண்டபோது நொந்துபோனான் ரஜினி கணேஷ்.

அன்று இரவு கூட்டாளிகளுடன் குடிக்கும்போது 'உன்னை நினைச்சேன், பாட்டுப் படிச்சேன்' என்று சோகப்பாட்டு பாடிய 'அப்பு' நாகராஜ் மீது கிளாஸை விட்டெறிந்தான்.

★★★

அம்மா இறந்து இரண்டுவருடங்கள் ஆகின்றன. 'இப்படியே விட்டால் கெட்டுக் குட்டிச்சுவர் ஆகிவிடுவான்' என்று ஆயாதான் மூன்றாவது தெரு மீனாட்சியைக் கல்யாணம் செய்துவைத்தது. மாமனார் கறாராகச் சொல்லிவிட்டார். "ஆட்டம், பாட்டம்லாம் சரியா வராது. சைக்கிள் கடை வெச்சுத்தர்றேன். பொழைச்சுக்கோ" என்று. கணேஷுக்குச் சிறுவயதில் இருந்து அப்படி ஒன்றும் பக்தியெல்லாம் இருந்ததில்லை. ஆனால் ரஜினி கணேஷ் ஆனதிலிருந்து

காலையில் குளித்துவிட்டு நெற்றி நிறைய பட்டை, கழுத்தில் 'ரஜினி கொட்டை', கையில் காப்புடன்தான் சைக்கிள் கடையைத் திறப்பான். அவன் சைக்கிளுக்குக் காற்று அடிக்கும் ஸ்டைலும் தனிதான்.

ஆறுமாதம் கடை ஓடியிருக்கும். பாலன் அண்ணன் ஒருநாள் கடைக்கு வந்தார். "நீ இல்லாம ஷோ டல்லடிக்குது கணேசு" என்றார். மறுநாளே சைக்கிள் கடையைத் தன் கூட்டாளி பாலாவிடம் கொடுத்துவிட்டு மேடையேறத் தொடங்கிவிட்டான்.

★★★

இரண்டு குழந்தைகள் பிறந்துவிட்டன. ஆணுக்கு அருணாச்சலம், பெண்ணுக்கு வள்ளி என்று பெயர் வைத்தான். திடீரென்று 'ஆடலும் பாடலும் நிகழ்ச்சிகள் ஆபாசமாக நடைபெறுவதாக'த் தடை விதித்தது நீதிமன்றம். போலீஸ் கெடுபிடியும் அதிகமானது. திருவிழாக்காரர்கள் ரொம்ப யோசித்துத்தான் 'ஆடலும் பாடலும்' குழுவைக் கூப்பிட ஆரம்பித்தார்கள். என்ன செய்வதென்று தெரியவில்லை. சைக்கிள் கடையை பாலா எப்போதோ குடித்து அழித்திருந்தான். ட்ரைசைக்கிள் ஓட்டத் தொடங்கினான் கணேஷ்.

அவன் ட்ரைசைக்கிள் ஓட்டினாலும் ரஜினி ஸ்டைலிலேயே அட்டைப்பெட்டிகளை அடுக்குவது, மூட்டையைத் தூக்கிப்போடுவது என்று ஸ்டைல் மட்டும் மாறவில்லை. சிலர் ரசித்தார்கள். சிலருக்குப் பிடிக்கவில்லை. கல்யாணமான புதிதில் மீனாட்சியால் அவன் நடைக்கு ஈடு கொடுக்கமுடியாது. "ஏன் இப்படி ஓடறீங்க, மெள்ள நடந்தாத்தான் என்ன?" என்பாள். "இந்த நடைக்கே இப்படின்னா, தலைவர் எவ்ளோ ஸ்பீடா நடப்பார், தெரியும்ல?" என்பான். இப்போது கொஞ்சம் மெதுவாக நடக்கக் கற்றுக்கொண்டான். தலைவருக்கு முடியெல்லாம் உதிர்ந்திருந்தது. ஆனால் கணேஷுக்கு இன்னும் அடர்த்தியாகத்தான் இருந்தது. எண்ணெய் தடவி படிய தலைவாரிக்கொண்டான்.

★★★

மணி அண்ணாச்சி கடையில் மூட்டைகளை இறக்கும்போதுதான் தகவல் வந்தது. ஆயா செத்துவிட்டதாம். ஒருகணம் கணேஷுக்கு

என்ன செய்வதென்று தெரியவில்லை. வியர்த்ததில் கை முடிகள் எல்லாம் சொதசொதவென்று நனைந்துவிட்டன. ஆயா ஒன்றும் அவனுக்குச் சொந்தம் கிடையாது. மகன் துரத்திவிட, "திண்ணையில பணியாரக் கடை போட்டுக்கிறேன்" என்று அம்மாவிடம் உரிமையோடு கேட்டு அப்படியே செட்டிலாகிவிட்டது. தீபாவளி, பொங்கல் என்று நல்லநாள்களில் கணேஷ், மீனாட்சி, அருணாச்சலம், வள்ளி என்று எல்லோருக்கும் பணம் தரும் ஆயா.

'ஆயா அடக்கத்தை நல்லபடி நடத்தவேண்டும்' என்று நினைத்துக்கொண்ட கணேஷ், அண்ணாச்சியிடம் சொல்லிப் பணம் வாங்கிக்கொண்டுபோனான். வள்ளியின் அழுகையைத்தான் சமாதானப்படுத்த முடியவில்லை. கிழவியைத் திண்ணையில் இருந்து தூக்கும்போது நைந்துபோன பழைய தலையணையிலிருந்து ரூபாய் நோட்டுகள் சிதறிக்கொட்டின. எல்லோருக்கும் ஆச்சர்யம். கிழவி அழுத்தக்காரிதான். மொத்தம் 16,000 ரூபாய் இருந்தது. ஆனால் 1500 ரூபாயாக நூறுரூபாய், ஐம்பதுரூபாய், பத்துரூபாய் நோட்டுகள் இருந்தன. மற்ற அத்தனையும் 500 ரூபாய் நோட்டுகள்.

"இதெல்லாம் செல்லாதுன்னு கவர்மென்ட் சொன்னது கிழவிக்குத் தெரியாதா?" என்றார் துரை அண்ணன்.

"அதை வெச்சு என்ன பண்றது? தூக்கிப்போட்டுடுவோம்" என்றாள் மீனாட்சி.

"இல்லையில்லை. ஆயாவைப் புதைக்கும்போது அதையும் சேர்த்துப் புதைச்சுடுவோம். அது ஆயா பணம்" என்றான் கணேஷ்.

★★★

டிரைசைக்கிளில் சிக்னல் தாண்டும்போது வேகமாக வந்த மினிடோர் ஒன்று அடித்துச் சாத்தியது. பேலன்ஸ் கிடைக்காமல் பக்கத்தில் இருந்த காரில் சாய்ந்தான் கணேஷ். இடதுகால் சிக்கிக்கொண்டது. பெரியாஸ்பத்திரி கொண்டுபோய் ட்ரீட்மென்ட் செய்ததில், இப்போது நொண்டி நொண்டித்தான் நடக்க முடிந்தது கணேஷால்.

“என்ன கணேசு, இப்பெல்லாம் உங்க தலைவர் ஸ்டைலே குறைஞ்சிடுச்சே?” என்றார் சம்பத். சிப்பங்களை எண்ணி முடித்திருந்தார்.

“அட ஏண்ணே நீங்க வேற”

“உங்காளு சந்திரமுகி பேயை விரட்டினமாதிரி நீ உனக்குள்ள இருக்கிற ரஜினியை விரட்டிக்கிருக்கே” என்றவர், ரகசியம் பேசுபவர் போல் அருகில் வந்தார்.

“ஒண்ணு கவனிச்சியா. நாம ஸ்கிரீன்ல பார்க்கிற ரஜினி வேற, நிஜ ரஜினி வேற. நீயும் நானும் உண்ணாவிரதம்னுதானே சொல்லுவோம்? அவர் காவிரிப் பிரச்னைக்காக உண்ணாவிர்தம்னாரு. நாம ராமன்னு சொன்னா, அவர் ஸ்ரீராமச்சந்திரமூர்த்தின்னாரு. அட, இப்பக்கூட ‘சி.ஏ.ஏவால பிரச்னையில்லை. இந்திய முஸ்லீம்களுக்கு இது ஜென்மபூமி’ங்கிறாரு. இந்த வார்த்தையெல்லாம் நம்ம வாயிலேயே வராது. ரத்தம், நாடி, நரம்பெல்லாம் சம்ஸ்கிருதம் ஊறுனவருதான் இப்படிப் பேச முடியும்” என்றார்.

“நீ பேசறது ஒண்ணுமே புரியலைண்ணே. நீ கமல் ரசிகரா? ஊஹூம். நீ கட்சிக்காரன். ஏதாவது பேசுவே. பொழைப்பைப் பார்ப்போம்ண்ணே” என்றபடி பணத்தை எண்ணியபடி அங்கிருந்து நகர்ந்தான் கணேஷ்.

★★★

வீட்டுக்குள் நுழைந்து சட்டையைக் கழட்டி சாப்பிட வந்தபோது வாசலில் மகன் அருணாச்சலம், போனைத் தூக்கிப்பிடித்தபடி சிரித்துக்கொண்டிருந்தான்.

“என்ன செய்றான் இவன்?”

“ஏதோ டிக்டாக்கோ, டொக்டாக்கோ. ஸ்கூல் முடிஞ்சு வந்தா இதே பொழப்பாப் போச்சு” என்று அலுத்துக்கொண்டாள் மீனாட்சி.

‘நான்தாண்டா இனிமேலு

வந்துநின்னா தர்பாரு’ என்றபடி 30 ரூபாய் கண்ணாடியை மாட்டியபடி தலையைச் சிலுப்பிக்கொண்டான் அருணாச்சலம்.

எங்கிருந்து வெறிவந்தது என்று தெரியவில்லை. திடீரென்று பக்கத்தில் கிடந்த பிளாஸ்டிக் கிரிக்கெட் பேட்டை எடுத்து அவன் காலிலேயே நாலு அடி அடித்தான் கணேஷ். வலி தாங்காமல் அதிர்ச்சியுடன் அப்பாவை ஏறிட்டுப் பார்த்தான் அருணாச்சலம்.

பேட்டைத் தூக்கிவீசிவிட்டு, திண்ணையில் உட்கார்ந்து, உடைந்து அழத்தொடங்கினான் ரஜினி கணேஷ்.

24. காதலின் தீபம் ரெண்டு

ராம் கூடியிருந்த கூட்டத்தை அசுவாரஸ்யமாகப் பார்த்தான். இரண்டு பெண்கள் ஆங்கிலத்தில் உரையாடிக்கொண்டிருந்தார்கள். நகரின் பிரபலமான கோச்சிங் சென்டரில் இப்போதே சேர்த்துவிட்டால் நீட் தேர்வு வரை உதவியாக இருக்கும் என்று பேசிக்கொண்டிருந்தார்கள். இருவரின் தோற்றத்தைப் பார்க்கும்போது அவர்களின் குழந்தைகள் மூன்றாம் வகுப்புக்குள்தான் படித்துக்கொண்டிருக்கும் என்று தோன்றியது. சதீஷ் நான்காம் வகுப்பு படித்துக்கொண்டிருந்தான்.

ராமுக்கு இது தினச்சம்பிரதாயம். காலையில் மகனைப் பள்ளியில் விட வேண்டும். மதியம் 1 மணிக்கெல்லாம் பள்ளி முடிந்துவிடும் என்பதால் அவனை அவசரமாக அழைத்துக்கொண்டு சென்று அவசரமாக வீட்டில் சாப்பிட்டுவிட்டு மீண்டும் அவசரமாக அலுவலகம் செல்லவேண்டும். வீட்டுக்குப் பக்கத்தில்தான் அலுவலகம். சதீஷ் படிக்கும் பள்ளி, வீட்டுக்கும் அலுவலகத்துக்கும் சமதூரத்தில் இருந்தது. பக்கத்தில் நின்ற இருவர்கள் அரசியல் பேசிக்கொண்டிருந்தார்கள், "எங்கே பார்த்தாலும் போராட்டம், போராட்டம்னுட்டு. டிராபிக்ல வரக்கூடாட்டியும் போதும், போதும்னு ஆயிடுது" என்று சலித்துக்கொண்டவரை இன்னொருவர் ஆமோதித்தார். சலிப்புடன் பாக்கெட்டில் இருந்த செல்போனை எடுத்து நேரம் பார்த்தான். இன்னும் ஐந்து நிமிடங்கள் இருந்தன.

சுகுணா திவாகர்

அப்போதுதான் கூட்டத்தில் அந்தப் பெண்ணைப் பார்த்தான். பின்புறமிருந்து பார்ப்பதற்கு சைலஜாவைப் போலிருந்தது. சைலஜாவாக இருந்தால் நன்றாகத்தானிருக்கும். எத்தனை வருடங்கள்? 18 வருடங்கள் என்று மூளை அதற்குள் கணக்குப்போட்டுச் சொன்னது. மாடியில் உள்ள வகுப்பறைகளில் இருந்து குழந்தைகள் இறங்கிவர வேண்டும். சுவற்றில் சிலையாய் இருந்த ஜீசஸ் வானம் நோக்கி சிறகுகளாய்க் கைகளை விரித்திருந்தார். மாடியில் பிரார்த்தனை ஆரம்பமாகியிருந்தது. இன்றைய நாளுக்காய்க் கடவுளுக்கு நன்றி சொல்ல ஆரம்பித்திருந்தார்கள்.

அந்தப் பெண் கொஞ்சம் திரும்பியபோது நன்றாக முகம் தெரிந்தது. சைலஜாவேதான். 'நான் உன்னைவிட்டு விலகுவதும் இல்லை; கைவிடுவதும் இல்லை' வரிகள் மனதுக்குள் ஓடின. மனதுக்குள் ஆரம்பித்த பதற்றம் உடலில் தொற்றிக்கொண்டது. இங்கே எப்படி இவள்...? நல்லவேளை சதீஷ் வந்திருந்தான். கிட்டத்தட்ட அவனை இழுத்துக்கொண்டு, அங்கிருந்து கிளம்பினான் ராம்.

★ ★ ★

ராமுக்கு சைலஜாவுடன் பழகிய நாட்கள் அன்று முழுவதும் ஞாபகமாய் வந்துபோனது. இரண்டு ஆண்டுகள் காதல் இறுதியாண்டில் முடிந்துபோனது. ஒன்றும் பெரிய காரணமில்லை. காதலைத் தொடர்ந்திருந்தாலும் அது வெற்றிகரமாகத் திருமணத்தில் முடிந்திருக்குமா என்று யோசித்தான் ராம். கடந்தகாலத்தை நினைத்துப்பார்த்தபோது அதற்கான வாய்ப்பு குறைவாகவே இருந்ததாகத் தோன்றியது. அந்த நினைவுகள் மட்டும்தான் நிஜம்; அந்த நினைவுகள் மட்டும்தான் சுகம்.

இன்று எப்படியாவது அவளிடம் பேசிவிட வேண்டும் என்று முடிவெடுத்தான். 'இதனால் அவள் வாழ்க்கையிலோ தன் வாழ்க்கையிலோ எந்த மாற்றமும் நடக்கப்போவதில்லை. ஆனாலும் ஏன் இப்படி பயந்து ஒதுங்கி விலகிப்போக வேண்டும்? இயல்பாக இருப்போமே' என்று நினைத்தான் ராம். இன்று கொஞ்சம் சீக்கிரமாகவே பள்ளிக்குச் சென்றுவிட்டான். அவளைக் கூட்டத்தில் பார்த்தாலும் அருகில் சென்று பேசத் தயக்கமாகத்தான் இருந்தது. 'என்ன இது, முதன்முதலில்

காதலைச் சொன்னபோது இருந்ததைப் போன்ற பதற்றம் ஏன் இப்போது, எதற்கு இவ்வளவு தயக்கம். இயல்பாய் இருக்க முடியாதா என்ன?' என்று பல கேள்விகள்.

சதீஷ் வரும்போதே ஒரு பையனை அழைத்துவந்து, "டாடி மீட் மை நியூ ஃப்ரெண்ட்" என்றான். அருகில் சைலஜாதான். முதன்முறையாக அவனைக் கவனிப்பவள் கண்களில் திடுக்கிடல் இருந்தாலும் புன்னகைத்தாள்.

"எப்படி இருக்கே...இருக்கீங்க?" என்றான் ராம்.

தலையாட்டிச் சிரித்தாள். தலையாட்டிச் சிரிக்கும்போது காதுகளில் ஜிமிக்கி ஆடுகிறதா, முடிக்கற்றை முன்னால் வந்து விழுகிறதா என்று கவனித்தான். அவன் மனதில் பதிந்துபோன சைலஜாவின் அழகான பிம்பங்களில் ஒன்று. அப்படித்தான் இருந்தது. குழந்தைகள் இருக்கிறார்கள். அவர்கள் முன்னால் பேச்சை வளர்க்கவேண்டாம்.

"வாட்ஸ் யுவர் நேம்?" என்றான் குனிந்து சைலஜாவின் மகனிடம்.

"மை நேம் இஸ் ரஞ்சித், அங்கிள்" என்றான்.

இரண்டு ஏமாற்றங்கள். "ஓகே பை" என்று விடைபெற்றுச் சென்றான். பைக்கில் ஏறும்வரை சதீஷ், ரஞ்சித்துக்கு கையாட்டிக்கொண்டிருந்தான்.

★★★

மறுநாள் இன்னும் சீக்கிரமாகவே பள்ளிக்கு வந்துவிட்டான். மைதானத்தில் அமர்ந்து மொபைலை நோண்டிக்கொண்டிருந்த சைலஜாவின் அருகில் அமர்ந்தான். நிமிர்ந்து பார்த்தவள் புன்னகைத்தாள். இயல்பாகத்தான் பேசினான். என்றாலும் பழைய நினைவுகளின் எச்சமாய்க் குறுகுறுப்பு இருக்கத்தான் செய்தது. கணவன் வெளிநாட்டில் பணிபுரிகிறான். மாமியார் துணையுடன் வசிக்கும் சைலஜாவுக்கு ஒரே மகன்தான். அடுத்தடுத்த நாள்களிலும் முன்கூட்டியே வந்தான். சிலசமயம் அவள் தாமதமாக வந்தால் பேச முடியாது. குழந்தைகளை அழைத்துச்செல்லத்தான் நேரம் சரியாக இருக்கும். இருவரும் பேசிக்கொள்ளும் சந்தர்ப்பங்களில் பழைய நிகழ்வுகளைப் பற்றி இருவரும் பெரிதாக ஏதும் பேசிக்கொள்ளவில்லை.

கல்லூரி நண்பர்கள், சென்னை வெயில் என்று பொதுவாகப் பேசிக்கொண்டார்கள்.

★★★

அன்று சனிக்கிழமை. பள்ளி செல்லும் வேலையில்லை. அலுவலக நண்பன் சாகுல் அழைப்பின்பேரில் லஞ்சுக்கு ஹோட்டல் வந்திருந்தார்கள்.

"காதலைப் பத்தி என்ன நினைக்கிறே சாகுல்?"

"நான் என்ன நினைக்கிறது? தமிழ்நாடே அதைப்பத்தித்தானே நினைக்குது. ஹாலிவுட்ல அவதார், ஜுராசிக் பார்க், ஹாரிபார்ட்டர்னு ஃபேன்டசி படங்கள் வருது. நம்மூர்ல அதிகம் வர்றதில்லை. ஏன் தெரியுமா?"

"ஏன்?"

"எது நடக்கச் சாத்தியமில்லையோ, எது நிறைவேறுறது கஷ்டமோ அதான் ஃபேன்டசி. நம்மூர்ல காதலைச் சொல்ல தயக்கம், காதலிச்சாலும் சேர்ந்து வாழ முடியுமா, கல்யாணம் நடக்குமான்னு தெரியாது. இவ்வளவு பிரச்னை இருக்கிறதால காதலே ஃபேன்டசி ஆகிடுது. ஒட்டுமொத்த உலகத்துக்கே வேற கிரகத்தில இருந்து பிரச்னை வரும்போது அதை வெள்ளைக்கார ஹீரோ காப்பாத்துவான். ஆனா நமக்கு ஒரு பையனும் பொண்ணும் சேருவாங்களா, மாட்டாங்களாங்கிறதே க்ளைமாக்ஸ் வரைக்கும் பிரச்னை" என்றான்.

தயங்கித் தயங்கி சைலஜாவைச் சந்தித்ததைப் பற்றி சாகுலிடம் சொன்னான் ராம்.

"சரிடா. இப்போ ஃபீல் பண்ணி என்ன பண்றது? காதலிக்கிறதுல ஒரு சுகம் இருக்கிறமாதிரி பழைய காதலியைச் சந்திக்கிறதுலயும் ஒரு சுகம் இருக்கத்தான் செய்யும்"

"அது உண்மைதான். ஆனா அவ பையனுக்கு என் பேரை வெச்சிருப்பான்னு எதிர்பார்த்தேன். ப்ச். அதாவது பரவாயில்லை. அவ பையன் என்னை அங்கிள்னு கூப்பிடறான்"

"பின்னே தம்பின்னா கூப்பிடுவான்? அவன் வயசுக்கு நீ அங்கிள்தானேடா?"

“அங்கிள்னா அவளுக்கு நான் அண்ணன் முறை ஆகிடுமே” என்று ராம் சொல்லவும் சாகுல் உரக்க சிரிக்க ஆரம்பித்துவிட்டான். ஹோட்டலில் சிலர் திரும்பிப் பார்க்க ஆரம்பிக்கவும், டிஷ்யூ பேப்பரால் வாயைப் பொத்திக்கொண்டான்.

“டே லூசு. தமிழ்மொழியிலதான்டா சகலை, மதினி, கொளுந்தியா, ஒண்ணுவிட்ட சித்தப்பா பையன்னு ஒவ்வொரு உறவுக்கும் டிசைன் டிசைனா பேர் வெச்சிருக்கோம். இங்கிலீஷ்ல பெரியப்பா பையன்னாலும் கசின்தான், அத்தை பையன்னாலும் கசின்தான்.”

★★★

அன்று அலுவலகத்தில் கடைசிநேரத்தில் ஆரம்பித்த மீட்டிங் நீண்டுகொண்டே போனது. ‘என்னால் பள்ளி செல்ல இயலுமா என்று தெரியவில்லை. சதீஷை அழைத்துக்கொள்ளவும்’ என்று சுகன்யாவுக்குக் குறுஞ்செய்தி அனுப்பினான். இருந்தாலும் ஒரு பதற்றம் அவனைச் சூழ்ந்துகொண்டிருந்தது. மீட்டிங் முடிந்ததும் அவசர அவசரமாக பைக்கை எடுத்துக்கொண்டு பள்ளி சென்றான். வாசலில் அப்போதுதான் பெற்றோர் குழந்தைகளை அழைத்துச் சென்றுகொண்டிருந்தார்கள். அதே மைதானத்தில் சைலஜாவும் சுகன்யாவும் அமர்ந்து பேசிக்கொண்டிருந்தார்கள். அருகிலேயே ரஞ்சித்தும் சதீஷும் விளையாடிக்கொண்டிருந்தார்கள்.

“ஏங்க உங்க ஊர்க்காரங்கதானாம்ல? அதுவும் காலேஜ்மேட்டாம். சொல்லவேயில்லை?” என்றாள் சுகன்யா.

“உனக்கு அவங்களைத் தெரியாதுல்ல. எனக்கே நாலஞ்சு நாளாத்தான் தெரியும்” என்றான்.

எப்படியாவது சுகன்யாவிடம் உண்மையைச் சொல்லிவிட வேண்டும் என்று தீர்மானித்தான். தானாகத் தெரிந்தால் என்ன நினைப்பாளோ? தீர்மானித்தே இரண்டுவாரங்கள் ஆகிவிட்டன. பயமா, தெரியாமல் இருப்பது நல்லதா என்று தெரியவில்லை. நாள்கள் கடந்துகொண்டிருந்தன.

★★★

நாம்தான் வாழ்க்கையில் லாஜிக் பார்க்கிறோமே தவிர, வாழ்க்கை நம்மிடம் லாஜிக் பார்ப்பதில்லை. சமயங்களில்

கதைகளைவிட திருப்பங்களும் ஆச்சர்யங்களும் நிறைந்தது வாழ்க்கை. அப்படியானதொரு ஆச்சர்யத்தைத்தான் அன்று தொடங்கிவைத்தாள் சுகன்யா.

"இன்னைக்கு எனக்கு பாலாஜி ஃப்ரெண்ட் ரெக்வெஸ்ட் கொடுத்திருந்தான். அக்செப்ட் பண்ணேன்"

"யாரு அந்த பாலாஜி?"

"நான் உன்கிட்ட சொல்லியிருக்கேனே, காலேஜ்ல என் பின்னாடி சுத்திச் சுத்தி வந்தான்னு. அவனுக்கு என்மேல ஏகப்பட்ட கிரஷ். ஆளே மாறிட்டான் தெரியுமா? சரவணா ஸ்டோர் வாசலில ஒரு பலூன் பொம்மையை நிப்பாட்டி வெச்சிருப்பாங்கல்ல. அந்தமாதிரி குண்டாயிட்டான். காலேஜ் படிக்கும்போது ஸ்லிம்மா இருந்தான்"

"ஸ்லிம்மா...அழகா இருந்தானா?"

"அழகா இருந்தாத்தான் லவ் பண்ணியிருப்பேனே?"

★ ★ ★

"இன்னைக்கு பாலாஜி எங்க ஆபீஸுக்கே வந்துட்டான். அந்தப் பக்கம் ஏதோ க்ளையண்ட் மீட்டிங்காம். போன் பண்ணினான். ரெண்டுபேரும் பக்கத்து ஹோட்டலில் டீ சாப்பிடப் போனோம். காலேஜ் படிக்கும்போது என்னோட ஹேர்பின், தலைமுடி, பஸ் டிக்கெட் இதெல்லாம் சேர்த்துவெச்சிருந்தானாம். சொன்னான்"

"நீ என்ன சொன்னே?"

"சிரிச்சேன்"

"உனக்கு ஒண்ணும் தோணலையா?"

"ம். அப்பெல்லாம் எனக்கு நிறைய முடி இருக்கும். கல்யாணமாகி சதீஷ் பிறந்தபிறகு முடி நிறைய உதிர்ந்திருச்சு"

'உலகம் முழுக்கவே அருவியின் நிறம் வெள்ளை. ஆனால் உன் கூந்தல் அருவி மட்டும் கறுப்பு' என்று சுகன்யாவிடம் எழுதிக்கொடுத்தது ஞாபகம் வந்தது ராமுக்கு. 'எவ்வளவு அபத்தமாக உளறியிருக்கிறேன்' என்று நினைத்துக்கொண்டான்.

★ ★ ★

"சதீஷ் பர்த் டேக்கு பாலாஜியை இன்வைட் பண்ணியிருக்கேன்."

"ஏன்?"

"ஏன்னா... சும்மாத்தான். உன் காலேஜ் மேட் சைலஜாவையும் இன்வைட் பண்ணியிருக்கேன்."

ராமை மீண்டும் பதற்றம் சூழ்ந்துகொண்டது.

★★★

சுகன்யா அலுவலகத்தில் வேலையில் மூழ்கியிருந்தபோது ஃபேஸ்புக் இன்பாக்ஸில் வந்தான் பாலாஜி.

"ஹாய்...உன் பையனுக்கு கிஃப்ட் வாங்கணும். அவன் பேர் என்ன?"

"ஹேய், வாட்'ஸ் யுவர் சன் நேம்?"

"சதீஷ்."

"ஹேய்...அப்போ அது உண்மைதானா? ஃப்ரென்ட்ஸ் சொல்லுவாங்க, உனக்கு சதீஷ்மேல ஒரு கிரஷ்னு..."

"அதெல்லாம் ஒண்ணுமில்லை. அவர்தான் இந்த பேர் வெச்சாரு. சரி. மறக்காம பர்த் டேக்கு வந்துடு."

★★★

காலிங்பெல் அடித்தது. ராம்தான் கதவைத் திறந்தான். சுகன்யா சொன்னதைப் போல் பாலாஜி அவ்வளவு குண்டாகவெல்லாம் இல்லை.

"வாங்க. நான் ராம், சுகன்யா ஹஸ்பென்ட்" என்றபடி கைகுலுக்கினான். பாலாஜியின் கைகளில் சின்ன நடுக்கம் இருந்ததைப்போல் தோன்றியது. பிரமையோ?

"ஒய்ஃபைக் கூட்டிட்டு வரலையா?" - வேண்டுமென்றேதான் கேட்டான்.

"அவங்களுக்கு ஆபீஸ்ல வொர்க் முடிய லேட் ஆகும்னாங்க" என்றான் பாலாஜி.

சோபாவில் அமர்ந்தபடி இருவரின் வேலைகளைப் பற்றிப்பேசிக்கொண்டிருந்தார்கள். சுகன்யா டம்ளரில் கூல்

ட்ரிங்க்ஸ் நிரப்பிக் கொண்டுவந்து கொடுத்தாள். அவள் சேலைக்குப் பின்னால் வெட்கப்பட்டபடி பதுங்கிவந்தான் சதீஷ்.

"ஹேப்பி பர்த் டே சதீஷ்!" என்றான் பாலாஜி.

"தேங்க்யூ அங்கிள்" என்றான் சதீஷ்.

இப்போது பாலாஜியின் கண்களில் நிஜமாகவே திடுக்கிடலும் ஏமாற்றமும் கடந்துபோயின. அவசரமாக கூல்ட்ரிங்ஸைக் குடித்தான்.

இருவரும் சில நிமிடங்கள் பேசியிருப்பார்கள். கையில் கிஃப்ட் பாக்ஸுடன் பக்கத்து அபார்ட்மென்டில் இருந்து ஆட்கள் வரத்தொடங்கினார்கள்.

மீண்டும் காலிங்பெல் அடித்தது. ராமைப் பதற்றம் சூழ்ந்துகொண்டது.

25. புதிர் தேசத்தின் தண்டனைக்காலம்

“நீங்கள் ஒரு தீவுக்குத் தனியாகச் செல்லவேண்டும் என்றால் உங்களுடன் நீங்கள் எடுத்துச் செல்ல விரும்பும் பொருள் என்ன?”

வழக்கமாக ஃபேஸ்புக்கில் வரும் புதிர் விளையாட்டுதான் இது. ‘நீங்கள் அடுத்த பிறவியில் என்ன செய்யப்போகிறீர்கள்?’, ‘இந்த இதிகாசத்தில் உங்கள் பாத்திரம் என்ன?’ என்றெல்லாம் பல கேள்விகள் முன்வைக்கப்படும். இப்படி கேட்கப்பட்ட மேற்கண்ட கேள்விக்கு நாஜுரா பதில் அளித்ததுதான் அவன் செய்த தவறு. தீவுக்குச் செல்லும் சந்தர்ப்பம் வாய்த்தால் அவன் எடுத்துப்போகத் தேர்ந்தெடுத்த பொருள், ‘கடவுளின் ஆபரணம்’ என்று அழைக்கப்படும் அவன் மதநூல்.

‘கடவுள் முதன்முதலில் படைத்த பெண்ணின் நாக்கை இரண்டு துண்டாகப் பிளந்தபோது ஒரு துண்டு சூரியனாகவும் இன்னொரு துண்டு சந்திரனாகவும் மாறியது’ என்று தொடங்கும் தன் மதநூலைத் தலைமாட்டில் வைத்தபடி, கடவுளைப் பிரார்த்தித்தபடியே உறங்கிப்போனான் நாஜுரா.

★★★

“உங்களைப் புதிர் தேசத்துக்கு வரவழைக்கிறோம்” என்றவன்தான் அந்தத் தேசத்தின் தலைமை மக்கள் அதிகாரி.

“புதிர் தேசமா? நான் எப்படி இங்கே வந்தேன்?” என்றான் நாஜூரா.

“நீங்கள் எப்போது புதிருக்குப் பதில் அளித்தீர்களோ அப்போதே இந்தத் தேசத்துக்கு வந்துவிட்டீர்கள். இப்போது தேசம் உங்களிடம் பதில்களைத்தான் எதிர்பார்க்கிறதே தவிர கேள்விகளை அல்ல. கேள்விகள் என்பவை எங்கள் அதிபர் போர்த்தும் அங்கியில் நெய்யப்பட்ட நூல்” என்றான் அந்த அதிகாரி.

“உங்கள் அதிபர் யார்? ஏன் இப்படி வினோதமாகப் பேசுகிறீர்கள்?” என்றான் நாஜுரா.

“இப்போதுதானே சொன்னேன், பதிலளிக்க மட்டுமே நீங்கள் அனுமதிக்கப்பட்டவர்கள் என்று. ஏற்கெனவே நீ தண்டனைக்காலத்தில் இருக்கிறாய். இரண்டு கேள்விகளைக் கேட்டதால் உன் தண்டனைக்காலம் இன்னும் கூடியிருக்கிறது” என்று அந்த அதிகாரி சொன்னபோது நாஜூராவுக்கு முதல் வரியில் இருந்த மரியாதை, இரண்டாம் வரியில் குறைந்துபோனதைக் கவனிக்கும் மனநிலையில் அவன் இல்லை.

“தண்டனைக்காலமா?” என்று கேட்க வந்தவன், அதுவும் ஒரு கேள்வி என்பதை உணர்ந்து, “தண்டனைக்காலம்...” என்று இடைவெளி விட்டதுடன் நிறுத்திக்கொண்டான்.

“நீ இந்தத் தேசத்தில் நுழைந்ததற்கான ஆவணம் உன் முன்வைக்கப்பட்ட புதிர்தான். நீ எத்தனை கனவுக்குள் நுழைந்திருக்கிறாய் என்று உனக்குத் தெரியுமா?”

“ஒன்றுதான். ஒன்றுதான்”

“இல்லை. உன் கனவில் நீ வந்தது ஒருமுறைதான். ஆனால் நீ 27 பேரின் கனவுக்குள் சென்றிருக்கிறாய். அதில் 24 பேர் கனவில் உன்னை வெறுத்திருக்கிறார்கள். இத்தனைபேரால் வெறுக்கப்பட்டாய் என்ற ஒரே தகுதியில்தான் நீ இந்தத் தேசத்தில் நுழைந்திருக்கிறாய். ஆனாலும் இந்தத் தேசத்தின் குடிமகன் ஆவதற்கு அதுமட்டும் போதாது. அதற்கென்று நுழைவுத்தேர்வு இருக்கிறது. உன்னிடம் இரண்டு கேள்விகள் கேட்பேன். ஒவ்வொரு கேள்விக்கும் பதிலளிக்க உனக்கு இரண்டு வாய்ப்புகள். ஆமாம், உன் கையில் நீ எடுத்துவந்த பொருள் என்ன?”

“கடவுளின் ஆபரணம் - என் மதப்புனித நூல்” என்றான் நாஜூரா.

அதிகாரி, பக்கத்தில் இருந்த காவலனைப்போல் இருந்தவனைப் பார்த்து சிரித்தான். அவன் பக்கத்தில் இருந்த, நாஜூரா அறிந்திராத வினோத மிருகம், ஒருமுறை உடலைக்குலுக்கி சிலிர்த்துக்கொண்டது.

"உன் கடவுள், உன் மதமா? இந்தப் புதிர் தேசத்தில் ஒரே மதம், ஒரே மொழி, ஒரே அதிபர்தான். பகல் நேரத்தில் கடவுளின் காலுக்கு அடியிலும் இரவு நேரத்தில் அவர் தலைக்கு மேலும் விழும் நிழல்தான் எங்கள், இல்லை, நம் அதிபர். இருக்கட்டும். உனக்கான முதல் கேள்வி...

"கட்டுக்குள் அடங்காத கட்டுவிரியன் சட்டென கொத்திட முயலும்போது முட்டை உடைந்து வெளிவரும் குஞ்சு எது?"

"கோழிக்குஞ்சு"

"தவறான பதில். இரண்டாவது வாய்ப்பு...?"

சிறிதுநேரம் யோசித்தவன் ஒளிர்ந்து, "கழுகுக்குஞ்சு" என்றான்.

"கழுகும் பாம்பும் எதிரிகள் என்பது நனவுதேசத்தின் விதி. இங்கே கழுகு எங்கள் தலைக்கு மேல் பறக்கும் எஜமான். பாம்பின் நாக்கு, எங்கள் அதிபரின் தலையில் உள்ள மகுடம். கழுகும் பாம்பும் முத்தமிடும் சித்திரம்தான் எங்கள் புதிர்தேசத்தின் சின்னமே. இரண்டு வாய்ப்புகளில் தவறிவிட்டாய். சரி, இரண்டாவது கேள்வி. ஒரு பனிமலையில் காட்டுத்தீ பிடிக்கிறது. நீ ஒரு மரத்தின் உச்சியில் இருக்கிறாய். உன் கடவுள் உன்னை எப்படிக் காப்பாற்றுவார்?"

"மேலேயிருந்து மழையாகப் பொழிந்து.."

"தவறான பதில். இரண்டாவது வாய்ப்பு..."

"காட்டுத்தீயில் பனி உருகி, தீ அணைந்துவிடும். நான் பிழைத்துக்கொள்வேன்"

"இரண்டாவது தவறான பதில். நுழைவுத்தேர்வில் நீ தோற்றுவிட்டாய். அதன்படி நீ 26 இரவுகள் தூங்காமல் புதிய தேசத்தை உருவாக்க உழைக்க வேண்டும். இன்னும் பல நுழைவுத்தேர்வுகளை நீ சந்திக்க வேண்டியிருக்கிறது" என்றவனின் குரலில் இருந்தது ஏளனமா, எச்சரிக்கையா என்று கணிக்க முடியவில்லை.

“சரியான பதில்களை நான் தெரிந்துகொள்ள விரும்புகிறேன்” என்றான் நாஜூரா.

“சரியான பதில்கள் உனக்கு எப்போது தெரியவில்லையோ அப்போதே நீ சரியான பதில்களைத் தெரிந்துகொள்ளும் தகுதியை இழந்துவிட்டாய்” என்றான் அந்த அதிகாரி.

‘புதிர் தேசம்’ என்ற பெயரின் அர்த்தத்தை உணர்ந்துகொண்டான் நாஜூரா. அவன் கையிலிருந்த மதநூலை வாங்கிய அதிகாரி, அருகில் இருந்தவனிடம் கொடுக்க, அவன் துணியால் சுற்றியபடி, ஒரு பக்கத்தைக் கிழித்து, விலங்கிடம் தின்னக்கொடுத்தான். அது தன் கண்களை வலதுபக்கம் இரண்டுமுறை சுழற்றியது.

“இந்த மதநூல் துவர்க்கிறது என்கிறது பலிமிருகம்” என்றான் அவன்.

“அப்படியானால் உனக்கு அளிக்கப்படும் உணவு என்னவென்று தீர்மானிக்கப்பட்டுவிட்டது” என்றான் அதிகாரி.

★★★

நாஜூராவின் நாக்கிலும் மூளையிலும் அப்பியுள்ள துவர்ப்பு ஓசையை நீக்குவதற்காக காலையில் புளிப்பும் இரவில் காரமும் நிறைந்த உணவுகளைக் கொடுத்தார்கள். நாஜூராவுக்குத் தன் நாவைத் துண்டித்து, அங்கு ஓடிக்கொண்டிருக்கும் நதியில் தூக்கி எறிந்துவிடலாம் போலிருந்தது. அங்கிருந்த ஓர் இளைஞன் இந்தத் தேசத்துக்குள் நுழையும்போது ஒரு நறுமணத் திரவியத்தை எடுத்து வந்தானாம். அவனுக்கு நாள் முழுவதும் பூக்களைப் பறிக்கும் பணியைக் கொடுத்திருக்கிறார்கள். அவன் விரல்களில் வழிந்த ரத்தத்தில் எல்லாப்பூக்களும் சிவப்பு நிறத்துக்கு மாறி, எல்லாப்பூக்களிலும் ரத்த வாடையடித்தது. தன் அம்மாவின் சேலையுடன் வந்த ஒரு பெண்ணைத் தவழ்ந்தே அங்கிருந்த மலையில் ஏறச்சொல்லி உத்தரவு.

★★★

“மொழி என்றால் என்ன?” என்று கேள்வியைக் கேட்டான் இரண்டாம் தேர்வு அதிகாரி.

“நினைவுகளின் கிட்டங்கி”, “எண்ணங்களின் படகு” என்று அவன் அளித்த இரண்டு பதில்களும் நிராகரிக்கப்பட்டன.

இப்போது அவன் தன்னுடைய தாய்மொழியை மறந்துவிட்டு அந்தத் தேசத்தின் ஒரே மொழியைக் கற்றுக்கொள்ள வேண்டும்.

"நீங்கள் இதற்கு முன்பு பேசிய மொழிகள் எல்லாம், கடவுள் நகம் வெட்டி தூக்கி எறிந்த துணுக்குகள். ஆனால் இந்தத் தேசத்தில் வழங்கப்படும் மொழியோ, கடவுள் தன் மீசையில் இருந்து கத்தரித்த நரைமுடி. கடவுளின் நரைமுடி என்றால் அதுதான் உலகின் பழமையான மொழி என்பதை நீ தெரிந்திருப்பாய்" என்றான் அந்த அதிகாரி.

அந்த மொழியில் இரண்டு படிநிலைகள் இருந்தன. சாதாரண மக்கள் பேசும் மொழியில் கேள்விச்சொற்கள் எவையும் கிடையாது. மெய்யெழுத்துகள் மட்டுமே உண்டு. மேல்நிலையைச் சேர்ந்தவர்கள் கற்ற மொழியில் மட்டும்தான் உயிரெழுத்துகளும் கேள்விச்சொற்களும் உண்டு. கூடுதலாக அதிபர் பேசும் மொழியில் மட்டும்தான் ஆயுத எழுத்து உண்டு.

★ ★ ★

மூன்று நுழைவுத்தேர்வுகளில் ஒருவழியாகத் தேர்ச்சியடைந்தபிறகு அந்தத் தேசத்தின் குடிமகன் ஆனான் நாஜூரா. அன்றிலிருந்து அவனுக்கு இனிப்பு உணவுகளும் வழங்கப்பட்டன. ஒரு நாள் தொடங்கும்போது, அந்த நாட்டுக்கான வணக்க கீதம் பாடப்படும். அந்த நாள் முடியும்போது அதிபர் தேசத்தின் முன்னேற்றம் குறித்தும் குடிமக்களின் கடமை குறித்தும் உரையாற்றுவார். வணக்க கீதத்தின்போதும் அதிபர் உரையின்போதும் குடிமக்கள் அனைவரும் தங்கள் குதிகால்களை உயர்த்தியபடி, கால் விரல்களின் பலத்திலேயே நிற்க வேண்டும். முதலில் சிரமமாகத்தான் இருந்தது. ஆனால் நிற்க இயலாதவர்களுக்கு படிப்படியாக விரல்கள் துண்டிக்கப்படும் என்ற புதிர் சாசன விதியைக் கேட்டதில் இருந்து நாஜூரா, அப்படி நிற்கக் கற்றுக்கொண்டான்.

"நனவுலகத்தில் வாழும் மனிதர்களைவிட நீங்கள் ஓர் அங்குலம் உயர்ந்தவர் ஆகியிருக்கிறீர்கள் என்பதை நீங்கள் இப்போது உணர்ந்திருப்பீர்கள். இப்படியாக உங்களை உயர்த்திய இந்தப் புதிர் தேசத்துக்கும் தேசத்தின் தலைமகனான அதிபருக்கும்

சுகுணா திவாகர்

நீங்கள் என்றும் விசுவாசமாக இருக்கவேண்டும்" என்று அதிபர் தன் உரையை முடிப்பார்.

★★★

பலகட்ட நுழைவுத்தேர்வுகளில் தேர்ச்சியடைந்த நாஜூரா இப்போது அரசின் அபிமானத்துக்கும் கவனத்துக்கும் உரியவன் ஆனான். அவன் ஒரு கட்டுமானப் பொறியாளனாக இருந்தவன் என்பதால் தேசத்தின் வரைபடத்தைப் புதிதாக உருவாக்கும் பொறுப்பு அவனுக்குக் கிடைத்தது. மூன்றுமுறை அதிபரைச் சந்திக்கும் வாய்ப்பும் கிடைத்தது.

அதிபர் மாளிகையின் இரண்டு அறைகளில் ஒரு அறை முழுக்க, ஊஞ்சல்கள் குவிந்து கிடந்தன. அவருக்கு ஊஞ்சலாடுவது என்றால் பிரியம் அதிகமாம். மரணதண்டனைக் கைதிகள்மீது அமர்ந்து ஊஞ்சலாடும் அவர் அடிக்கடி தன் ஊஞ்சல்களை மாற்றிக்கொள்வாராம். இன்னொரு அறை முழுக்க, அதிபரால் அவ்வப்போது 'செல்லாதவை' என்று அறிவிக்கப்பட்ட நாணயங்கள் குவிந்துகிடந்தன.

"முதலில் நம் வரைபடத்தில் இருந்து ஆறுகளையும் மலைகளையும் அகற்றிவிட வேண்டும். பிறகு காடுகளை அகற்றுவது கடினமான காரியமில்லை. அங்கிருந்து வரும் விலங்குகளில் இருந்து மருந்துகள் தயாரித்து மனிதர்களுக்கு விற்கலாம். கண்ணீர்த்துளியின் வடிவத்தில் இருக்கும் நம் தேசத்தின் வடிவமைப்பை முகாம்களின் வடிவத்தில் மாற்றவேண்டும்" என்றார் அதிபர்.

கிட்டத்தட்ட அவன் வரைபடப் பணிகளை முடிக்கும் தருணத்தில் ஒருநாள் அவனுக்கே தெரியாமல் தன் பழைய மொழியில் இருந்து ஒரு வார்த்தையை உச்சரித்துவிட்டான். 'அவனுக்குத் தன் தொப்புள் ஞாபகம் போகவில்லை' என்று சொன்ன அதிபர், அவனை ஆறுவார காலம் ஒரு முகாமில் அடைக்க உத்தரவிட்டார். தினந்தோறும் அவன் தொப்புளில் பாம்புகள் கொத்தும்படி தண்டனை விதிக்கப்பட்டிருந்தது.

★★★

அவன் முகாமில் இருந்த காலத்தில் மனிதர்களிடம் இருந்து விலங்குகளுக்குப் புதிய நோய் பரவியிருந்தது. வெறியேறிய மிருகங்கள் நகரங்களுக்குள் நுழைந்ததால்

தேசத்தின் அமைதி குலைந்திருக்கிறது. அதிபரும் அதிகாரிகளில் பெரும்பான்மையினரும் கணிசமான குடிமக்களும் மிருகங்களுக்கு இரையாகியிருந்தனர். இந்தச் சந்தர்ப்பத்தைப் பயன்படுத்திக்கொண்டு புதிதாக முளைத்த ஒரு கிளர்ச்சிக்குழு, ஆட்சியைக் கைப்பற்றியிருந்தது. ஊஞ்சல்களையும் நாணயங்களையும் உருக்கி, வெடிக்கக்கூடிய ஆயுதங்களை அவர்கள் உருவாக்கியிருந்தார்களாம்.

★ ★ ★

முகாம்களில் அடைபட்டவர்களை விடுவிப்பதற்காகக் கிளர்ச்சிக்குழுவைச் சேர்ந்த வீரன் வந்தபோதுதான் இந்தத் தகவல், முகாம் கைதிகளுக்குத் தெரிந்தது.

"மனிதர்களிடம் இருந்து விலங்குகளுக்கு நோய் பரவியதா? இப்படி ஏதும் நிகழக்கூடாது என்பதற்காகத்தான் எங்கள் பழைய தேசத்தில் நாங்கள் சக மனிதர்களைத் தீண்டாமல் தூய்மையைக் கடைப்பிடித்தோம். எவ்வளவு உன்னதமானது எங்கள் பழைய பாரம்பரியம்" என்றான் முகாமில் இருந்த கைதி ஒருவன்.

"உங்களைப் போன்ற தூய்மை எண்ணம் கொண்டவர்கள்தான் புதிய தேசத்துக்குத் தேவை. இன்றிலிருந்து நீங்கள் தேசத்தில் துப்புரவுப்பணிகளை மேற்கொள்ள வேண்டும்" என்று சொன்ன கிளர்ச்சி வீரன், அவன் குப்பைகளை அள்ளுவதற்காக சில கூடைகளையும் தர உத்தரவிட்டான்.

"இங்கிருந்து நான் என்னுடைய பழைய மண்ணுக்குச் செல்ல வழியே இல்லையா?" என்று கேட்டான் நாஜூரா.

"ஏனில்லை? நீங்கள் கண்களை மூடிக்கொண்டே இருந்தால் கனவுதானே காண்பீர்கள்! கண்களை நீங்கள் எப்போது திறக்கிறீர்களோ, அப்போதே உங்களுக்கு விடுதலை" என்றான் கிளர்ச்சி வீரன்,

□ □ □

26. சொற்கள் நிரம்பிய தனிமை

இன்னும் பூமியில் வாழ தனக்கு விதிக்கப்பட்ட நாள்கள் எத்தனை என்று தெரியவில்லை ஜீவானந்தத்துக்கு. ஆனால் ஒவ்வொருநாள் கழிவதுமே இத்தனை ஆண்டுகள் வாழ்ந்ததன் களைப்புடனே கழிகிறது. தலைமைச் செயலகத்தில் பணிபுரிந்து ஓய்வுபெற்று 14 ஆண்டுகள் ஆகிவிட்டன. மனைவி இறந்து மூன்று வருடங்கள். ஒரே மகன். மகனும் மருமகளும் காலையில் அலுவலகம் சென்றுவிடுவார்கள். அதற்குமுன் பேத்தி பள்ளிக்குச் சென்றுவிடுவாள். அதற்கப்புறம் நாள் முழுக்க ஜீவானந்தத்தைச் சூழ்வது தனிமைதான்.

பேப்பர் படிப்பார். டிவி பார்ப்பார். ஆனால் இளமைக்காலத்தில் இருந்தே சினிமா என்றால் ஒவ்வாமை. எம்.ஜி.ஆர், சிவாஜி படங்களைக்கூட பார்ப்பதில்லை. டி.வியிலும் செய்திகள் மட்டும் பார்ப்பார். வீட்டின் ஒவ்வொரு டைல்ஸ் சதுரத்திலும் தனிமை அப்பிக்கிடக்கும். பால்கனியில் பூத்திருக்கும் செடி, கிச்சனில் எட்டிப்பார்க்கும் காகம், பேத்தி பீரோவில் ஒட்டியிருக்கும் டோரா புஜ்ஜி போஸ்டர், முருகன் காலண்டர், வாஸ்து புத்தர் சிலை இவற்றோடுதான் பேச வேண்டும், அதுவும் சத்தமில்லாமல்.

★★★

நடக்கும் தூரத்தில் ஒரு பூங்கா இருக்கிறது. ஜீவானந்தம் சிலநாள்களாக, மகனும் மருமகளும் அலுவலகம் போனபிறகு அந்தப் பூங்காவில்

போய் உட்கார ஆரம்பித்தார். அந்த நேரத்திலும் யாராவது நடந்துகொண்டிருப்பார்கள். சில காதலர்கள் நெருக்கமாகப் பேசிக்கொண்டிருப்பார்கள். வாசலில் தின்பண்டங்கள் விற்கும் பெண்மணியின் குழந்தை விளையாடிக்கொண்டிருக்கும். அங்கேயும் ஜீவானந்தத்தின் பேச்சுத்துணைக்கான வயசாளிகள் இல்லை. ஆனாலும் நான்கு சுவர்களுக்குள் அடைபட்டுக்கிடப்பதற்கு எவ்வளவோ மேல் என்ற எண்ணத்துடனே பூங்காவில் வந்தமர்ந்தார்.

அவரது தனிமையைப் போக்குவதற்கு என்றே வந்தவரைப் போல கனகரத்தினம் வந்தார். ஜீவானந்தத்தைவிட ஏழுவயது இளையவர். என்றாலும் முதியவர்தானே! சிலோன்காரர். அவரிடம் சொல்வதற்குப் பல கதைகள் இருக்கின்றன. தலைமைச் செயலகம் - வீடு என்று வாழ்ந்த ஜீவானந்தத்துக்கும் சொல்வதற்குச் சில கதைகள் இருந்தன.

"திடீர் திடீர்னு ஊரடங்கு வரும். ஆமி செல்லடிக்கும். பங்கர்ல பதுங்கிடுவோம். பலநாள் பாண்கூட கிடைக்காது" என்பார் கனகரத்தினம். பாண் என்றால் ரொட்டி என்பது அவர் விளக்கியபிறகுதான் புரியும் ஜீவானந்தத்துக்கு. நகரம் விட்டு நகரம், நாடு விட்டு நாடு உறவுகளைப் பிரிந்து, மரணங்களைச் சந்தித்து, உயிர்பிழைப்பதே பெருவரம் என எண்ணி வாழும் அவரது வாழ்க்கையுடன் ஒப்பிடும்போது ஜீவானந்தத்தின் துயரம் ஒன்றுமேயில்லைதான். டோரா - புஜ்ஜி போஸ்டர் காற்றில் சலசலத்தால் தன்னோடு பேசுவதாக நினைத்துக்கொள்வதில் சிரமமில்லை என்று எண்ணிக்கொண்டார் ஜீவானந்தம்.

★★★

"பாஸ்போர்ட் அலுவலகம் போகணும். பஸ்ஸில் போய் வரலாமா?" என்று கேட்டார் கனகரத்தினம். பேத்தி வீட்டுக்கு வரும்வரை சும்மாதானே இருக்கப்போகிறோம் என்று ஜீவானந்தமும் கிளம்பிப்போனார். அலுவலக நேரம் தாண்டிவிட்டதால் பஸ்ஸில் சொற்ப ஆட்கள். எல்லோரும் ஆளாளுக்குக் கையில் மொபைல்போனில் மூழ்கியிருந்தார்கள். கண்டக்டரும் டிக்கெட் கொடுத்துமுடித்தபிறகு செல்போனை எடுத்து ஆராய்ந்துகொண்டிருந்தார். 'நல்லவேளை டிரைவர் செல்போனை நோண்டுவதில்லை' என்று ஆறுதல்பட்டுக்கொண்டார் ஜீவானந்தம். சிக்னலில் நிற்கும்போது

எட்டிப்பார்த்தார். சிக்னலில் நிற்கும் இருசக்கர வாகன ஓட்டிகள் போனை எடுத்துப் பார்த்துக்கொண்டிருந்தனர். 'ஒரு சிக்னலுக்கும் அடுத்த சிக்னலுக்கும் இடையில் அவ்வளவு அவசரமான செய்திகள் இவர்களுக்கு வந்துவிடுமா?' என்று ஆச்சர்யப்பட்டுக்கொண்டார் ஜீவானந்தம்.

★ ★ ★

ஒருநாள் எக்மோர் செல்ல வேண்டியிருந்தது. மெட்ரோ ரயிலில் பயணித்தார்கள் இருவரும். அன்றுபோன டவுன் பஸ் வெக்கைக்கு இது ஆறுதலாக இருந்தது ஜீவானந்தத்துக்கு. தான் ஆபீஸ் சென்றுவந்த காலங்களில் பல்லாவரம் வரை மின்சார ரயிலில் சென்றதை நினைத்துக்கொண்டார். எத்தனை கசகசப்பு! மெட்ரோ ரயிலில் குளுமை, ஆட்களும் குறைவு.

பெரும்பாலும் வெளியில் செல்வது என்பதே குறைந்துவிட்டது. வார இறுதிகளில் மகன், மருமகள், பேத்தி மூவரும் காரில் கிளம்பிவிடுவார்கள். அப்போதும் வீட்டைக் கவனிக்கும் வேலைதான் ஜீவானந்தத்துக்கு. உறவினர்கள் திருமணம், இறப்பு, தேர்தல் போன்ற நேரங்களில் மட்டும்தான் வெளியில் செல்லும் வாய்ப்பு கிடைக்கிறது. கனக ரத்தினம் பேசிக்கொண்டுவந்தார். சொல்லப்போனால் அந்த மெட்ரோ ரயிலில் பேசிக்கொண்டு வந்தது அவர்கள் இருவர் மட்டும்தான். எல்லோருமே செல்போனில்தான் மூழ்கியிருந்தார்கள். ஒருவர் ஆந்திராக்காரர் போல. சத்தமாக யூ-ட்யூப் வீடியோவில் தெலுங்குப் பாடல் ஒன்று வைத்துப்பார்க்க, "இவ்ளோ சவுண்டா இருந்தா மத்தவங்களுக்கு டிஸ்டர்ப் ஆகும்" என்று தன் காதில் கிடந்த இயர்போனைக் கழற்றிக்கொடுத்தார் அருகில் இருந்தவர். அந்த ஆந்திராக்காரரோ கௌரவப் பிரச்னையாக அதை வாங்க மறுத்துவிட்டு, ஒலியை முற்றிலுமாகக் குறைத்துவிட்டு வீடியோவைத் தொடர ஆரம்பித்தார்.

"உங்கட மட்டுமில்லை தனிமை. இங்கே எல்லோருமே தனிமையிலதான் நிக்கிறாங்க. பூங்கா, டவுன் பஸ், மெட்ரோ ரயில் எல்லாத்துலயும் தனிமைதான். இந்த உலகத்துல எப்போ செல்போன் வந்துச்சோ அப்பயிருந்து எல்லோருக்குள்ளயும் தனிமை வந்திடுச்சு. தனியா இருக்கிற தனிமை பிரச்னையில்லை. ஆனா சமூகம் சமூகமா இருந்துக்கிட்டே இப்போ தனிமையா இருக்கு. அதான் பிரச்னை. யார்கிட்டயும்

வார்த்தையில்லாமலா இருக்கு? ஒருத்தர் தினந்தோறும் பார்க்கிற வீடியோ, பாட்டு, ஃபேஸ்புக், ட்வீட்டர், வாட்ஸப் வழியா முன்னூறுல இருந்து எண்ணூறு வார்த்தை வரைக்கும் படிக்கிறார்; பதில் சொல்றார். ஆனாலும் இங்கே எல்லாரும் தனிமையாத்தான் இருக்காங்க. இது சொற்கள் நிரம்பிய தனிமை" என்றார் கனகரத்தினம்.

"நீங்க இலக்கியம்லாம் படிப்பீங்களோ, அதான் கொஞ்சம் புரியாத மாதிரி, ஆனா அழகாப் பேசுறீங்க" என்று சிரித்தார் ஜீவானந்தம்.

★★★

மூன்று மாதங்களில் கனடாவுக்குக் கிளம்பிச் சென்றுவிட்டார் கனகரத்தினம், மகன் அழைப்பின்பேரில். மீண்டும் ஜீவானந்தத்தைத் தனிமை சூழ்ந்துவிட்டது. காகம், டோரா - புஜ்ஜி, வாஸ்து புத்தர், ரோஜாச் செடி, எதிர் பிளாட் ஏசி அவுட்டோரில் தண்ணீர் குடிக்கும் புறாக்கள், மதிய வெயிலில் தக்காளியும் மீனும் விற்பவர்கள் என்று பார்த்தவர்களை, பார்த்தவைகளை மீண்டும் மீண்டும் பார்க்கும் வாழ்க்கை. பூங்காவுக்குப் போவதால் கொஞ்சம் ஆசுவாசமாக இருந்தது.

ஒருநாள் தனியாக மெட்ரோ ரயிலில் சென்ட்ரல் வரை சென்றுவந்தார். கனக ரத்தினம் சொன்னது சரிதான். எல்லோருமே மற்றவர்களிடம் தனித்தும் தனக்குத்தானே உரையாடிக்கொண்டும் இருக்கிறார்கள். அவர்கள் செல்போன் பார்க்கும்போது அவர்கள் கண்களைக் கவனித்தார் ஜீவானந்தம். கண்கள் சிரிக்கின்றன; நெகிழ்ச்சியில் ததும்புகின்றன; காமத்தின் ரகசியத்தில் திளைக்கின்றன; அதிர்ச்சியில் விரிகின்றன; புதிய தகவல் தெரிந்துகொண்ட ஆர்வத்தில் மிதக்கின்றன. அவர்கள் யாருக்கோ பதிலளித்துக்கொண்டிருக்கிறார்கள். அவர்கள் யாரிடமோ உரையாடிக்கொண்டிருக்கிறார்கள். ஆனால் தனிமையில் இருக்கிறார்கள். அவர்களின் தனித்த உலக உருண்டை, இந்த மெட்ரோ ரயிலில் பிரமாண்டக் குமிழிகளாக மிதந்துகொண்டிருக்கின்றன. ஒரு குமிழி இன்னொரு குமிழியை இடிக்காமல் அவ்வளவு கச்சிதமாக நகர்கிறது.

ஒரு குழந்தை, கழுத்தில் டை அணிந்தவரின் டையைப் பிடித்து இழுக்கிறது. சிரித்தபடியே அதை நகர்த்திய இளைஞர் மீண்டும் செல்போனுக்குள் மூழ்கிப்போனார். ஜீவானந்தம் தன் ரயில்

பயணங்களை நினைத்துக்கொண்டார். முக்கியமான விசேசங்கள், திருவிழாக்கள் என்றால் ரயிலில் பயணிப்பதுதான் வழக்கம். அப்போதெல்லாம் முன்பதிவு செய்யவேண்டிய அளவுக்கு கூட்ட நெருக்கடி இருக்காது. நாட்டு நடப்பு தொடங்கி ஊர் நிலவரம் வரை அலசும் அரட்டை, உணவைப் பகிர்ந்துகொள்ளும் சிநேகம், குழந்தைகளுடன் நெருக்கமாகிவிடும் மனிதர்கள், குழந்தைகளுக்கு சன்னலோர சீட்டோ வயதானவர்களுக்கு கீழ்ப்படுக்கையோ உடனடியாகக் கிடைத்துவிடும் நெருக்கம் என்று ரயில் பயணங்கள் அவ்வளவு இனிமையாக இருந்தன. ரயில் பயணங்களின் வழியாகவே அவருக்கு மூன்று நண்பர்கள் கிடைத்தார்கள். இருவர் இறந்துவிட்டார்கள். ஒருவர் கடைசி ஏழாண்டுகளாகத் தொடர்பில் இல்லை.

திருமங்கலம் ரயில் நிலையத்தில் ரயில் நின்றபோது ஒருவர் தாமதமாக எழுந்து செல்போனைப் பார்த்தபடியே இறங்க முயற்சித்தார். அதற்குள் கதவுகள் மூட ஆரம்பித்தன. கிட்டத்தட்ட அவரை ரயிலில் இருந்து தள்ளிவிட்டார் ஜீவானந்தம். காப்பாற்றினார் என்றும் சொல்லலாம்.

★★★

“அப்பா கொரோனான்னு ஒரு நோய் சீனாவுல பரவி உலகம் முழுக்க வந்துக்கிட்டிருக்காம். வயசானவங்க டெத் ரேசியோதான் அதிகம். எங்கேயும் போக வேணாம். வீட்டிலேயே இருங்க” என்றான் மகன்.

கொஞ்சநாள்களாகப் போராட்டச் செய்திகளை டி.வியில் பார்க்கும்போது உற்சாகமாக இருந்தது ஜீவானந்தத்துக்கு. கூட்டம் இருப்பதால்தான் அந்த உற்சாகம் என்பதைப் புரிந்துகொண்டார். குடியுரிமை திருத்தச் சட்டத்துக்கு எதிராக நடைபெறும் போராட்டங்களைத் தொலைக்காட்சியில் பார்க்கத் தொடங்கினார். தன்னைச் சுற்றி நூறுபேர் இருப்பதைப்போன்ற தைரியம் வந்தது ஜீவானந்ததுக்கு.

“ஆசாதி, ஆசாதி” என்று போராட்ட முழக்கம் ஒலித்தது. “ஆசாதி, ஆசாதி” என்றார் ஜீவானந்தம். பால்கனி கிரிலில் வந்தமர்ந்த காகம், தலையைத் திருப்பிச் சில வினாடிகள் பார்த்தது. பின் உடலைச் சிலுப்பிக்கொண்டு பறந்துபோனது.

★★★

சிலநாள்களுக்கு முன்புவரை வெளிநாடுகளில் கொரோனா பரவும் செய்திகளைப் பார்த்தபோது கனகரத்தினத்தின் ஞாபகம் வந்தது. என்ன ஆனாரோ? இத்தாலி 'முதியவர்களுக்கு சிகிச்சையளிக்கப்போவதில்லை' என்று முடிவெடுத்திருந்தது. பிரச்னையின் தீவிரம் இந்தியாவுக்கும் தெரிய ஆரம்பித்தது. மருத்துவப் பணியாளர்களுக்காகக் கைதட்டச் சொன்ன பிரதமர், ஒரே வாரத்தில் கைகூப்பி "யாரும் வீட்டைவிட்டு வராதீர்கள்" என்று கெஞ்சிக்கேட்டுக்கொண்டார்.

இப்போது மகனுக்கும் மருமகளுக்கும் வீட்டில் இருந்தே அலுவலகப் பணி. இரண்டு படுக்கையறைகளில் ஆளுக்கு ஒன்றை எடுத்துக்கொண்டார்கள். பேத்திக்குப் பள்ளி விடுமுறை. தொலைக்காட்சி, செல்போன் என்று மாற்றி மாற்றி மூழ்கிப்போனாள். ஜீவானந்தத்துடன் பேசுவதே இல்லை என்று சொல்லிவிட முடியாது. அவ்வப்போது சில வார்த்தைகள் பேசத்தான் செய்தாள்.

ஜீவானந்தம் சேனல்களை மாற்றி மாற்றி செய்திகள் பார்த்தார். போராட்டம் கைவிடப்பட்டிருந்தது. எட்டு மாதங்கள் வீட்டுச் சிறையில் வைக்கப்பட்டிருந்த காஷ்மீர் முன்னாள் முதல்வர் உமர் அப்துல்லா விடுதலை செய்யப்பட்டிருந்தார். ஆனால் இப்போது ஒட்டுமொத்த இந்தியாவும் வீட்டுச்சிறைக்குப் போயிருக்கிறது. "எட்டுமாத அனுபவம் இருக்கிறது. லாக்-டவுன் அனுபவங்கள் என்னிடம் ஏராளம் இருக்கின்றன" என்று நகைச்சுவையாகச் சொல்லியிருந்தார் உமர்.

எங்கும் கூட்டமில்லை. 'மேம்பாலங்கள் மூடப்பட்டன', 'வணிக வளாகங்கள் மூடப்பட்டன', 'திரையரங்குகள் மூடப்பட்டன' என்று பூட்டப்பட்ட அனைத்தின் முன்பும் முகமூடிகளுடன் செய்தியாளர்கள் பேசிக்கொண்டிருந்தார்கள். எப்போதாவது பின்னணியில் ஒருசில மனிதர்கள் கடந்துபோனார்கள். இப்போது தொலைக்காட்சிகளையும் தனிமை சூழ்ந்திருந்தது.

"தாத்தா போரடிக்குது. ரிமோட் தாங்க" என்றாள் பேத்தி. கொடுத்துவிட்டு நகர்ந்தார். பால்கனிக்குச் செல்லும் வழியில் அறையில் மகன், காதில் ஹெட்போனுடன் லேப்டாப்பில் மூழ்கியிருந்தான். அப்பாவை நிமிர்ந்து பார்த்தான். ஜன்னல் காகம் பார்க்கும் அவகாசம்கூட இல்லை. மீண்டும்

லேப்டாப்பில் மூழ்கினான், பால்கனியில் நாற்காலியில் சிறிதுநேரம் அமர்ந்துபார்த்தார் ஜீவானந்தம். தெரு முழுக்க தனிமை வெள்ளம்.

மீண்டும் ஹாலுக்கு வந்தார். டி.வியில் டோரா புஜ்ஜி ஓடிக்கொண்டிருந்தது. அது பேசுவது சின்ன ஆசுவாசமாக இருந்தது. சோபாவில் அமர்ந்து கண்களை மூடிக்கொண்டார். மெட்ரோ ரயிலில் பயணிப்பதைப் போலிருந்தது.

27. முகமூடிகள் விற்பவன்

வாழ்க்கையைத் தன் தோளின்மீது போட்டுக்கொண்டு நடக்கத் தொடங்கினான் பங்கஜ் குமார். இன்னும் எவ்வளவு தூரம் என்று தெரியவில்லை. எதை நோக்கி நடக்கிறான் என்றும் தெரியவில்லை. சொந்த ஊருக்குச் செல்ல வேண்டும், வீட்டுக்குச் செல்ல வேண்டும் என்ற நினைப்பில்தான் நடக்க ஆரம்பித்தான். மனைவி மீரா குமாரி, மகன் அபினவ்வின் முகம், கசகசத்து வழியும் வியர்வையுடன் பாதையெங்கும் வந்துகொண்டேயிருக்கின்றன. உத்திரப்பிரதேசத்தின் சிறிய கிராமம் ஒன்றில் இவனுக்காகத்தான் அவர்கள் காத்துக்கிடப்பார்கள்.

மூன்று வாரங்களுக்கு முன்பு, சௌகார்பேட்டையில் மார்வாடிகள் கூடி நின்று தட்டில் கரண்டியை வைத்து அடித்துக்கொண்டிருந்தார்கள். சிலர் சங்கு ஊதவும் செய்தார்கள். ஆங்காங்கே சிலர் மாடியில் நின்று கைதட்டவும் செய்தார்கள். ஆனால் தன் சொந்த ஊரோடு ஒப்பிட்டால் இது சொற்பம்தான். ஏனோ இங்கெல்லாம் பிரதமர் பேச்சை அவ்வளவாக மதிப்பதில்லை. அந்த ஞாயிற்றுக்கிழமை வியாபாரமே இல்லைதான். இல்லையென்றால் சென்னை மெரினா கடற்கரையில் குவியும் கூட்டத்துக்கு இரண்டாயிரம் ரூபாய்க்காவது வியாபாரம் ஆகியிருக்கும். ஒரு ஞாயிற்றுக்கிழமையுடன் இந்த ஊரடங்கு முடிந்துவிடும் என்றுதான் நினைத்தான்.

ஆனால் 21 நாட்கள் ஊரே அடங்க வேண்டுமாம். மெரினாவிலும் பெசன்ட் நகர் கடலிலும் அலைகள் அடங்குவதாயில்லை. மனிதர்கள் அடங்கிவிட்டார்கள்.

கடற்கரை, தீவுத்திடல், வள்ளுவர் கூட்டம் என்று சனி, ஞாயிறுகளில் பொம்மைகள் விற்பதுதான் பங்கஜின் தொழில். சிங்கம், ஸ்பைடர் மேன், புலி, சோட்டா பீம் என்று விதவிதமான முகமூடிகள், பலூன்கள், பீப்பிகள்....

எல்லோரும் வீட்டுக்குள் அடைந்துதான் கிடக்கவேண்டுமாம். இந்த 21 நாட்களில் இந்த மொழி தெரியாத மண்ணில் என்ன செய்வது? சாவதாய் இருந்தாலும் மீராவின் மடியில், அபினவ்வின் சுண்டுவிரலைப் பிடித்தபடியே செத்துப்போகலாம். பங்கஜ் நடக்க ஆரம்பித்தான்.

★ ★ ★

இது என்னமாதிரியான வியாதி என்றே தெரியவில்லை. ஆனால் இந்தியாவே நடுங்கிக்கொண்டிருக்கிறது என்று வீரேந்தர் சொல்லியிருந்தான். எத்தனையோ நோய்களைத் தன் கிராமத்தில் பார்த்திருக்கிறான் பங்கஜ். சென்னையில் கவர்மென்ட் ஆஸ்பத்திரியே இவ்வளவு பிரமாண்டமாக இருப்பதைப் பார்த்து அவனுக்கு ஆச்சர்யம்தான். ஆம்புலன்ஸ் இல்லாமல் செத்துப்போன தன் மனைவியைத் தோளில் சுமந்துகொண்டு வீடுவரை கொண்டுவந்த கன்யாலால் இவனது பக்கத்து கிராமத்துக்காரர்தான். கன்யாலால் தன் மனைவி ரூபாவதியின் சடலத்தைத் தோளில் தூக்கிச் சுமந்ததைப் போல்தான் இப்போது பொம்மைகளைச் சுமந்தபடி மீராவையும் அபினவையும் காணச் சென்றுகொண்டிருக்கிறான்.

இதேபோன்ற மோசமான வியாதிதான் பிளேக். இவனுக்கு என்ன தெரியும்? இவன் தாத்தாவின் அப்பா பிளேக் பற்றிப் பேசுவதென்றால் வாரக்கணக்கில் பேசிக்கொண்டேயிருப்பார். தாத்தா இறந்துவிட்டார். தாத்தாவின் அப்பா 92 வயது வரை உயிருடன் இருந்து சாவதற்கு முதல் நாள் கூட புகையிலையைக் குதப்பிக்கொண்டிருந்தார். பிளேக் வந்து மனிதர்கள் கொத்துக்கொத்தாகச் செத்துக்கொண்டிருந்தார்களாம். எலியினால்தான் பிளேக் நோய் பரவியதால், 'உன் வாகனத்தை அடக்கிவை' என்று கணபதியிடம் அப்போது வேண்டிக்கொள்வார்களாம். நகரத்தில் நடக்கும் கணபதி ஊர்வலம் இவன் ஊரில் குறிப்பாக, பங்கஜ் வசிக்கும் தெருவுக்குள் வந்ததில்லை. அந்த ஊரைக் கடக்கும்போது கேட்கும் வாத்தியத்தின் ஓசையில் 'ஜெய் கணபதி' கோஷம்

அஞ்சிறைத்தும்பி

கேட்கும். இவர்கள் கிராமமும் அதை எதிரொலிக்கும். பங்கஜ் ஊருக்கு என்று பாவப்பட்ட கணபதி கோயில் இருந்தது. கணபதியின் வாகனம் சிறியது என்பதால் அவர் அவ்வளவாக உலகம் சுற்ற முடியாது. இப்போது இந்தியாவில் எல்லோரும் கணபதியைப் போலத்தான். வாகனத்தில் ஊர் சுற்ற முடியாமல் வீட்டுக்குள் முடங்கிக்கிடக்கிறார்கள்.

நான்கு தலைமுறைகளாகப் படிக்காத தலைமுறை. அபினவ்தான் ஸ்கூல் போய் நன்றாகப் படித்துக்கொண்டிருக்கிறான். கொள்ளுத்தாத்தா பிளேக் கதை சொன்னபோதுதான் அபினவ் தன் பாடப்புத்தகத்தில் இருக்கும் ஒரு வெளிநாட்டுக் கதையைச் சொன்னான். ஏதோ ஒரு வெள்ளைக்கார நாட்டில் எலிகளின் தொல்லை அதிகமாக இருந்ததாம். அப்போது பீப்பி ஊதும் ஒருவர் பீப்பி ஊதியே எலிகளை மயக்கி அந்த ஊரின் ஆற்றுக்குள் கொண்டு சென்று கொன்றுவிட்டாராம். இந்தக் கதையைச் சொல்லிவிட்டு அப்பாவிடம் இருக்கும் பீப்பி பொம்மையை எடுத்து அபினவ் ஊதுவதைப் பார்க்க அவ்வளவு அழகாக இருக்கும். கண்கள் கசிந்தன. பாரம் அழுத்தியது. நடையை நிறுத்தி, சுமையைத் தன் தோளில் இருந்து இறக்கிய பங்கஜ் குமார், ஒரு பீப்பியை எடுத்து ஊதத் தொடங்கினான். ஆளில்லாத தெருக்களில் அந்த ஓசை முடிவேயில்லாமல் சென்றுகொண்டிருந்தது. தனக்கு முன்னால் சென்ற அந்த ஓசையைப் பின்தொடர்ந்து பங்கஜ் நடக்கத் தொடங்கினான்.

★★★

மூன்று தலைமுறைகளாக விவசாயக் கூலிகள். அதுவும் கொள்ளுத் தாத்தா காலத்தில் பணம் கூலியில்லையாம். கோதுமையையும் தானியத்தையும் துணியில் முடிந்து தூக்கிப்போடுவார்களாம். பொறுக்கி எடுத்துவர வேண்டும். பங்கஜ் அப்பா காலத்தில் இவையெல்லாம் கொஞ்சம் மாறியிருந்தன. மழை பொய்த்து, நாட்டின் நிலைமை மாறி பரதேசம் போவதற்காக உத்திரப்பிரதேசத்தில் இருந்து கிளம்பினான் பங்கஜ்.

'தமிழ்நாட்டுக்குப் போகிறான்' என்றதும் அவன் ஊர்க்காரர்கள் பயமுறுத்தினார்கள். 'மதராசிகளுக்கு இந்தின்னா பிடிக்காது. இந்திக்காரங்களையும் பிடிக்காது' என்றார்கள். ஆனால் அப்படியொன்றும் தெரியவில்லை. பங்கஜ் சென்னைக்கு வந்து

12 வருஷம் ஆகிவிட்டது. அவன் வந்ததைவிட இப்போது வடக்கேயிருந்து ஆட்கள் அதிகம் வர ஆரம்பித்துவிட்டார்கள். ஏதாவது ஒரு ஏரியாவில் இந்தி தெரிந்தவர்களைச் சந்தித்துவிடுகிறான். ஆரம்பத்தில் ஒரு ஹோட்டலில் வேலை பார்த்தான். அப்போது மனைவியையும் மகனையும் சென்னைக்கே கூட்டி வந்திருந்தான். பிறகு அந்த ஹோட்டலை மூடிவிட்டார்கள். இருவரையும் ஊருக்கு அனுப்பிவிட்டான். மீரா, இப்போது ஒரு சாயப்பட்டறையில் வேலை பார்க்கிறாள். சலூன் கடை, சூப்பர் மார்க்கெட் என்று பலவற்றில் வேலை பார்த்தவனுக்கு சிறிய அளவில் வியாபாரம் செய்ய வேண்டும் என்று ஆசை. அதனால்தான் கையில் கொஞ்சம் காசு சேர்ந்ததும் பொம்மை வியாபாரம் செய்ய ஆரம்பித்துவிட்டான். ஒரே கட்டடத்தில் நாள் முழுக்க இருக்கவேண்டியதில்லை.

ஹோட்டலில் வேலை பார்க்கும்போதுதான் வீரேந்தர் பழக்கம். "சுழிச்சு ஓடற பிரம்மபுத்ராவில குளிச்சவன் நான். இப்போ குளிக்கிறதுக்கு ஒரு பக்கெட் தண்ணி. மேலே ஆஸ்பெஸ்டாஸ் வெயிலில கொளுத்துது" என்று வாடும் வீரேந்தர் ஜார்க்கண்டைச் சேர்ந்தவன். சுரங்கம் அமைப்பதற்காகக் காடுகளை விட்டு வெளியேற்றப்பட்ட பழங்குடி இளைஞன். சென்னையை விட்டுக் கிளம்பலாம் என்று முடிவு செய்ததும் வீரேந்தருக்குத்தான் போன் செய்தான். "ஊருக்குப் போய் நான் என்ன பண்ணப் போறேன்? காடு இல்லைன்னு ஆனப்புறம் எல்லாமே என் வீடுதான், என் ஊருதான்" என்று சொல்லிவிட்டான் வீரேந்தர். இப்போது ஏதோ சமூகநலக்கூடத்தில் தங்கவைத்திருக்கிறார்களாம்.

* * *

தெரு காலியாகக் கிடந்தது. இப்படி ஒரு சென்னையை அவன் 12 ஆண்டுகளில் பார்த்ததே கிடையாது. ஏன் சென்னைக்காரர்களே இப்படி ஒரு சென்னையைப் பார்த்திருப்பார்களா என்று தெரியவில்லை. முக்கியமான சாலைகள், தெருமுனைகளில் எல்லாம் போலீஸ்காரர்கள் விசாரித்துக்கொண்டும் லத்தியால் வெளுத்துக்கொண்டும் இருந்தார்கள். ஓரளவுக்கு சென்னையைத் தெரிந்து வைத்திருந்ததால் குறுக்குவழிகளில் புகுந்து போனான். சிலசமயம் தெருமுனைகளில் பிடிபட்டாலும் போலீஸ்காரர்கள்

இந்தி தெரியாமல் சில பீப்பிகளையும் பொம்மைகளையும் வாங்கிவைத்துக்கொண்டு இவனை அனுப்பிவிட்டார்கள்.

தாகம் எடுத்தது பங்கஜுக்கு. இரண்டு நாள்களுக்கு முன்புதான் மதியத்துடன் கடையை அடைக்கச் சொல்லி அரசு உத்தரவாம். ஒரு கடையை மூடிக்கொண்டிருந்தார்கள். வேகமாகச் சென்றான் பங்கஜ்.

“பானி...வாட்டர்” என்றான்.

கடைக்காரரர் ஒரு வாட்டர் பாட்டிலைத் தூக்கிக்கொடுத்தார்.

“நை...பானி பாக்கெட்...வாட்டர் பாக்கெட்” என்றான்.

சிறிதுநேரம் யோசித்தவர், எங்கோ தேடி கசங்கிக்கிடந்த வாட்டர் பாக்கெட்டை எடுத்துக்கொடுத்தார்.

5 ரூபாயாம். விலை ஏறியிருந்தது. பாக்கெட்டில் துழாவி பத்து ரூபாயை எடுத்து நீட்டினான். கடைக்காரரர் கையில் வாங்க மறுத்து, பலகையில் வைக்கச் சொன்னார். மீதிச் சில்லறையையும் அதே பலகையில் வைத்தார்.

இது ஒன்றும் பங்கஜுக்குப் புதிது அல்ல. கடைக்காரராவது வாட்டர் பாக்கெட்டைக் கைகளில் கொடுத்தார். அவன் உத்திரப்பிரதேச நொய்டா நகரத்துக்குச் செல்லும்போதெல்லாம் தண்ணீர் கேட்டால் கைகளில் தர மாட்டார்கள். அவர்கள் பாத்திரத்தில் இருந்து ஊற்ற, கைகளைக் குவித்து ஏந்தித்தான் தண்ணீர் குடிக்க வேண்டும். தமிழ்நாட்டில் சிவப்பாய் இருப்பவர்கள் எல்லாம் உயர்ந்த சாதி என்று நினைத்துவிடுகிறார்கள்.

★★★

காலையில் நடந்துகொண்டிருந்தபோது பைக்கில் வந்த ஒரு முஸ்லீம், தெருவில் கூட்டிக்கொண்டிருந்த துப்புரவுப் பணியாளர்களுக்கு ஒரு பார்சலையும் சின்ன வாட்டர் பாட்டிலையும் கொடுத்தார். இவனும் அதை வேடிக்கை பார்த்து நின்றுகொண்டிருந்தான். என்ன நினைத்தாரோ இவன் கையில் ஒரு பொட்டலத்தையும் தண்ணீர் பாட்டிலையும் கொடுத்துவிட்டு நகர்ந்தார்.

பசி வயிற்றில் ஒரு நாகப்பாம்பைப் போல படமெடுத்து ஆடிக்கொண்டிருந்தது. பொட்டலத்தைப் பிரித்து இட்லியை சாம்பாரில் நனைத்து இரண்டு துண்டுகளை அனுப்பியபிறகுதான் நாகம் அடங்கியது. சுருண்டு படுத்துக்கொண்டது. இன்னும் மூன்றுவேளைக்குப் போதும். பங்கஜின் நாக்கு ரொட்டிக்கும் தாலுக்கும் சப்ஜிக்கும் ஏங்கியது. 'சிக்கனுக்கும் சேர்த்து ஏங்கலாம்' என்று மூளை யோசித்தபோது சுருண்டு கிடந்த நாகம் எழப் பார்த்தது. அவனுக்கு உண்மையில் சிக்கனைவிட மாட்டிறைச்சிதான் பிடிக்கும். எப்போது மீராவின் தம்பி அஜிதேஷ் குமார், மாட்டுத்தோலை உரித்ததற்காகக் கொல்லப்பட்டானோ அப்போதே அவன் மாட்டிறைச்சி உண்பதை நிறுத்திவிட்டான்.

★★★

செல்போனில் சார்ஜ் குறைந்துகொண்டே வருகிறது. மீராவிடம் ஊருக்கு வருவதாகச் சேதி சொல்லிவிட்டான். அவளுக்கு இருப்பு கொள்ளவில்லை. என்ன பதில் சொல்வதென்றும் தெரியவில்லை. அழ ஆரம்பித்துவிட்டாள். "அப்பா என்ன வாங்கி வருவே?" என்றான் அபினவ். என்ன வாங்கிச் செல்வது, போகும் வழியில் என்ன கிடைக்கும், ஊருக்குப் போய்விட முடியுமா, நடந்தே ஊருக்குச் சென்றுவிட முடியுமா என்ற யோசனையில் பங்கஜ் நடந்துகொண்டிருந்தபோதுதான் அவன் பின்னந்தொடையில் பலத்த அடி விழுந்தது. திரும்பிப் பார்த்தான். முகத்தில் துணியைக் கட்டியபடி போலீஸ்காரர்.

"யாருய்யா நீ? எங்கே போய்க்கிட்டிருக்கே?" என்றார் அவர்.

"ஊர்க்கு...?" என்றான்.

"எந்த ஊருய்யா நீ?" என்றார் அவர்.

"ஜாஜாவலி. ஊப்பி" என்றான்.

"பாய் இங்கே வாங்க" என்று இன்னொரு முஸ்லீமைக் கூப்பிட்டார். முகத்தில் துணி மாட்டிய இன்னொரு போலீஸ். "பாய், இந்தியில பேசுறான். என்னன்னு கேட்டுச் சொல்லுங்க" என்றார் முதல் போலீஸ்காரர்.

இன்னொரு போலீஸ்காரர் உருது முஸ்லீம். இவன் இந்தியில் சொன்னதைப் புரிந்துகொண்டவர் லத்தியால் காலில் ஒரு போடு

போட்டார். இவன் சொன்ன விவரத்தைத் தமிழில் மற்றொரு போலீஸ்காரரிடம் சொல்ல அவர் இன்னொரு காலில் லத்தியால் அடித்தார்.

“நாடு முழுக்க என்ன நிலைமைல இருக்கு? ஊருக்குப் போறியா? அதெல்லாம் போக முடியாது”

“இல்லை ஷாப். ஊர்ல என் பொண்டாட்டியும் பையனும் எனக்காகக் காத்துக்கிட்டிருப்பாங்க” என்று சொல்லும்போதே உடைந்து அழுதுவிட்டான் பங்கஜ்.

“யோவ், சொன்னாக் கேளுய்யா. நீ எப்படி இருந்தாலும் ஊருக்குப் போக முடியாது. இப்போதைக்கு உன்னை மாதிரி வடமாநிலத்துக்காரங்களை அரசாங்கம் கல்யாண மண்டபத்துல தங்க வெச்சிருக்கு. உங்க வீட்டுக்கு நாங்க தகவல் சொல்றோம். சாப்பாடு கவர்ன்மென்டே தருது. பிரச்னைல்லாம் முடிஞ்சபிறகு நாங்களே ஊருக்கு அனுப்பிவைக்கிறோம்” என்று போலீஸ்காரர் சொன்னதை அவன் கேட்கவில்லை. பெருங்குரலெடுத்து அழுதவனை ஜீப்பில் அள்ளிப்போட்டுக்கொண்டு போனார்கள். போகும் வழியில் “உன்கிட்ட மாஸ்க் இல்லையா?” என்று கேட்டார் போலீஸ்காரர். இவன் கையில் இருந்த குரங்கு மாஸ்க் ஒன்றை எடுத்துக்காட்ட, சிரித்துக்கொண்டவர், ஜீப்பின் முன்புறம் இருந்த மாஸ்க் ஒன்றை எடுத்து நீட்டினார்.

★★★

வந்து இரண்டு நாள்களாகிவிட்டன. போனில் சார்ஜ் செய்து மனைவியிடம் பேசிவிட்டான். சுற்றியிருந்தவர்கள் எல்லாம் ம.பி, பீகார், ஜார்க்கண்ட், சட்டீஸ்கர்காரர்கள் என்பதால் பங்கஜுக்கு நிம்மதியாக இருந்தது. 7 மணிக்கு எல்லாம் சப்பாத்தியும் தாலும் கொடுத்தார்கள். மூன்று குழந்தைகள் அவனிடம் வந்து சிரித்துப் பேசிக்கொண்டிருந்தார்கள். அவர்கள் பார்வை அவனிடம் இருந்த முகமூடிகளிடமே இருந்தன. ஆளுக்கு ஒரு முகமூடியை எடுத்துக்கொடுத்தான். இரவு 9 மணிக்கு கல்யாண மண்டபத்தில் மின்விளக்குகளை அணைத்துவிட்டு, சிறிய அகல் விளக்குகளை ஏற்றத் தொடங்கினார்கள். ‘என்ன விஷயம்’ என்று விசாரித்தான். “கொரோனாவை விரட்டுறதுக்கு மோடி ஜி விளக்கு ஏத்தச் சொல்லியிருக்கார்” என்றான் சட்டீஷ்கர்காரன். பக்கத்தில்

இருந்த பீகார்காரன் நக்கல் சிரிப்பு சிரித்துவிட்டு சப்பணக்கால் இட்டபடி ஒரு பீடியைப் பற்றவைத்தபடி போஜ்பூரியில் ஏதோ சொன்னான். பங்கஜுக்குப் புரியவில்லை. ஏதோ திட்டுகிறான் என்பது மட்டும் புரிந்தது.

தெருவே இருளில் கிடந்தது. மூன்று முகமூடிக் குழந்தைகள் மட்டும் வாசலில் இருந்து தெருவுக்குள் இறங்கினார்கள். சிங்கம், புலி மற்றும் ஸ்பைடர்மேன்.

28. தொடர்பு எல்லைக்கு அப்பால்...

மல்லிகாவைத் தன் அலுவலகத்தில் பார்த்தபோது வருணுக்கு முதலில் அருவருப்புதான் வந்தது. அதற்குப் பின் தான் ஆச்சர்யம், அதிர்ச்சி, ஆத்திரம் என்று ஒன்றன்பின் ஒன்றாக உணர்ச்சிகள் தோன்றின. எல்லா உணர்ச்சிகளிலும் திளைத்து மீண்டும் மீண்டும் ஒரே கேள்விதான் எழுந்தது, 'இவளுக்கு இந்த இடத்தில் என்ன வேலை?'.

அது ஒரு பெரிய நிறுவனம். யாரையாவது அவள் பார்க்க வந்திருக்க வேண்டும் என்றுதான் வருண் நினைததான். ஆனால் அவள் தன் அலுவலகத்தில்தான் வேலைக்குச் சேர்ந்திருக்கிறாள் என்றபோது முதன்முதலில் தன் அலுவலகத்தில் பார்த்த அத்தனை உணர்ச்சிகளும் மறுபடி முதலில் இருந்து வரத்தொடங்கின.

★★★

வருண் சென்னைக்கு வேலை தேடி வந்து அலைந்து திரிந்த ஆரம்ப நாட்களில்தான் துரைராஜ் அறிமுகமானார். வருண் ஊருக்குப் பக்கத்து ஊர். ஒரே மாவட்டம் என்றால் சென்னையில் துளிர் விடும் நட்புதான் இருவருக்கும். அப்போது அவர் சொந்தமாக ஒரு சிறிய நிறுவனம் நடத்திவந்தார். வருணுக்கு வேலை தருகிறேன் என்ற பெயரில் இரண்டாயிரம் ரூபாய் சம்பளம் கொடுத்து சேர்த்துக்கொண்டார். அவர் அப்போது சைதாப்பேட்டையில் ஒரு பிளாட் வாங்கியிருந்தார். ஏற்கெனவே நுங்கம்பாக்கத்தில் குடியிருந்தவர், தன் மகன்களின் படிப்பு காரணமாக வீட்டைக் காலி செய்ய இயலாத சூழல். பிளாட்டை வாடகைக்கு விடலாம் என்ற

யோசனையில்தான் இருந்தார். ஆனால் வருண் பழக்கமாகவும் வாடகை இல்லாமல் அவனைத் தங்கச் சொல்லிவிட்டார். இரண்டாயிரம் ரூபாய்தான் சம்பளம் என்ற மனக்குறை வருணுக்கு. அவருக்கோ 'வாடகை கொடுக்காமல் புது பிளாட்டில் தங்க வைத்திருக்கிறோமே, அதற்கு இந்தச் சம்பளம் போதாதா?' என்ற கணக்கு. தான் ஒரு பெருந்தன்மையானவன் என்ற நினைப்பில் தன்னைத்தானே பாராட்டிக்கொண்டவர், வருணின் ஒவ்வொரு செய்கையிலும் அந்தப் புகழ்ச்சியை என்று எதிர்பார்த்தார். வருணுக்கு அது அவ்வளவாகக் கைவராத கலை. ஆனாலும் இருந்ததை வைத்து சமாளித்தான்.

அந்த அலுவலகத்தில் துரைராஜ், வருணைத்தவிர இருந்த நான்கு ஊழியர்களுமே பெண்கள். ஒரு பெண் அலுவலகத்தில் இருந்தார். மூவர் விற்பனைப் பிரதிநிதி. துரைராஜ் அலுவலகத்தில் பெண்கள் திடீரென்று நிற்பதும் புதிதாகப் பெண்கள் வேலைக்குச் சேர்வதுமாக இருந்தார்கள். ஒருநாள் பியர் பாட்டில் மூடியை உடைத்தபோதுதான் துரைராஜ் உண்மையை உடைத்தார். பெண்களை வீழ்த்துவது மாபெரும் கலை என்றும் அந்தக் கலையில் தான் வல்லவர் என்றும் சொன்னவர் அதற்கான உதாரணங்களாகப் பல சம்பவங்களை அடுக்கினார்.

அதற்குப்பிறகு துரைராஜ் யாரிடம் சிரித்துப் பேசினாலும் 'சாதாரணமாகத்தான் பேசுகிறாரா, வீழ்த்துகலை நிகழ்த்துகிறாரா' என்ற சந்தேகம் வர ஆரம்பித்தது வருணுக்கு. அப்போதுதான் புதிதாக வேலைக்குச் சேர்ந்திருந்தாள் மல்லிகா. அழகு என்று சொல்ல முடியாது. ஆனால் துருதுருவென்ற அவள் இயல்பும் எப்போதும் சிரித்த முகமும் அவள் ரசிக்கத்தக்கவள்தான் என்ற பிம்பத்தை உருவாக்கின. அவள் எல்லோரிடமும் சிரித்துப் பேசினாலும் துரைராஜிடம் கூடுதலாகச் சிரித்துப் பேசியதைப்போலத்தான் தோன்றியது வருணுக்கு.

நான்கு நாள்கள் பெங்களூருக்குச் சென்றிருந்தார் துரைராஜ். மற்ற நாள்களைவிட அந்த நான்கு நாள்களில் பெண் ஊழியர்கள் இன்னும் இயல்பாக, இன்னும் நெருக்கமாகப் பழகினார்கள். தைரியமாகத் துரைராஜைப் போல நடித்துக்காட்டினார்கள். தங்கள் வாடிக்கையாளர்கள் எப்படியெல்லாம் அசடு வழிவார்கள் என்று கதைகதையாய்ச் சொன்னார்கள். மல்லிகா வருணைப்போலவே நடித்துக்காட்டினாள். அந்த நெருக்கமும் இயல்பும் இருந்ததாலோ

என்னவோ அவன் மல்லிகாவிடமும் அலுவலகத்திலேயே இருந்த சங்கரியிடமும் துரைராஜ் குறித்து எச்சரித்தான்.

"இப்படி சொல்றேன்னு தப்பா நினைச்சுடாதீங்க. அவர் நல்லவர்தான். எனக்குத் தெரிஞ்சவர்தான். ஆனா பொண்ணுங்க விஷயத்துல ரொம்ப மோசம். எப்படி பொண்ணுங்களை மயக்கிறது, எப்படா பொண்ணுங்களை வீழ்த்துறதுன்னே குறியா இருப்பார். ஜாக்கிரதையா இருங்க, அவ்வளவுதான் சொல்லிட்டேன்"

வருண் சொன்னபோது கண்கள் அகல ஆச்சர்யமாய்க் கேட்டவர்கள் தலையைத் தலையை ஆட்டினார்கள்.

★★★

இது நடந்து இரண்டுமாதங்கள் இருக்கும். தீபாவளி விடுமுறைக்காக ஊருக்குப் போயிருந்தான் வருண். வழக்கத்தைவிட இரண்டுநாள்கள் கூடுதலாக இருக்கவேண்டியிருந்தது. 'பஸ் கிடைக்கவில்லை. இரண்டு நாள்களில் வருகிறேன்' என்று துரைராஜுக்கு மெசேஜ் அனுப்பினான். ஆனால் அவரிடமிருந்து எந்தப் பதிலும் வரவில்லை. இரண்டுநாள் கழித்து அலுவலகம் வந்தபோது அவ்வளவாக முகம் கொடுத்துப்பேசவில்லை துரைராஜ். 'என்ன பிரச்னையோ' என்று நினைத்துக்கொண்டான். பெண்கள் எல்லாம் போனபிறகு, கதவைச் சாத்திவிட்டு வந்தவர் எடுத்தவுடனேயே கெட்டவார்த்தையில்தான் ஆரம்பித்தார்.

வருணுக்கு விஷயம் தெரிந்துவிட்டது. அவன் பெண்களிடம் சொன்ன செய்தி அவர் காதுக்குப் போயிருக்கிறது. மல்லிகாதான் சொல்லியிருக்கிறாள் என்பதை அவரே வசவுகளுக்குடையில் சொன்னார். அடித்து விரட்டாத குறையாக அவனை அலுவலகத்தைவிட்டுத் துரத்தினார். இரவோடு இரவாக அந்த ஃபிளாட்டைக் காலி செய்துவிட்டு, தன் நண்பனின் மேன்ஷனுக்குச் சென்றான். அழுகை பொங்கிப் பொங்கி வந்தது.

★★★

இப்போது யோசித்துப் பார்த்தால் தனக்கு இருந்தது அறவுணர்ச்சியா, இல்லை துரைராஜ் மீது பொறாமையா, தனக்குப் பெண்களை வீழ்த்தும் திறமையின்மையா, இயலாமையா என்று புரியவில்லை. ஆனாலும் அந்த

அவமானத்தின் கசப்பு கொஞ்சமும் குறையவில்லை. அவனுக்குத் துரைராஜ் மீதான ஆத்திரம்கூட குறைந்திருந்தது. ஆனால் மல்லிகாவை அவன் மன்னிக்கத் தயாராக இல்லை.

எல்லாவற்றையும் மறந்துதான் இரண்டு வேலைகள் தாண்டி இந்த நிறுவனத்துக்கு வந்திருக்கிறான். மூன்றாண்டுகள் கடந்து சீனியர் என்னும் பொறுப்பை அடைந்திருக்கிறான். எல்லா அலுவலகங்களுக்கும் உரிய வழக்கமான பிக்கல், பிடுங்கல் பிரச்னைகள் இருந்தாலும் போதுமான சம்பளம், உத்தரவாதமான வேலை என்று செட்டில் ஆகியிருந்தான். 120 ஊழியர்களில் 47 பேர் பெண்கள். அவர்களுடன் நெருக்கமும் இல்லை விலகலும் இல்லை என்பது மாதிரியான உறவுதான் வருணுக்கு.

மல்லிகா வருவதற்கு முன்புவரை அப்படித்தான் இருந்தது. ஆனால் அவள் வந்ததற்குப் பிறகு ஏனோ அவன் தன் இயல்புநிலை இழந்தான். அவளிடம் பேச வேண்டிய அவசியம் ஏதும் இல்லை. ஆனால் கேன்டீனில், தண்ணீர் குடிக்கச் செல்லும் வழியில், பாத்ரூம் போகும்போது, இன்னொரு பெண்ணிடம் பேசும் அவசியம் நேரும்போது அவள் பக்கத்தில் இருக்கும்போது... என்று ஏதேனும் சந்தர்ப்பங்கள் அமைந்துகொண்டுதான் இருந்தன. அவள் என்ன செய்கிறாள் என்று தெரியாததைப் போல கவனித்தான். காற்றில் பறக்கும் கொடியைப் போல அவள் கண்களில் எப்போதும் ஒரு தவிப்பு பறந்துகொண்டேயிருந்தது.

தனக்கிருந்த தயக்கமும் சங்கடமும் அவளுக்கும் இருக்கும் என்று ஒருகணம் தோன்றினாலும் அவள் மீதான கோபத்தை வருண் குறைத்துக்கொள்ளவில்லை. அவளாக இவனிடம் வந்து ஏதும் பேசவில்லை. ஆனால் இவனுடன் பேசக்கூடிய சந்தர்ப்பங்களை அவள் தவிர்க்கவில்லை. அவள் காதலித்துத் திருமணம் செய்துகொண்டாள் என்றும் அவன் திரைத்துறையில் அசிஸ்டென்ட் கேமராமேனாக வேலை செய்கிறான் என்றும் மாலதிதான் சொன்னாள். அவனுக்கு இவள் கதையெல்லாம் தெரியுமா என்று யோசித்தான் வருண். ஆனால் உண்மையில் துரைராஜுக்கும் மல்லிகாவுக்கும் இடையில் பாலியல் உறவு இருந்திருக்குமா என்பது வருணுக்கு உறுதியாகத் தெரியவில்லை. ஆர்வக்கோளாறில் அவள் உளறிவிட்டாளா, ஏன் வருண் சொன்னதைத் துரைராஜிடம் சொல்லவேண்டும் என்பது குறித்தெல்லாம் அவன் யோசித்தான்.

ஆனால் 'தேவையில்லாமல் யோசிக்கிறோமோ' என்று தோன்றவும் அதைத் தவிர்க்கப் பார்த்தான். ஆனால் அதற்குப்பிறகுதான் குமிழிகளாய்க் கேள்விகள் மீண்டும் மீண்டும் கொப்புளித்தன.

★★★

வருண் டீம் லீடர் ஆன மகிழ்ச்சிச் செய்தியை அதிகாரி சொன்னபோது இருந்த மனநிலை அந்த டீமில் மல்லிகாவும் இருக்கிறாள் என்று தெரிந்தபோது இல்லை. ஒரு வாரம் ஓடியிருந்த்து. அலுவல்ரீதியாகத்தான் பேசினான் என்றாலும் வருணால் முடியவில்லை என்பது அவனுக்கே தெரிந்தது. பேசாமல் டீம் மாறலாமா அல்லது வேலையில் இருந்து விலகி விடலாமா என்று யோசித்தான். ஆனால் அவனே எதிர்பாராமல் மல்லிகா வேலையில் இருந்து விலகிவிட்டாள். என்ன காரணம் என்று தெரியவில்லை. தான் காரணமில்லை என்று தனக்குள் சொல்லிக்கொண்டான்.

★★★

பத்து நாள்களுக்குப் பிறகு ஒருநாள் இரவு 9 மணி. மல்லிகா போனில் இருந்து அழைப்பு வந்தது. அவளுடன் இதுவரை ஒரு வார்த்தைகூட போனில் பேசியதில்லை என்றாலும் அலுவலகத்தில் எல்லோரின் எண்களையும் சேவ் செய்து வைப்பது வழக்கம். வருண் போனை எடுக்கவில்லை. நான்கு நாள்களுக்குப் பிறகு அவள் விஷமருந்தி தற்கொலை செய்துகொண்டதாக மாலதி சொன்னாள். ஆச்சர்யமாக இருந்தது வருணுக்கு. அவளுக்கும் அவள் கணவனுக்கும் இடையில் பிரச்னை என்றாள் மாலதி. ஏனோ முதல்முறை மல்லிகாவை நினைத்து பரிதாபமாக இருந்தது அவனுக்கு. அலுவலக நண்பர்கள் எல்லாம் போனதால் அவனும் இறப்பு வீட்டுக்குச் சென்றான். கண்ணாடிப் பெட்டியில் கண்களை மூடிப் படுத்திருந்தாள் மல்லிகா. அந்த மனநிலையிலும் துரைராஜ் அங்கே வந்திருப்பாரா என்று தேடிப் பார்த்தது மனம். பார்த்தவரை அவர் தென்படவில்லை. கிளம்பிவிட்டான்.

இரவு. கொஞ்சம் தயக்கமாக இருந்தது, நீண்ட யோசனைக்குப் பிறகு அவள் எண்ணுக்கு போன் செய்தான். தொலைபேசி அணைத்துவைக்கப்பட்டிருந்தது.

❑ ❑ ❑

29. ஆச்சர்யங்களின் கணிதம்

லியார்னோ டி காப்ரியாவைப் பார்க்கும்போதெல்லாம் மதுசூதனனுக்கு பாலுச்சாமியின் ஞாபகம்தான் வரும். ஆசிய சாயல், மேற்கத்தியச் சாயல், வெள்ளை நிறம் எல்லாம் கலந்த கலவையாகத்தான் டிகாப்ரியா இருந்ததைப் போல் தெரிந்தது அவனுக்கு. பாலுச்சாமியும் இப்படித்தான் இருப்பான். தனித்த இன அடையாளம் கண்டுபிடிக்க முடியாததைப்போன்றதொரு முகம். தலைமுடியை நாலாபக்கமும் இழுத்து வாரியிருப்பான். உடைகளில் கவனம் இருந்ததில்லை. சட்டையின் முதல் பட்டன் திறந்திருக்கும். ரப்பர் செருப்புதான். அவனைப் பார்த்து எத்தனை ஆண்டுகள் இருக்கும்? சரியாக 13 ஆண்டுகள் இருக்கும். அவனைப் பற்றி கடைசித் தகவல் கேள்விப்பட்டு மிகச்சரியாக எட்டாண்டுகள் இருக்கும். பாலு என்பதால்தான் கணக்கு இவ்வளவு கறாராக இருக்கிறது.

★★★

மதுசூதனன் தவிப்புடன் அமர்ந்திருக்கிறான். புரொபஸர் சேவியர்தான் வினாத்தாள்களைத் தருகிறார். வாங்கிப் பார்க்கிறான். ஒன்றும் தெரியவில்லை. மீண்டும் புரட்டிப்பார்க்கிறான். ஒரு கேள்விக்கும் விடை தெரியவில்லை. இன்னும் சொல்லப்போனால் என்ன கேள்வி என்றே புரியவில்லை. திரும்பிப் பார்க்கிறான் ஹரிணி கண்கள் கலங்க இன்னொரு டெஸ்க்கில் அமர்ந்திருக்கிறாள். அவளுக்கும் ஒன்றும் புரியவில்லைபோல. தேர்வறையை விட்டு வெளியே வந்து ஓடத் தொடங்கினான் மதுசூதனன். கல்லூரி

வாசலுக்கு வெளியே அலைகளுடன் சீறிக்கொண்டிருந்தது கடல். எப்படியும் அதில் இறங்கி விட வேண்டும். ஓடும்போது தோளைத் தொட்டு திருப்புகிறான் பாலு. ஒரு சிகரெட் பாக்கெட்டைத் திறந்து சிகரெட்டை நீட்டுகிறான். அதைத் தள்ளிவிட்டு கடலை நோக்கி மதுசூதனன் ஓடும்போது, இடையில் ஒரு ரயில் வேகமாக அவனை அடித்துத் தள்ளிக் கடக்கிறது.

திடுக்கிட்டு எழுந்து அமர்ந்தான். கனவுதான். ஹரிஷ் நன்றாகத் தூங்கிக்கொண்டிருக்கிறான். ஏ.சியின் மெல்லிய சத்தம். புரண்டு படுத்த ஹரிணி, "வாட் ஹேப்பன்ட்?" என்றாள்.

"நத்திங். நைட்மேர்" என்றபடி தண்ணீர் குடித்துவிட்டுப் படுத்தான் மதுசூதனன்.

* * *

காலையில் எழுந்து பல் துலக்கும்போது ஆச்சர்யமாக இருந்தது. 'இன்னமுமா தனக்குத் தேர்வுகள் பற்றி கெட்ட கனவுகள் வருகின்றன? இன்னும் தேர்வு பற்றிய பயம் நீங்கவில்லையா?' என்று நினைத்துக்கொண்டான். அடையாறில் உள்ள பிரபல மென்பொருள் நிறுவனத்தில் டீம் லீடர். காபியைக் குடித்தபடியே நாளிதழை எடுத்தான். 'என்னது இது தமிழ் நாளிதழ்? எப்போதும் ஆங்கில நாளிதழ் படிப்பதுதானே வழக்கம். புது பேப்பர் பையன்போல. அடிக்கடி இது ஒரு பிரச்னை. இந்த ஏரியா முழுக்கப் பார்க்கிறவருக்கு யார் யார் என்னென்ன வாங்குவார்கள் என்று தெரியும். ஆனால் பேப்பர் பாய் எப்போதாவது மாறினால், இப்படித்தான் மாற்றிமாற்றிப் போடுவார்கள். வேறு வழியில்லை' என்றபடி எடுத்துப் பார்த்தான்.

உள்ளே வழுக்கிக்கொண்டு வந்தது 'எஸ்.எஸ்.எல்.சி மாணவர்களுக்கான வினா - விடை இலவச இணைப்பு'. புரட்டிப் பார்த்தான். எல்லாப் பக்கமும் கணிதம். ஆனால் அவனுக்கு மொத்தம் மூன்று கணக்குக்குத்தான் விடை தெரிந்தது. பி.எஸ்.சி மேத்ஸ் படித்து எம்.சி.ஏ முடித்த சாஃப்ட்வேர் இன்ஜினீயர் என்று நினைக்கும்போதே கொஞ்சம் கூச்சமாகத்தான் இருந்தது.

* * *

சுகுணா திவாகர்

ஒரேநாளில்தான் மதுசூதனனுக்கும் பாலுவுக்கும் காலேஜ் அட்மிசன். அட்மிஷன் ஃபீஸ் கட்டிவிட்டு மதுவும் அப்பாவும் எதிரில் இருந்த டீக்கடைக்கு டீ சாப்பிடப் போனார்கள். அங்கே சிகரெட் குடித்துக்கொண்டிருந்தான் பாலு. எந்தத் தயக்கமும் இல்லை. அவன்பாட்டுக்கு புகைவிட்டுக்கொண்டிருந்தான். மதுசூதனனுக்குத்தான் தயக்கமாக இருந்தது. அவனைப் பார்த்து புன்னகைப்பதா, வேண்டாமா என்ற குழப்பம். அப்பா கல்லூரியின் தரம் பற்றியும் கல்வியின் எதிர்காலம் பற்றியும் பேசிக்கொண்டிருந்தார். டீ குடித்தபடியே கேட்டுக்கொண்டிருந்தான் மது.

பாலு ஒரு வினோதப் பேர்வழி. கணிதத்தில் அவனுக்கு இருக்கும் அறிவுக்கு அவனை ஜீனியஸ் என்றுதான் சொல்லவேண்டும். எல்லோரும் முதலாமாண்டு மாணவர்கள்தான். ஆனால் பாலுவோ மூன்றாவது செமஸ்டருக்கான கணக்குப் புத்தகத்தைப் படித்துக்கொண்டிருப்பான். அவனுக்குக் கணிதம் என்பது கலையாத போதை. 'உங்களுக்குப் பிடிக்காத சப்ஜெக்ட் எது?' என்று கணக்கெடுப்பு நடத்தினால் உலகத்தில் அதிகம் வாக்கு விழுவது கணிதத்துக்காகத்தான் இருக்கும். அதேபோல் 'உங்களுக்கு அதிகம் பிடித்த சப்ஜெக்ட் எது?' என்று வாக்கெடுப்பு நடத்தினாலும் அதிக வாக்குகள் கணிதத்துக்கு விழும். அது ஒரு புதிர். அது ஒரு இம்சை. அது ஒரு விளையாட்டு. அது ஒரு கொடும் போர்க்களம்.

பாலு கணிதத்தில் எவ்வளவு மேதையாக இருந்தாலும் அவன் எல்லா சப்ஜெக்டிலும் தேர்ச்சிபெற வேண்டும். ஆனால் அவனுக்கு ஆங்கிலம் சுத்தமாக வரவில்லை. தமிழில் அவன் கையெழுத்தைப் பார்த்தால் அது வட்டெழுத்தா, பிராமி எழுத்தா என்ற குழப்பம் வரும். நமக்கே இவ்வளவு குழப்பம் என்றால் தேர்வுத்தாளைத் திருத்துபவர்களுக்கு...? பாலுவுக்கு ஆங்கிலம் என்பது அந்தரக் கயிற்றுக்குக் கீழ் எப்போதும் எரிந்துகொண்டிருக்கும் நெருப்புக்குண்டம். மற்ற சப்ஜெக்ட்களில் தமிழ் உள்பட, கஷ்டப்பட்டுத் தேர்ச்சி பெற்றுவிடும் பாலுவுக்கு ஆங்கிலத்தில் தேர்ச்சி பெறுவது சவாலான காரியமாகவே இருந்தது.

"நான் ஏன்டா எல்லா சப்ஜெக்டும் படிக்கணும்? நான் மேத்ஸ் ஸ்டுடண்ட்தானே?" என்றான் பாலு.

உண்மைதான். கணிதம் படிக்க மொழியறிவு பெரிதாகத் தேவையில்லை. இன்னும் சொல்லப்போனால் கணிதம் என்பதே கிட்டத்தட்ட ஒரு மொழிதான். ஒரு மொழிக்கு இலக்கணம் என்றால் கணிதத்துக்குத் தேற்றங்களும் சூத்திரங்களும். அவை பாலுவுக்கு அத்துப்படி. ஆனால் ஆங்கில இலக்கணம், புரியாத புதிர்கள்.

"ஏன்டா, உனக்கு மேத்ஸ் மட்டும் தெரிஞ்சா போதுமா, இங்கிலீஷ் தெரிய வேணாமா?" என்றான் மது.

"தெரிஞ்சு என்ன பண்ணப்போறேன்? ஒருத்தனுக்கு எந்த சப்ஜெக்ட் நல்லா வருதோ, புரிஞ்சு படிக்கிறானோ அதை ஒழுங்காக் கத்துக்கிட்டா போதாதா? வராதது, புரியாததை எல்லாம் படிச்சே ஆகணும்னு என்ன அவசியம்?" என்றான் பாலு.

"இதெல்லாம் படிச்சு நீ கல்வி அமைச்சர் ஆனபிறகு மாத்திக்க. இப்போ இங்கிலீஷ் எக்ஸாமுக்குப் படி" என்றான் மது.

"படிப்புக்கும் கல்வி அமைச்சருக்கும் என்னடா சம்பந்தம்? முட்டாள்" என்றான் பாலு.

'ரொம்பப் பேசுறான். இந்தத் தடவையும் அரியர்' என்று நினைத்துக்கொண்டான் மது. கடைசிவரை அந்த ஆங்கில அரியர்களால் பாலுவால் டிகிரி முடிக்கமுடியாமல் போனது.

★★★

மதுசூதனன், பாலு இருவருமே சிலகாலம் சென்னையில் ஒரே அறையில் தங்கியிருந்தார்கள். மது படித்து முடித்துவிட்டு வேலைக்காக அலைந்துகொண்டிருந்தான். பாலு ராயபுரத்தில் உள்ள ஒரு கார்மெண்ட் எக்ஸ்போர்ட் நிறுவனத்தில் வேலைபார்த்துக்கொண்டிருந்தான். நன்றாக நினைவிருக்கிறது, ஒரு செவ்வாய்க்கிழமை காலையில் இண்டர்வியூ.

'போயும் போயும் செவ்வாய்க்கிழமை இண்டர்வியூ வைக்கிறாய்ங்க. என்ன ஆக்கப்போகுதோ? அமெரிக்கா கம்பெனிக்கு இந்த சென்டிமென்ட் இல்லையே' என்று அலுத்துக்கொண்டேதான் கிளம்பினான் மது. இண்டர்வியூ

போக நல்ல ஷூ இல்லை என்று பாலுவிடம் வாங்கிப்போட்டுக்கொண்டுதான் சென்றான். அவனே எதிர்பாராமல் மது இண்டர்வியூவில் தேர்வாகிவிட்டான்.

தாங்க முடியாத ஆச்சர்யமாக இருந்தது. இயற்பியல் செய்முறைத் தேர்வுக்கு பிட் எடுத்துப்போனவன் மது. ஆனால் இப்போது அமெரிக்காவில் வேலை. இரண்டு மாதங்களில் சேர வேண்டும். ஆங்கிலம் ஓரளவுக்குத் தெரியும்தான். அமெரிக்க உச்சரிப்புக்காகச் சிறப்பு வகுப்புகள் போகத் தொடங்கினான் மது.

★★★

அதற்குப் பிறகு இந்தியா வந்த இரண்டு சந்தர்ப்பங்களில் பாலுவைப் பார்த்தான். வேறு நிறுவனத்தில் வேலை பார்த்துக்கொண்டிருந்தான். அவ்வப்போது போன் தொடர்புகள் இருந்தன. ஒருகட்டத்துக்குப் பிறகு முற்றிலும் தொடர்புகள் அறுந்தன. பாலுவும் மதுசூதனனும்தான் நெருக்கமான நண்பர்கள். ஆனால் அவர்களுக்குள் தொடர்புகள் நின்றுபோயின. ஆனால் பழைய நண்பர்கள் ஃபேஸ்புக், ட்வீட்டர், லிங்க்டன் என்று பல ஊடகங்கள் வழியாகத் தொடர்புகளை ஏற்படுத்திக்கொண்டார்கள். கல்லூரி வாட்ஸ்-அப் குரூப்பில்கூட பாலு இல்லை.

★★★

“டாடி நேத்து நைட் ஒரு பேட் ட்ரீம். நான் எக்ஸாம்ல மேத்ஸ் ஃபெயில் ஆகறமாதிரி கனவு வந்துச்சு. ஒரு கொஸ்டீனுக்குக் கூட எனக்கு ஆன்சர் தெரியலை டாடி” என்றான் ஹரீஷ். ஆறாவதுதான் படிக்கிறான். ‘இவனுக்கும் இதேபோல் கனவா?’ என்று நினைத்துக்கொண்டான் மது. அவன் நண்பர்களிடம் பேசும்போதுதான் தெரிந்தது பலருக்கும் இந்தக் கனவுகள் வருமென்று. ‘அப்படியானால் தேர்வு என்பது இந்தத் தேசத்துக்கே கொடுங்கனவுபோல’ என்று நினைத்துக்கொண்டான் மது.

வீடு மாற்றிவந்துவிட்டார்கள். ஹரிஷ் படிக்கும் பள்ளி இங்கிருந்து தூரம். வண்டி ஏற்பாடு செய்ய வேண்டும். “ரெகுலர் ஆட்டோ ஒண்ணு வரும். நான் சொல்றேன்” என்றார் பக்கத்து ஃபிளாட்காரர்.

மறுநாள் காலையில் ஷார்ட்ஸுடன் போய் நின்றால் பக்கத்து ஃபிளாட்காரர் அறிமுகப்படுத்தி வைத்த ஆட்டோக்காரர் பாலு. வாழ்க்கை என்பது ஆச்சர்யங்களின் கணிதம். ஹரிஷைப் பள்ளிக்கு அழைத்துச் செல்ல சம்மதித்தான் பாலு.

ஒருநாள் சாவகாசமாகத் தன் கதையை விலாவாரியாகச் சொன்னான் பாலு. பல வேலைகள் பார்த்து எதுவும் செட் ஆகாமல்தான் இப்போது ஆட்டோ ஓட்டிக்கொண்டிருக்கிறான். காதல் திருமணம். மனைவி ஒரு மருத்துவமனையில் ரிசப்ஷனிஸ்ட். பள்ளிக்குச் செல்லும் மகள்.

"உனக்கு மேத்ஸ் நல்லா வருமேடா, ட்யூஷன் எடுக்கலாமே?" என்றான் மது.

"டிகிரி முடிக்காதவன்கிட்ட யாருடா டியூஷன் படிப்பாங்க?" என்றான் பாலு.

"இன்னமும் உனக்கு மேத்ஸ்லாம் ஞாபகமிருக்கா? பழைய புக்ஸ்லாம் படிப்பியா?"

"நீ வேற. ஆட்டோவுக்கு மீட்டர் போட்டுக்கூட ஓட்டுறதில்லை. இத்தனைகிலோமீட்டருக்கு இவ்வளவு காசுங்கிற கணக்குக்கூட இல்லை" என்றபடி சிகரெட் பற்றவைத்தான் பாலு.

★★★

அன்று இரவும் அதே கனவு. தேர்வறையில் இருந்து மதுசூதனன் ஓடிக்கொண்டிருக்கிறான். கல்லூரி வாசலைத் தாண்டினால் கடல். அலைகள் சீறிக்கொண்டிருக்கின்றன. கடலில் கால் வைக்கும்போது குறுக்கே ஒரு ரயில் ஓடிவருகிறது. ரயிலின் சன்னலில் இருந்தபடி பாலுச்சாமி ஏதோ ஒன்றைத் தூக்கி விசிறுகிறான். அது ஒரு புத்தகம். *Fundamentals of Matrix Algebra – Gregory Hartman*.

❐ ❐ ❐

30. காவியத்தலைவன்

“இந்தப் பையன் யாருடா, ஜெய்சங்கர் மாதிரியே இருக்கான்?” என்றார் அம்மா.

“இது ஜெயம் ரவிம்மா. போன வருஷம் ‘கோமாளி’ன்னு ஒரு படம் பயங்கர ஹிட். இவன் நடிச்சதுதான்” என்றான் மணிமாறன்.

“இந்தப் பையன் ஜெய்சங்கருக்கு சொந்தக்காரப் பையனா?”

“இல்லை. ஏன் அப்படி கேட்கிறீங்க?”

“இல்லைடா. பார்த்தா அப்படித் தெரிஞ்சது. ஆனா இவன் கண்ணு வேறமாதிரி. ஜெய்சங்கருக்கு பூனை மாதிரி சின்னக்கண்ணு”

அம்மா சினிமா பற்றிப் பேசுவதை சந்தோஷமாகவும் ஆச்சர்யமாகவும் பார்த்தான் ஜெயக்குமார். சிறுவயதில் சினிமா என்றாலே அம்மாவுக்கு அப்படியொரு கோபம் வரும். கண்களில் தீ எரியும். கூந்தல் விரிய ஆவேச தேவதையாக மாறிவிடுவார். ஜெயக்குமாருக்கு அம்மாவை ஏறிட்டுப் பார்க்கவே அச்சம் பின்னும். சினிமா என்பது அம்மாவைப் பொறுத்தவரை பாவங்களின் ஊற்று.

★★★

ஒருநாள் மணிமாறன் தன் நண்பன் நந்தாவின் நோட்டுப்புத்தகம் வாங்கி வந்திருந்தான். இரண்டுநாள் காய்ச்சலால் பள்ளிக்குச் செல்லவில்லை என்பதால்தான் நந்தாவின் நோட்டுப்புத்தகத்தை வாங்கி வந்திருந்தான். அந்த நோட்டுப்புத்தகத்துக்குள் கத்திரிக்கப்பட்ட ராதாவின்

புகைப்படம் இருந்தது. 'அம்மன் கோயில் கிழக்காலே' படத்தில் விஜயகாந்த் துரத்தித் துரத்திக் கிண்டலடிப்பாராம். அப்போது ராதா படகில் அமர்ந்திருக்கும்போது அணிந்திருக்கும் உடையாம். இதெல்லாம் பின்னால் நந்தா சொல்லித்தான் மாறனுக்குத் தெரியும். சிவப்புநிற சேலையில் தலைநிறைய மல்லிகைப்பூவுடன் இருப்பார் ராதா. மாறனுக்குத் தெரியாமலே அவன் நோட்டுப்புத்தகத்தில் இருந்து ராதாவின் புகைப்படம் நழுவி விழ, அம்மாவுக்குள் இருந்த துர்தேவதை தன் கூந்தல் அவிழ்த்தாள். நடிகரின் படம் பார்த்தாலே ஆவேசமாகிவிடும் அம்மா, நோட்டுப்புத்தகத்தில் நடிகையின் படம் பார்த்தால் சும்மா இருந்துவிடுவாரா?

உடல் முழுக்க சிவப்பாய் தடித்தபிறகுதான் 'இது நந்தாவின் நோட்டு' என்று சொல்ல முடிந்தது. இது நடந்து மூன்றாண்டுகளுக்குப் பிறகு பொங்கலை ஒட்டிய சமயம். அப்போதெல்லாம் பொங்கல் என்றால் பொங்கல், கரும்புடன் பொங்கல் வாழ்த்தும் உண்டு. இப்போதைப்போல 'இந்த லிங்க்கை ஓப்பன் செய்தால் நாகராஜ் உங்களுக்குப் பொங்கல் வாழ்த்து சொல்வார்' என்பது மாதிரியான வாட்ஸ்-அப் வாழ்த்தல்ல. பொங்கல் வாழ்த்து அட்டைகள் விற்கப்படும். சாமிப்படம், நடிகர் நடிகை படம், உழவர் படம், குடும்பத்துடன் பொங்கல் கொண்டாடும் படம் என்று விதவிதமான பொங்கல் வாழ்த்துப்படங்களைப் பார்ப்பதே உற்சாகம்தான். வகுப்பு நண்பன் ஸ்டீபன் மணிமாறனுக்கு அனுப்பிய பொங்கல் வாழ்த்தில் கமல்ஹாசன் சிரித்துக்கொண்டிருந்தார். அம்மாவுக்குள் இருந்த நாகம் கண்களில் எட்டிப்பார்த்தது. எல்லாவற்றுக்கும் காரணம் அப்பாதான். அம்மா இப்படி ஆனதற்கு, மணிமாறன் சினிமாவால் சந்திக்கும் துயரங்களுக்குக் காரணம் அவர்தான்.

★ ★ ★

முத்துராசு தாத்தா பெரிய மீசையும் முன்வழுக்கையும் அதை மறைப்பதற்கான அகலமான விபூதிப்பட்டையும் தண்ணீர்க்குடம் போன்ற வயிறும் கொண்டவர். முத்துராசு கறிக்கடை என்றால் அந்த ஊரில் அவ்வளவு பிரபலம்.. அப்போதெல்லாம் மட்டன் ஸ்டால் என்ற வார்த்தையெல்லாம் புழக்கத்தில் இல்லை. தொடைக்கறி, நெஞ்சுக்கறி, கொழுப்புக்கறி என்று ஒவ்வொரு ஆளுக்கும் என்னென்ன கறிவகை பிடிக்கும்

என்பது அவருக்கு அத்துப்படி. சனி, ஞாயிறு, பண்டிகை நாள்களில் முத்துராசு தாத்தா மும்மரமாகிவிடுவார். சுவரொட்டி, ஈரலுக்குத் தனிக்கூட்டம் உண்டு. 'மாங்கா வேண்டும்' என்று வெட்கத்துடன் கேட்கும் பெண்களும் உண்டு. மாங்கா என்றால் ஆட்டின் விதைப்பை. ஈரலைப்போல்தான் இருக்கும்.

சிறுவயதில் இருந்தே செல்லம். படிப்பு எப்படி ஏறும்? ஆனால் ஒரு கெட்டப் பழக்கம் கிடையாது. இருந்த ஒரே பழக்கம், எம்.ஜி.ஆர் படங்களாகப் பார்த்ததுதான். முதல் ரிலீஸ், ரெண்டாம் ரிலீஸ் என்று எத்தனை ரிலீஸ் ஆனாலும் பார்த்துக்கொண்டே இருப்பாராம் சேகர். எம்.ஜி.ஆரின் பாடல்கள், உடலைசைவுகள், கை சுழற்றல்கள், மூக்குச்சுளிப்புகள் எல்லாம் அப்படியே இமிடேட் செய்வாராம். நாலு குழந்தைகள் கையில் கிடைத்தால் தலைக்கு மேலே தூக்கிவைத்து ஆட்டம் ஆடுவார். கதறித் தீர்ப்பார்கள் குழந்தைகள். பிறகு முத்துராசு தாத்தா கனைக்கும் சப்தம்தான் அவர்களைக் காப்பாற்றும்.

எம்.ஜி.ஆர் இறந்ததாகக் காலையில் ஆல் இண்டியா ரேடியோ செய்தி சொன்னதில் இருந்து சேகர் ஆட்டம் அடங்கிப்போனது. யாரிடமும் பேசவில்லை. சாப்பிடவில்லை. சுவரில் ஒட்டியிருந்த, கழுத்தில் கர்ச்சீப் கட்டி, இறகு வைத்த தொப்பி அணிந்த எம்.ஜி.ஆரின் படத்தையே பார்த்துக்கொண்டிருந்தவர் அன்று இரவு மின்விசிறியில் தூக்குப்போட்டு செத்துப்போனார்.

உடைந்துபோனார் தாத்தா. அப்பா செத்துப்போனபோது மணிமாறனுக்கு ஏழு வயது. 'ஆயிரத்தில் ஒருவன்' படத்தில் எம்.ஜி.ஆர் பெயர் என்று அப்பா வைத்தது. அடுத்து பெண் பிறந்தால் சரோஜா என்று பெயர் வைக்கலாம் என்று சொன்ன அப்பாதான் எம்.ஜி.ஆர் இறந்த துக்கம் தாளாமல் தூக்கில் தொங்கிவிட்டார். பள்ளியில் பசங்களோடு விளையாடிக்கொண்டிருந்த மணிமாறனைத் திடீரென்று வீட்டுக்குக் கூட்டிவந்தார்கள். மாறனுக்கு ஒன்றும் விவரம் புரியவில்லை. அப்பா ஏன் பகலில் படுத்திருக்கிறார்? எப்போதும் துண்டைச் சுருட்டி தலைமாட்டில் வைத்து தரையில் படுக்கிற அப்பா இப்போது ஏன் முகம் முழுக்க துணியால் மூடிப் படுத்திருக்கிறார் என்று மாறனுக்குத் தெரியவில்லை. அப்பா அவ்வப்போது எம்.ஜி.ஆர் வேஷம் போடுவார் என்பதால் இதுவும் ஏதோ எம்.ஜி.ஆர் வேஷம் என்று நினைத்தான். ஆனால் கூடியிருந்த கூட்டத்தின்

அழுகையையும் புழுக்கத்தையும் பார்த்து மணிமாறனும் ஓங்கிக் குரலெடுத்து அழத்தொடங்கினான்.

தன்னைத் தேற்றிக்கொண்டு மகனின் இறுதிச்சடங்கைப் பிரமாண்டமாக நடத்திமுடித்தார் முத்துராசு தாத்தா. அதிர்வேட்டுகள் முழங்க, ரதத்தில் கறுப்புக்கண்ணாடியும் இறகு வைத்த தொப்பியும் அணிந்தபடி அப்பாவின் இறுதி ஊர்வலம் நடந்தது மட்டும் நினைவில் இருந்து மறையவே இல்லை மணிமாறனுக்கு.

★★★

மூன்றே வருடங்களில் தாத்தா இறந்துவிட, இருந்த ஒரு துணையும் போனது. அம்மாவுக்கு கைத்துணை, வழித்துணை இல்லாத மன விரக்தி. சேகர் விரும்பினான் என்ற ஒரே காரணத்திற்காகத்தான் இல்லாதப்பட்ட குடும்பத்தில் இருந்து பெண் எடுத்திருந்தார் முத்துராசு. சேகரின் முதல் இரண்டு அண்ணன்களுக்கோ அண்ணிமார்களுக்கோ இவள் என்றால் எப்போதும் இளக்கம்தான். மணிமாறனிடம்கூட பாரபட்சம் காட்டினார்கள்.

ஒருகட்டத்தில் உறவுத்தொல்லை தாங்க முடியாமல் வீட்டைவிட்டு வெளியே வந்துவிட்ட அம்மாவும் மணிமாறனும் ஒரு சிறிய வீட்டைப் பிடித்து வாழ்ந்தார்கள். அம்மா தீப்பெட்டி ஆலைக்குப் போய்த்தான் மணிமாறனை வளர்த்தார். 'அப்பனோட எல்லாம் போகட்டும்' என்ற மனோபாவம்தான் அவரை சினிமாவை வெறுக்க வைத்திருந்தது. அவரைப் பொறுத்தவரை சினிமா என்பது பெரிய பூதம். அது குழந்தைகளை, கணவன்களை விழுங்கிவிடும் பசித்த பூதம்.

★★★

மணிமாறன் கல்லூரி முடிக்கும்வரை அவன் வீட்டில் டி.வி கூட இல்லை. ஆனால் அம்மாவுக்குத் தெரியாமல் அவன் அவ்வப்போது படங்கள் பார்த்துத்தான் வந்தான். அது எப்போதாவது மூன்று மாதம், ஆறு மாதத்துக்கு ஒருமுறை. ஆனால் அந்த மோகம் அவனுக்குப் பிடித்திருந்தது. எது விலக்கப்பட்டதோ அதுவே மோகத்துக்குரியதாகிறது. ஆனாலும் அம்மாவிடம் சினிமாவைப் பற்றி ஒரு வார்த்தை பேசுவதில்லை.

கல்லூரி முடித்து வேலைக்குப் போய் நல்ல சம்பளம் வாங்கிய எட்டாவது மாதம் வீட்டில் ஒரு எல்.இ.டி டிவி

வாங்கி மாட்டினான். அதற்கு முன்பே வீட்டுக்கு ஃபிரிட்ஜ், வாசிங் மிஷின் எல்லாம் வந்திருந்தது. அதன் வாலைப் பிடித்துக்கொண்டுதான் டி.வி வந்தது.

“இது எதுக்குடா கருமம்? இதெல்லாம் பிடிக்காதான்னு தெரியும்ல?” என்றார் அம்மா.

“டி.வின்னா சினிமாதான் பார்க்கணும்னு ஒண்ணும் அவசியம் கிடையாது. ஒரு நியூஸ் தெரிஞ்சுக்க முடியலைம்மா. நியூஸ், ஸ்போர்ட்ஸ்னு டிவியில் பார்க்கிறதுக்கு ஏகப்பட்ட விஷயம் இருக்கும்மா” என்றான் மணிமாறன். சம்பாத்தியம் என்பது உரத்துப் பேசும் ஆற்றலை வழங்குகிறது.

ஏதோ ஒருநாளில் டி.வியில் சினிமாவையும் பாடல்களையும் பார்க்கத் தொடங்கினான் மணிமாறன். அம்மாவும் தயங்கித் தயங்கிப் பார்க்கத் தொடங்கினாள். பிறகு அவன் அலுவலகம் சென்றபிறகு அம்மா நாள் முழுக்க டி.வி பார்க்கும் தடயம் தெரிந்தது. அப்போதுதான் ஒரு விஷயத்தைக் கண்டுபிடித்தான் மணிமாறன். அவன் பாத்ரூமில் இருக்கும்போது எல்லாம் ஜெய்சங்கர் பட வசனமோ பாடல்களோ காதில் விழும். அவன் குளித்துமுடித்து வரும்போது செய்திகளுக்கோ சமையலுக்கோ மாற்றியிருப்பார் அம்மா. போகப்போக சேனலை மாற்றாமலே ஜெய்சங்கர் படங்களைப் பார்க்கத் தொடங்கியிருந்தார் அம்மா. டி.வியில் எந்த நடிகரைப் பார்த்தாலும் அதில் ஜெய்சங்கரின் சாயலைத் தேடினார்.

★★★

மணிமாறனுக்குத் திருமணம் நிச்சயமாகி கோடம்பாக்கம் மேம்பாலத்தின்கீழ் இருக்கும் அழைப்பிதழ் கடையில் ஒன்றைத் தேர்ந்தெடுத்துத் திரும்பினார்கள். மதியம் என்பதால் அவ்வளவாகக் கூட்டமில்லை. ஆனாலும் பார்க் ஹோட்டலுக்கு முன்பு சிக்னல் விழுந்துவிட்டது. இவனாக ஏதோ பேசிக்கொண்டு சிக்னலில் நின்றிருந்தான். ஆனால் அம்மாவிடம் இருந்து ஒரு பதிலும் இல்லை. திரும்பிப் பார்த்தான். எதிரில் பார்சன் காம்ப்ளெக்ஸில் ‘சங்கர் ஐ கேர்’ என்று எழுதப்பட்டு அருகில் ஜெய்சங்கர் படம் வரையப்பட்டிருந்தது. அம்மா அதையே உற்றுப்பார்த்தபடியிருந்தார்.

❐ ❐ ❐

31. சே குவேராவின் கண்களைப் போலில்லை

மாமிசம் சாப்பிடும் நாள்களில் சமயங்களில் பல்லிடுக்கில் மாட்டிக்கொள்ளும் மாமிசம். அது ஒரே ஒரு நார்தான் இருக்கும். ஆனால் ஏதோ பிரமாண்டமான சதையுருண்டை நம் பல் இடைவெளியில் மாட்டிக்கொண்டதைப் போல் அவஸ்தையளிக்கும். பெரிய வலியிருக்காது. இருந்தாலும் வழக்கமான பொழுதைக் குலைக்கும்படி துருத்திக்கொண்டேயிருக்கும். ஏதேனும் குண்டூசி, சேஃப்டி பின் முயன்றும் வராமல், மாட்டிக்கொண்ட கறித்துண்டை நாக்காலேயே எடுக்கப் பிரயத்தனப்படுவதுண்டு. அப்படியான அவஸ்தைதான், நமக்கு நன்கு தெரிந்த முகங்களின் பெயர்கள் மறந்துவிடுவதும். நினைவிடுக்கில் மாட்டிக்கொண்ட பெயரைத் துழாவித் துழாவி எடுக்கவேண்டும்..

தொலைக்காட்சியில் அவனைப் பார்த்தபோதும் அப்படித்தான் இருந்தது அரவிந்தனுக்கு. நன்கு தெரிந்த முகம், ஆனால் பெயர் நினைவில்லை. ஆனால் அவன் முகத்தில் படிந்திருக்கும் அப்பாவித்தனம் பரிச்சயமானது. இந்த ஊரடங்கு காலத்தில், வெளியில் திரியும் மக்களுக்கு விதவிதமான தண்டனை தருவது காவல்துறையினருக்கான சிறப்புச் சவாலாகிப்போனது. ட்ரோனில் துரத்தி மக்களை ஓடவிடுவது, 'கொரோனா நோயாளிகள் இருந்த ஆம்புலன்ஸ்' என்று உள்ளே அடைத்துப் பயமுறுத்துவது, கைகள் குவித்துக் கும்பிடுவது, தோப்புக்கரணம் போடவைப்பது, போலீஸார் கூட்டமாகச் சேர்ந்து கொரோனா விழிப்புணர்வுப்

பாட்டுப்பாடுவது என்று நூதனமான தண்டனைகளை அள்ளி வழங்கினார்கள். ஒவ்வொரு மாவட்ட காவல்துறையும் 'அந்த மாவட்டத்தைவிட நாம் வித்தியாசமாகச் செய்யவேண்டுமே' என்று ஏதேதோ செய்துகொண்டிருந்தார்கள். அப்படி கரூர் மாவட்டக் காவல்துறை கொடுத்த வினோத தண்டனையைத்தான் அவன் நிறைவேற்றிக்கொண்டிருந்தான். இரண்டு கைகளையும் கால்களையும் கட்டிக்கொண்டு தவளையைப் போல் தத்தித் தத்தித் தாவவேண்டும். அவன் பெயர் இன்னும் நினைவில் வரவில்லை. ஆனால் அவள் பெயர் ஞாபகம் வந்துவிட்டது. ஜெயா... சேகுவாரா... பொம்பளை சேகுவாரா.

★ ★ ★

அரவிந்தன் படித்த கல்லூரி ஒழுக்கத்துக்கும் கட்டுப்பாட்டுக்கும் பேர்போன கல்லூரி. ஆணும் பெண்ணும் சேர்ந்து பேசினால் உடனடியாகக் கண்டிக்கப்படுவார்கள். காலை இறைவாழ்த்து பிரார்த்தனையுடன்தான் கல்லூரி தொடங்கும். திடீரென்று அங்கே ஒரு மாணவப்போராட்டம் வெடித்தது ஆச்சர்யம்தான். ஓர் இடதுசாரி மாணவர் சங்கம் அமைதியாக உள்ளே நுழைந்ததை அறிந்து நிர்வாகம் திடுக்கிட்டது. விடுதி மாணவர்களுக்கு முறையான உணவில்லை, கல்லூரிப் பேருந்து வசதி வேண்டும், சாதியரீதியாகச் செயல்படும் மூன்று துறைத்தலைவர்கள் மீது நடவடிக்கை எடுக்கப்பட வேண்டும், தேர்வுக்கட்டணத்தைக் குறைக்கவேண்டும் என்று மொத்தம் 12 கோரிக்கைகளை வைத்து போராட்டம் நடத்தப்பட்டது. இதுவரை மாணவர்களுக்கான சங்கமில்லை. யூனியன் வேண்டும் என்பது முதன்மையான கோரிக்கை.

நிர்வாகம் அதைக் குலைக்க என்னென்னமோ முயற்சிகள் செய்துபார்த்தது. ஆனால் பலிக்கவில்லை. 16 ஆண்டுகளுக்கு முன்பு போராட்டம் நடைபெற்றிருக்கிறது. அதுவும் ஆசிரியர் அல்லாத பணியாளர்களின் போராட்டம். மாணவர் போராட்டம் இதுவரை நடந்ததில்லை. முதன்முறையாக அதுவும் வீரியமாக நடக்கிறது. போராட்டத்தை முன்னின்று நடத்தியவர்களில் ஒருத்தி ஜெயலெட்சுமி.

'வீ வாண்ட் யூனியன், பிரின்சிபல் ஆனியன்' என்று அவள் உரத்து முழங்கும்போது மாணவர்களும் அதை எதிரொலித்தார்கள். கல்லூரி வாசலில் பந்தல் போட்டு மாணவர்கள் போராட்டத்தைத் தொடர்ந்தார்கள். "தண்ணிக்குள்ள இருக்கிற வரைக்கும்

பாஸ்பரஸின் சக்தி தெரியாது. வெளியில் வந்தால்தான் அதன் சக்தி, வீரியம், ஆற்றல் தெரியும். மாணவத் தோழர்களே வெளியில் வாருங்கள், எங்கள் குரல் உங்கள் குரல், உங்கள் உரிமைக்கான குரல்" என்று அவள் பேசிய பேச்சு வளாகத்தில் இருந்து மாணவர்களைப் போராட்டப் பந்தலுக்கு அழைத்துவந்தது.

அப்படித்தான் ஒருநாள் உண்ணாவிரதத்தில் கலந்துகொண்டான் அரவிந்தன். போராட்டத்துக்கு டிமிக்கி கொடுத்துவிட்டு அருகில் இருந்த திரையரங்கில் இரவுக்காட்சி பார்ப்பதுதான் அரவிந்தன் மற்றும் மூன்று நண்பர்களின் திட்டம். ஆனால் மாலையே அரவிந்தன் அப்பா போராட்டப் பந்தலுக்கே வந்து அவனை வீட்டுக்கு இழுத்துச் சென்றுவிட்டார். மறுநாள் காலை ஜெயா காவல்துறையினருடன் அரவிந்தன் வீட்டுக்கே வந்துவிட்டாள். உண்ணாவிரதத்துக்குப் பெயர் கொடுத்துவிட்டு, காவல்துறைக்கு முறைப்படி தகவல் கொடுக்காமல் கிளம்பக்கூடாதாம். அரவிந்தனின் அப்பா கெஞ்சியதால் அவன் அன்று தப்பினான். பிறகு அவன் போராட்டம் நடந்த நாள்களில் வேடிக்கை பார்த்ததுடன் சரி, மும்மரமாகக் கலந்துகொள்வதில்லை.

★★★

உண்ணாவிரதத்தைத் தாண்டி போராட்டம் வெவ்வேறு வடிவங்களை எடுத்தது. முதல்வர் அறைக்கு முன்பு கைதட்டும் போராட்டம், கல்லூரி நிர்வாகத்தைக் கண்டித்து கவியரங்கப் போராட்டம், கல்லூரி பெயர்ப்பலகையின் மீது மை பூசும் போராட்டம் என்று பல போராட்டங்கள். காவல்துறையும் மாவட்ட நிர்வாகமும் மாணவர் தலைவர்களிடம் பல சமரசங்களை முன்வைத்தும் அவர்கள் எதையும் ஏற்கவில்லை.

போராட்டத்தில் வன்முறையைத் தூண்டும்வகையில் பேசியதாக இரண்டு மாணவர்கள் மீது வழக்குப்போடப்பட்டது. இதைக் கண்டித்து வாயைத் துணியால் மூடும் போராட்டத்தைத் தலைமை தாங்கி நடத்தினாள் ஜெயா. மூக்கில் பாதியும் வாயும் துணியால் மூடப்பட்டிருக்க அவள் கண்களில் நெருப்பு பறந்தது. அப்போதுதான் அவளை அரவிந்தன் நண்பர்கள் 'பொம்பளை சேகுவாரா' என்று அழைக்க ஆரம்பித்தார்கள்.

17 நாள்கள் தொடர்ந்த போராட்டம் முடிவுக்கு வருவதாகத் தெரியவில்லை. கல்லூரி நிர்வாகமும் இறங்கவில்லை. மாணவர் அமைப்பும் தளரவில்லை.

“நிர்வாகத்துக்கு காது கேட்கலைன்னுதான் முதல்வர் அறை முன்னாடி கைதட்டிப்பார்த்தோம். நாம பேசக்கூடாதுன்னு வாய்ப்பூட்டு போட்டதால வாய்மூடிப் போராட்டம் நடத்தினோம். ஐம்புலன்களில் அடுத்த புலன் கண். எவ்வளவு போராட்டம் நடத்தினாலும் கல்லூரி நிர்வாகத்தின் கண்கள் திறக்கலை. நாளை கண்களைக் கட்டிக்கிட்டு போராட்டம். தயாராய் இருங்கள் நண்பர்களே. நமது கண்கள் மூடட்டும், நீதியின் கண்களும் நிர்வாகத்தின் கண்களும் திறக்கட்டும்” என்று ஆவேசமாகப் பேசினாள் ஜெயா.

மறுநாள் முதல்வர் அறைக்கு முன்பு கண்களைக் கட்டி நடந்த போராட்டம் திடீரென்று முன்னேறியது. இழுத்து நெருக்கிக்கொண்டு முதல்வர் அறைக்குள் நுழைந்தார்கள். கையில் கிடைத்த பொருள்கள் நொறுக்கப்பட்டன. பொறுமை தகர்ந்தது. அலுவலகப் பணியாளர்கள் மிரண்டு ஓடினார்கள். எத்தனைபேர் கண்கட்டுடன் போராடினார்கள், எத்தனைபேர் அவிழ்த்தார்கள் என்று தெரியவில்லை. ஆனால் ஜெயா கண்கட்டை அவிழ்க்கவில்லை.

“நீதியின் கோரிக்கை, நிர்வாகமே கேட்கிறதா?” என்ற அவள் முழக்கம் சுவர்களைச் சுற்றி சுற்றி வந்தது. அத்தனை இரைச்சல்களுக்கு இடையிலும் தனித்ததொரு நெருப்புத்துண்டாய் அவள் குரல் எரிந்தபடியே சுழன்றது. காவல்துறை உள்ளே புகுந்து அப்புறப்படுத்த ஆரம்பித்தது. ஜெயாவின் மீது படர்ந்த அழுத்தமான இரு கரங்கள் அவள் மார்புகளை அழுத்தின. சடாரென்று கண்கட்டை அவிழ்த்த ஜெயா, அந்த நடுத்தர வயது போலீஸ்காரரைச் சுவரோடு சாத்திவைத்து காறி உமிழ்ந்து கன்னத்தில் அறைந்தாள்.

★★★

கல்லூரி கால வரையறையின்றி மூடப்பட்டது. அத்துமீறிய போலீஸ்காரர்மீது நடவடிக்கை எடுக்கப்பட்டது. 40 நாள்களுக்குப் பிறகு கல்லூரி திறக்கப்பட்டது. போராட்டக்குழுவின் எட்டு கோரிக்கைகளைக் கல்லூரி நிர்வாகம் ஏற்றுக்கொண்டது. நான்கு கோரிக்கைகளைப் பரிசீலிக்க கால அவகாசம் கேட்டது. மாணவர்களுக்கான யூனியன் கிடைத்தது மிகப்பெரிய வெற்றி. ஜெயா கல்லூரி மாணவர் சங்கத்தின் துணைச்செயலாளர் ஆனாள்.

இதெல்லாம் ஆச்சர்யமில்லை. ஆனால் ஜெயா காதலிப்பாள் என்பதுதான் அரவிந்தன் போன்றவர்களுக்கு ஆச்சர்யமாக இருந்தது. பெண்களைக் காதலிப்பதற்கான அடிப்படை நளினம். அது ஒரு பொம்பளை சேகுவாராவுக்கு எப்படி இருக்கும் என்பது அரவிந்தன் போன்றவர்களின் வாதம். ஜெயா காதலிக்கிறாள் என்றதுமே அது இயற்கைக்குப் புறம்பான எட்டாவது அதிசயமாகவே அவர்களுக்குத் தோன்றியது. அதுவும் தன்னைப்போலொரு ஆம்பளை சேகுவாராவைக் காதலித்தால்கூட அவர்களுக்கு வியப்பு இருந்திருக்காது. அவளைக் காதலித்தவன் மாதவன். கெமிஸ்ட்ரி மூன்றாமாண்டு.

'பழம்', 'சாம்பார்' என்றெல்லாம் அழைக்கப்படுவதற்கான தகுதிகளில் 60 சதமுள்ளவன். புரட்சியும் முரட்டுத்தனமும் பொருந்தாத சட்டைகள் அவனுக்கு. சிகரெட் குடிப்பது மட்டும்தான் அவனைக் கொஞ்சம் அந்நியமாக்கிக் காட்டியது. ஜெயாவைக் கெஞ்சிக் கூத்தாடித்தான் காதலுக்குச் சம்மதிக்கவைத்திருப்பான். ஜெயா தன் காதலை யாருக்குப் பயந்தும் மறைக்கவில்லை. கல்லூரியில், பேருந்தில், கேன்டீனில், நூலகத்தில் என்று தைரியமாகத்தான் அவனுடன் பேசினாள்.

"இப்போ கொஞ்சம் அந்த சேகுவாராவுக்கு நளினம் வந்தமாதிரியிருக்குல்ல, எல்லாம் காதல் செய்யும் மாயம்" என்றான் அரவிந்தன்.

"அடப்போடா. அவ அப்படியேதான் இருக்கா. இவன்தான் அவகிட்ட குழையறான். அன்னைக்கு லேப் வாசலில் நின்னு பேசறப்போ கரப்பான்பூச்சி சந்துரு வந்துட்டார்னு அலறியடிச்சு ஓடுறான். அவ கரப்பான்பூச்சியையே பிள்ளைப்பூச்சி மாதிரி பார்த்துட்டு மெதுவாத்தான் நகர்ந்துபோனா" என்றான் பாஸ்கர்.

★★★

புதிய கல்வியாண்டின் தொடக்கம். பஸ் ஸ்டாப்பில் நின்றுகொண்டிருந்த ஜெயாவிடம் பிசிக்ஸ் முதலாமாண்டு மாணவி கௌசல்யா அழுது குமுறிக்கொண்டிருந்தாள். என்ன பிரச்னை என்று தெரியவில்லை. யாரும் ஜெயாவிடம் போய் அப்படிக் கேட்டுவிடவும் மாட்டார்கள். அவளைச் சமாதானப்படுத்தி பேருந்து ஏற்றிவிட்டாள் ஜெயா. எப்போதும்போல் இயல்பாக மாதவன் சிரித்தபடி ஜெயா அருகில்

வந்தான். திடீரென்று செருப்பைக் கழற்றி அவன் முகத்தில் அடிக்க ஆரம்பித்தாள். யாருக்கும் ஒன்றும் புரியவில்லை.

ராகிங் என்ற பெயரில் முதலாண்டு மாணவியிடம் பாலியல் அத்துமீறியிருக்கிறான் மாதவன் என்பது அதற்கப்புறம்தான் தெரிந்தது. அதற்காக ரோட்டில் வைத்து இப்படியா செருப்பாலடிப்பாள்? மாதவன் கல்லூரியில் இருந்து நின்றுவிட்டான். ஜெயாவும்தான். அன்றுதான் அவள் பெற்றோர்களை மாணவர்கள் பார்த்தார்கள். அப்பா இல்லை, அம்மா மட்டும்தான். பிள்ளைப்பூச்சியாய் இருந்தது தாய்ப்பூச்சி. போராட்டம் நிறுத்தாத ஜெயாவின் படிப்பை அந்தச் சம்பவம் நிறுத்தியது. அவள் வெளியூருக்கு அனுப்பப்பட்டாள் என்றும் கல்யாணமாகிவிட்டது என்றும் பல செய்திகள். மாதவனைப் பற்றியும் உறுதியான செய்திகள் இல்லை. அந்த மாதவன்தான் இப்போது தொலைக்காட்சியில் தவளை தண்டனைக்குட்பட்டிருக்கிறான்.

★ ★ ★

அன்றுடன் மாதவனை அரவிந்தன் மறந்துவிட்டான். ஆனால் இரண்டே நாள்களில் மீண்டும் அவனை நினைக்கும் சந்தர்ப்பம் வந்தது. இந்தமுறை ஜெயாவையே. முழு ஊரடங்கு அறிவிக்கப்பட்டதையொட்டி ஒட்டுமொத்தச் சென்னையே நான்கு நாள்களுக்கான பொருள்கள் வாங்க குவிந்த நாள் அது.

"ஏம்மா குழந்தையெல்லாமா இந்தக் கூட்டத்தில கூட்டிட்டுப் போவீங்க?" என்று மைக்கில் கேட்டார் ஜீப்பில் இருந்த போலீஸ்காரர். வரிசையாக இருசக்கர வண்டிகள் நிற்க, எட்டிப்பார்த்தான் அரவிந்தன். மூன்று வண்டிகளுக்கு முன்னால், சீட்டு கிழிந்திருந்த பைக்கில் முன்சீட்டில் தலைமுடி உதிர்ந்து மிச்சம் நரைத்தபடி ஒருவர் அமர்ந்திருக்க, பின்சீட்டில் ஒரு பெண் தன் குழந்தைக்கும் மாஸ்க் போட்டு அமர்ந்திருந்தாள். வண்டி கிளம்பும் தருணம், அந்தப் பெண் தன் பின்னாலிருந்த பைக்கைப் பார்த்தாள்.

முகம் மூடி கண்கள் மட்டும்தான் தெரிந்தன. பொம்பளை சேகுவாரா ஜெயலெட்சுமியின் கண்கள்தானே அவை? ஆனால் அந்தக் கண்களைப் போல இல்லை இவை.

❑ ❑ ❑

32. வழி தவறி வந்த நிழல்

தனித்து விழும் காகத்தின் இறகைப்போல் ஒரு நிழல் வந்து வீட்டுக்குள் விழ, நிமிர்ந்து பார்த்தான் பிரசன்னா. ஒரு வயதான பாட்டி கையில் ஒரு கேரி பேக்குடன் வாசலில் நின்றுகொண்டிருந்தது.

"தண்ணி கொடு" - கேட்டதுடன், வாயருகில் கட்டைவிடல் வைத்து சைகை செய்தும் காட்டியது.

உள்ளே போய் வாட்டர் கேனைத் திறந்தால் தண்ணீர் அடிமட்டத்தில் கிடந்தது. கேனைச் சாய்த்து செம்பில் தண்ணீரைக் கவிழ்த்து ஹாலுக்கு வந்தான். அந்தக் கிழவி ஹாலில் அமர்ந்து கேரிபேக்கைப் பிரித்திருந்தது. உள்ளே ஒரு பொட்டலத்தில் லெமன் சாதம். அருகில் சின்ன கேரிபேக்கில் சாம்பாரா, குருமாவா என்று தெரியவில்லை.

"யாருங்க நீங்க? இங்கே உக்காந்து சாப்பிடறீங்க?" என்றான் பிரசன்னா.

ஒருமுறை அவனை நிமிர்ந்து பார்த்துவிட்டு, சைகையால் தண்ணீர் என்றது. யார் இந்தக் கிழவி? தாடைக்குக் கீழே மாஸ்க் தொங்கியது. ஊர் முழுக்க கொரோனா பயம். யாரைப் பார்த்தாலும் எதைத் தொட்டாலும் சந்தேகம். பின்னால் இருக்கும் காவாய்க்கு அருகில் உள்ள நாதன் தெருவில் ரெண்டு பேருக்கு கொரோனா என்கிறார்கள். உண்மையா, பொய்யா என்று தெரியவில்லை. இந்தக் கிழவி யார், அதிகாரமாக உள்ளே நுழைந்து சாப்பிட்டுக்கொண்டிருக்கிறது..

"ம்மா, யாரும்மா நீ? இங்கெல்லாம் உக்காரக்கூடாது" என்றான் பிரசன்னா. கீழே கேட் சாத்தித்தானே இருந்தது,

சுகுணா திவாகர்

இந்த அபார்மென்டில் இருக்கும் யாருக்கும் பொறுப்பில்லை. வெளியே போனால் கேட்டைச் சாத்துவதில்லை. அப்படியே சாத்தினாலும் பூட்டு இல்லை என்பதால் யார் வேண்டுமானாலும் உள்ளே நுழைந்துவிட முடியும்.

பிரசன்னாவை நிமிர்ந்து பார்த்துவிட்டு, "சாப்பிடறியா?" என்றவாறு விரல்களைக் குவித்து சைகையாலும் கேட்டது. 'இந்தக் கிழவிக்கு மூளை குழம்பிவிட்டதா, இல்லை திமிரா, யார் இந்தக் கிழவி' என்று பிரசன்னா திகைத்து நிற்கும்போதே பின்னால் புவனாவின் குரல் கேட்டது, "யாருங்க" என்றவாறே வந்தவள் அந்தக் கிழவியைப் பார்த்து அதிர்ந்து நின்றாள். ஆனால் அந்தக் கிழவியிடம் எந்த உணர்ச்சிகளும் இல்லை. இரண்டாவது கவளம் இறங்கியது.

"யாரும்மா நீ, எந்திரி, எப்படி வந்தே?" என்ற புவனாவின் குரலுக்குத்தான் முகம் சுருங்கியது கிழவி.

"எம் பையன் எங்கே?" என்றது.

"உம் பையனா, இங்கே கேக்கிறே? யாரு நீ?" என்றாள் புவனா உரக்க.

"ஹவுஸ் ஓனர் வெளியே போயிருக்காரு. வந்திடுவாரு. சாப்பிட்டியா?" என்றபடி மீண்டும் விரல்களைக் குவித்து சைகை காட்டியது.

ஏதோ மூளை குழம்பிய கிழவி, வழி தவறி இங்கே வந்துவிட்டது என்பது புரிந்தது பிரசன்னாவுக்கு.

"நடிக்குது. இப்படித்தான் உள்ளே நுழைஞ்சு திருடிட்டுப் போயிடுங்க. ஊர் முழுக்க கொரோனா பயமா இருக்கு.லீவுக்கு ஊருக்குக் கூட போக முடியலை. யாரையும் வீட்டுக்குள்ள விடலை. நீங்க இந்தக் கிழவியை உக்கார வெச்சு வேடிக்கை பார்த்துக்கிட்டிருக்கீங்க?" என்றாள் புவனா.

பிரசன்னா கிழவியின் அருகில் இருந்த கேரிபேக்கைத் தூக்கினான். கிழவி நிமிர்ந்து பார்த்தது.

"ஒரு நிமிஷம் கீழே வாங்க" என்றான். சத்தியத்துக்குக் கட்டுப்பட்டதைப் போல் கிழவி பின்னாலேயே வந்தது. அபார்ட்மென்ட் கேட்டைத் திறந்தான். கிழவி வெளியே போய்விட்டது.

20 நிமிடங்கள் இருக்கும். காலிங்பெல் அடித்தது. திறந்தால் கேசவன் நின்றிருந்தார். பக்கத்து ஃப்ளாட். மருந்துக்கடை வைத்திருக்கிறார்.

"என்ன கீழே ஒரு கிழவி உக்காந்திருக்கு?"

பிரசன்னா நடந்த விஷயத்தைச் சொன்னான். இருவரும் கீழே இறங்கிப்போனார்கள். பார்க்கிங் அருகில் பெயிண்ட் டப்பாக்கள், மரக்கட்டைகள் வைக்கப்பட்டிருக்கும் இடத்தில் அந்தக் கிழவி அமர்ந்திருந்தது. சாப்பாட்டுப் பொட்டலத்தைப் பத்திரமாக உள்ளே வைத்துவிட்டு, அமர்ந்திருந்தது.

"பாட்டி, யார் நீங்க?" என்று நிதானமாக விசாரிக்க ஆரம்பித்தார் கேசவன்.

"நீ யாரு?" என்றது கிழவி.

"உங்க வீடு எங்கேம்மா இருக்கு?" என்றார் கேசவன்.

"இங்கேதான்" என்றபடி மேலே கையைக்காட்டியது. "ஹவுஸ் ஓனர் வந்திடுவாரு" என்றது.

"இது உன் வீடு இல்லை. வழி தவறி வந்திருக்கே. உன் பேரு என்ன?"

"சாந்தா"

"உனக்கு மகன், மகள் யாரும் இருக்காங்களா?"

"அதான் குமார் இருக்கான்ல?"

"குமார் யாரு, உம் பையனா, போன் நம்பர் வெச்சிருக்கியா?"

"உம் போன்ல குமார்னு போடு பேசுவான்" என்றது பாட்டி.

அரைமணி நேரத்துக்கும் மேல் போராடிப் பார்த்தார்கள் கேசவனும் பிரசன்னாவும். "வீடு மேலே இருக்கு", "குமாருக்கு போன் பண்ணு", "ஹவுஸ் ஓனர் வெளியில போயிருக்காரு" என்பதையே மீண்டும் மீண்டும் சொன்னது கிழவி.

"உன் சொந்த ஊரு என்னம்மா?"

"திருக்கழுக்குன்றம்"

"இங்கே எப்படி வந்தே?"

“பஸ்ல வந்து ஆட்டோவில வந்தேன்”

“இப்போ ஏது சார் ஆட்டோ, எல்லாம்தான் தடை பண்ணிட்டாங்களே?”

“ஆமா உனக்கு மாஸ்க் யாரு கொடுத்தது?”

“அங்கேதான் கொடுத்தாங்க”

“சாப்பாடு வெச்சிருக்கியே, அது எங்கே கொடுத்தாங்க?”

“அது எங்கே கொடுப்பாங்க, அங்கேதான் கொடுப்பாங்க. நீ குமார்கிட்ட கேளு” என்றது கிழவி.

“சரி உம் பையன் குமார் என்ன பண்றான்?”

“நாதசுரம்” என்றது.

நேரம் ஆகிக்கொண்டிருந்தே தவிர பாட்டியிடமிருந்து ஒரு தகவலையும் பெற முடியவில்லை. அதற்குள் அபார்ட்மெண்டில் இருந்த மற்றவர்கள், எதிர் வீட்டில் இருந்தவர்கள் என்று சிறுகூட்டம் கூடியது.

“போலீசுக்கு போன் பண்ண வேண்டியதுதான் சார்” என்றார் சாலமன்.

கேசவன்தான் போன் பண்ணினார். இரண்டு மூன்று போலீஸ் ஸ்டேஷன்களின் எண்கள் தரப்பட்டு அலைக்கழிக்கப்பட்டு, “உங்களைக் கூப்பிடுவாங்க சார்” என்றார்கள். பத்து நிமிடத்துக்குப் பிறகு ஒரு போலீஸ்காரரர் கூப்பிட்டார். காலர் ஐடி துரைசிங்கம் என்று காட்டியது.

“என்ன சார் பிரச்னை?”

“இங்கே ஒரு வயசான பாட்டி வந்திருக்கு. விவரமும் தெரிய மாட்டேங்குது. அபார்ட்மென்ட்ல எல்லாரும் பயப்படுறாங்க. கொரோனா வேற” என்றார் கேசவன்.

“வெயிட் பண்ணுங்க சார். பேட்ரோல் வண்டியை அனுப்புறேன்” என்றார்.

★★★

பெங்களூரில் இருந்த குமரவேலுக்கு சென்னையில் இருந்து போன் வந்திருந்தது. ஹவுஸ் ஓனர்தான் பேசினார்.

“தம்பி வழக்கம்போல அம்மாவைக் காணோம்”

“என்ன அங்கிள் சொல்றீங்க? தேடிப் பார்த்தீங்களா?”

“எங்கே தம்பி தேடறது, வெளியில போனாலே போலீஸ் துரத்துறாங்க. முடிஞ்சவரைக்கும் தேடினோம்”

“என்ன பண்றதுன்னு தெரியலையே அங்கிள். பெங்களூரில இருந்து கிளம்பி உடனே வர முடியாதே. என்ன நிலைமைன்னுதான் உங்களுக்குத் தெரியுமே”

“தெரியும் தம்பி. எனக்கும் என்ன செய்றதுன்னு தெரியலை. உங்களுக்குத் தகவல் சொல்லணும்ல, அதான் போன் பண்ணேன். நைட்டு வரைக்கும் பார்க்கிறேன் தம்பி. பார்த்துட்டு நைட் கூப்பிடறேன்” என்றபடி போனை வைத்துவிட்டார்.

★★★

வருகிறேன் என்று சொன்ன துரைசிங்கம் வருவதாகத் தெரியவில்லை. இரண்டுமுறை தொடர்பு கொண்டாயிற்று.

“ஏதாவது காசு வர்றமாதிரி இருந்தா வருவான், இந்தக் கிழவி விவகாரத்தில எதுவும் தேறாதுல்ல?” என்றார் பாலன். எதிர் வீட்டுக்காரர்.

மூன்றாவதுமுறை துரைசிங்கத்தைத் தொடர்புகொண்டபோது, “நீங்களே அனுப்ப முடியலையா?” என்றார்.

“இல்லையே சார். அந்தக் கிழவி போக மாட்டேங்குது. விவரமும் சொல்லத் தெரியலை. திருக்கழுக்குன்றம்கிது. நாதஸ்வரம்ங்குது”

“டிரைவர் இல்லை. அதான் பேட்ரோல் வண்டி எடுத்துட்டு வர முடியலை. இருங்க டூ வீலர் எடுத்துட்டு வர்றேன்” என்றார். அப்படியும் அரைமணி நேரம் கழித்துத்தான் துரைசிங்கம் வந்து சேர்ந்தார், மாஸ்க், கையில் கிளவுஸுடன் வந்திருந்தார். ‘ஓங்கி அடிச்சா...’ என்று வாய்க்குள் முணுமுணுத்துக்கொண்டான் பிரசன்னா. போலீஸ்காரர் வந்தவுடன் கூடியிருந்த கூட்டம், விலகி சமூக இடைவெளிவிட்டு நின்றது.

“என்ன பாட்டி, சாப்பிட்டியா?” என்றார்.

“இல்லையே” என்றது கிழவி.

“சாப்பாடு எங்கே வெச்சிருக்கே, எடுத்துட்டு வா” என்றதும் பெயிண்ட் டப்பாவுக்குள் வைத்திருந்த சாப்பாட்டை எடுத்துவந்தது.

“சரி சாப்பிடு. கொஞ்சம் தண்ணி கொடுங்க” என்று போலீஸ்காரர் சொன்னதும் மேல் ஃபிளாட்டில் இருந்து தண்ணீர் வந்தது.

பொட்டலத்தைப் பிரித்து லெமன் சாதத்தைச் சாப்பிடத் தொடங்கியது.

“எங்கே வாங்கினே, நல்லாயிருக்கான்னு பாரு, கெட்டு கிட்டுப்போயிருக்கப்போகுது. நல்லாயிருக்குல்ல?” என்றார் போலீஸ்காரர்.

தலையாட்டியபடி ‘சாப்பிடறியா?’ என்று விரல்களைக் குவித்துக்காட்டியது.

“நான் சாப்பிட்டேன். ஊறுகாய் ஏதும் இருந்தா அதுக்கு கொடுங்க” என்றார் துரைசிங்கம். ஊறுகாய் வந்து சேர்ந்தது. அலங்கரிக்கப்படாத கிராமத்து அம்மன் சிலையைப் போல கிழவி நிதானமாக அமர்ந்து சாப்பிடத் தொடங்கியது.

★★★

“இந்தக் கிழவிக்கு இதே பொழப்பாப் போச்சு. இதோட அஞ்சாவது தடவை. எங்கே போய் தேடறது. மெயின்ரோடு சிக்னல்லாம் பேரிகார்ட் போட்டு தடுத்து வெச்சிருக்கான்னு இதைத் தேடப்போய்த்தான் தெரிஞ்சது” என்று அலுத்துக்கொண்டார் ஹவுஸ் ஓனர்.

“இந்த டூ இயர்ஸாத்தான்பா இப்படி”

“ஒருவகையில பாவம்தான்டா சாந்தா. புருஷன் அருணாச்சலம் நாதஸ்வரம் வாசிக்கிறவர். கோயிலில் அவர் வாசிப்பில மயங்கித்தான் காதலிச்சு கல்யாணம் பண்ணுச்சு. அந்தப் பொழப்பு எவ்ளோ நாளைக்கு. கடைசியில வருமானம் இல்லாம, வாசிக்கவும் முடியாம குடிச்சே செத்தான் அருணாச்சலம். ஒரே பையன். கஷ்டப்பட்டு வளர்த்து படிக்கவெச்சு, கல்யாணமும் பண்ணிக்கொடுத்துடுச்சு. அவனும் பெங்களூருக்கு கூப்பிட்டான். போய் ஒழுங்கா இல்லையே. நமக்கு காசு அனுப்பித்தான் பார்க்கச் சொன்னான். எவ்ளோதான்

பார்க்கிறது. திடீர் திடீர்னு நினைவு தப்பிடுது. சம்பந்தம் இல்லாம பேச ஆரம்பிச்சிடுது"

★ ★ ★

"இந்தக் கிழவியைப் பாரேன். நிதானமா சாப்பிடுது. போலீஸ்னு எந்தப் பயமும் இல்லை" என்று பிரசன்னாவிடம் கிசுகிசுத்தாள் புவனா. துரைசிங்கத்திடம் அலறிய வாக்கிடாக்கியை ஆர்வத்துடன் பார்த்துக்கொண்டிருந்தார்கள் கூட்டத்தில் இருந்த குழந்தைகள்.

"சாப்பிட்டியா, வா போலாம்" என்றார் துரைசிங்கம்.

"எங்கே?"

"ஹவுஸ் ஓனர், நாகாத்தம்மன் கோயில்கிட்ட நின்னுக்கிட்டிருக்கார். உன்னைக் கூட்டிட்டு வரச் சொன்னார். இப்பதான் குமார் போன் பண்ணாரு"

"குமாரு போன் பண்ணானா? கச்சேரியெல்லாம் முடிஞ்சதா?"

"முடிஞ்சுச்சாம். உனக்கு ஏதோ வாங்கிட்டு வந்திருக்கான். வா போலாம்"

சாப்பாட்டுப் பொட்டலம், குருமா கேரி பேக்கையெல்லாம் ஒரு பெரிய கேரி பேக்கில் போட்டு முடிச்சுட்டுக்கொண்டது. "நீ சாப்பிடலை?" என்றது துரைசிங்கத்தைப் பார்த்து.

"நாந்தான் சாப்பிட்டேன்னு சொன்னேனே. சரி வா கிளம்பலாம்" என்று சொல்லி கேட்டைத் திறக்கவும், கேரி பேக்குடன் வெளியில் வந்தது.

"நீ போய்க்கிட்டே இரு. தோ வந்துட்டேன்" என்றார் துரைசிங்கம்.

நடக்க ஆரம்பித்து ஆறு வீடுகள் போனதும் மீண்டும் வந்த வழியிலேயே திரும்பி வந்தது கிழவி.

"நாந்தான் உன்னைப் போகச் சொன்னேன்ல, போய்க்கிட்டேயிரு, தோ வந்துட்டேன்" என்றார் துரைசிங்கம்.

"சார் நீங்க அந்தாண்டை போகவும் திருப்பி வந்துடப்போகுது" என்றான் பிரசன்னா.

"அதெல்லாம் வராது. முக்கு போய்த் திரும்பினா வந்த வழி மறந்துடும்" என்றார் துரைசிங்கம்.

★ ★ ★

வெயில் உச்சிமண்டையில் கீறியது. சேலைத் தலைப்பால் முக்காடு போட்டபடி நடந்துகொண்டிருந்தது கிழவி. எங்கிருந்தோ நாகஸ்வர இசை கேட்டது. சுற்றிலும் அமைதி. வாகன ஓசையில்லை. கடைகள் சாத்தப்பட்டிருந்தன. குழந்தைகள் விளையாடவில்லை. காகங்களைக் கூட காணவில்லை. நிழல் தேடி ஒதுங்கிய நாயைத் தவிர அமைதியில் மிதந்தது நகரம் என்பதால் நாதஸ்வர இசை துல்லியமாகக் கேட்டது. கொஞ்சம் விரைவாக எட்டுப் போட்டு நடந்தது கிழவி. எப்படியும் அந்த இசையைப் பிடித்துவிட வேண்டும். மெயின்ரோட்டைப் பிடித்து நடந்தபோது ஒரு சிறுகோயில் வந்தது. அங்கிருந்துதான் நாகஸ்வர இசை வருகிறது. நெருங்க நெருங்க ஓசை அதிகமானது. கோயில் பூட்டியிருந்தது. தூசி படர்ந்திருந்தது. சுற்றும் முற்றும் பார்த்த கிழவி, கேரிபேக்கை கதவின் வழியாகத் தூக்கிப்போட்டது. சாப்பாட்டுப் பொட்டலம் அம்மன் சிலை அருகில் போய் விழுந்தது. விரல்களைக் குவித்து அம்மன் சிலையிடம் சைகை காட்டியபிறகு, தரையில் படுத்தபடி கண்களை மூடிக்கொண்டது கிழவி. நாதஸ்வர இசை கண்களின் வழியாக இறங்கியது. இப்போது ரத்த ஓட்டம் தெளிவாகத் தெரிந்தது. நாதஸ்வரம் ரத்தத்துக்குள் இறங்கியிருந்தது. இன்னும் சிறிதுநேரம் அந்த இசை கேட்டுக்கொண்டுதானிருக்கும்.

❏ ❏ ❏

33. ஒளிச்சேர்க்கை

"எம்.எஸ்ஸைப் பார்க்கவே பாவமாயிருக்குடா. எதைக் கேட்டாலும் பச்சக்குழந்தை மாதிரி முழிக்கிறார்" என்றான் அமெரிக்காவில் இருந்து வந்த சாரதி.

ஆச்சர்யமாக இருந்தது பார்த்திபனுக்கு. வெளிநாட்டில் இருந்து வந்தவனுக்குத் தெரிந்த விவரம் தனக்குத் தெரியவில்லையே என்ற ஆதங்கமும் வந்தது.

"வீட்டுக்குப் போய்ப் பார்த்தியாடா?"

"ஆமாடா. நம்ம செல்வா இல்லை, அவன் ஃபேஸ்புக்ல இதைப்பத்தி போட்டோவோட எழுதியிருந்தானே, நீ பார்க்கலை?"

இல்லை. அவனது ஃபேஸ்புக் இயக்கம் என்பது பேருக்குத்தான். நேரத்தை விழுங்கும் வெட்டிவேலை என்பது பார்த்திபனின் கருத்து. இப்போது யோசிக்கையில் கொஞ்சம் ஆக்டிவாக இருந்திருக்கலாமோ என்று தோன்றியது. கண்களை மூடி யோசித்தான். ஹேங்கரில் தொங்கிய சட்டை காற்றிலாடி, அவன் கைகளைப் பற்றியது.

★★★

பொதுவாக ஆசிரியர்கள் இருவகை. சார்லி சாப்ளின் மற்றும் ஹிட்லர். ஸ்ட்ரிக்ட் என்ற பெயரில் கொஞ்சம்கூட காற்றுப்புக முடியாத குடுவை உடலுடன் அலையும் ஆசிரியர்களைக் கண்டாலே மாணவர்களுக்குக் கண்களில் ரத்தம் வழிய வேண்டும். தொடையைக் கிள்ளி ரத்தம் வரவழைப்பது, கைமுட்டிகளில் ஸ்கேலால் அடிப்பது,

சுகுணா திவாகர்

காதைத் திருகி உயிர்வலி வரவழைப்பது, முதுகுத்தோலை உரித்து உப்புக்கண்டம் போடுவது என்று விதவிதமான தண்டனை முறைகள்தான் ஹிட்லர் ஆசிரியர்களின் இலக்கணங்கள். என்கவுண்டர் ஸ்பெஷலிஸ்டாகப் போக வேண்டியவர்கள் ஆசிரியர்களாகக் கடமையேற்றிருப்பார்கள்.

சார்லி சாப்ளின் ஆசிரியர்களைத்தான் மாணவர்களுக்குப் பிடிக்கும். வகுப்பில் சிரிக்க சிரிக்கப் பேசுவார்கள். சமயங்கள் ஏ ஜோக்ஸ் அடிப்பார்கள். ஓய்வு நேரங்களில் மாணவர்களுடன் விளையாடுவார்கள். புது ரிலீஸ் படங்கள் குறித்தும் அழகான ஆசிரியைகள் குறித்தும் விசாரிப்பார்கள். பதின் பருவத்து இளைஞர்களுக்கு எப்போதும் வீட்டுடன் ஒரு முறுகல்நிலை முரணிருக்கும். அவர்களுக்கு இந்த சார்லி ஆசிரியர்கள் தேவதைகள், வழித்துணைத் தெய்வங்கள். காதலையும் சிகரெட்டையும் பகிர்ந்துகொள்ளும் அளவுக்குத் தோழமை நெருக்கம் காட்டுவார்கள். ஆனால் சார்லி சாப்ளினுக்கும் ஹிட்லருக்கும் ஒரே மீசைதான் என்கிற உண்மையும் சமயங்களில் வெளிப்படத்தான் செய்யும்.

எம்.எஸ் என்றழைக்கப்படும் எம்.சுந்தர மூர்த்தி மூன்றாவது வகை. கம்யூனிஸ்ட் கட்சிக்காரர்களும் ஆசிரியர்களும்தான் இப்படி சுருக்கெழுத்துப் பெயர்களில் அழைக்கப்படுவார்கள். சுந்தரமூர்த்தி சாருக்கு சயின்ஸ் என்றால் அவ்வளவு உயிர். அவர் சார்லி சாப்ளின் ஆசிரியர்களைப் போல் சிரிக்க சிரிக்க இரட்டை அர்த்த வசனங்கள், புதுப்பட பெயர்களுடன் பாடம் நடத்த மாட்டார்தான். ஆனால் அறிவியலை அவ்வளவு எளிமையாக விளக்குவார். அவர் சொல்லும் உதாரணங்கள் 30 ஆண்டுகாலப் பழமை வாய்ந்தவை என்றாலும் சுவாரஸ்யமானவை. கொள்ளிவாய்ப் பிசாசுக்கும் பாஸ்பின் வாயுவுக்கும் உள்ள ஒற்றுமையை அவரது வார்த்தைகளில் கேட்பது சுகம்.

ஆனால் அவர் மாணவர்களிடம் தோழமை பாராட்டும் ஆசிரியர் அல்ல. கண்டிப்பானவர் என்றே சொல்ல வேண்டும். தவறு நடந்தால் பாஸ்பரஸாய்ப் பொங்கிவிடுவார். இனப்பெருக்க உறுப்புகள் குறித்து அவர் பாடம் நடத்தும்போது வாய் திறந்து சிரித்துவிட முடியாது. மூலக்கூறுகளின் இயக்கம் குறித்து சொல்லும்போது "ஜோடி ஜோடியாப்போகுது" என்று அவர்

கையசைவுடன் சொல்வது சிரிப்பை வரவழைக்கும். ஆனால் ரகசியமாய்த்தான் கண்களால் சிரிக்க வேண்டும்.

அவர் டியூஷன் நடத்தினார் என்றாலும் யாரையும் கட்டாயப்படுத்தி அதில் சேர்த்ததில்லை. பல ஆசிரியர்களுக்கு டியூஷன்தான் முதல் நோக்கம். வகுப்பறை என்பது விருப்பமற்று வந்துவிட்டுப் போகுமிடம். சமயங்களில் அவர்கள் சுவாரஸ்யமில்லாமல் யாருக்கும் புரியாமல் பாடம் நடத்துவதே டியூஷன் வரவழைப்பதற்கான தந்திரம்தான் என்று தெளிவு பிறந்தபோது புரிந்தது. வகுப்பறையில் ஹிட்லர் முகம் காட்டும் ஆசிரியர்கள் டியூஷனுக்கு அவர்கள் வீட்டுக்குப் போகும்போது சாப்ளின் முகம் காட்டுவார்கள். ஆனால் எம்.எஸ்ஸுக்கு எல்லாவிடங்களிலும் ஒரே முகம்தான்.

அவருக்கு அறிவியல் மீதுள்ள ஆர்வத்தை அவரது வீடே சொல்லும். மாடியில் வீடு. கீழிருந்து காலிங்பெல்லை அழுத்தினால், மாடியில் அவரே உருவாக்கிய மின் திரையில், யார் வந்திருக்கிறார்கள் என்று காட்டும். பிறகு அவர் பொத்தானை அழுத்தினால் கதவு திறக்கும். அவரே செய்த வாட்டர் பியூரிபையர், விதவிதமான பிம்பங்கள் காட்டும் கண்ணாடிகள், வண்ண வண்ண நீரூற்றுகள் பொங்கும் பெட்டி என்று வீடு முழுக்க எம்.எஸ்ஸின் கைவண்ணம்தான். அதை வேடிக்கை பார்ப்பதில் மாணவர்களுக்கு ஆர்வம்.

ஒருநாள் பார்த்திபன் மயிரிழையில் தப்பிய நாள். யாரோ ஒரு மாணவன் வகுப்பறையில் பட்டாசு வைத்துவிட்டான். வகுப்பறையே அதிர்ந்தது. 9 பி மாணவர்கள் அனைவரையும் தலைமையாசிரியர் அறையில் முழங்காலிட வைத்திருந்தார்கள். தலைமையாசிரியருக்கும் உதவித்தலைமையாசிரியருக்கும் இடையில் பனிப்போர் நடந்தது. 'நியாயமாக நானிருக்க வேண்டிய இடத்தில் இவனிருக்கிறான்' என்பது உதவித் தலைமையாசிரியரின் வாதம். ஆசிரியர்களும் இருதரப்பாகப் பிரிந்து நின்றார்கள்.

அறைக்குள் உள்ளே நுழைந்த தலைமையாசிரியர் எப்போதும் கையில் வைத்திருக்கும் டவலால் முகத்தை முழுவதுமாகத் துடைத்தார். பிறகு மணியை அழுத்தி அலுவலக உதவியாளரை அழைத்துக் கண்களால் சைகை காட்டினார். ஒரு நீண்ட பிரம்பு வந்து சேர்ந்தது. போர்க்களத்தில் நுழைந்த மதயானையின்

ஆவேசத்துடன் மண்டியிட்ட அனைவரையும் வெளுத்துத் தாக்கினார். களைப்படைந்தவர் மீண்டும் முகம் முழுவதும் டவலால் துடைத்து இரண்டாம் சுற்று தாக்குதலைத் தொடங்கினார்.

வாட்டர் பாட்டிலை எடுத்து முக்கால் பாட்டிலைக் காலிசெய்து மளமளவென்று குடித்தார். ஏறியிறங்கும் அவர் தொண்டைக்குழியை மாணவர்கள் அச்சத்துடன் நோக்கினர். மறுபடி மணியை அழுத்த, அலுவலக உதவியாளர்கள் கையில் துண்டுக்காகிதக் கற்றையுடன் நுழைந்தார்.

"யாரு இந்தக் காரியத்தைச் செஞ்சாங்கன்னு எனக்குத் தெரிஞ்சாகணும். ஆளுக்கு ஒரு துண்டுச்சீட்டில யார் செஞ்சாங்கன்னு எழுதித்தாங்க"

இருபது நிமிடங்கள் அந்த அறை முழுவதும் விஷவாயுவைப்போல அமைதி சூழ்ந்தது. பிறகு துண்டுச்சீட்டுகளைச் சேகரித்தவர், பார்த்துக்கொண்டே வந்தவர், "பார்த்திபன் யாரு?" என்றார். இரண்டு பார்த்திபன்கள் எழுந்து நின்றார்கள். அவர் ஏதோ சொல்ல வாயெடுக்கும்போது அலுவலக உதவியாளர் அருகில் வந்து தமிழாசிரியர் துரைசாமி இறந்ததைச் சொன்னார். எந்த பார்த்திபன் என்று தெரியாமலே அந்தத் தண்டனைப்படலம் முடிந்துபோனது.

★★★

செல்லப்பிள்ளை என்றெல்லாம் எம்.எஸ் விஷயத்தில் சொல்ல முடியாது. ஆனால் அவர் பாடம் நடத்தும்போது பார்த்திபன் தான் எப்போதும் பாடப்புத்தகத்தைப் படிப்பது வழக்கம். அவன் படிக்கப் படிக்க, அவர் விளக்கம் தருவார். ஒருநாள் அவர் அமர்ந்து விளக்கிக்கொண்டிருந்தார். நன்றாக ஞாபகமிருக்கிறது சிவப்புச்சட்டையில் வெள்ளைக்கட்டங்கள் போட்ட சட்டை. பார்த்திபன் விளையாட்டுத்தனமாக அவர் பின்னாலிருந்து, புத்தகத்தில் மறைத்த பேனாவால் அவர் சட்டையில் மையடித்தான். அதைக் கண்டுகொண்ட மாணவர்கள் ரகசியமாய்ச் சிரித்தபடி அதை வரவேற்றனர். உற்சாகத்தால் அவன் மையடித்துக்கொண்டேயிருந்தான்.

★★★

மறுநாள் அந்தச் சட்டையுடன் அவர் வகுப்பறைக்குள் நுழைந்தபோது பார்த்திபனின் மேல் ஒரு மலைப்பாம்பு விழுந்து அழுத்தியதைப்போலிருந்தது.

"யார் என் சட்டையில மையடிச்சது?" என்றார்.

வகுப்பறை முழுதும் அமைதி. இரண்டு நிமிடங்களில் எம்.எஸ் சென்றுவிட்டார். எல்லோரையும் தலைமையாசிரியர் அறைக்குள் வரச்சொல்லி உத்தரவு வந்தது. மீண்டும் முழந்தாள்களில் நின்றார்கள். தலைமையாசிரியர் விடுமுறை. கிளார்க் வின்சென்ட் துண்டுச்சீட்டுகளை வினியோகித்தார். இந்தமுறை மிகச்சரியாக 'கே.பார்த்திபன்' என்று எழுதப்பட்ட துண்டுச்சீட்டு வந்தது. கே.பார்த்திபனைத் தவிர மற்றவர்கள் அனுப்பப்பட்டனர்.

தலைமையாசிரியர் அறைக்குள் நுழைந்த எம்.எஸ், "நீயா பண்ணினே? ஏன் பண்ணினே?" என்றார்.

பார்த்திபனின் கண்களில் நீர் திரண்டது.

"இந்தா, இதை நாளைக்குத் துவைச்சு வந்து கொடு" என்று கைகளில் சட்டையைத் திணித்துவிட்டுச் சென்றுவிட்டார்.

பார்த்திபனும் ராஜூவும்தான் ஆலமரக்குளத்தில் சென்று துவைத்துவந்தார்கள்.

★★★

மறுநாள் வகுப்பறைக்குள் நுழைந்த உதவித்தலைமையாசிரியர் பார்த்திபனை பிரம்பால் சரமாரியாக அடித்தார்.

"எவ்ளோ திமிர் இருந்தா வாத்தியார் சட்டைமேல மையடிப்பே?" என்றபோது அவர் கண்களில் நெருப்பு பறந்தது.

தொய்ந்துபோய் பார்த்திபன் அமர்ந்தபோது அடுத்த பாடவேளைக்கு எம்.எஸ் நுழைந்தார். அனைவரும் எழுந்துநின்றார்கள். கண்களைத் தாழ்த்தியபடி பார்த்திபனும் நின்றான். நேராகப் பார்த்திபன் அருகே வந்தவர், புத்தகத்தை அவன் கைகளில் திணித்து. "படி" என்றார் எம்.எஸ்.

★★★

வீடு மாறியிருந்தார். சாரதியிடம் விசாரித்துப்போனபோது "மாடி வீடு" என்று அடையாளம் காட்டினார், கீழே சட்டை

அணியாமல் தண்ணீர்க்குடத்தைத் தூக்கிச்சென்றவர். கதவைத் திறக்க பொத்தான்கள் ஏதுமில்லை. கட்டிலில் அமர்ந்திருந்த எம். எஸ்ஸிடம் எந்தச் சலனமும் இல்லை. ஒரு வயதான அம்மா, தண்ணீர் கொண்டு வந்து கொடுத்துவிட்டு, சிறிதுநேரத்தில் பார்த்திபனுக்குத் தேனீர் கொண்டுவந்து கொடுத்தது.

"ஒரே பையன். கல்யாணத்துக்குப் பத்திரிகை கொடுக்கிறதுக்காக அம்மாவும் பையனும் திருச்சிக்கு கார்ல போனாங்க. ஆக்சிடென்ட். அங்கேயே இறந்துட்டாங்க. மூணு மாசத்தில இவர் இப்படி ஆகிட்டார்" என்றது அந்தம்மா.

பலநாள் அழுக்குச்சட்டையுடன் நரைத்த தாடியுடன், நோய்வாய்ப்பட்ட கிழட்டுச் சிங்கத்தைப் போல் அமர்ந்திருந்தார் எம்.எஸ். மெல்ல அவர் சட்டையைக் கழற்றினான் பார்த்திபன்.

"சட்டையைத் துவைங்க. ரொம்ப அழுக்காயிருக்கு பாருங்க" என்றான் பார்த்திபன்.

"அவர் எங்கே போகப்போறாரு, வீட்டுக்குள்ளேயேதானே இருக்காரு?" என்றது அந்தம்மா.

"நான் வேணும்னா துவைக்கட்டுமா?" என்ற பார்த்திபனை ஒரு பார்வை பார்த்துவிட்டு சட்டையை வாங்கியபடி உள்ளே சென்றது அந்தம்மா.

தன் லேப்டாப் பேக்கைத் திறந்து அதை ஆர்வமாக எடுத்து மேஜைமீது வைத்தான்.

"சார் என் பையன் ஸ்கூல் சயன்ஸ் எக்ஸ்பிஷனுக்காகச் செஞ்சது, பாருங்க" என்றபடி கைகளைத் தட்டினான் பார்த்திபன். விளக்கு எரிந்தது.

எம்.எஸ் கண்களில் ஆர்வத்தின் வெளிச்சம். அவனைப் பார்த்தபடி சிறிதாய்ப் புன்னகைத்தார். மெல்ல எழுந்து மேஜையின் அருகில் வந்தவர், கைகளைத் தட்டினார்.

34. நழுவும் இசை

வண்டியை ஸ்டார்ட் செய்து மாதவன் தெருமுனையைத் தாண்டியதும் உள்ளிருந்து பாட்டு தொடங்கியது. இது அவனது அன்றாடப் பழக்கம்.

வண்டியோட்டிக்கொண்டே ஆறு பாடல்களைத் தனக்குள் பாடி முடிக்கும்போது அலுவலகம் வந்துவிடும். வண்டியோட்டும் கவனமும் பாடலின் பயணமும் ஒன்றுக்கொன்று சந்திக்காத தனித்தனி இரு பாதைகள். அன்றும் அப்படித்தான் மூன்றாவது பாடல் முடிந்து நான்காவது பாடல் என்ன பாடலாம் என்று யோசித்தபோது காலையில் தொலைக்காட்சியில் கேட்ட பாடல், முன்னே வந்து நின்றது.

'நீங்க முடியுமா...?
நினைவு தூங்குமா...?
காலம் மாறுமா...?
காயம் ஆறுமா..?
வானை நீங்கும் மேகமா
வாழ்வில் உனக்குச் சோகமா...?'

என்று பாடிக்கொண்டிருக்கும்போதே, 'இதுவும் வண்டியோட்டும்போது பாடப்படும் பாடல்தானே?' என்ற நினைவு வந்தது மாதவனுக்கு. இது மூன்றாவது பாதை. 'சின்னத்தம்பி' படத்தில் கவுண்டமணி கண்களை மூடிக்கொண்டு வண்டியோட்டும் மீமை, 'சைக்கோ' பட நாயகன் உதயநிதியே பகிர்ந்திருந்தது நினைவில் வர தனக்குள் சிரித்துக்கொண்டான். திடீரென்று இரண்டாவது சரணத்தில் வார்த்தைகள் சிக்கின. அடுத்த வரி என்ன

சுகுணா திவாகர்

என்று நினைவில் வர மறுக்க, முதல் வரிகளை மீண்டும் மீண்டும் பாடிப் பார்த்தான்.

‘மூன்று காலில் காதல் தேடி நடந்துபோகிறேன்

இரண்டு இரவு இருந்தபோதும் நிலவைக்கேட்கிறேன்’

இதற்கடுத்த வரிகள்தான் புதைந்துபோய் மேலே எழும்ப மறுத்தன.

‘நீ தெய்வம் தேடும் சிலையோ?

உன்னை மீட்க என்ன விலையோ?’ - இந்த வரிகள்தான் மீண்டும் மீண்டும் நினைவுக்கு வந்தன. இதற்கு முன்னால் இருக்கும் இரண்டு வரிகள் நினைவுக்கு வரவில்லை. நான்காவது முறையாக அவன் முயற்சிக்கும்போது பின்னால் வந்த கொரியர் வேன் ஒன்று அவன் பைக்கில் மோதி தூக்கி வீசியதையும் ரத்தத்தில் நனைந்து அவன் தெருவில் கிடந்ததையும் மாதவன் உணர்ந்ததாகத் தெரியவில்லை. ஒரு பெருங்கூட்டம் தன்னைச் சுற்றிச் சூழ்வதையும் பதற்றமும் ஆர்வமும் நிறைந்த குரல்கள் மேலே அழுத்த தான் மூழ்கிக்கொண்டிருந்ததையும் அவன் உணர்ந்தபோதும் ‘அந்த வரிகள் என்ன?’ என்ற கேள்வி அவனிடம் இருந்துகொண்டே இருந்தது.

★★★

நினைவு தெரிந்த நாளில் இருந்தே மாதவனுக்குள் இந்தப் பழக்கம் உருவாகிவிட்டது என்று சொல்லலாம். ஒரு பாடலைக் கேட்டுப் பிடித்துவிட்டால் மீண்டும் அந்தப் பாடலைப் பாடிப்பார்க்கும் ஆர்வம். சிறுவயதில் பாட்டுப் புத்தகங்களைத் தேடிப் பிடித்து மனப்பாடம் செய்துகொள்வது வழக்கமாக இருந்தது. சில பாடல்கள் கேட்கும்போது ராகமாக இருக்கும். பாட்டுப்புத்தகத்தில் படிக்கும்போது வெறும் வரிகளாக இருக்கும். ராகம் போட்டுப் பாட வராது. மீண்டும் மீண்டும் பாடலைக் கேட்டு பாட்டுப் புத்தகத்தைப் படித்து ராகத்துக்குள் பொருத்திவிடுவான். இப்போதெல்லாம் ‘லிரிக்ஸ் வீடியோ’ பார்த்துப் பாடல் வரிகளை மனனம் செய்தாலும் பாட்டுப்புத்தகம் படித்து ஒட்டியதைப் போல் இல்லாமல் வரிகள் அவ்வப்போது நழுவுகின்றன.

முதலில் ஹம்மிங்காகத் தொடங்கிய பழக்கம் பிறகு பல்லவியாக, முழுப்பாடலாக மாறியது. எப்படியும் நூற்றுக்கும் மேற்பட்ட பாடல்கள் மாதவனுக்கு மனனம். எரிமலைக் குழம்பு கொதித்துக்கொண்டேயிருப்பதைப் போல் எப்போதும் ஒரு பாடல் அவனுக்குள் இசைத்துக்கொண்டேயிருக்கும். சுற்றிச்சூழம் எல்லாப் பிரச்னைகளில் இருந்தும் விடுபட, மறக்க அவனுக்குப் பாடல் நன்மருந்து. இதுவரை மற்றவர்கள் முன்னால் அவன் வாய்விட்டுப் பாடிய சந்தர்ப்பங்கள் சொற்பம். அப்படி பாடிய சந்தர்பங்களில் மற்றவர்களின் எதிர்வினைகளே அவன் குரல் பாடுவதற்கு ஏற்றதில்லை என்பதையும் பாடலின் ராகத்திலிருந்து விலகி அவன் குரல் தொடர்ந்து முட்டுச்சந்துகளில் மோதிக்கொண்டிருந்தது என்பதையும் உணர்த்தியது. அதன்பிறகு அவன் சபைகளில் பாடுவதில்லை. குளியலறையிலும் வண்டியோட்டும்போது மட்டும் சத்தமாகப் பாடுவான். குளியலறையில் அவன் தனியன். மதிப்பிட யாருமில்லை என்பதால் அவனே எஸ். பி.பியாக, யேசுதாஸாக, ஹரிகரனாக, சித் ஸ்ரீராமாகத் தன்னை உணர்ந்து பாடினான். வண்டியோட்டும்போது பாடினாலும் யாருக்கும் கேட்கப்போவதில்லை. மற்ற நேரங்களில் எல்லாம் மெல்லிதாகப் பாடல் வரிகளை முணுமுணுத்துக்கொள்வான். ஆனால் எப்போதும் அவனுக்குள் பாடல் ஒலித்துக்கொண்டேயிருக்கும்.

★★★

தன் திருமண வரவேற்பின்போது வந்தவர்களைக் கவனித்ததைவிட இசைக்கச்சேரியில் வாசிக்கப்பட்ட பாடல் வரிகளைக் கவனிப்பதில்தான் அவனுக்கு கவனம் இருந்தது. இசைக்குழு பாடிய பாடல்களில் மூன்றிலொரு பங்கு பாடல்கள் அவனுக்கு மனனம். அவர்கள் பாடல்களைப் பாடப் பாட தனக்குள் முணுமுணுத்துக்கொண்டான். தன்னையறியாமல் சில சந்தர்ப்பங்களில் சத்தமாகவும் பாட ஆரம்பித்தான் போல. சத்தமாக என்றால் சத்தமாக அல்ல. முணுமுணுக்கும் விகிதத்தில் ஒரு தேக்கரண்டி கூடுதலாக. மணமகளின் சித்தி மட்டும்தான் இதைக் கவனித்திருக்கிறார். அவரது வினோதமான பார்வையே இதை உணர்த்தியது. உணர்ந்துகொண்ட மாதவன் கஷ்டப்பட்டு பாடுவதை நிறுத்திக்கொண்டான். ஆனாலும் மனதின் இசை நிற்கவில்லை. அன்றைய இரவு, மறுநாள்

காலை வரை இசைக்குழு பாடிய பாடல்கள் மாதவனுக்குள் ஒலிபரப்பாகிக்கொண்டிருந்தது. இரவு ஏதேனும் வரிகள் மறந்துபோய் சிக்கலை ஏற்படுத்திவிடுமோ என்று அவன் நினைத்ததைப்போல் எதுவும் நடந்துவிடவில்லை.

பாடல் வரிகள் மறந்துவிடுவது என்பது மற்றவர்களிடம் பகிர்ந்துகொள்ள முடியாத வலி. உள்ளேயிருக்கும் நரம்பு வீக்கம் கண்டுவிடுவதைப்போல், யாராலும் அறிய முடியாதது. நூற்றுக்கும் மேற்பட்ட முறை அவன் பாடிய பாடல்களாகத்தான் இருக்கும். ஆனாலும் சமயங்களில் ஏதாவது ஒரு வரி மறந்துவிடும். 'ஒரு வரிதானே' என்று அடுத்த வரிக்குப் போய்விட முடியாது. எறும்புகளின் வரிசைபோல், குடியரசு தின அணிவகுப்பு போல், நேர்த்தியாய் அடுக்கப்பட்ட பெட்டிகளைப் போல் பாடல் வரிகளின் வரிசையும் குலையாதிருக்க வேண்டும்.

உள்ளாடைக்கு அடுத்தபடியாகத்தான் மேலாடைகளைப் போல முடியும் என்பதைப்போல்தான் வரிசை தவறாமல் பாடும் ஒழுங்கை அவன் கடைப்பிடித்தான். சமயங்களில் இந்தப் பாடலின் வரிகளைப் பாடிக்கொண்டிருக்கும்போதே இன்னொரு பாடலின் வரிகள் வந்து குழம்பும். இரண்டு பாடல்களின் ராகங்களும் வரிகளும்கூட ஒன்றாகக்கூட இருக்கும். ஆனால் அந்தப் பாடலின் கை, கால்கள் வேறு, இந்தப் பாடலின் கை, கால்கள் வேறு என்பதில் உறுதியாக இருந்தான் மாதவன். உன் கால்களில்தான் உன் பயணம். கால்களை அகட்டி என் பாதையில் குறுக்கிடாதே என்று பாடல் வரிகளுக்குச் சொல்லிக்கொண்டேயிருப்பான். அவஸ்தையின் இயக்கத்தில் பாடல் வரிகள் சிக்காது. ஆனால் எதிர்பாராத கணத்தில் பாடல் தன்னைத்தானே திறந்து தன் வரிகளை அவன் முன்னால் வைக்கும். பணியில், பயணத்தில், உண்கையில், உறக்கத்தின் வாசலில் நுழையும்போது என்று அது எப்போது வேண்டுமானாலும் நிகழும். அப்போது ஒரு விடுதலை உணர்வும் உற்சாகப் பரவசமும் இசையுடன் சேர்ந்து அவனுக்குள் பரவ ஆரம்பிக்கும். அது அவ்வளவு ரம்மியமானது!

★★★

அவன் வாழ்க்கையில் நடந்த இரு துயரச் சம்பவங்களிலும் அவனுக்குள் பாடல்கள் ஒலித்துக்கொண்டேயிருந்தன. திருமணமாகி ஒருவருடம் குழந்தையில்லை. சுற்றமும் நட்பும்

சூழ கேள்விகள் முன்வைக்கப்பட்டன. அடுத்த ஆண்டு மனைவி கர்ப்பமாக, மகிழ்ச்சியும் பாடல்களுமாய் மாதவன் வாழ்ந்துகொண்டிருந்தான். ஆனால் பிரசவத்தின்போது குழந்தை இறந்து, துணியில் மூடி சிசுச்சடலம் அவன் கைகளுக்குத் தரப்பட்டபோது அவனுக்குள் 'நறுமுகையே நறுமுகையே' பாடல் ஒலித்துக்கொண்டிருந்தது. ஏன் அந்தப் பாடல் அப்போது தோன்றியது என்று அவனுக்குப் புரியவே இல்லை.

சென்ற மாதம்தான் அவன் பணியிலிருந்து நீக்கப்பட்டான். உலகில் பல இயந்திரங்களில் இருந்து கடையாணிகள் கழற்றப்பட்டுக்கொண்டிருந்த காலம். மாதவனும் அப்படியோர் கழற்றப்பட்ட கடையாணி. அவன் ஏன் பணியிலிருந்து நீக்கப்பட்டான் என்பதற்கான காரணங்களை விரிவாகச் சொல்லி சம்பிரதாயத் துக்கம் பகிர்ந்துகொள்ளப்பட்டு பணிநீக்க ஆணை அவன் கையில் வழங்கப்பட்டபோது அவன் மனதில் 'தேசாந்திரி பாடிடும்...' பாடல் ஒலித்துக்கொண்டிருந்தது. அதிலும் ஒரு வரி, பிறர் காண இயலா இடத்தின் மச்சத்தைப் போல் ஒளிந்திருந்தது.

பணிநீக்க ஆணையுடன் வண்டியில் செல்லும்போதெல்லாம் அந்த வரிகளையே நினைத்துக்கொண்டு சென்றான். திடீரென்று 'கூரையில் தங்குமோ பால்நிலா? சொல்லடா, எங்குமே செல்லடா' என்று வரிகள் வந்துவிழ, சாலையோரத்து டீக்கடையில் வண்டியை நிறுத்தி ஒரு டீ குடித்தான். அன்று கூடுதலாய் சக்கரை.

★★★

பாடல் வரிகள் எளிதாக மற்றவர்களைத் தொற்றிக்கொள்ளும். தொலைக்காட்சியிலோ பண்பலையிலோ மற்றவர்கள் பாடும்போதோ காதில் வந்து விழும் வரிகள், அதிலும் காலையில் முதன்முதலாகக் கேட்கும் வரிகள் அன்றைய நாள் முழுதும் மீண்டும் மீண்டும் ஒரு குழந்தையைப் போல் வந்து நம் கால்களைக் கட்டிக்கொள்ளும். அது ஒரு தொற்றுநோய். வண்டுகளின் குச்சிக் கால்களில் ஒட்டிக்கொள்ளும் மகரந்தம் போல், கூட்டத்தினிடை விடப்படும் கொட்டாவிபோல், அச்சம் போல், வதந்தி போல், நெருப்பு போல், கலவரம் போல் தொற்றிப் பரவும்.

காலையில் எழுந்து நடைப்பயிற்சி முடித்து, டீ குடித்துக்கொண்டே நாளிதழ்களைப் புரட்டிவிட்டு தொலைக்காட்சியைப் பார்த்தபடி இருபது நிமிடங்கள் உடற்பயிற்சி செய்வது மாதவனின் வழக்கம். தொலைக்காட்சி என்றால் பாடல்கள்தான். பாடல்களில் கரையும்போது வலி தெரியாது பயிற்சி முடிப்பான். பிறகு அதிலொரு பாடலை எடுத்தபடி குளியலறைக்குள் நுழைவான். அந்தப் பாடல் அலுவலகப் பயணம் தொடங்கி அன்றைய நாள் முழுதும் அவனைப்போர்த்தியிருக்கும். அப்படித்தான் இந்த 'நீங்க முடியுமா'வும் அன்று அவனுடன் வந்தது. வேலை கிடைக்குமா என்று நண்பன் ஒருவனைச் சந்திக்கச் சென்றபோதுதான் அந்த விபத்து நடந்திருந்தது.

★ ★ ★

மாதவன் கண் விழித்துப் பார்த்தபோது மனைவியும் தம்பியும் அருகிலிருப்பது தெரிந்தது. இரு செவிலியர்கள் அருகிலிருக்க, டாக்டர் நின்றிருந்தார். ஏதோ வாய் திறந்து சொன்னார். அவனுக்குக் கேட்கவில்லை. கண்களை மூடிக்கொண்டான். மீண்டும் திறந்தபோது டாக்டர் வாயிலிருந்து வந்த வார்த்தைகள் அவனுக்குக் கேட்டன. அறுந்துபோன அந்த இழை அவன் கையில் கிடைத்திருந்தது. அது அவன் விபத்துக்குள்ளாகுவதற்கு முன் அவன் கையில் சிக்காமல் தவிக்கவிட்ட பாடல் வரிகள்தான்.

"நீ கடந்துபோன திசையோ
நான் கேட்க மறந்த இசையோ..."

❐ ❐ ❐

35. அப்பாவின் சைக்கிள்

வெளியில் மெல்லிய தூறல் ஆரம்பித்திருந்தது. கோடைகாலத்தில் எலிப்புழுக்கை போல் பெய்யும் மழை, சூட்டைக் கிளப்பிவிடும் என்பார் அப்பா. "எப்போ நிற்குமோ?' என்று செல்போனில் நேரம் பார்ப்பதும் பின் வைப்பதுமாக தனக்குள் பரபரத்துக் கிடந்தான் ராஜேஷ். அப்போதுதான் ஸ்கூல் வாட்ஸ்-அப் குரூப்பில் ரபீக்கின் அப்பா இறந்த தகவல் வந்திருந்தது. ரபீக் அப்பாவை நினைக்கும்போதே அவர் சைக்கிள் ஓட்டும் பிம்பம்தான் முன்னால் வந்தது. அப்போதெல்லாம் அப்பாக்கள் என்றாலே அவர்கள் பிம்பங்களில் சைக்கிளுடன்தான் வருவார்கள். அழைப்புமணி ஒலித்தது. பைக் மெக்கானிக்தான் வந்திருந்தார்.

"என்ன சார் ஆச்சு?"

"செல்ஃப் ஸ்டார்ட் ஆக மாட்டேங்குது. கஷ்டப்பட்டு உதைக்க வேண்டியதா இருக்கு"

"லாக் டௌன் காலம்ல சார். வெளியிலேயே எடுக்காம போட்டு வெச்சிருப்பீங்க. நிறைய வண்டி இந்தமாதிரி சர்வீஸுக்கு வருது"

"இல்லையில்லை. நான் ரெகுலரா காலையில அரைமணி நேரம் ஓட்டிடுவேன்" என்றான் ராஜேஷ்.

"சரிங்க சார். பேட்டரி சார்ஜ் கம்மியா இருக்கும். கிக்கர் ஸ்டார்ட் பண்ணி எடுத்துட்டுப் போறேன்" என்றபடி மெக்கானிக் இறங்கிப்போனார்.

★★★

செல்போனை எடுத்துப்பார்த்தான். ரபீக் அப்பா இறந்ததற்கு நண்பர்கள் அஞ்சலி செய்திகளைக் குவித்திருந்தார்கள். 'ஆழ்ந்த இரங்கல்கள்' என்று ராஜேஷும் ஒரு செய்தியைப் பதிவிட்டான். பாய் கடை என்றால் அந்தத் தெருவில் பிரசித்தம். ரபீக்கின் அப்பா பெயர் அலாவுதீன் என்பது ராஜேஷ் உள்ளிட்ட நண்பர்களுக்கு மட்டும்தான் தெரியும். மற்றபடி தெருவுக்கே அவர் 'பாய்'தான். சிறிய மளிகைக்கடைதான். ஆனால் மாசக்கணக்கில் பொருள்கள் கொடுப்பதால் வாடிக்கையாளர்கள் நிறைய இருந்தார்கள்.

ராஜேஷ் பார்க்கும்போதெல்லாம் அவர் சைக்கிளில் மளிகை மூட்டைகளைப் பின்னால் வைத்து வண்டி ஓட்டிச் சென்றிருக்கிறார், கடைக்குப் போகும்போது எப்போதாவது சிரித்துப் பேசுவாரே தவிர அவ்வளவு நெருக்கம் என்று சொல்ல முடியாது. ரபீக்கின் சினேகம் அதற்கு ஒரு காரணமாக இருக்கலாம். பள்ளியோ கல்லூரியோ முடித்ததும் ஒரு வெற்றிடம் ஏற்படும். சிலர்தான் எதிர்காலம் குறித்த துல்லியமான கணிப்புடன் தனக்கான சாலைகளைத் தானே சமைத்திருப்பார்கள். பெரும்பாலானோருக்கு எந்தக் கணிப்பும் இல்லாத வாழ்க்கைதான். அப்போது குடும்பத்துக்கும் இளைஞர்களுக்கும் இடையில் ஒரு பள்ளம் விழும். சக பள்ளத்தைச் சேர்ந்த நண்பர்கள் ஒன்றுகூடி ஒரு குழு ஆவார்கள். அப்படி நண்பன் ஆனவன்தான் ரபீக். இந்தக் குழு நண்பர்கள்மீது எப்போதுமே பெற்றோர்களுக்கு மரியாதை இருப்பதில்லை. இன்னும் சொல்லப்போனால் பார்வையிலேயே சிறு வெறுப்பு இருக்கும். அதனாலேயே என்னவோ அலாவுதீன் பாயுடன் ராஜேஷுக்கு பெரிய நெருக்கமான உறவு இருந்தது இல்லை. ஆனாலும் அவர் இறந்துவிட்டார் என்றதும் அவரும் அவர் சைக்கிளும் நினைவுக்கு வந்தார்கள். சைக்கிள் பிம்பத்தில் பின்சீட்டில் உட்கார்ந்தபடி அப்பாவும் நினைவுக்கு வந்தார்.

அப்பா மதிய வெயிலில் வியர்க்க வியர்க்க சைக்கிள் ஓட்டி வருவார். வீட்டுக்கு முன்பு வேட்டியை ஒருபுறம் ஒதுக்கியபடி அவர் சைக்கிளை விட்டு இறங்கும் பிம்பம் இன்னும் நன்றாக ஞாபகம் இருக்கிறது ராஜேஷுக்கு. சிறுவயதில் அந்த சைக்கிளைத் தொட்டுப் பார்ப்பதும் திண்ணையில் உட்கார்ந்தபடி கைகளாலேயே பெடலைச் சுற்றிப் பார்ப்பதும் அவனுக்குப் பிடித்தமான விளையாட்டுகள். அப்பாவுக்கு ஜவுளிக்கடையில்

சேல்ஸ்மேன் வேலை. தீபாவளி, ரம்ஜான் காலங்களில் நின்றுகொண்டே சேலையை எடுத்து எடுத்துக் காட்ட வேண்டும். நள்ளிரவில் தாமதமாக வருபவரின் முட்டியில் அம்மா தைலம் தேய்த்துவிடுவதைத் தூக்கக்கலக்கத்துடன் கவனித்திருக்கிறான் ராஜேஷ்.

சைக்கிள் ஓட்டப் பழகிய ஆரம்பகாலங்களில் வாரம் ஒருமுறையோ இரு வாரங்களுக்கு ஒருமுறையோ வாடகை சைக்கிள் எடுத்து ஓட்டுவது என்பது ராஜேஷுக்கு குட்டித்திருவிழாதான். இதற்கென்றே இரண்டு மூன்று பசங்க சேர்ந்துவிடுவார்கள். பசங்க என்றால் அந்த வயதுப் பெண்களும் உண்டுதான். ஒருமணி நேரத்துக்கு பத்து ரூபாயோ இருபது ரூபாயோ வாடகை. இரண்டு வகைகளில் அதிர்ஷ்டம் வாய்க்க வேண்டும். போனவுடன் ஓட்டுவதற்கு சைக்கிள் கிடைக்க வேண்டும். சமயங்களில் எல்லா சைக்கிளையும் எடுத்துப்போயிருப்பார்கள். ஒருமணி நேரம் வண்டி ஓட்டுவதற்காக, சைக்கிளுக்கு ஒன்றரைமணி நேரம்கூட காத்திருக்கிறான். இரண்டாவது விஷயம் தனக்கு கிடைக்கும் சைக்கிள் எந்தப் பழுதும் இல்லாமல் ஒழுங்காக இருக்க வேண்டும். “பிரேக், பெல், டயர் மூணும் முக்கியம்” என்பார் அப்பா.

ஆனால் இந்த மூன்றும் ஒழுங்காக அமைந்த சைக்கிள் கிடைப்பது தேவதை விறகுவெட்டிக்கு மூன்று கோடாரிகள் கொடுப்பதுபோல எப்போதாவதுதான் கிடைக்கும் வரம். ஒழுங்காக பெல் அடிக்காது. யார் மீதாவது வண்டியை விட்டால் பெரும் தகராறு ஆகும். பிரேக் பிடிக்காவிட்டாலும் இதே பிரச்னை. சமயங்களில் உட்காரும் சீட் ஒழுங்காக இருக்காது. வண்டி ஓட்ட ஓட்ட சீட் நழுவிக்கொண்டே செல்லும். அதற்கேற்ப உடம்பை வளைத்து ஓட்டிப் பழக வேண்டும். இல்லையென்றால் முக்கால்வாசி நின்ற நிலையில் சைக்கிள் ஓட்ட வேண்டும்.

அப்பாவுக்கு நின்றபடி வேலை பார்த்ததால் மூட்டுவலி வந்திருந்தது. சின்ன ஆபரேஷனுக்குப் பிறகு அவரால் சைக்கிள் ஓட்ட முடியாத நிலை. ராஜேஷ் வசம் சைக்கிள் வந்து சேர்ந்திருந்தது. அப்பாவைக் காலையில் சைக்கிளில் கொண்டுபோய் கடையில் விடுவதும் இரவில் அழைத்து

வருவதும் ராஜேஷின் வேலை. சமயங்களில் அவரே மெதுவாக நடந்து இரவு வீடு வந்து சேர்ந்துவிடுவார். அம்மாவிடம் திட்டு வாங்குவார்.

"விடுடி, இப்போ நடக்க முடியுது. அப்படியே இருந்துட முடியுமா?" என்பார்.

நீண்டநாள் பணி அனுபவம் என்பதால் அவருக்கு மட்டும் நாற்காலியில் அமர்ந்து துணிகளை எடுத்துக்கொடுக்க அனுமதி கிடைத்திருந்தது. ராஜேஷுக்குப் படிப்பில் மட்டுமல்லாது புத்தகம் படிப்பதிலும் ஆர்வம் இருந்தது. அவன் எட்டாவது படிக்கும்போது மாவட்ட மைய நூலகத்தில் சேர்த்துவிட்டிருந்தார் அப்பா. கவுன்சிலர் அல்லது பச்சை மையில் கையெழுத்திடும் கெஜெட் ஆபிசரின் கையெழுத்துடன் 50 ரூபாய் உறுப்பினர் கட்டணம் கட்டினால் நூலகத்தில் உறுப்பினர் ஆகிவிடலாம். ஆண்டுக்கு ஒருமுறை 70 ரூபாய் கட்டணம்.

ஞாயிற்றுக்கிழமைகளில் காலை 11 மணிக்கு நூலகம் சென்றால் அவன் நூலகத்தை விட்டுக் கிளம்பும்போது மாலை 4 மணியாகிவிடும். சாண்டில்யன், ஜெயகாந்தன், தி.ஜானகிராமன், ராஜம் கிருஷ்ணன் என்று பலரும் அறிமுகமானது அந்த நூலகத்தில்தான். ஒரு ஞாயிற்றுக்கிழமை மதியம் 3.30க்கு பசி வயிற்றைக் கிள்ளியது. புத்தகத்துடன் கீழே வந்து பார்த்தால் சைக்கிளைக் காணவில்லை. அவனும் எல்லா இடங்களிலும் தேடிப்பார்த்தான். கூட்டம் அதிகமுள்ள கடைவீதி, பேருந்து நிலையத்தில் எல்லாம் தொலையாத சைக்கிள் நூலகத்தில் தொலைந்ததை நினைத்து அவனுக்கு ஆச்சர்யத்துடன் அழுகை அழுகையாக வந்தது.

நடந்தே வீடு வந்தவனுக்கு அப்பாவைப் பார்த்ததும் அழுகை இன்னும் அதிகமானது. அப்போது மின்வெட்டு என்பதால் சட்டையில்லாத உடம்பில் துண்டுடன் திண்ணையில் அமர்ந்து ஒரு பழைய பேப்பரில் விசிறிக்கொண்டிருந்தார் அப்பா. ராஜேஷ் குமுறி அழுதபடி விஷயத்தைச் சொன்னான். அவர் கண்களில் வலி தெரிந்தது. என்றாலும் "சரி விட்றா பார்த்துக்கலாம். போய்ச் சாப்பிடு" என்றார். ஆனால் இன்னொரு சைக்கிள் வாங்குவதற்குள் அவர் எவ்வளவு கஷ்டப்பட்டார் என்பது அவனுக்கு நன்றாகத் தெரியும். சைக்கிள் ஓட்ட முடியவில்லை என்றாலும் சைக்கிளின் முடுக்குகளில் எல்லாம்

அவர் எண்ணெய் விடுவதில் காட்டும் சிரத்தையே அதைச் சொல்லும். இங்க் பில்லரைப் போல் சைக்கிளில் எண்ணெய் விடுவதற்கு என்று சிறிய சாதனம் இருக்கும். ஒவ்வொரு வாரமும் சைக்கிளைத் துடைத்து அதன் இடுக்குகளில் எண்ணெய் விடுவார்.

பிறகு ராஜேஷ் அந்த சைக்கிளைக் கவனத்துடன் பார்த்துக்கொண்டான். சைக்கிளை யாரும் திருடிவிட்டுச் சென்றுவிடாமல் இருப்பதற்காக டயருடன் சேர்த்துப் பூட்டுவதற்காக சிறு பூட்டு வாங்கிக்கொண்டான். பிறகு எப்போதும் சைக்கிள் திருடுபோகவில்லை. ஆனால் வேறொரு பிரச்னை கவிதை வடிவில் வந்தது. பாரதி நூலகத்தில் மாதம் இரண்டாவது ஞாயிற்றுக்கிழமை கவிதை வாசிப்பு நிகழ்ச்சி நடப்பது வழக்கம். 30 பேர் கவிதை வாசிக்கிறார்கள் என்றால் இருபது பேரின் பெயருக்குப் பின்னால் பாரதி என்றிருக்கும். ஜேஷும் அக்கினி பாரதி என்ற புனைபெயரில் கவிதை வாசித்து பாரதியார் கவிதைகள், குறிஞ்சி மலர், கள்ளோ காவியமோ போன்ற புத்தகங்களைப் பரிசாகவும் வாங்கியிருக்கிறான். கவிதை வாசிப்பு நிகழ்வை நடத்திக்கொண்டிருந்தவர் கவிஞர் நெஞ்சத்தரசு. பள்ளி ஆசிரியரான இருதயராஜ்தான் தன் பெயரை இப்படி மாற்றியிருந்தார். அவர் அந்த ஊர் கவிஞர்களின் கவிதைகளைத் தொகுத்து ஒரு தொகுப்பு வரத் திட்டமிட்டார். அதற்காக கவிதை வாசிப்புக் கவிஞர்களிடம் 50 ரூபாய், கவிதை மற்றும் பாஸ்போர்ட் சைஸ் புகைப்படத்தைக் கொண்டுவரச் சொல்லியிருந்தார்.

அப்பாவிடம் 50 ரூபாய் வாங்கிக்கொண்டு ராஜேஷ் சைக்கிளில் தூய மரியன்னை சர்ச்சைக் கடந்து ராயப்பன் சாலைக்கு வந்தபோது எதிரில் ஆட்டோ வந்தது. உள்ளேயிருந்தவன் வலதுபக்கம் கைகாட்ட, ஆட்டோவோ இடதுபக்கம் திரும்பும் தோரணையில் வந்தது. எப்படிச் செல்வது என்று கணிக்க முடியாமல் கண்களை மூடியபடி சைக்கிளை அழுத்தினான். ஆட்டோவில் மோதியதில் சைக்கிள் மட்கார்டு நெளிந்து டயர் திருகிக்கொண்டது. ஆட்டோகாரரும் உள்ளே இருந்தவர்களும் கெட்ட வார்த்தையில் திட்டினார்கள். கையில் வைத்திருந்த 50 ரூபாய்,சைக்கிள் பழுது பார்ப்பதற்காக செலவாகிப்போனது.

★★★

தன் மகனுடன் ‘சில்ட்ரன் ஆஃப் ஹெவன்’ படம் பார்த்தபோது “இது கிட்டத்தட்ட என் வாழ்க்கை” என்றான் ராஜேஷ்.

“என்னப்பா சொல்றீங்க?”

“நான் ஆறாவது படிக்கிறப்போதான்டா செருப்பே போட்டேன். அதுவும் கவர்மென்ட் கொடுத்த செருப்பு. பத்தும் பத்தாம இருக்கும்”

“ரியல்லி? சோ சேட்”

“இன்னொரு படமும் எனக்கு கனெக்ட் ஆன படம் ‘பை சைக்கிள் தீவ்ஸ்’. நாளைக்குப் பார்க்கலாம்” என்றான்.

★★★

ராஜேஷும் மகனும்தான் போய் பைக்கை எடுத்துவந்தார்கள்.

“பேட்டரி சார்ஜ் பண்ணியிருக்கு சார். ஆனா கிட்டத்தட்ட பேட்டரி போற கண்டிஷன். எத்தனைநாள் தாங்கும்னு தெரியலை” என்றார் மெக்கானிக்.

“அப்பா என் சைக்கிளும் ரிப்பேரா இருக்குல்ல. இந்த அங்கிள்கிட்ட கொடுத்தாப் பார்ப்பாரா?” என்றான் மகன் போகும் வழியில்.

“இவர் பைக் மெக்கானிக்டா. என்ன, பிரேக் பிடிக்கலை. பெல் அடிக்க மாட்டேங்குது, அதானே? நானே பார்த்துடுவேன்” என்றான்.

வீட்டுக்கு வந்ததும் ராஜேஷ் தன் மகன் சைக்கிள் பெல்லில் எண்ணெய் விட்டான். ஆங்காங்கே துருப்பிடித்த பகுதிகளிலும் எண்ணெய் விட்டான்.

“கொஞ்சம் காய்ஞ்சதும் சரியாகிடும்” என்றபடி சைக்கிளைப் படுக்கவைத்து பிரேக்கை டைட் செய்ய ஸ்பானரை எடுத்தான். இந்நேரம் ரபீக் அப்பாவை அடக்கம் செய்திருப்பார்கள் என்ற நினைப்பு வந்தது ராஜேஷுக்கு.

❒ ❒ ❒

36. ஜீவநதி

"பத்து வயசாச்சு. இன்னும் பெட்ல மூத்தா இருந்துக்கிட்டிருக்கே?" - சரஸ்வதி சரயுவைப் பார்த்துக் கேட்டாள்.

'வெட்கமா இல்லையா?' என்று பத்துவயது சிறுவனைப் பார்த்து எப்படி கேட்பது? ஆனால் வெட்கமே இல்லாமல்தான் சரயு சிரித்தான். சரஸ்வதிக்கு எப்போதும் இருக்கும் பத்து புகார்களில் இதுவும் ஒன்று. அவளும் இது எப்போதாவது நின்றுவிடும் என்றுதான் எதிர்பார்க்கிறாள். ஆனால் சரயு பத்துவயதாகியும் படுக்கையை நனைக்கும் பழக்கத்தை விடவில்லை. வாரம் ஒருமுறை பெட்ஷீட்டையும் வாரம் இருமுறை போர்வைகளையும் துவைத்தே ஆகவேண்டிய கட்டாயம். சரஸ்வதி சில துணிகளை வாஷிங் மெஷினில் போட மாட்டாள். கைகளில் துவைத்தால்தான் அவளுக்குத் திருப்தி. கனமான போர்வைகளையும் பெட்ஷீட்டையும் துவைத்துப் பிழிவதற்குள் உயிர் மணிக்கட்டு வழியாக வெளியேறும். அதைக்கூட பொறுத்துக்கொள்ளலாம். ஆனால் யாராவது படுக்கையறைக்குள் நுழைந்தால் கட்டிலில் மூத்திர நாற்றம் அடிக்கும்.

"எவ்ளோ கஷ்டப்பட்டு, கடை கடையா ஏறி இறங்கி மெத்தை வாங்குறோம். இவனால வீணாகிடுது" என்று அலுத்துக்கொள்வாள். சரஸ்வதி கடுமையாகவும் கங்காதரன் மென்மையாகவும் சொல்லிப் பார்த்தும் சரயு படுக்கையை நனைப்பதை நிறுத்தவேயில்லை.

★★★

"ரெண்டுநாளா இந்தத் தொல்லை வேற. செப்டிங் டேங்க் சுத்தம் பண்றவனைக் கூப்பிடுங்கன்னா எனக்கென்னான்னு இருக்கீங்க" என்றாள் சரசு. போர்வையை முறுக்கிய வலியும் அந்தக் கோபத்தில் கலந்திருந்தது.

"என்ன பண்ணச்சொல்றே? நானும் எல்லார்கிட்டயும் சொல்லியிருக்கேன். ஆனா யாரும் கிடைக்க மாட்டேங்கிறாங்களே?"

"கிழிச்சீங்க. காலையில வாக்கிங் போறீங்க. வந்து டீ சாப்பிட்டு, பேப்பர் படிச்சுட்டு குளிச்சு டிபன் பாக்ஸ் எடுத்துட்டு ஆபீஸ் போயிடறீங்க. காலையில போனா நைட்டுதான் வருவீங்க. வீட்டுல இருக்கிறது நான்தானே. அந்தப்பக்கம் போனாலே நாத்தமடிக்குது. சாப்பிடக்கூட முடியலை. அருவருப்பா இருக்கு"

ஒரு பாத்ரூமில் மலக்குழி நிரம்பி வழிந்து மேலே வெளியேறி மிதக்கிறது. இரண்டு பாத்ரூம் இருந்ததால் தப்பித்தார்கள். ஆனால் மூவருக்கு ஒரே பாத்ரூம் என்பதால் சமயங்களில் ஒரேநேரத்தில் இயற்கை அழைத்தால் பிரச்னை. கிட்டத்தட்ட ஒருவாரமாக நீடித்தும் கங்கா சரிசெய்யவில்லை என்பதால்தான் சரஸ்வதிக்கு இவ்வளவு கோபம்.

"ஹவுஸ் ஓனர் சந்துருகிட்ட சொல்லியிருக்கேன். மத்த வேலைக்கெல்லாம் ஆள் கிடைச்சுடுவாங்க இந்த எலெக்ட்ரிசியன், பிளம்பர், செப்டிங் டேங்க் சுத்தம் பண்றவன் கிடைக்கிறதுதான் கஷ்டம். "

"இப்படி எதையாவது சொல்லிக்கிட்டேயிருங்க" என்று அவள் பெட்ஷீட்டை உதறியபோது ஈரம் தெறித்தது. எரிச்சல் வந்தாலும் ஒன்றும் சொல்லாமல் கடந்தான்.

★ ★ ★

மறுநாள் அலுவலகத்துக்கு விடுப்பு எடுத்துவிட்டான். 11 மணிக்கு செப்டிங் டேங்க் சுத்தம் செய்வதற்கு ஆள் வருவதாக சந்துரு சொல்லியிருந்தார். அவனும் காத்துக் காத்து எரிச்சல் கொதிநிலையை அடையும்போது ஒருமணிநேரம் தாமதமாக அவன் வந்து சேர்ந்தான். 40 வயதுதான் இருக்கும் என்றாலும் வயதான தோற்றத்தில் இருந்தான். தலைமுடி கலைந்து, அழுக்கு கைலி, கரையேறிய பற்கள், கையில் ஏதோ வினோதமாக பச்சை குத்தி, தூரத்தில் வரும்போதே 'இவன்மீது நாற்றமடிக்கும்' என்பதைப்போல இருந்தான்.

அஞ்சிறைத்தும்பி

"என்னங்க, இவன் மூஞ்சியும் ஆளும்.. பார்க்கவே ஆள் சரியில்லையே?" என்றாள் சரசு.

"நீ என்ன அவனுக்குப் பொண்ணு பார்த்து தரப்போறியா, இல்லைன்னா இண்டர்வியூவுக்கு ஆள் எடுக்கிறோமா? செப்டிங் டேங்க் சுத்தம் பண்றவன் விஜய் தேவரகொண்டா மாதிரியா இருப்பான்?"

"பேச்சுக்கு ஒண்ணும் குறைச்சல் இல்லை. ஆளைப் பார்த்தா ஏமாத்துறவன் மாதிரி இருக்கான். கரெக்டா சுத்தம் பண்றானான்னு கூட இருந்து பாருங்க. காசு விஷயம்லாம் கரெக்டா பேசிக்கங்க. தலையைத் தலையை ஆட்டாதீங்க" என்று அவள் சொல்லிக்கொண்டிருந்தபோது சந்துரு அருகில் வந்தார்.

"கங்கா, நான் சொன்ன ஆள் இவன்தான். நல்ல வேலைக்காரன். அடைப்பெல்லாம் எடுத்து விட்டுடுவான். ரெண்டு, மூணு வருஷத்துக்கு எந்தப் பிரச்னையும் இருக்காது. சண்முகம், சார் தங்கமானவர். கக்கூஸ் அடைச்சு ரொம்பக் கஷ்டப்படுறார். பார்த்து கரெக்டா வேலை பார்த்துடு" என்ற சந்துருவிடம் தலையாட்டினான் சண்முகம்.

"எவ்ளோ காசு?"

"500 கொடுத்திடுங்க"

"500 ரூபாய்லாம் அதிகம். 300 ரூபா வாங்கிக்க"

"என்ன சார், இதெல்லாம் பேரம் பேசுறீங்க. மூணுநாள் கக்கூஸ் அடைச்சதுக்கே நாறுதே. நான் உள்ளே இறங்கி கருமத்தையெல்லாம் எடுத்து வெளியில போட்டு க்ளீன் பண்ணனும். கேஸ் அடிச்சுச்சுன்னா சாவுதான் சார்."

கங்காதரனைத் தனியே அழைத்துவந்த சந்துரு தணிந்த குரலில் பேசினார்.

"காசைப் பார்க்காதீங்க கங்கா. இந்த வேலைக்கு ஆள் கிடைக்கிறது கஷ்டம். இப்பெல்லாம் செப்டிங் டேங்கைச் சுத்தம் பண்ண இவனுகளைப் பயன்படுத்தக்கூடாது. தெரிஞ்சா ஃபைன் போடுவாங்க. மிஷினை எடுத்து அடைப்பை எடுக்கணும்னா ஆயிரக்கணக்கில ஆகும்."

கங்கா சம்மதித்து, சண்முகம் வேலையை ஆரம்பிக்கும் முன்பு, கைலிக்குள் இருந்து ஒரு குவார்ட்டர் பாட்டிலை எடுத்தான். பாதி சரக்கை எதையும் கலக்காமல் அப்படியே குடித்தான்.

“என்னப்பா, பொம்பளைங்கல்லாம் இருக்காங்க. பப்ளிக்கா குடிக்கிறே?”

“குடிக்காம பார்க்கிறதுக்கு இதென்ன டீச்சர் வேலை, கம்ப்யூட்டர் வேலையா? நாத்தம் குடலை உருவும். இறங்கிப்பார்க்கிறியா?”

அதற்குப்பிறகு கங்கா ஒன்றும் பேசவில்லை. சண்முகம் வேலையை ஆரம்பித்திருந்தான். வேறுவழியில்லாமல் கங்கா சிறிதுநேரம் அங்கே நின்றுகொண்டிருந்தான். 4 மணிவாக்கில் வேலை முடிந்திருந்தது. மேலே குவியல் குவியலாய் ஈரத்துடன் கிடந்த குப்பைகளையும் கறுப்புமணலையும் சட்டியில் வைத்து தலையில் தூக்கிப்போய்த் தெருமுனையில் கொட்டிவிட்டு வந்தான்.

“எட்டுநூறு ரூபா கொடு சார்”

“500ரூபாதானே பேசினே?”

“ஆமா. எவ்ளோ வேலை பார்த்தேன்னு பார்த்தேல்ல? ஊருப்பட்ட அடைப்பு இருக்குது. குனிஞ்சு குனிஞ்சு எடுக்கிறதுக்குள்ள இடுப்பு செத்துப்போச்சு.”

“அம்பதுரூபா வேணும்னா கூடப்போட்டுத் தர்றேன்.”

“சார் செல்வாஸ் ஜவுளிக்கடை, பேட்டா செருப்புக்கடைலாம் போனா பேரம் பேசாம வாங்குவே. என்னைமாதிரி தொழிலாளிங்ககிட்ட பேரம் பேசிக்கிட்டிருக்கே?”

செல்வாஸ் ஜவுளிக்கடையும் செப்டிக் டேங்கும் ஒன்றா என்ன? இவன் என்ன பேசுகிறான். சந்துருவை வைத்துப் பேசி ஒருவழியாக 650 ரூபாய் கொடுத்து அனுப்பினான்.

“இந்தக் காசு எங்கே போகும்னு நினைக்கிறீங்க? டாஸ்மாக்தான்” என்றார் சந்துரு.

★★★

“சில குழந்தைங்க 12 வயசு வரைக்கும்கூட பெட் வெட்டிங் பண்ணும். நோ பிராப்ளம்” என்றார் டாக்டர்.

சரஸ்வதி பலநாள் பிடுங்கிய பிடுங்கலில்தான் மருத்துவமனைக்கு அழைத்துவந்திருந்தான் கங்கா. சரயு முகத்தில் வெட்கம் அப்ப, நெளிந்துகொண்டிருந்தான்.

“வீட்ல இருந்தாக்கூட பரவாயில்லை. வெளியூர் சொந்தக்காரங்க வீட்டுக்குப் போகும்போதுகூட இருந்துடறான். அசிங்கமா இருக்கு” என்று சரசு குறைப்பட்டுக்கொள்வதில் உண்மை இருக்கிறது. ஸ்லீப்பர் பஸ்ஸில் போகும்போதோ ரயிலில் அப்பர் அல்லது மிடில் பர்த்தில் பயணம் செய்யும்போதோ, சரயு சிறுநீர் கழித்து கீழே படுத்திருப்பவர்கள்மீது வழிந்துவிடுமோ என்று பயம். ஆனால் அது என்னவோ தெரியவில்லை. பயணங்களில் அப்படி நடந்ததில்லை என்பது ஆச்சர்யம்தான். உறவினர்களிலும் நெருங்கிய உறவினர்கள் வீட்டுப் படுக்கையைத்தான் நனைத்துவிடுகிறான்.

“நைட்டு இவனுக்குப் பால் கொடுப்பீங்களா?”

“ஆமா டாக்டர். டெய்லி ஒரு முட்டை, நைட்டு பால் கம்பல்சரியாக் கொடுப்போம்.”

“அதான். இனிமே நைட்டு பால் கொடுக்காதீங்க. எத்தனை மணிக்குப் படுப்பான்?”

“பத்துமணி ஆகிடும் டாக்டர்.”

“எட்டுமணிக்கெல்லாம் சாப்பிடச் சொல்லுங்க. அப்பவே தண்ணி குடிக்க வெச்சிடுங்க. படுக்கப்போறதுக்கு ஒருமணி நேரம் முன்னாடி பால், தண்ணி குடிக்க வேணாம்.”

“மருந்து டாக்டர்...”

“தேவையில்லை. இது ஒண்ணும் வியாதியில்லை”

அரைமனதுடன்தான் கிளம்பினாள் சரஸ்வதி.

★★★

“சார் அந்த செப்டிங் டேங்க் சுத்தம் பண்ற ஆளை வரச்சொல்றீங்களா?”

“மறுபடியும் அடைச்சிடுச்சா? இப்பதானே வேலை பார்த்தோம்?” என்றார் சந்துரு.

“நம்ம வீட்டுக்கு இல்லை சார். காலையில் வாக்கிங் வருவாரே, ரிட்டயர்ட் ஈ.பி ஆபிசர் காவேரிநாதன் அவருக்குத்தான். அந்தாள் பேர் என்ன?”

“சண்முகம். அவனைப் பிடிக்கிறதுதான் பெரும்பாடு. இவனுகல்லாம் எங்கே இருப்பானுகன்னே தெரியாது. கையில கொஞ்சம் காசு சேர்ந்தா குடிச்சுட்டு எங்கேயாவது விழுந்து கிடப்பானுங்க. தேடிப்பார்த்துட்டுச் சொல்றேன் கங்கா.”

தன் வீட்டில் குடியிருப்பவர்கள் பிரச்னை என்றாலே சாதாரணமாகத் தீர்க்க மாட்டார். யாரோ ஒரு காவேரிநாதனுக்கு எப்படி சீக்கிரம் ஆள் பார்ப்பார்? பத்து நாள்களாகி விட்டது. தினமும் வாக்கிங் போகும்போது எல்லாம் காவேரிநாதன் கேட்கிறார். இங்கே சரஸ்வதியைப்போல காவேரிநாதனுக்கும் ஒரு மனைவி. பிடுங்கல் இருக்கும்தானே?

சந்துரு வேறு வெளியூர் போய்விட்டாராம். அவர் மனைவி சொல்லவும், அந்த விஷயத்தைக் கிட்டத்தட்ட மறந்துவிட்டிருந்தான் கங்கா.

★★★

“சரயு, டிவி பார்த்தது போதும். போய்ப்படு. காலையில் ஸ்கூலுக்குப் போகணும். உன்னை எழுப்பிக் கிளப்புறதுக்குள்ள போதும், போதும்னு ஆயிடுது.”

“அம்மா பால்” என்றான் சரயு.

“அதெல்லாம் ஒண்ணும் கிடையாது. டாக்டர் சொன்னதைக் கேட்டேல்ல?”

“எனக்குப் பால் வேணும்.”

“ஒருவாரமாக் குடிக்காமதானே இருக்கே?”

“அம்மா, பால் வேணும்மா...” என்று சிணுங்கலில் ஆரம்பித்து அழத்தொடங்கினான். அப்போதுதான் சந்துரு போன் வந்தது.

“கங்கா, அந்த சண்முகம் செப்டிங் டேங்க்ல இறங்கும்போது கேஸ் அடிச்சு செத்துட்டானாம். நாலு நாள் ஆகுதாம். வேற

ஆளைப் பார்ப்போம். அவர்கிட்ட சொல்லிடுங்க" என்றார். போனை வைத்தபோதும் சரயு அழுகையை நிறுத்தியபாடில்லை.

"சரி, பாலைக் கொடுத்துத்தொலை" என்ற கங்காவை முறைத்துப்பார்த்தாள். நெற்றிக்கண்.

"எல்லாம் உங்களாலதான் இவன் கெட்டுப்போறான். அதெல்லாம் ஒண்ணும் கொடுக்க முடியாது."

அழுதவனை இழுத்து முதுகில் நாலு சாத்து சாத்தினாள். பிட்டுக்கு மண் சுமந்த சிவன் முதுகில் பட்ட பிரம்படிபோல் கங்கா முதுகும் வலித்தது.

★★★

மழை கண்தெரியாத அளவுக்கு பெய்துகொண்டிருந்தது. தொப்பலாக நனைந்ததில் எடை கூடியிருந்தது. எந்த நேரம் வேண்டுமானாலும் பைக் நின்றுவிடலாம்போல் இழுவைச்சத்தம். வேறு வழியில்லை. இழுத்துப்பிடித்து வீடுபோய்ச் சேர்ந்துவிட வேண்டும். எங்கேயும் ஒதுங்குவதை நினைத்துப்பார்க்க முடியாது. முடிந்தவரை ஆக்சிலேட்டரைத் திருகினான் கங்கா. பாதை முழுக்கத் தண்ணீர் வெள்ளம். எங்கே ஸ்பீடு பிரேக்கர், எங்கே பள்ளம், எங்கே சாலை என்று தெரியவில்லை, வண்டியைத் தண்ணீர் தள்ளியது. தடுமாறியபடி ஓட்டிப்போனான். திடீரென்று பெரும் சத்தம். பெரிய பள்ளம். வண்டி பெருஞ்சத்தத்துடன் தடுமாறி விழுந்தது. பள்ளத்துக்குள் விழுந்த சிலநொடிகளில்தான் பாதாள சாக்கடை என்று தெரிந்தது கங்காவுக்கு. தண்ணீர் வெள்ளமாய்ப் பாய்ந்துகொண்டிருக்க என்னென்னவோ குப்பைகள் அவனோடு சேர்ந்து மிதந்தன, அவன்மேல் பட்டு மூடின,

மஞ்சள் இலைகள், லேஸ் பாக்கெட்டுகள், சிகரெட் துண்டுகள், அழுகிய காய்கறிகள், மூத்திரம், அம்மாவின் மாதவிடாய்த் துணி, கண் ஆபரேஷன் செய்திருந்த அப்பாவின் பேண்டேஜ் துணி, சிறுவயதில் காணாமல் போன தங்கையின் திருகாணி, கிழிந்த பாடப்புத்தகத் தாள், எலெக்ட்ரிக் வயர் ஒன்று, கோழிக்கால், பிளாஸ்டிக் பாட்டில் மூடி, மூக்குக் கண்ணாடியின் காதுப்பகுதி, குக்கர் விசில், பழைய ரேடியோவின் கைப்பிடி, , மழிக்கப்பட்ட மயிர்க்கற்றைகள், கைப்பையின் கிழிந்த காது, ஆணுறைகள், பேட்டரி செல்கள், அரசியல் பொதுக்கூட்ட நோட்டீஸ்,

கேசட்டில் இருந்து வெளியேறியிருந்த சுருள்சுருளான நாடாக்கள், எண்ணெய் பிசுபிசுத்த கடலை மிட்டாய், குடைக்கம்பி, ரத்தக்கறையுடன் பிச்சுவாக் கத்தி, உடைந்த, முகம்பார்க்கும் கண்ணாடி, அறுந்த செருப்பு, சட்டை பட்டன், கண்மை டப்பா, பழைய குழம்பு, கற்றாழைச் செடி, ஹேர் பின், டாஸ்மாக் பாட்டில் ஸ்டிக்கர், பேனா நிப், சின்ன சாமி சிலை, ஏதோ பிசுபிசுப்புத் திரவம்.....

கங்காவுக்கு மூச்சுத்திணறியது. கைகளைப் படபடவென்று அடித்தபடி கண்களைத் திறக்க முயற்சித்தான். மீண்டும் மீண்டும் தண்ணீர் அவனை அழுத்தியது. உயிரைத் திரட்டி வலுவுடன் கண்களைத் திறந்தான். படுக்கை ஈரமாகியிருந்தது. ஏதும் அறியாதவனாய் பக்கத்தில் படுத்து தூங்கிக்கொண்டிருந்தான் சரயு.

37. பழுது

"வா வீரா" என்றபடி படுக்கையறைக் கதவைத் திறந்து வெளியே வந்தார் கோபால் மேனன்.

"கதவைத் திறந்துவைங்க சார்" என்று உள்ளேயிருந்து சத்தம் வந்தது.

"என்ன சார், இது எத்தனாவது ஆள்?" என்றான் வீரா.

"உனக்குத் தெரியாததா, மூணாவது ஆள். ஆனா இந்தத் தடவை சரியாகிடும்னு நம்புறேன்" என்றார் மேனன்.

அவர் புதிதாக ஏ.சி வாங்கி இரண்டு ஆண்டுகள்தான் இருக்கும். வாரண்டி முடிந்து ஆறுமாதங்களுக்குப் பிறகு பிரச்னை ஆரம்பித்தது. எல்லா வாரண்டிகளும் காலாவதியானபிறகுதான் பிரச்னைகளே ஆரம்பிக்கின்றன. 'வாரண்டி என்பதே பிரச்னை ஆரம்பிப்பதற்கு முன்பான காலமோ' என்ற சந்தேகம் வீராவுக்கு உண்டு. கோபால் மேனன் வாங்கி இரண்டே ஆண்டுகள் ஆகியிருந்த ஏ.சி, கடந்த ஆறுமாதங்களில் நான்குமுறை பழுதாகியிருந்தது. முதலில் ஏ.சியில் இருந்து சொட்டுச் சொட்டாய்த் தண்ணீர் விழும். பிறகு சிலநாள்களில் தண்ணீர் கொஞ்சம் விசையுடன் ஊற்ற ஆரம்பிக்கும். ஏ.சியை நிறுத்தும்போது ஐஸ்கட்டிகள் உடையும் சத்தம் கேட்கும். சமயங்களில் ஏ.சி ஓடிக்கொண்டிருக்கும்போதே அந்த சத்தம் வரும். பிறகு ஏ.சியின் குளுமை குறையத் தொடங்கி வெறும் ஃபேன் மட்டும் ஓடும். ஏ.சி நிறுவனத்தின் வாடிக்கையாளர் சேவை மையத்தில்

சுகுணா திவாகர்

பலமுறை சொல்லியும் ஆட்கள் வரவில்லை. பிறகு நண்பர் ஒருவர் சொல்லி ஏ.சி மெக்கானிக் ஒருவர் வந்து பார்த்தார்.

“ஒண்ணுமில்லை சார். இண்டோர் ஃபில்டர்ல தூசி இருக்கு” என்று அதைச் சுத்தம் செய்துவிட்டுப் போனார். நன்றாக ஏ.சி ஓடத்தொடங்கியது. பத்தே நாள்களில் ஏ.சியில் இருந்து தண்ணீர் சொட்டுச் சொட்டாக ஒழுகி, பிறகு ஊற்றத்தொடங்கி, மீண்டும் ஐஸ் கட்டிகள் உடையும் சத்தம். முன்பு பழுது பார்த்த ஏ.சி மெக்கானிக்கை அழைத்தபோது, ‘அதோ வர்றேன். இதோ வர்றேன்’ என்று சொல்லி அவர் வரவேயில்லை. இன்னொரு நண்பர் வழியாக இன்னொரு ஏ.சி மெக்கானிக் வந்தார்.

“கேஸ் லீக்கேஜ் இருக்கு சார். இன்டோரா, அவுட்டோரான்னு பார்க்கணும்” என்றார். இரண்டையும் கழற்றி எடுத்துப்போனார். ஒரு வாரத்துக்குப் பிறகு இண்டோர் நன்றாக இருக்கிறது என்றும் அவுட்டோரில்தான் லீக்கேஜ் என்றும் வெல்டிங் செய்துவந்து மாற்றினார். ஒரே வாரத்தில் மீண்டும் தண்ணீர் சொட்டுச் சொட்டாக வழிய ஆரம்பித்தது. அழைத்தபோது, “ஒண்ணும் பிரச்னையில்லை சார். செட்டாகிடும்” என்றார். ஆனால் அதே அறிகுறிகள் வரிசைக்கிரமமாகத் தொடர்ந்து இறுதியில் ஏ.சியில் குளுமை நின்றது. ஆனால் முன்னவரைப் போல இல்லை இவர். அழைத்ததும் வந்தார். மறுபடியும் இரண்டையும் எடுத்துக்கொண்டுபோய் இன்னொருமுறை பழுதுபார்த்து வந்து மாற்றினார்.

ஆனால் மறுபடியும் பழுது. இப்போது நான்கே நாள்களில். அதனால் இப்போது மூன்றாவதாக ஒருவர் பார்த்துக்கொண்டிருக்கிறார். இவர் திறமைக்காரர் என்று நெருங்கிய நண்பர் சொல்லியிருக்கிறார். இரண்டுபேர் பழுது பார்த்ததில் இண்டோர், அவுட்டோர், கம்ப்ரஸர், காயில், கேஸ் என்று சில தொழில்நுட்ப வார்த்தைகளைக் கற்றிருக்கிறார். இப்போது மூன்றாமவர் இன்னும் கொஞ்சம் கூடுதலாக சில தொழில்நுட்ப வார்த்தைகளை விளக்கிக்கொண்டிருந்தார்.

★★★

“வீரா, ரிப்பேர் பார்க்கிற டெக்னீஷியன்கிட்ட ரெண்டு குணம் இருக்கும். ஒண்ணு முன்னாடி வேலை செஞ்சவங்க சரியாச் செய்யலைன்னு சொல்வாங்க. அதேமாதிரி நமக்குப்

புரியுதோ இல்லையோ டெக்னிக்கலா நிறைய சொல்லுவாங்க. அப்பதான் அவங்களுக்கு நல்லா வேலை தெரியுதுன்னு நாம நம்புவோம்கிறது அவங்க நினைப்பு.”

வீரா படிக்கும் கல்லூரியில் ஆங்கில ஆசிரியர் கோபால் மேனன். மற்ற ஆசிரியர்களுடன் ஒப்பிடும்போது இறுக்கம் குறைந்த நட்பான ஆசிரியர். கேரளாக்காரர் என்பதாலோ என்னவோ கம்யூனிஸ்ட் என்று சொல்ல முடியாவிட்டாலும் ஓரளவு முற்போக்கானவர். ஆனால் அவரிடம் ஒரு விசித்திரமான பழக்கம் இருந்தது. எந்த ஒரு பொருள் பழுதானாலும் அவருக்கே ஏதோ ஒரு அங்கம் வெட்டப்பட்டதைப்போல தவித்துப்போவார். வீரா எல்லாம் மொபைல் போனின் கண்ணாடி கீறல் விழுந்து, கொடூரமான மிருகத்தைப்போல் மாறியபோதும் எந்தக் கவலையும் இன்றி பயன்படுத்துவான். ஆனால் மேனன் சாரோ சிறு கீறல், சிறு பழுது வந்தால் பதறிப்போவார்.

அவர் பைக்கை மூன்று மாதத்துக்கு ஒருமுறை சர்வீஸ் செய்துகொண்டிருந்தார் என்பது ஓர் ஆச்சரியம் என்றால் அதையும் அதே கம்பெனியின் சர்வீஸ் சென்டரிலேயே செய்துகொண்டிருந்தார் என்பது வீராவுக்கு இரட்டிப்பு ஆச்சர்யம்.

“என்ன சார் கம்யூனிசம் பேசறீங்க? எல்லாத்திலும் பெர்பெக்ஷன் பார்க்கிறீங்க?”

“நான் எங்கே கம்யூனிசம் பேசினேன்? நான் பேசுறது உனக்கு கம்யூனிசமாத் தெரியுது. கம்யூனிசம்கிறது ஒரு பெர்பெக்ஷன்தானே? உலகத்தில மனுஷங்களுக்கு எந்தக் குறையும் இருக்கக்கூடாதுன்னு பழுது பார்க்கிறதுதானே கம்யூனிசம்.”

மேனன் சாரிடம் ஒரு பழைய கடிகாரம் இருந்தது. தடித்த முட்களும் ரோமன் எழுத்துகளும் கொண்ட அந்தக் கடிகாரத்துக்கு நூறு வயதிருக்கலாம். அதை இன்னும் பாதுகாத்து வரும் மேனனுக்கு அதைப் பழுதுபார்க்கவும் தெரியும்.

“வீரா, எங்க கிராமத்துப் பேரு தச்சப்புரா. எங்க கிராமத்தில ஏகப்பட்ட பழுது பார்க்கிறவங்க இருந்தாங்க. டிவி, ரேடியோ, சைக்கிள், குடைன்னு ஏகப்பட்ட பழுது பார்க்கும் ஆட்கள். என் அப்பா ஒரு வாட்ச் மெக்கானிக். அவர் பரம்பரையாச் சேர்த்துவெச்ச விஷயம் இந்தக் கடிகாரம். அவர் எனக்குக் கத்துக்கொடுத்தது இந்த வாட்ச் மெக்கானிக் வேலை. இந்தக்

கடிகாரத்தைப் பழுது பார்க்கிறப்போ, கடைசி காலத்தில் டி.பி வந்து இருமி இருமித் துப்பிக்கிட்டே இருந்த எங்க அப்பாவுக்கு வைத்தியம் செஞ்ச மாதிரியே இருக்கு" என்றார்.

வீராவுக்கு என்ன சொல்வது என்று தெரியவில்லை. சில நொடிகள் பேச்சில் இடைவெளி விழுந்ததால், செய்வதறியாது மொபைல் போனை எடுத்து ஸ்க்ரீன் சேவரைப் பார்த்தான்.

"எங்க கிராமத்தில ஒரு நாட்டுப்புறக்கதை சொல்வாங்க. ஒரு பயங்கரமான தேர்த்தச்சன் இருந்தானாம். சக்கரத்துக்கு எவ்வளவு ஆரம் இருக்கணும், அச்சாணியின் நீளம் என்ன, தேர் எடை எவ்வளவுன்னு அவ்வளவு துல்லியமாச் சொல்லக்கூடியவன். அரச படையின் அத்தனைத் தேர்களும் அவன் உருவாக்கினது. அதன் பழுதை நீக்கக்கூடியவனும் அவனே. கூலியாக வரும் காசுகளைக் கட்டி அரண்மனையில் இருந்து அனுப்பும் பையில் ஒருமுறை காதல் கடிதமும் வந்துச்சாம். இளவரசியின் கடிதம். இவனும் ஒருகட்டத்தில் காதலில் விழுந்திருக்கான். ஒருமுறை இந்தக் கடிதம் அரசனின் கைகளுக்கே போய்ச் சேர்ந்திருக்கு.

"பழுது நீக்கும் தேர்த்தச்சனே!

ஆரங்களுக்கு இடையிலான இடைவெளியை

அறிந்துகொள்வதைப்போலவே

முத்தத்துக்கான கணிதத்தையும்

நீ அறிந்துகொள்ள வேண்டும்"னு இளவரசி எழுதிய அந்தக் காதல் கடிதத்தைப் படித்த அரசன், அந்தத் தேர்த்தச்சனுக்கு மரணதண்டனை விதிச்சான். ஆறு தேர்கள் அவன்மீது ஏற்றிக் கொல்ல உத்தரவு. தச்சன் இறந்தபிறகு தேருக்குப் பழுது பார்க்க ஒரு திறமையானவர்கூட ஊரில் இல்லை. ஒருகட்டத்தில் அரசனே இறங்கிப் பழுதுபார்த்தும் தேர்கள் சரியா அமையலையாம். 'போரால் வீழ்ந்தது பல ராஜ்ஜியம்னா தேரால் வீழ்ந்தது அவன் ராஜ்ஜியம்'னு சொல்வாங்க. அந்த தச்சனின் ஞாபகமாத்தான் என் ஊருக்குத் தச்சப்புரான்னு பேர் வந்தது. 'தேசத்தைப் பழுது பார்ப்பவனால் தேரைப் பழுதுபார்க்க முடியாது'ங்கிறதும் இந்தக் கதையின் மோரல்" என்று சிரித்தார்.

★ ★ ★

அஞ்சிறைத்தும்பி 247

"எங்கே இருக்கே வீரா? உன் ரூம் பக்கம்தான் இருக்கேன். மெயின்ரோடு வந்திடு" என்றார் கோபால் மேனன்.

வீரா வந்து சேர்ந்ததும் "வா, வீட்டுக்குப் போவோம். போறவழியில் சபரிநாதன் சார்கிட்ட இந்த புக்ஸைக் கொடுக்கணும். உன்கிட்ட அவர் நம்பர் இருக்கா?" என்றார்.

வீரா போனில் தேடிப்பார்த்து "இல்லையே சார்?" என்றான்.

"சரி வா. போற வழிதான். கொடுத்துட்டுப்போவோம்" என்றபடி பைக்கில் ஏற்றிக்கொண்டார்.

ஆனால் சபரிநாதன் அங்கு இல்லை. அவர் மனைவிதான் இருந்தார். இருவருக்கும் டீ போட்டு எடுத்துவந்தார். குடித்துவிட்டு, புத்தகத்தைக் கொடுத்துவிட்டு நன்றி சொல்லிக்கிளம்பும்போது, "தம்பி ஒரு நிமிஷம். இந்த சாமி விளக்கை மட்டும் ஏத்திக்கொடுக்கிறீங்களா? அவரை இன்னும் காணோம்" என்றார் அவர் மனைவி. வீராவும் விளக்கை ஏற்றி, அவர் கொடுத்த விபூதியைப் பூசாமல் கைகளில் வாங்கிக்கொண்டு கிளம்பினான்.

கீழே பார்க்கிங்கில் கோபால் கேட்டார், "ஏன் உன்னை அவங்க ஏத்தச் சொன்னாங்க?"

"அவங்களுக்கு பீரியட் டைமா இருக்கும். தீட்டுன்னு ஏத்தாம இருந்திருப்பாங்க. நான் யாருன்னு தெரிஞ்சிருந்தா ஏத்தச் சொல்லாமக்கூட இருந்திருக்கலாம்" என்றான் வீரா. வழிநெடுக அதன் அபத்தம் குறித்துப் பேசியபடி வந்தார் கோபால் மேனன்.

அறையில் உரையாடல்களுக்கிடையே வீரா கேட்டான் "சார், அந்த தேர்த்தச்சன் கதை சொன்னீங்களே, அவனவன் அந்தந்த இடத்தில் இருக்கணும்கிறதும்தானே அந்தக் கதையோட மாரல்?"

"ஒப்கோர்ஸ் வீரா. உனக்குத் தெரியாததா? அந்தக் கதையில் சாதியும் வர்க்கமும் இருக்கு. இந்தியாவோட பெரிய பழுதே சாதிதானே?"

"சார். நான் ஒண்ணு கேட்டாத் தப்பா நினைக்க மாட்டீங்கல்ல. இவ்ளோ பேசுறீங்களே, எதுக்கு மேனன் பட்டம்?"

"அது என் அப்பா பேர் வீரன். என்னளவில அதுக்கு ஒரு அர்த்தமும் இல்லை. மோதிரம் போடுற மாதிரி, ஜட்டி போடுற மாதிரின்னு வெச்சுக்கயேன்."

"அப்போ நாங்க நிர்வாணமா இருக்கோம்னு சொல்றீங்களா?"

"வாட் எ சைட்ல்டிஷ்? சரி வீரா. நான் ஒண்ணு கேக்கிறேன். நீங்க தமிழ்நாட்டில சாதிப்பெயர் போடலை. சாதி ஒழிஞ்சிடுச்சா? இங்கேயும் ஹானர் கில்லிங் இருக்கு. கேஸ்ட் பாலிடிக்ஸ் இருக்கு. எதுவும் மாறலையே?"

"சார், நீங்க சொன்ன உதாரணத்தையே நானும் சொல்றேன். சின்ன வயசுல பிறப்புறுப்பைக் காட்டிக்கிட்டுத் திரிஞ்சோம். பின்னால் அதை மறைக்க ஜட்டி போட்டோம். அதுமாதிரிதான் சாதிப்பெயரும். அது இருக்குங்கிறதுக்காக மறுபடியும் அம்மணமாக வேண்டியதில்லை. நீங்க சொல்றது உண்மைதான். இன்னமும் சாதி பார்த்துத்தான் கல்யாணம் பண்றாங்க. வெளியில இல்லைன்னாலும் கல்யாணப்பத்திரிகையில சாதி இருக்கு. ஆனா ஏதோ மறைக்க வேண்டிய விஷயம்னு ஒரு பாவலாவாவது இருக்கே? கண்டிப்பா கம்யூனிட்டி சர்டிபிகேட், ரிசர்வேஷன் பத்தி முட்டாள்தனமான கேள்விகளை நீங்க கேக்க மாட்டீங்கன்னு எனக்குத் தெரியும். இங்கேயும் ஒரு கிராமத்துக்குப் போனா என் ஊரு என்ன, தெரு என்ன, அப்பா பேரு என்ன, நான் கும்பிடற சாமி என்னான்னு கேட்டு சாதியைக் கண்டுபிடிக்கப் பார்ப்பாங்க. ஆனாலும் அதைக் கேட்டு விசாரிச்சுத்தான் கண்டுபிடிக்க முடியும். ஆனா உங்களுக்கு அது பப்பரப்பான்னு வெளிப்படையாவே இருக்கே?"

"அண்டர்ஸ்டுட் வீரா. ஆனா என்கிட்ட சாதியுணர்வு இருக்குன்னு ஃபீல் பண்றியா?"

"நம்ம காலேஜ் பல புரபசர்களைவிட நீங்க முற்போக்கானவர்தான். ஆனா எனக்கு ஒரே ஒரு கேள்விதான் சார். உங்களுக்குச் சாதி எண்ணம் இல்லாம இருக்கலாம். உங்க அப்பாவோட பேராவும் இருக்கலாம். ஆனா அது பெருமையா இருக்கு, இல்லைன்னா சங்கடமா இல்லைங்கிறதுக்காகத்தான் அதைப் பேருக்குப் பின்னால போட்டிருக்கீங்க. உங்களுக்கு இருக்கிற மாதிரி எனக்கும் ஒரு சாதி அடையாளம் இருக்கு.

ஆனா அதை நான் பேருக்குப் பின்னாடி போட முடியாது. ஏன்னா எனக்கு அது இழிவு. நீங்க உங்க பேருக்குப் பின்னாடி சாதி போட்டிருக்கிறது, நீங்க என்ன சாதின்னு மட்டும் சொல்லலை, உங்க எதிரில் இருக்கிற நான் என்ன சாதி, அது எவ்வளவு இழிவானது, பேருக்குப் பின்னால போட முடியாததுங்கிறதையும் சேர்த்துத்தான் சொல்லுது. உங்க சாதிப்பெயர் உங்களுக்குப் பெருமையா இல்லாமக்கூட இருக்கலாம். ஆனா அது எனக்கு அவமானமாத்தான் இருக்கும்."

பிறகு உரையாடல் வேறு திசையில் திரும்பினாலும் அவ்வளவு இணக்கமாக இல்லை. வீரா அறைக்கு வந்து உறங்கச் செல்வதற்கு முன் அவரிடமிருந்து குறுஞ்செய்தி வந்திருந்தது.

"யூ ஆர் ரைட் வீரா. நான் கெஜட்ல பேர் மாற்ற விண்ணப்பிக்கப்போகிறேன். இனி வெறும் கோபால்தான் நான்."

❐ ❐ ❐

சுகுணா திவாகர்

38. மொட்டைமாடி கொலைகள்

"அப்பா மொட்டைமாடிக்குப் போலாமா?" சுனில் கேட்டதும் ராகவனுக்கு படபடப்பு ஆரம்பமானது. தலைசுற்றுவது போலிருந்தது. 'கொஞ்சநேரம் சோபாவில் உட்கார்ந்தால் பரவாயில்லை' என்றிருந்தது. ஆனாலும் அவன் வெளிக்காட்டிக்கொள்ளவில்லை.

"உங்கப்பாதான் வரமாட்டார்னு தெரியும்ல?" என்றாள் செல்வி.

"அதெல்லாம் தெரியாது. வீட்டுல போரடிக்குது. மாடிக்குப் போலாம்" என்றான் சுனில்.

"இங்கேயே விளையாடுடா" என்ற ராகவனின் பேச்சைக் கேட்கத் தயாரில்லை அவன்.

"ஏங்க மொட்டைமாடிதானே? பயப்படாதீங்க. வாங்க பார்த்துக்குவோம்" என்று செல்வி அழைக்கவும் அரை இதயத்துடன்தான் வந்தான்.

சும்மா மொட்டைமாடிக்கு வந்துவிடுவதாலேயே எதுவும் ஆகிவிடப்போவதில்லை. ஆனால் அந்தப் பயம்தான் புழுவைப்போல் உள்ளேயிருந்து அரித்துக்கொண்டேயிருந்தது.

மொட்டைமாடிக் கதவைத் திறந்து உள்ளே நுழைந்ததும் ஒரு குழந்தையைப் போல் காற்று தழுவிக் கட்டிக்கொண்டது. பக்கத்து வீட்டில் இருந்து வளர்ந்த தென்னைக்கீற்றுகள் இந்தப் பக்கம் மொட்டைமாடிச் சுவர்களில் வந்து விழுந்ததை இப்போதுதான் பார்க்கிறான்.

சுற்றிலும் பார்க்கும்போது கிட்டத்தட்ட எல்லா மொட்டைமாடிகளிலும் ஆள்கள் இருப்பது தெரிந்தது. வாரயிறுதிகளில் சினிமா, கடற்கரை, வணிக வளாகம், பூங்கா, தீவுத்திடல் பொருட்காட்சி என்று எங்காவது போய்விடுவது வழக்கம். வாரம் முழுதும் வீட்டிலிருக்கும் பெண்களுக்கும் அது சிறுமீட்சி. ஆனால் கொரோனாவும் ஊரடங்கும் வாரம் முழுவதையும் ஞாயிற்றுக்கிழமை ஆக்கிவைத்திருக்கிறது. எங்கும் வெளியில் போகாமல் முடக்கிவைத்திருக்கிறது. அதனால்தான் எல்லார் வீட்டு மொட்டைமாடிகளிலும் இவ்வளவு ஆட்கள். புது அனுபவம் என்பதை அவர்களின் உடல்கள் சொல்லிக்கொண்டிருந்தன.

“நாம இந்த ஃபிளாட் வாங்கி எவ்ளோ நாளாச்சு?”

“ஆகஸ்ட் வந்தா மூணு வருஷம்”

“ஆனா இதுவரைக்கும் நாம மொட்டைமாடி வந்ததில்லை”

“நீங்க வந்ததில்லைன்னு சொல்லுங்க. நான் துணிகாயப்போட இங்கேதானே வருவேன்?”

“அதுக்குப்பேரு மொட்டைமாடிக்கு வர்றதில்லை”

“எங்கே, நீங்க வந்தாத்தானே நாங்க வர முடியும்? உங்களுக்குத்தான் பயமாச்சே” என்றாள் செல்வி.

வெய்யில் மட்டுப்பட்டு காற்று இதம் கூட்ட ஆரம்பித்தது. சுற்றிலும் உள்ள மொட்டைமாடிகளைப் பார்த்தான். கிட்டத்தட்ட எல்லா வீட்டு மொட்டைமாடிகளிலும் ஏ.சி அவுட்டோர். மூன்றில் இரண்டுபங்கு மொட்டைமாடிகளில் டிஷ் ஆன்டனா. பாரபட்சமில்லாமல் எல்லா மொட்டைமாடிகளிலும் துணிகளுடனும் இல்லாமலும் கொடிக்கயிறுகள். ஆங்காங்கே சிறுவர்கள் காத்தாடி விட்டுக்கொண்டிருந்தார்கள். அமேசானில் ஆர்டர் செய்தால் காத்தாடி கிடைக்கிறதாம். ஆனால் ராகவனின் சிறுவயது மொட்டைமாடியில் இவை எதுவுமில்லை.

★★★

எப்போதிருந்து தனக்கு மொட்டைமாடி பரிச்சயம் என்று ராகவன் யோசித்துப்பார்த்தான். தொடக்கப்பள்ளியில் படிக்கும்போதிருந்தே மொட்டைமாடி பழக்கம்தான். பள்ளி ஆண்டு விடுமுறையில் குடும்பத்துடன் அப்பளம் வேலை

பார்ப்பது வழக்கம். கம்பெனியில் இருந்து எடை நிறுத்தி மாவும், உருட்டுவதற்கான சாதனமும் தந்துவிடுவார்கள். மாவைப் பிசைந்து உருட்டி சிறுதுண்டுகளாக்கி, அப்பளக்கட்டையில் வைத்து தேய்த்தால் விரல் அப்பளம் உருவாகிவிடும். பிறகு அப்பளங்களை நியூஸ் பேப்பரில் வைத்துக் காயவைப்பது மொட்டைமாட்டியில்தான்.

அரிசியிலோ, மாவிலோ ஏதேனும் புழு, பூச்சி வந்துவிட்டால் வெயிலில் காயவைப்பதும் மொட்டைமாடியில்தான். வடாகம் என்று அழைக்கும் வழக்கமில்லை. வற்றல், மிளகாய், மல்லி காயவைப்பது மொட்டைமாடியில்தான். மதிய வெயிலில் செருப்பில்லாமல் மொட்டைமாடியில் நடக்க முடியாது. கால் பொத்துப்போகும். மொட்டைமாடியின் விளிம்புச்சுவரில் மூன்று சதுரங்கள் இருக்கும். அந்தக் கால கட்டட அமைப்பு. அதன் இடைவெளித் துவாரத்தில் இருந்து கீழே தெருவைப் பார்த்தால் வினோதமான தோற்றத்துடனிருக்கும் தெரு. கீழே நடந்து செல்லும் மனிதர்களை உயரத்திலிருந்து பார்க்கும்போது ஒரு உற்சாகமும் மகிழ்ச்சியும் கொப்புளிக்கும்.

“அம்மா, ஃப்ளைட்ல இருந்து கீழே பார்க்கும்போது இப்படித்தானே இருக்கும்?” என்பான் ராகவன். அப்பாவும் தலையாட்டிச் சிரிப்பார்.

“ஆமா வாராவாரம் விருதுநகருக்கும் சாத்தூருக்கும் உங்கப்பாரு ஃப்ளைட்ல போயிட்டு வர்றாரு. அப்போ கீழே பார்த்து நம்ம வீட்டு மொட்டைமாடியைக் கண்டுபிடிச்சாரு” என்று கிண்டலடித்தார் அம்மா.

“ஏன்பா கடவுள் மேல இருந்து நம்மைப் பார்க்கிறப்போ மொட்டைமாடியில இருந்துதானே பார்ப்பாரு?” என்பான் தம்பி அன்பு.

இப்போது நினைத்தால் ராகவனுக்கு அது சுவாரஸ்யமான உவமையாக இருக்கிறது. வானம் என்பது உலகத்தின் மொட்டைமாடி. மொட்டைமாடியில் இருந்து கீழே இருப்பவர்களைப் பார்ப்பது எப்படி உற்சாகமோ அதேபோல்தான் மொட்டைமாடியில் இருந்து வானத்தைப் பார்ப்பதும் உற்சாகம்தான். மாலை நேரத்து வானத்திலிருந்துதான் அந்த உற்சாகம் தொடங்கும். வெப்பம் கொஞ்சம் கொஞ்சமாகக்

குறைந்து இதமான சூடு காற்றில் பரவியிருக்கும். விசேஷ வீட்டுப் பெண்களைப்போல சூரியன் பொன்னிறமாகியிருக்கும். குறிப்பாக கூடு திரும்பும் பறவைகளைப் பார்ப்பதுதான் அதிகமும் பரவசம் தரும் அனுபவம். நாரைகள் கூட்டம் கூட்டமாகப் பறந்து செல்வதும் அதைப்போலவே மேலே மேகங்கள் மிதந்து செல்வதும், பார்க்க அப்படியோர் அனுபவம். எத்தனையோ பறவைகளை இப்படி பார்த்திருக்கான். அவற்றில் கணிசமான பறவைகளின் பெயர்கள் இன்னமும் ராகவனுக்குத் தெரியாது. எதற்குத் தெரிய வேண்டும்? பறவைகளுக்குப் பெயர் வைக்கும் உரிமையை மனிதர்களுக்கு யார் கொடுத்தது?

இரவு நேரத்தில் மொட்டைமாடியில் படுத்தபடி வானத்தை அண்ணாந்து பார்ப்பது பரிநிப்பாணம். எப்போது வெளியே சுடர்விடும், எப்போது மேகங்களுக்குள் மறைந்திருக்கும், எதிர்பாராத நேரத்தில் மீண்டும் வெளியே வரும் என்று காதலிக்கும் பெண்ணைப் பின்தொடர்வதைப் போலவே நிலவை வேவு பார்க்கலாம். நட்சத்திரங்கள் பார்க்க பார்க்க பரிச்சயமாகும். ராகவனின் அப்பா வரிசையாய் இருக்கும் மூன்று நட்சத்திரங்களுக்கும் ராகவன், அன்பு, கௌரி என்று தன் குழந்தைகளின் பெயர்களை வைத்தார். பிறகு அவரவர் நட்சத்திரங்களை அவரவர் பராமரிக்கத் தொடங்கினர்.

"வயசானவங்க எல்லாம் செத்து மேலே போய் நட்சத்திரமாயிடுவாங்க. அது சந்துரு பெரியப்பா, இது லோகு மாமா" என்பார் அம்மா.

★★★

"ஆமா, உனக்கு மொட்டைமாடின்னதும் என்ன ஞாபகம் வரும்?"

"என் அத்தை பையன் பிரணவ் இருக்கான்ல, அவன் மொட்டைமாடியில்தான் எனக்கு புரபோஸ் பண்ணான். கிஸ்ஸடிக்கக்கூட ட்ரை பண்ணான்"

"அடிப்பாவி, அடிச்சானா இல்லையா?"

"ட்ரை பண்ணான்னு சொன்னா, அடிக்கலைன்னுதானே அர்த்தம்? அதுக்குள்ள அவன் சித்தி மாடிக்கு வந்துட்டாங்க"

"டிஸ்ஸப்பாயிண்டிங். அப்புறம் புரபோஸ் என்னாச்சு?"

"என்னத்த ஆகும், ஏதாவது ஆகியிருந்தா நீங்களும் நானும் கல்யாணம் பண்ணி மொட்டைமாடியில் நின்னுக்கிட்டிருப்போமா?"

"ஆமா மொட்டைமாடின்னதும் உனக்கு அத்தைப்பையனும் முத்தமும் மட்டும்தான் ஞாபகம் வருதா? வேற எதுவும் ஞாபகம் வரலையா?"

"உங்களுக்கு என்ன ஞாபகம் வந்தது?"

ராகவன் சொன்னதும் சிரித்த செல்வி, "இதெல்லாம் எனக்கும்தான் நடந்துச்சு. வத்தல், நட்சத்திரம் எல்லாம். ஆனா கொஞ்சம் வித்தியாசமான அனுபவம்கிறதால சொன்னேன். ஆமா நீங்க நல்லபுள்ளை மாதிரியே சொல்றீங்களே. வேற மொட்டைமாடி திருட்டு தம் அனுபவம்லாம் இல்லையா?"

"ச்சேச்சே. என் சித்தப்பா மொட்டைமாடியில் பீர் அடிக்கிறதைப் பார்த்திருக்கேன், அவ்ளோதான்"

"சித்தப்பாவா, இல்லை நீங்களா?"

சிரித்த ராகவனுக்கு உண்மையில் மொட்டைமாடி என்றால் ஞாபகம் வருவது அந்தக் கொலைதான், அதைக் கொலை என்று சொல்ல முடியாவிட்டாலும்.

★ ★ ★

நண்பன் கண்ணபிரான் வீட்டு மொட்டைமாடி மிகப்பெரியது. ஒரு மைதானம் அளவுக்கு விரிந்தது. எட்டுக் குடித்தனங்கள் வசிக்கும் வீடு என்பதால் மொட்டைமாடியில் அவ்வளவு பிரமாண்டம். ஒரு ஞாயிற்றுக்கிழமை, மொட்டைமாடியிலேயே பிரானும் நண்பர்களும் கால்பந்து விளையாடத் தொடங்கினார்கள்.

தனக்கு கடத்தப்பட்ட பந்தை லாவகமாக வாங்கி, மொட்டைமாடியின் மூலைக்கு வந்த பிரான் வலதுகாலை ஓங்கி அடிக்க எத்தனிக்கையில், பரமு அவன் இடதுகாலுக்குள் தன் காலை நுழைத்தான். பிரான் பந்தை அடிப்பதைத் தடுப்பதுதான் பரமுவின் நோக்கம். ஆனால் பிரான் மொட்டைமாடிச் சுவருக்கு அப்பால் போய் எகிறி கீழே விழுந்து, அங்கேயே இறந்துபோனான். பந்து இடதுமூலையில் விசையுடன் வந்து விழுந்தது. கதறல்கள், கூட்டம், ரத்தம், கோரம், காவல்துறை

விசாரணை என்று கழிந்த நாள்களில்தான் ராகவனுக்கு மொட்டைமாடி என்றாலே பயம் வந்தது. மொட்டைமாடி என்றில்லை. உயரமான இடங்களில் நிற்கும்போது எல்லாம் பயமும் தலைசுற்றலும் வந்தன.

"இதுக்குப் பேரு அக்ரோபோபியா" என்றார் உளவியல் மருத்துவர்.

"வெர்டிகோன்னு ஹிட்ச்காக் ஒரு படம் எடுத்திருக்கார். அதில் துப்பறியும் நிபுணருக்கு ரெண்டு வியாதி இருக்கும். ஒண்ணு உங்களுக்கு இருக்கிற அக்ரோபோபியா. இன்னொண்ணு வெர்டிகோ. தன்னைச் சுற்றியிருக்கிற பொருள்கள் திடீர்னு சுத்துறதா தோணும் உணர்வு. குற்றவாளி ஒவ்வொரு மாடியா தாவித் தாவி ஓடறப்போ இவருக்கு அவனைப் பிடிச்சாக வேண்டிய கட்டாயம். ஆனா உயரம்னா பயம். நீங்க 'வசூல்ராஜா எம்.பி.பி.எஸ்' பார்த்திருக்கீங்களா?"

"பார்த்திருக்கேன். ஆனா கமலுக்கு அப்படி எந்த வியாதியும் இருக்காதே. 'வாழ்வே மாயம்'ல இருந்து 'உத்தம வில்லன்' வரைக்கும் அவர் ஃபேவரைட் வியாதி கேன்சர்தான்"

சிரித்த மருத்துவர், "உண்மைதான். ஆனா வசூல்ராஜாவில் கருணாஸுக்கு இந்த போபியா இருக்கும். படத்தில் கமல் டாக்டர் இல்லை, ஆனா கருணாஸ் பேஷன்ட்" என்று சிரிப்பைத் தொடர்ந்தார்.

அதிலிருந்து மொட்டைமாடிகள் முதல் மலைப்பகுதிகள் வரை தவிர்க்க ஆரம்பித்தான் ராகவன். "மலையேறனும்னாலும் மச்சான் துணை வேணும்னு சொல்வாங்க. மச்சானுக்கு மலையேறுறதுனாலே பயம்" என்று சிரிப்பான் செல்வியின் தம்பி.

★★★

மீண்டும் ஒருமுறை வானத்தைப் பார்த்தான். வானத்தைப் பார்க்கும்போதுதான் இவ்வளவு பெரிய பூமியில் நாம் ஒரு குமிழி, இவ்வளவு பெரிய பிரபஞ்சத்தில் நாமொரு துளிநீர் என்று தெரிகிறது. வானம் பார்த்து எத்தனை நாள்கள் இருக்கும் என்று யோசித்தான் ராகவன். 20 ஆண்டுகள் இருக்கும். வீடு, அலுவலகம், சாலை, வாகனம் என்பதைத் தாண்டி முழுதாய் 10 நிமிடங்கள் வானத்தைப் பார்த்து பல ஆண்டுகள்

ஆகின்றன. அதுவும் மொட்டைமாடியில் இருந்து வானத்தைப் பார்க்கும்போதுதான் அதன் பிரமாண்டம் தெரிகிறது. வானம் பார்த்தல் ஒரு கலை. வானமே ஒரு கலை. மேகம் விதவிதமாய்ச் சித்திரங்களைத் தீட்டுவதும், பறவைகளின் இசைக்கலவையும் கவிதையையும் கதையையும் வாரி வாரி வழங்கும் மிகப்பெரிய கலைக்கிண்ணம் இந்த வானம்.

யோசித்தபடியே சுவரின் ஓரத்தில் வந்த ராகவனைத் தடுத்து நிறுத்தினாள் செல்வி.

"பார்த்து நடங்க. கீழே எதுவும் பார்க்காதீங்க. தலை சுத்தப்போகுது" என்றாள்.

தலையாட்டி நகர்ந்தவன் அரைக்கண்களால் கீழே பார்த்தான். தலை ஒன்றும் சுற்றவில்லை. புன்னகைத்தபடி சுற்றியிருந்த மொட்டைமாடிகளை நோட்டம் விட்டுவிட்டு, வானத்தை செல்போனால் படம் பிடித்தான்.

அப்போதுதான் ஆறாவது தெருவில் இருந்த ஒரு வீட்டின் மொட்டைமாடியில் இருந்து விடப்பட்ட காத்தாடியின் மாஞ்சா நூல் அறுந்து, சைக்கிளில் வந்த முதியவரின் கழுத்தை அறுத்தது. அமெரிக்காவின் லாஸ் ஏஞ்செல்ஸில் 'த போலார் எக்ஸ்பிரஸ்' ஹாலிவுட் படத் தயாரிப்பாளர் ஸ்டீவ் பிங்க் 27வது மாடியில் இருந்து குதித்து தற்கொலை செய்துகொண்டார்.

❏ ❏ ❏

39. சலிப்பின் கடவுள்

கபிலனுக்கு சலிப்புதான் ரத்தமாய் ஓடுகிறது. ஓடுகிறது என்றால் பாய்வது அல்ல. மெல்ல மெல்ல திக்கித் திக்கித் திக்கி நகர்வது. சலிப்புதான் சுவாசமாய் நுரையீரலில் இருந்து நிதானமாய் ஆவியாகி நாசியை எட்டுகிறது. மனித ஆயுள் சராசரியில் 40 சதத்தை எட்டும்போதே அவனுக்கு வாழ்க்கையில் சலிப்பு தட்டத் தொடங்கியிருந்தது. 'வாழ்க்கையின் உண்மையான அர்த்தம் என்ன?' என்ற கேள்விக்கான பதிலை ஞானிகள் நீண்ட தியானத்தில் ஆழ்ந்து தேடிக்கொண்டிருந்தார்கள். கபிலனோ அந்தக் கேள்விக்குறியின் வாலைப் பிடித்து இழுத்து 'சலிப்பு' என்று பதில் சொன்னான். சலிப்பு குறித்த அவன் தேடலில்தான் சிசிபஸ் அறிமுகமானான். அறிமுகமானது என்றும் சொல்லலாம்.

★★★

"சிசிபஸ் நீ ஒரு கிரேக்க புராணப் பாத்திரம். போர் வீரனான உனக்குத் தெய்வங்கள் சாபமிட்டன. அந்தச் சாபத்தின்படி நீ ஒரு பாறையை உருட்டி மலையுச்சிக்குக் கொண்டுசெல்ல வேண்டும். பிறகு அதை மீண்டும் அடிவாரத்துக்குக் கொண்டு செல்லவேண்டும். பிறகு மீண்டும் மலையுச்சிக்கும் மீண்டும் மீண்டும் அடிவாரத்துக்கும் என ஒருநாள் முழுவதும் நீ இதையே செய்ய வேண்டும். உன் வாழ்நாள் பணியும் இதுவே. இதைத்தான் மனிதர்களும் செய்துகொண்டிருக்கிறார்கள். காலையில் எழுந்து குளித்து, சாப்பிட்டுவிட்டு வேலைக்குச் செல்கிறார்கள். பிறகு வீட்டுக்கு வந்து சாப்பிட்டு உறங்குகிறார்கள்.

சுகுணா திவாகர்

மீண்டும் காலையில் எழுந்து குளித்து, சாப்பிட்டுவிட்டு வேலைக்குச் சென்று, பிறகு வீட்டுக்கு வந்து சாப்பிட்டு உறங்குகிறார்கள். திருமணம் செய்து குழந்தைகள் பெற்றுக்கொள்கிறார்கள். அந்தக் குழந்தைகள் வளர்ந்து திருமணம் செய்து குழந்தைகளைப் பெற்றுக்கொள்கிறார்கள். பிறகு அந்தக் குழந்தைகள் வளர்ந்து... இப்படித்தான் இவர்களும் பாறையை உருட்டிக்கொண்டிருக்கிறார்கள். உண்மையில் மனிதர்களுக்கு, சிசிபஸ் நீதான் கடவுள்; சலிப்பின் கடவுள். ஆனால் இவர்களோ அற்புதம் நிகழ்த்தும் கடவுள்களை வணங்கிக்கொண்டிருக்கிறார்கள். கடலைப் பிளந்தும் மழையை மேல்நோக்கிப் பெய்யவும் செய்யும் கடவுள்களை வணங்குகிறார்கள். ஆனால் இவர்கள் வாழ்க்கையில் ஒருபோதும் அற்புதங்கள் நிகழப்போவதில்லை. சிசிபஸ், நீதான் மனிதர்களுக்குத் தகுதியான கடவுள். நீயே வணங்கத்தக்கவன்"

"கபிலன், என்ன உளறுகிறாய்? இதுபோன்ற கதைகளை நீ உன் ஊரில் கேட்டதில்லையா? வேதாளத்தை விக்கிரமாதித்யன் சுமப்பதும் கதையின் புதிரை விக்கிரமாதித்யன் அவிழ்த்ததும் வேதாளம் பறப்பதும் மீண்டும் வேதாளத்தை விக்கிரமாதித்யன் சுமப்பதும் சக்கரம்தானே! நான் பாறையைச் சுமக்கிறேன். விக்கிரமாதித்யன் வேதாளத்தைச் சுமக்கிறான். நான் மலையில் உருட்டுகிறேன். வேதாளம் கதையில் உருட்டுகிறது"

"இல்லை சிசிபஸ். வேதாளம் - விக்கிரமாதித்யன் கதையின் நுட்பம் சலிப்பில் இல்லை. அது கதைகளில், அதன் புதிர்களில், சுவாரஸ்யங்களில் இருக்கிறது. ஆனால் மனிதர்களின் வாழ்க்கையில் புதிர்களும் சுவாரஸ்யங்களும் இல்லை. அவர்கள் வேதாளங்களைச் சுமக்கிறார்கள் என்பது உண்மைதான். ஆனால் அந்த வேதாளங்கள் எந்தப் புதிரையும் சொல்வதில்லை. எந்த சுவாரஸ்யமான கதைகளையும் பகிர்வதில்லை. உண்மையாகவே அவர்கள் உன்னைப்போல்தான் பாறைகளை மலையுச்சிக்கு ஏற்றி இறக்கிக்கொண்டிருக்கிறார்கள்"

★★★

கபிலன் ஆதரவற்றோர் இல்லத்தில் வளர்ந்தவன். கல்வி, வேலை என்று எதுவும் அமைவதில் அவனுக்குத் தடைகளோ சிக்கல்களோ இருந்ததில்லை. முப்பது வயதுக்குள் அவனுக்கு எல்லோருக்கும் கிடைக்க வேண்டிய எல்லாமும்

கிடைத்திருந்தன. அதனாலோ என்னவோ வாழ்க்கையில் சலிப்பு தட்ட ஆரம்பித்திருந்தது. அவன் கையில் இப்போது ஐந்து கோடி இருக்கிறது. எப்படி வந்தது என்று கதை சொல்லும் என்னிடம்கூட அவன் சொன்னதில்லை. நிச்சயமாக அது அவன் சேமிப்பின் மூலமாக வந்ததாக இருக்க வாய்ப்பில்லை. அவனுக்கு நாளை குறித்த எந்தக் கவலையும் அச்சமும் குழப்பமும் இல்லை. அவன் பிரச்னை 'இன்று'தான். நேற்றும் இன்றும் நாளையும் மறுநாளும் ஒரேமாதிரி இருப்பதுதான். சலிப்பைப் போக்கிக்கொள்ளத்தான் அவன் நிறைய வாசிக்க ஆரம்பித்தான். புத்தகம் சலிப்பு தட்டியபோது இணையத்தில், பிறகு இணையம் சலித்தபோது புத்தகத்தில். அவன் படிக்கப் படிக்க சலிப்பு என்பது இரவு நேரத்து நிழலைப்போல அவனைவிடவும் வளர்ந்துகொண்டேபோனது.

★★★

"நீ காதலித்ததில்லையா கபிலன்? உன் சலிப்புக்கான மருந்து காதல்தான்"

"சிசிபஸ். நான் என்ன சிறுகுழந்தை என்று நினைத்தாயா? என் வயதுக்கு இந்நேரம் திருமணமாகியிருக்க வேண்டும். ஏழு காதல்கள்"

"ஏழு பேரைக் காதலித்தாயா?"

"ஆமாம். அதில் மூன்றுபேர் என்னைக் காதலித்தார்கள். காதல் என்பதுதான் இருப்பதிலேயே பெரிய சலிப்பு. 'சாப்பிட்டியா', 'தூங்கினியா?', 'இது எனக்கு நல்லாயிருக்கா?', 'என்னை உனக்கு எவ்ளோ பிடிக்கும்?', 'நிஜமாவே லவ் பண்றியா?', 'அவகூட ஏன் பேசினே?', 'இது உண்மையான காதல் இல்லை', 'அப்புறம்...', 'சொல்லு', 'அப்புறம்'.... அதிகபட்சம் 20 வார்த்தைகள். என் மூன்று காதலிகளும் இதையேதான் மீண்டும் மீண்டும் பேசினார்கள். அப்புறம்...அப்புறம்...அதுவும் சலித்துப்போனது"

★★★

கபிலன் ஒரு வாடகை வீட்டில் வசிக்கும்போது அந்த வீட்டு உரிமையாளரிடம் அவர் மனைவி தினமும் கேட்கும் கேள்வி, "இன்னைக்கு என்ன குழம்பு வைக்க?". இதைச் சலிக்காமல் அவர் தினமும் கேட்பார். வீட்டு உரிமையாளர் மட்டுமில்லை,

கபிலனின் திருமணமான நண்பர்கள் வீட்டிலும் இதையேதான் நண்பனின் மனைவிகள் கேட்டார்கள். சாம்பார், புளிக்குழம்பு, மோர்க்குழம்பு, ரசம், கறிக்குழம்பு, மீன் குழம்பு, மீண்டும் சாம்பார், புளிக்குழம்பு என்று அதிகபட்சம் ஏழு குழம்புகளையே அவர்கள் வாரம் முழுவதும் சமைத்தார்கள். பிறகு அடுத்த வாரத்துக்கு அதே சாம்பாரில் ஆரம்பித்து மீன் குழம்பில் முடித்தார்கள். சமயங்களில் வரிசை மாறும் என்றாலும் அதன் எண்ணிக்கை இவ்வளவுதான். "இன்னைக்கு என்ன குழம்பு வைக்க?" என்ற கேள்வியை மனைவிகள் ஒரு சிலுவையைப் போல் இழுத்தபடி வீட்டின் நான்கு மூலைகளிலும் அலைந்ததை அவன் பார்த்தான்.

பிறகுதான் அவன் எல்லா நாட்டு உணவுகளையும் தேடித் தேடி உண்ணத் தொடங்கினான். காலை ஆசிய உணவு, மதியம் லத்தீன் அமெரிக்க உணவு, இடையில் ஆப்பிரிக்க சூப், இரவு ஆஸ்திரேலிய உணவு என்று. அதுவும்கூட ஒருகட்டத்தில் ஒரு வட்டத்தில் வந்து முடிந்தது.

★ ★ ★

விளையாட்டு, உணவு, காமம், அரசியல், இலக்கியம், மர்மம் என எல்லாமும் சலித்தபிறகு ஒருகட்டத்தில் தற்கொலைகள் குறித்துத் தேடித்தேடிப் பார்க்கவும் படிக்கவும் தொடங்கினான். தூக்கிடுவது, மாத்திரைகள், தண்டவாள ரயில், கைநரம்பு துண்டித்தல், அளவு கூடிய போதை ஊசி என வழக்கமான தற்கொலை முயற்சிகளைத் தாண்டி புதுமையான தற்கொலை முயற்சிகள் இருக்கின்றனவா என்று தேடிப்பார்க்கத் தொடங்கினான்.

★ ★ ★

"சிசிபஸ் நேற்று ஒரு கனவு கண்டேன். நீ மலையில் கால் தடுக்கிக் கீழே விழுகிறாய். உன் கையில் இருந்து நழுவிய பாறை என் தலையை நோக்கிவருகிறது"

"என்ன இப்படி தற்கொலைகளைத் தேட ஆரம்பித்து விட்டாய், வாழ்க்கை சலித்ததால் தற்கொலை செய்யப்போகிறாயா?"

"இல்லை. தற்கொலை, மரணம் என்பது வாழ்க்கையைவிட பெரிய சலிப்பு. நான் வாழ்க்கையை விட்டு விலகி ஓடவில்லை. வாழ்க்கையை நோக்கி ஓடுகிறேன். வாழ்க்கையில்

தோற்றால்தான் தற்கொலை. வாழ்க்கைதான் என்னிடம் தோற்கிறது. அதுதான் நான் விரும்பும்வகையில் தன்னிடம் என்ன இருக்கிறது என்று திறந்துகாட்ட வேண்டும். மரணத்திடம் காட்டுவதற்கு என்ன இருக்கிறது? அது இருள்கிணறு"

★★★

சிசிபஸ் சொல்லும் சில ஆலோசனைகள் அவனுக்குப் பிடித்திருக்கின்றன. வழக்கமான வேலையை விட்டுவிட்டு ஒரு கிராமத்தில் தங்கி விவசாயம் பார்த்தான். அதே மரம், பறவைகள், தண்ணீர், மதிய வெய்யில். தன் பழைய வேலையைவிட இது சலிப்பாக இருப்பதாகக் குறைப்பட்டுக்கொண்டான்.

"நீ ஏன் ஒரே இடத்தில் ஆணியடித்திருக்கிறாய்? உலகம் முழுதும் சுற்றி வரலாமே. எத்தனை மனிதர்கள், எத்தனை பண்பாடுகள், எத்தனை நிறங்கள், எத்தனை நறுமணங்கள்"

கையில் பணமிருக்கிறது என்பதால் கபிலன் உலகத்தைச் சுற்றிவர ஆரம்பித்தான். ஆனால் எங்கே போனாலும் சலிப்பு வேதாளத்தைப் போல் அவன் தோள்மீது ஏறிவந்தது.

★★★

"உங்களுக்கு வந்திருக்கிறது உளவியல் நோய்தான். தொடர்ச்சியான கவுன்சிலிங், மருந்துகள் மூலமா சரிபண்ணலாம்"

"தெரியலை டாக்டர். ஆனால் எதையும் ரசிக்க முடியலை. ஈடுபாடு இல்லை. ஒருகட்டத்தில் சலிப்பும் சுவாரஸ்யமாக இல்லை. நான் சரியா, தப்பான்னும் தெரியலை. எதுக்கும் ஒரு டாக்டரைப் பார்க்கலாம்னுதான் வந்தேன்"

"உங்களுக்குக் காதல், திருமணத்தில் நம்பிக்கையில்லாம இருக்கலாம். ஆனா குழந்தைகளைத் தத்தெடுத்து வளர்க்கலாமே?"

"எதுக்கு டாக்டர், எல்லாக் குழந்தைகளும் ஒரேமாதிரிதானே வளர்வாங்க?"

"அப்போ நீங்க செல்லப்பிராணிகள் வளர்த்துப்பார்க்கலாமே?"

“என்ன டாக்டர், குழந்தைகளில் இருந்து நாய்க்குட்டி வரைக்கும் இறங்கி வந்துட்டீங்க?”

40 நிமிடங்களுக்கு வாங்கி வைத்திருந்த அப்பாயின்ட்மென்ட் மூன்றுமணி நேரத்துக்கும் மேலாக நீட்டித்தது.

★★★

நான்கு நாள்களில் அந்த மருத்துவமனை பரபரப்பில் மூழ்கியது. மருத்துவரைக் காணவில்லை என்ற புகாரின்பேரில் பல திசைகளிலும் தேடத் தொடங்கினார்கள்.

★★★

“நீட்ஷேன்னு ஒரு ஜெர்மன் பிலாசபர் ஒரு முக்கியமான கேள்வியை முன்வைத்தாராம். என் நண்பர் ஒருத்தர் சொன்னார். ‘நீ இதுவரை வாழ்ந்த வாழ்க்கையை மறுபடியும் மறுபடியும் இன்ஃபினிட்டி டைம்ஸ் வாழணும்னு சொன்னா நீ என்ன செய்வே?’ன்னு. நல்ல கேள்வில்ல? 23 வயசுன்னா மறுபடி 23 வருஷம் வாழணும். 77 வயசுன்னா மறுபடி மறுபடி 77 வருஷம் வாழணும்” என்று சொன்ன டாக்டரின் கையில் கஞ்சா சிகரெட் புகைந்துகொண்டிருந்தது.

ஒரு பதிலும் சொல்லாமல் சிசிபஸ் மலையுச்சியை நோக்கி நகர்ந்தான்.

❒ ❒ ❒

40. அலை

அலை 1.1

பெருத்த வயிற்றுடன் அங்குமிங்கும் அலைபாய்ந்தபடி தேடத்தொடங்கினாள் அவள். மூச்சிரைக்க ஒரு பெரும் காட்டுவிலங்கைப்போன்ற கோபத்துடன் அவள் பார்த்த பார்வை அவனுக்குக் குழப்பமாகத்தான் இருந்தது. அவன் வாயில் மாமிசத்தின் நிணம் வழிந்துகொண்டிருந்தது.

"என்ன செய்றே?" சைகையில்தான் கேட்டான்.

"நம்ம குழந்தையைக் காணோம், பார்த்தியா?"

"நம்ம குழந்தையா, எனக்கும் அதுக்கும் என்ன சம்பந்தம்?"

"சரி, அது என் குழந்தை. பார்த்தியா இல்லையா?"

"நான் எதுக்கு அதைப் பார்க்கிறேன்? ஏற்கெனவே எதைப் பார்த்தாலும் பயமா இருக்கு. வானத்தில கடமுடான்னு சத்தம் கேக்குது. திடீர் திடீர்னு வெளிச்சம் வருது. பாம்பைக் கண்டாலும் பயம். எது சாமி, எது பேய், எது மிருகம்னு தெரியலை. நீ வேற அடிக்கடி வயிறு வீங்கிடுறே. எனக்கு உன்னைப் பார்த்தாலும் பயமாயிருக்கு."

ஆதித்தாயின் குழந்தைகளுக்கு அப்பனில்லை. அதுவாய் வளர்ந்து அறிவு பெறும்வரை, இரை தேடும்வரை குழந்தைகளைக் காக்க வேண்டியது தாயின் கடமை. ஏற்கெனவே பெற்ற குழந்தை கடும் மழையில் இறந்துபோனது. ஏனோ தெரியவில்லை. அதன் உடம்பு வெய்யிலில் காய்ந்த பாறையைப்போல்

சுகுணா திவாகர்

சுட்டுக்கொண்டேயிருந்தது. இந்தக் குழந்தையை இப்போது காணவில்லை.

ஆதித்தாய் ஒரு யானை அசைவதைப்போல பெரும்வயிற்றுடன் அசைந்து அசைந்து நடக்கத் தொடங்கியதைச் சலனமின்றி உற்றுப்பார்த்த அவன், பிறகு அவசரமாக அங்கிருந்த ஒரு கனியை உண்ணத்தொடங்கினான்.

செல்லும் வழியெங்கும் புதர்களை விலக்கிப்பார்த்தபடி, குழிகளைக் குனிந்து பார்த்தபடி நடந்துகொண்டிருந்தாள். ஓவென்று இரையும் அருவியின் ஓசை அவள் அச்சத்தை இன்னும் அதிகப்படுத்தியது. ஒரு பெரும்பறவை பறந்து வந்து அமர்ந்ததில் மரக்கிளை முறியும் சத்தம் கேட்டது. அந்தச் சத்தத்தைக் கேட்டதும் கூட்டமாகக் கழுகுகள் தரையிலிருந்து அவசரமாகப் பறந்தன.

அங்கேதான் அந்தக் குழந்தை கிடந்தது. ஏதோ விலங்கு இழுத்துவந்து கடித்திருக்க வேண்டும். பாதி மாமிசமாகக் கிடந்த குழந்தையின் மூளையையும் கண்களையும் பறவைகள் கொத்தியிருந்தன. ஆதித்தாயின் பதைபதைப்புக்கு அவளுடல் ஒத்துழைக்கவில்லை. மெல்ல நிதானமாகக் குத்துக்காலிட்டு அமர்ந்தவள், சிதையுண்ட குழந்தையின் உடலைத் தழுவிப் பெருங்குரலிட்டு அழுதாள்.

அப்போது மொழி பிறக்கவில்லை என்பதால் அவளால் அழ மட்டுமே முடிந்தது. அது ஒரு முடிவற்ற கேவலாக இருந்தது.

அவள் வாழ்ந்த நிலத்தையும் வனத்தையும் பின்னொருநாள் கடல்கொண்டது. அவள் அதற்குள் மூழ்கியபோது தன் குழந்தையின் மூத்திரம்தான் நினைவுக்கு வந்தது. இதுவும் அதுபோல் உப்புக்கரிக்கும் நீர் என்றபடி அவள் நினைத்தபடியே...

(தொடர்ச்சி 1.2ல்)

அலை 1.5

பெரிதாகிக்கொண்டிருந்தது. கடற்கரையில் நடைப்பயிற்சியில் இருந்தவர்கள், சிறுகுழந்தைகள், பந்தாடிய இளைஞர்கள், அதிகாலையில் சுக்குக்காப்பியும் கற்றாழைச்சாறும் விற்றுக்கொண்டிருந்தவர்கள், கர்ப்பிணிப்பெண்கள், மூன்று

265
அஞ்சிறைத்தும்பி

தெருவோர மாடுகள், ஆக்ரோஷமாய்க் குலைத்த நாய்கள் என அனைவரும் அண்ணாந்து பார்த்தனர். அண்ணாந்து பார்க்கும்படிதான் அலைகள் எழுந்து வந்தன. இரண்டல்ல, மூன்றல்ல, எண்ண முடியாதளவுக்கு அலைகள் சேர்ந்து பேரலைகளாய் உருமாறியிருந்தன. பெண்கள் விரிந்துகிடக்கும் கூந்தலை அள்ளி முடிவதைப்போல அத்தனை அலைகளும் ஒன்றிணைத்து ஒரு ராட்சத அலை எழுந்து வந்தது. மக்களும் மக்களுக்குப் பழக்கப்பட்ட விலங்குகளும் இதுவரை அப்படியொரு காட்சியைப் பார்த்ததில்லை. கடல் எழுந்து நகரத்துக்கு வருகிறது என்றுதான் எல்லோருக்கும் தோன்றியது. தங்கள் வாழ்நாளில் பார்த்திராத காட்சி என்பதால் எப்படி புரிந்துகொள்வது, என்ன பெயர் சூட்டுவது என்று தெரியாமல் ஆச்சர்யமும் திகைப்புமாய்ப் பார்த்துக்கொண்டிருந்தவர்களை அலை மூழ்கடித்தது. அந்த அலையில் விலங்குகளின் எலும்புகள், அஸ்தி, காற்செருப்பு, கொலுசு, சலங்கை, ரொட்டித்துண்டுகள் என எல்லாமும் மிதந்துவந்தன.

அலை 1.3

பெரும் சத்தம். ஆனால் முதலில் அதை ராபர்ட்சன் கவனிக்கவில்லை. கப்பலில் இருந்த சிப்பந்திகளும் சக பயணிகளும் கவனித்திருந்தார்கள். ராபர்ட்சன் எதைத்தான் கவனித்தார்? இத்தனைக்கும் கவனித்தலுக்காகவே தன் வாழ்க்கையை அர்ப்பணித்தவர் அவர். வெவ்வேறுவிதமான நிலப்பரப்புகளுக்கு ஆண்டு முழுதும் பயணம் செய்வது, அந்நிலத்து மக்கள், மொழி, சடங்கு, விழாக்கள், கடவுள்கள், வழிபாடுகள், திருமண உறவுகள் ஆகியவற்றைப் பயணக்குறிப்புகளாகப் பதிவு செய்வதும் அவரது வழக்கம். கடற்பயணம் அவருக்கு சலித்துப்போன ஒன்று. அதில் கவனிக்க என்ன இருக்கிறது? பிரான்ஸ் கலகத்தில் தான் கண்ட காட்சிகளைத்தான் அவர் பயணக்குறிப்புகளாகப் பதிவு செய்துகொண்டிருந்தார். இன்னமும் அந்தக் கொந்தளிப்பு அவரைவிட்டுப் போகவில்லை. அதனால்தான் கடலின் கொந்தளிப்பையோ கப்பல் முன்னும் பின்னும் தாழ ஆடிக்கொண்டிருப்பதில்லையோ அவர் கவனிக்கவில்லை. அவருக்குள் ஒரு கடல் இருக்கிறது. அது வெளியிலிருப்பதைவிட ஆழ்கடல். அங்கே ஓயாமல் அலைகள் சீறிக்கொண்டிருந்தன.

சுகுணா திவாகர்

“ரொட்டிகள்....ரொட்டிகள்....ரொட்டிகள்.... மக்களின் இதயங்களும் உதடுகளும் மீண்டும் மீண்டும் முணுமுணுத்தது அவற்றைத்தான். பசி அவர்களை அடர்த்தியான பனியைப் போல் போர்த்திருந்தது. மக்கள் ஒரு துண்டு ரொட்டிக்காக அலைந்துகொண்டிருந்தார்கள். காணும் எல்லாமும் அவர்களுக்கு ரொட்டியாகத் தெரிந்தது. குழந்தைகளின் காலுறைகள், பழுப்புநிறத் தொப்பி, சவப்பெட்டி, மரப்பட்டைகள், பனியில் விறைத்து இறந்திருந்த ஓர்த்தோலன் பறவை என எல்லாமும் ரொட்டித்துண்டுகளாய்த்தான் தெரிந்தன. அப்போது பிரான்சே ஒரு பெரும் ரொட்டித்துண்டாக மாறியிருந்தது. மக்கள் அதை எறும்புகளைப்போல் மொய்த்திருந்தனர். அரண்மனையில் முறையிட்டு பதினாறாம் லூயியிடம் முழந்தாளிட்டு அழுதனர். ஆனால் கொஞ்சமும் இரக்கமின்றி சீமாட்டி அண்டோனேட் சொன்னாள், ‘ரொட்டி இல்லையென்றால் என்ன, கேக் சாப்பிட வேண்டியதுதானே?’ என்று. இதைச் சொல்லும்போது அவள் விறைத்த ரொட்டியைப் போலிருந்தாள். சிலகாலம்தான். மக்கள் புரட்சி வெடித்து லூயியும் அண்டோனேட்டும் கில்லட்டில் தலை துண்டிக்கப்பட்டு இறந்தார்கள். அப்போது அண்டோனெட் ரத்தத்தில் நனைக்கப்பட்ட ரொட்டித்துண்டு. அதை எறும்புகள் இழுத்துச்செல்வதைப்போல்தான் மக்கள் இரு சடலங்களை இழுத்துச்சென்ற....

- ராபர்ட்சன் எழுதிக்கொண்டிருக்கும்போது கப்பல் பெருஞ்சத்தத்துடன் கவிழத் தொடங்கியது. முதலில் உடைந்தது....

(தொடர்ச்சி அலை 1.4ல்)

அலை 1.2

மூழ்கிப்போனாள். கடலே வெண்ணிற ஆநிரைக்கூட்டம் எழுந்துவந்ததைப் போலிருந்தது. பசுவின் வாயில் வழியும் நுரைகள் ஆங்காங்கே கடலிலும். அவள் ஊரில் நடக்கும் கொம்பாட்டு விளையாட்டில் இப்படித்தான் கூட்டம் கூட்டமாக காளைகள் வரும், தரையதிர.

எப்போதும் மாடுகளைக் கொஞ்சி விளையாடுவது நிலவொளிக்கும் அவள் தோழிகளுக்கும் பிடித்தமான விளையாட்டு. அவள் வீட்டு மாடுகள் பீய்ச்சியடிக்கும்

பாலைக்கொண்டு அந்த நகரத்தையே மூழ்கடித்துவிடலாம் என்பார் சிற்றன்னை. நிறையனுக்கும் நிலவொளிக்கும் திருமணமாகிப் பல மண்டலங்கள் கடந்திருந்தன. ஆனால் இருவருக்கும் குழந்தையில்லை.

வெறியாட்டு மகளிரைப்போல நிலவொளி உடல் மெலிந்துகொண்டே போனாள். அப்போதுதான் குறிசொல்லும் முதுவாய்ப் பெண்டு, தீவினைகளே இதற்குக் காரணமென்றாள். தீவினை நீங்க வேண்டும் என்றால் நெய்தல் நிலமாம் உப்புமாங்குடியில் உள்ள நல்விழி அம்மனைத் தரிசித்துவர வேண்டும் என்றாள்.

மரக்கலம் வழியாகவும் நடைவழியாகவும் நிலவொளியும் நிறையனும் உப்புமாங்குடிக்கு வந்து சேர்ந்தார்கள். அன்று இரவு நடந்த சூதாட்டத்தில் தன் மனைவியின் காற்சிலம்பை வைத்துத் தோற்றான் நிறையன். ஆனால் அந்தச் சிலம்பே தலைமை அமைச்சரின் வீட்டில் திருடப்பட்டது என்ற குற்றச்சாட்டின்பேரில் நிறையன் இழுத்துச்செல்லப்பட்டான்.

இடிகண்டு மிரண்ட ஆநிரைபோல அழுது அரற்றியவாறு அவள் அரசனின் சபை நோக்கி நடந்தபோதும் வாயிற்கதவுகள் திறக்கப்படவில்லை. கொலைக்களத்துக்கு விரைந்தாள். ஊரார் கூடி நிற்க, கொலைக்கருவி நிறையனின் தலைக்கு மேல் உயர்த்தப்பட்டிருந்தது. அதன் கைப்பிடி மாட்டின் கொம்பால் செய்யப்பட்டிருந்தது. மாட்டுத்தோலால் செய்யப்பட்ட இசைக்கருவிகள் ஒலிக்க கொலைச்சடங்கு நடந்துகொண்டிருந்தது.

"நிறைமொழி நான் இறக்கிறேன் என்பதைவிடவும் நமக்கு ஒரு மகவு இல்லாமல் இறக்கிறேன் என்பதுதான் என்னை வருத்துகிறது" என்று முணுமுணுத்துக்கொண்டான் நிறையன். அந்தக் கூட்டத்திரளில் யாருக்கும் அது கேட்டிருக்காது என்றாலும் அவனது வாயசைவு கொண்டே நிலவொளி அதைப் புரிந்துகொண்டாள்.

அவள் அந்தக் காட்சியைக் காண விரும்பவில்லை. வெயில் மணல்துகள்களைப் போல் அவள் தலையில் கொட்டிக்கொண்டிருந்தது. பாதங்களில் சுமையேறியிருந்தது. கண்கள் அழுதழுது காய்ந்திருந்தன. அவள் எந்த இலக்குமின்றி

நடந்துகொண்டிருந்தாள். அவளுக்கு ஊர் செல்லும் வழி தெரியாது. சென்றாலும் அங்குபோய் என்ன செய்வதென்றும் அறியாள். அவள் கொஞ்சம் கொஞ்சமாய்க் கடல்நோக்கி நடந்தாள்.

குழந்தைகள் முற்றத்தில் அலைந்து திரிவதைப்போலவே அலைகள் வந்து வந்து திரும்பின. அவள் கடல் நோக்கி நடந்தாள். கடலுக்குள் நடந்தாள். பெருஞ்சத்தம் கேட்டுக்கொண்டிருந்தது. அவள் அதன் ஒலியலைகளுக்குள் தன்னை ஒப்புவித்தாள். அவள் மூழ்கியபின்னும் இருந்தது....

(தொடர்ச்சி அலை 1.3ல்)

அலை 1.4

விளக்கு மாடக்குழியையே உற்றுப்பார்த்துக்கொண்டிருந்தாள் புவனா. சுடர், பாம்பின் நாக்கைப்போல் தீண்டும் எத்தனத்துடன் அலைந்துகொண்டிருந்தது. புவனாவின் மனசும் அதேபோல்தான். வீட்டைவிட்டுக் கிளம்பி 20 நாள்கள் ஆகிவிட்டன. அவளும் சக்தியும் தமிழ்நாடு முழுக்க அலைந்திருக்கிறார்கள் என்றுதான் சொல்லவேண்டும். இருவரும் வெவ்வேறு சாதிகள். அதிலும் சக்திவேல் அவளைவிட ஒருபடி கீழ் என்பதால்தான் இவ்வளவு பதற்றமும்.

முதலில் அது வீட்டுப்பிரச்னையாக இருந்தது, புவனா அண்ணனின் தற்கொலைக்குப் பிறகு நாட்டுப்பிரச்னையாகிவிட்டது. சாதிப்பிரச்னை என்றாலே அது நாட்டுப்பிரச்னைதானே! சக்தியின் சித்தப்பா ஒருவர் இதில் பலியாகியிருந்தார். இருவரும் எங்கிருக்கிறார்கள் என்று புவனாவின் சொந்தங்களும் சாதிச்சங்கமும் தமிழ்நாடு முழுக்கத் தேடிக்கொண்டிருக்கிறார்கள். அவர்களும் கைமாற்றிக் கைமாற்றி இப்போது மதுரை ஆவணி மூலவீதிக்கு வந்திருக்கிறார்கள்.

“என்னம்மா மாடக்குழியையே உத்துப்பார்க்கிறே? இந்த வீட்டுக்குன்னு ஒரு வரலாறு இருக்கு. சக்திவேல் தோழர், நீங்களும் கேளுங்க” என்றபடி அன்பரசன் சொல்லத்தொடங்கினார்.

“இந்த வீட்டில் வசிச்ச குஞ்சரம் மதுரையிலேயே ஃபேமஸான தாசி. எப்பவுமே பெரிய மனுஷங்க மாட்டுவண்டி அவ வீட்டுல போட்டி போட்டுக் காத்துக்கிடக்கும். இந்தத் தெருவிலேயே

அவளுக்கு ரெண்டு பெரிய வீடு இருந்துச்சு. தாதுப்பஞ்சம் கேள்விப்பட்டிருப்பீங்க. அப்போ தமிழ்நாட்டோட பேரு சென்னை மாகாணம். பஞ்சம், பசி, மக்கள் எலும்பும் தோலுமா அலையுற, அதுவும் கைக்குழந்தைக எலும்புக்கூடா இருக்கிற போட்டோக்கள் இன்னும் இருக்கு.

தாதுப்பஞ்சம் ஆரம்பிச்சு மக்கள் சாப்பாட்டுக்கு அலையறப்போ பெரிய மனுஷங்க கண்டுக்கலை. இருக்கிற தானியங்களைப் பதுக்க ஆரம்பிச்சாங்க. அப்போ மனசு கேக்காம, ரெண்டாவது வாரத்தில இந்தக் குஞ்சரம்தான் கஞ்சி காய்ச்சி ஊத்த ஆரம்பிச்சா. மக்கள் நூத்துக்கணக்கில் குவிய ஆரம்பிச்சாங்க. ஆவணி மூலவீதியே திணறிப்போயிடுச்சு. அவளால் ஒருநாளைக்கு ஒருவேளைதான் கஞ்சி ஊத்த முடிஞ்சது. ஆனா சனம் பெரிய வரிசையில் நாள்முச்சூடும் வரிசையில நின்னு வாங்கிட்டுப் போச்சு. குஞ்சரத்துக்குப் பிறகுதான் மதுரை கலெக்டரே கஞ்சித்தொட்டி திறந்தாரு.

ஆனாலும், தாது வருசம் முழுக்க குஞ்சரம் வீட்டு அடுப்பு எரிஞ்சுச்சு. 13 மாசம் அவ மக்களுக்குச் சாப்பாடு போட்டா. அவ வெச்சிருந்த தங்க நகை, வெள்ளி நகை, முத்து மாலை, காசு மாலை, மோதிரம், ஒட்டியாணம், தோடு, ஜிமிக்கி எல்லாம் கஞ்சியா ஓடுச்சு. அடுப்பு எரிஞ்சு எரிஞ்சு கரி படிஞ்சு போன ரெண்டு பெரிய வீட்டையும் விக்க வேண்டிய நிலைமை. தாதுப்பஞ்சம் முடிஞ்ச கொஞ்ச நாளில படுத்த படுக்கையா இருந்த மகராசி, போய்ச் சேர்ந்தா. அப்படியொரு கூட்டம், தரையில விழுந்த பருக்கையை எறும்பு மொய்க்கிறமாதிரி மொய்ச்சது. 'கோயிலு திருவிழாவைத் தவிர இப்படியொரு கூட்டம் கூடிப் பார்த்ததில்லை'னு கலெக்டர் குறிப்பெழுதி அரசாங்கத்துக்கு அனுப்பிவெச்சாராம். ஊரே சேர்ந்து அந்த மகராசி உடலை எடுத்துட்டுப் போச்சாம். மக்க மனசில தெய்வமா நின்ன அவளுக்கு எதைப் படைக்கிறதுன்னு யோசிச்சு சலங்கையைப் படைச்சாங்க. சலங்கை தாசிகளோட முக்கியமான அடையாளம்ல?" என்று கண்கள் விரிய அவர் பேசிக்கொண்டிருந்தபோது செல்போன் ஒலித்தது. எடுத்துப் பேசியவர், கிளம்பினார்.

சுகுணா திவாகர்

"சரி, நான் போயிட்டு நாளைக்கு வர்றேன். எதுவும் வேணும்னா போன் பண்ணுங்க. எல்லா வசதியும் இங்கே இருக்கு. தேவையில்லாம வெளியே வர வேணாம்"

அவர் கிளம்பிப்போய்ச் சிலமணி நேரத்தில் வீட்டின் கதவு பலமாகத் தட்டும் சத்தம். அந்தச் சத்தமே ஆபத்தின் பேரொலி. புவனா சக்தியின் கைகளுக்குள் ஒடுங்கிப்போனாள். ஆனால் விடாமல்...

(தொடர்ச்சி அலை 1.5ல்)

41. தமிழ்ப்பிணம்

உங்களுக்கு நிச்சயம் துப்பறியும் ஆசை இருக்கும். எத்தனை நாள்களுக்குத் துப்பறியும் நாவல்களைப் படிப்பது, துப்பறியும் கதைகளைத் திரைப்படங்களிலும் வெப்சீரிஸ்களிலும் பார்ப்பது! நீங்கள் துப்பறிவதற்காகவே ஒரு பிணம் காத்திருக்கிறது. இது ஐரோப்பிய நாடொன்றின் மெட்ரோ ரயில் நிலைய சப் வே வாசலில் கிடக்கும் பிணம். ஐரோப்பா என்றதும் நீங்கள் பதற வேண்டாம். இது தமிழ்ப்பிணம்தான். செத்துக்கிடப்பவன் ஒரு தமிழ் இளைஞன். 25 வயதுக்குள் இருக்கும். ஒரு பிணத்தை எதிர்கொள்ள வேண்டும் என்றால் துப்பறிவாளர், மருத்துவர், பிணவறைத் தொழிலாளி என்று உங்களுக்கு மூன்று வாய்ப்புகள் உள்ளன. பிணவறைத் தொழிலாளி என்றதும் நீங்கள் முகம் சுளிக்கிறீர்கள். சரி நீங்கள் காவல்துறை துப்பறியும் அதிகாரியாகவோ பிணக்கூராய்வு மருத்துவராகவோ இருக்கலாம். மேலும் பிணவறைத் தொழிலாளிக்கும் புலனாய்வுக்கும் என்ன தொடர்பு இருக்கப்போகிறது?

இப்போது நீங்கள் மருத்துவர்:

அவனுடலை ஒரு மேசையில் கிடத்தியிருக்கிறீர்கள். கறுத்த தமிழ்நிறம். முடி வளர்ந்து பின்னங்கழுத்தைத் தாண்டி இறங்கியிருக்கிறது. அவனுடலின் கட்டுமானம், உடற்பயிற்சிகளில் ஈடுபடாவிட்டாலும் அவனொரு கடும் உடலுழைப்புக்காரன் என்பதைச் சொல்கிறது. நீங்கள் அவன் உடலின் வெவ்வேறு பாகங்களின் மாதிரிகளைச் சேகரித்து பரிசோதனையில் ஈடுபடுகிறீர்கள். அவன் குடலுக்குள் இறங்கிய சாராயத் தடத்தை நீங்கள்

சுகுணா திவாகர்

கண்டுபிடிக்கிறீர்கள். அவனது சிறுமூளை, முகுளம் உள்ளிட்ட உறுப்புகளை ஆராய்ந்தபின் நீங்கள் ஒரு முடிவுக்கு வருகிறீர்கள். இப்போது பெருமிதத்துடன் மோவாயைத் தடவலாம். நீங்கள் ஓர் இளைஞர் என்றால் முழங்கையைக் கீழிறக்கி 'யெஸ்ஸ்' சொல்லிக்கொள்ளலாம். இவன் இறப்பதற்கு மூன்றுமணி நேரத்துக்கு முன்பு மதுவருந்தியிருக்கிறான். மதுவில் விஷம் கலந்திருக்கலாம் அல்லது விஷ சாராயத்தை அருந்தியிருக்கலாம்.

இப்போது நீங்கள் காவல்துறை அதிகாரி:

உங்களுக்கு இந்த வழக்குகளைத் துப்புத்துலக்குவதில் எரிச்சலும் சலிப்பும் ஏற்பட்டுவிடுகிறது. என்னதான் இது தமிழ்ப்பிணத்தைப் பற்றிய புலனாய்வாக இருந்தாலும் இப்போது நீங்கள் ஒரு ஐரோப்பிய காவல்துறை அதிகாரி. இறந்து கிடந்தவனின் உடைகளில் இருந்து கிடைத்த ஆவணங்கள் வழியே அவன் ஓர் அகதி என்று தெரிகிறது.

அகதி, அதிலும் கறுப்புநிற அகதிகள் இந்தத் தேசத்தின் சுவர்ப்பொந்துகளில் ஒளிந்துகொண்டு நம் ரொட்டிகளைக் களவாடும் எலிகள் என்று கோபப்படுகிறீர்கள். உங்கள் மூக்கு ஏற்கெனவே சிவந்திருக்கிறது. ஏன் இந்தத் தேசத்தின் அதிபர் பெருந்தன்மையாக இருக்கிறார்? லார்ஜ் சைஸ் பாப்கார்ன் பாக்கெட்டைப்போல அகதிகளை அடைத்து அடைத்து தேசம் வீங்கிப்போய்க்கிடக்கிறது. இந்த அகதிகள் பெரும்பாலோர் கள்ள பாஸ்போர்ட்டில் வந்தவர்கள், சமூகவிரோதச் செயல்களின் நிழல்கள். இவன் யார் என்று தெரியவில்லை. இவன் குடித்திருக்கிறான் என்று மட்டும் தெரிகிறது. இவன் புகைப்படத்தை அனுப்பி மதுக்கூடங்களின் வாசல்களில் உள்ள சிசிடிவி கேமரா பதிவுகளில் இருக்கிறானா என்று தேடச்சொல்கிறீர்கள்.

செயற்கை நுண்ணறிவின் உதவியுடன் இரண்டேமணி நேரத்தில் இவனும் இன்னொருவனும் 'லா விக்டோரியா' மதுக்கூடத்தின் வாசலில் இருந்து கிளம்பியதை உறுதிசெய்துகொள்கிறீர்கள். அது இவன் விழுந்து கிடந்த சப்வேயில் இருந்து 12 கி.மீ. அங்கிருந்து விழுந்து சாகவா இவன் 12 கிமீ பயணித்தான்? சிலமணி நேரங்களில் அந்த இன்னொருவருனைக் கண்டுபிடித்துவிடுகிறீர்கள். ஓமர் மொஹம்மத், பாலஸ்தீனன், கார் டிரைவர். மட்டுமல்ல, அகதிகளுக்கான சிறு அமைப்பின்

தலைவனாகவும் இருந்தான். அப்படியானால் இவனிடம் கொஞ்சம் எச்சரிக்கையுடன்தான் இருக்கவேண்டும்.

"அவன் பேர் சுண்டர். சிலோன் அகதி. ஒரு டிபார்ட்மென்டல் ஸ்டோரில் வேலை செய்தான். ஒருநாள் அவன் கடையில் வாங்கிய சீஸ் பாக்கெட்டுகளில் புழுக்கள் இருந்ததாகப் புகார் செய்ய வந்த பெண்ணொருத்தி, சம்பந்தமேயில்லாமல் இவன் முகத்தில் அந்தப் பாக்கெட்டுகளை விசிறியெறிந்தது மட்டுமல்லாது அவன் நிறத்தைக் குறித்தும் இழிவாகப் பேசினாள். இவன் இறைச்சி பதப்படுத்துவதற்காக வைத்திருந்த ஐஸ் கட்டிகளை அவள் முகத்தில் விட்டெறிந்தான். இது அப்போது பத்திரிகைகளிலும் இணையத்திலும் பரபரப்பான செய்தியானதே, இதை நீங்கள் கவனிக்கவில்லையா?"

எரிச்சலை அடக்கிக்கொண்டு மறுத்து தலையாட்டுகிறீர்கள்.

"எங்கள் அமைப்பின் சார்பில் வழக்கறிஞரை நியமித்து வாதாடினோம். அதற்குப்பிறகு அவன் நிறைய உதிரி வேலைகள் பார்த்துவந்தான். நான் அவனைச் சிலமாதங்களுக்குப் பிறகுதான் பார்த்தேன். பிறகு நானும் அவனும் விக்டோரியா ஹோட்டலுக்குச் சென்று மதுவருந்தினோம். கார் ஓட்டும்போது அவனுக்கு ஓர் அழைப்பு வந்தது. பிறகு அவன் பாதிவழியில் இறங்கிக்கொண்டான்"

"அவனுடைய குடும்பம், காதல்...?"

"அவனுக்கு ஒரு சகோதரி இருந்ததாகவும் அவள் மூலம்தான் இந்த நாட்டுக்கு வந்ததாகவும் மர்மக்காய்ச்சலில் அவள் இறந்துவிட்டதாகவும் சொல்லியிருக்கிறான். வேறு விவரங்கள் எனக்குத் தெரியாது. வேண்டுமானால் நீங்கள் பிராக் சிரின்-மோவை விசாரிக்கலாம்"

இப்போது நீங்கள் மருத்துவர்:

அவன் இடுப்பிலிருக்கும் மச்சம் ஓர் இந்திய நாணயத்தைப்போல் இருப்பதைப் பார்க்கிறீர்கள். இவன் பழைய தமிழ் நம்பிக்கைகளில் ஊறிப்போனவனாக இருக்கக்கூடும். அல்லது பார்க்க புதுமையாக இருக்கிறது என்பதற்காகக்கூட இருக்கலாம். கைகளில் பச்சைநிற தாயத்துகளையும் கழுத்தில் ஒரு கறுப்பு கயிறையும் கட்டியிருந்தான். கயிற்றின் முனைகள் இணையுமிடத்தில் சதுர உலோகத்தில் பாம்பின் படமிருந்தது.

அவன் வலதுகையில் ஆழமான கத்திக்காயம் இருப்பதைப் பார்க்கிறீர்கள். நிச்சயம் அது பழைய காயமில்லை. அவன் அடர்ந்த தலைமுடிக்குள் புதைந்துகிடக்கும், நத்தையோட்டைப் போன்ற தழும்புதான் சிறுவயதுத் தழும்பாயிருக்க வேண்டும். இந்தக் கத்திக்குத்துக் காயம் நிச்சயம் இவன் மரணத்துக்கு 24மணி நேரத்துக்கு முன்னால் ஆனது. எப்படியும் இவன் மரணத்துக்கு விஷம்தான் காரணம் என்று கண்டு பிடித்திருக்கிறீர்கள். அது மதுவில் கலக்கப்படாமல் இருந்தால் இந்தக் கத்தியில் தடவப்பட்டிருக்கலாம்.

இப்போது நீங்கள் காவல்துறை அதிகாரி:

பிராக் சிரின்- மோ ஒரு திபெத்தியக் கிழவி. எதிர்பார்த்தது போலவே அகதி. சுண்டர் இறந்த செய்தியைச் சொன்னதும் அவள் பதறிப்போய் அழுதாள். சிறுகூட்டம் கூடிவிட்டது. இளம்பெண் அவளைத் தோளில் சாய்த்து, நரைத்த தலைமுடி வருடித் தேற்றினாள். பிறகு ஒரு சிறு புத்தர் சிலையை மூதாட்டியின் உள்ளங்கையில் வைத்து அழுத்தினாள்.

ஆன்டன் சதுக்கத்துக்கு அருகில் தெருவோர உணவகத்தை நடத்திவருகிறாள் சிரின் - மோ. சிறுவண்டியில் அந்த உணவகம் அடக்கம். அவளுக்குத் துணையாக இருப்பவள் பேத்தி. அந்த சிலோன் இளைஞன் பார்த்த உதிரி வேலைகளில் இவளுக்கு எடுபிடியாக இருந்ததும் ஒன்று. கிழவியின் முகம் மலைப்பாம்புத் தோலைப்போல் இருந்தது.

"உம் பேத்திக்கும் அவனுக்கும் காதல் அல்லது வேறு உறவு இருந்ததா?"

"சாஷியைச் சொல்றீங்களா? அவன் அவளை பேபின்னுதான் கூப்பிடுவான். இவள் அவனை ஒரு தமிழ் வார்த்தை சொல்லிக்கூப்பிடுவா, ஆ...அண்ணா. பிரதர்னு அர்த்தம். ஆனா அவனுக்கு ஒரு காதல் இருந்துச்சு. அதில் பிரச்னை வந்தப்போ அவன் இந்தக் கத்தியை எடுத்து கையை அறுத்துக்கிட்டான். சாஷிதான் அதைத் தடுத்தா. அவ கை முழுக்க ரத்தம், புத்த பகவானே! ஏன் அந்தக் கிறுக்கு இளைஞன் அப்படிப் பண்ணான்னு தெரியலை. அன்னைக்கு மாலை அவன் சீக்கிரமாக் கிளம்பிட்டான். நீங்க சொல்றபடி பார்த்தா மறுநாள்

275

அஞ்சிறைத்தும்பி

காலையிலதான் அவன் இறந்திருக்கணும். அந்தப் பொண்ணு பேரு...சாஷி, அவ பேரு என்ன?"

"ராடி" என்றாள் சாஷி.

இப்போது நீங்கள் மருத்துவர்:

இப்போதுதான் நீங்கள் அவன் உடலை முழுவதுமாகக் கவனிக்கிறீர்கள். அவன் வலதுகையில் கத்திக்காயத்தைக் கவனித்த நீங்கள் இடதுகையில் இருந்த பச்சையைக் கவனிக்கத் தவறியிருக்கிறீர்கள். கரும்பு உருவத்தைப் பச்சையாகக் குத்தியிருந்தான். அது தோகை விரித்து செழித்திருந்தது. அவன் முதுகிலும் ஒரு பெரிய பச்சை உருவம் இருந்ததைக் கண்கள் விரித்து ஆச்சர்யத்துடன் பார்க்கிறீர்கள். கிட்டதட்ட அவன் முதுகு முழுதும் ஆக்கிரமித்து அதில் புலி படுத்திருந்தது. அவன் எழுந்து நி ன்றால் அது எழக்கூடும். புலி உருவம் அகலக் கால்விரித்து இடதுபக்கம் தலை திருப்பியிருக்கிறது. அதன் ஒருகையில் வில் இருக்கிறது. இன்னொரு கையில் மீன் உருவம் பொறித்த கொடி.

இப்போது நீங்கள் காவல்துறை அதிகாரி:

நீங்கள் என்னதான் ஐரோப்பியக் காவல் அதிகாரியாக இருந்தாலும் உங்களுக்குள் இருக்கும் தமிழ் மணம் அந்த உண்மையைக் கண்டுபிடித்துவிடுகிறது. அந்த இளைஞனின் பெயர் சுந்தர், அவன் காதலித்த பெண்ணின் பெயர் ரதி.

அவள் பலமணி நேரங்களாக அழுதுகொண்டிருந்தாள், இப்போது அவளை விசாரிப்பது சரியல்ல என்று மறுநாள் காலையில்தான் அவளைச் சந்திக்கப்போகிறீர்கள். இப்போது அவள் கொஞ்சம் ஓய்ந்து தெளிவடைந்திருந்தாள். ஆனால் வெறுமையும் பெருஞ்சோகமும் முகத்தில் அப்பியிருந்தன.

"நாங்க இந்தியா, தமிழ்நாட்டுக்காரங்க. மூணு தலைமுறையா இங்க இருக்கோம். அப்பா இறந்துட்டார். அம்மாவுக்கு இன்னொரு கல்யாணம் நடந்துடுச்சு. அண்ணன் தேசிய விநாயகம் மட்டும்தான். ஒரு பெரிய தொலைத்தொடர்பு நிறுவனம் நடத்துறான். அவனைப் பற்றி ஆசிய ஊடகங்களில் நிறைய கட்டுரைகள் வந்திருக்கு. இங்கேயிருக்கும் தமிழர்களுக்காக நான் வானொலி நடத்திட்டு வர்றேன். மாலை நேர வானொலி. நான்குமணிநேர ஒளிபரப்பு. கவியரங்கம்,

விடுகதை, பழைய தமிழ் இலக்கியம், சமையல்குறிப்பு, அப்புறம் நேயர் பாடல்களில் திரைப்பாடல்கள்.

ஒருநாள் இவன் போன் பண்ணினான். என் பேர் ரதிங்கிறதால் 'மீன்கொடித் தேரில் மன்மத ராசன் ஊர்வலம் போகின்றான்' பாட்டை ஒலிபரப்பச் சொன்னான். நானும் ஒலிபரப்பினேன். அப்புறம் தொடர்ச்சியா அஞ்சுநாள்கள் அதே போன். அதே பாடலுக்கான நேயர் விருப்பம். மீண்டும் மீண்டும் அந்த மீன்கொடித் தேர் ஓடியது. அவன் போதையில்தான் கேட்கிறான் என்பது எனக்குத் தெரியும். இப்படித்தான் அவன் பழக்கமானான்.

பிறகு நேரில் பார்த்தோம். சுந்தர்- சுந்தரம் என்றால் அழகு என்று அர்த்தம். மன்மதன் அழகுக்கடவுள். நான் ரதி, அவன் மன்மதன். மன்மதனின் ஆயுதம் கரும்பு வில். அதை நான்தான் அவனுக்குப் பச்சை குத்தினேன். அவனுக்கு அந்தப் பாடலில் வரும் மீன்கொடியைப் பச்சையாகக் குத்த வேண்டும் என்று கொள்ளை ஆசை" என்றவள் உடைந்து அழ ஆரம்பித்துவிட்டாள்.

இப்போது நீங்கள் மருத்துவர்:

அந்த இளைஞனின் முதுகில் மற்றும் கையில் குத்தப்பட்டிருந்த பச்சையைச் சுரண்டியெடுத்து பரிசோதனைக்கு அனுப்பியிருக்கிறீர்கள். எப்படியும் இரண்டொருநாள்களில் அவன் முதுகில் குத்தப்பட்ட பச்சையும் அதில் கலந்திருந்த நஞ்சுமே அவன் மரணத்துக்குக் காரணம் என்று உறுதிசெய்யப்பட்டு நீங்கள் பிணக்கூராய்வு அறிக்கையைச் சமர்ப்பித்துவிடுவீர்கள்.

இப்போது நீங்கள் காவல்துறை அதிகாரி:

தேசியவிநாயகத்தை விசாரிக்கும்போது நீங்கள் இந்தக் கொலைவழக்கின் இறுதிக்கட்டத்துக்கு வந்திருப்பீர்கள். ஓமரின் காரில் பயணிக்கும்போது சுந்தரத்தைப் போனில் அழைத்தவன் தேசியம்தான். பிறகு அவனை அழைத்துச்சென்று மேலும் மேலும் மதுவருந்தச் செய்தான். மீன்கொடித் தேர் மதுவில் மூழ்கியது. மன்மதனும். சுந்தரத்தின் நீண்டநாள் விருப்பத்தின்பேரில் அவன் முதுகில் மீன்கொடித்தேரையும் புலி மற்றும் வில்லம்பு பச்சையையும் தேசியவிநாயகம் தானே வரைந்தான். அதில்தான் விஷமிருந்தது.

இப்போது நீங்கள் மருத்துவர்/காவல்துறை அதிகாரி:

யாராக இருந்தபோதும் நீங்கள் ஓர் ஐரோப்பியராக இருந்தால் இந்தக் கொலைக்கான காரணத்தை உங்களால் புரிந்துகொள்ள இயலாது. இந்தக் கதையில் நீங்கள் ஐரோப்பிய வேடம் அணிந்திருந்தாலும் அதைத்தாண்டி உங்கள் தமிழ்மனம் மேலெழுந்து பார்க்குமானால் உங்களால் இந்தக் கொலை ஏன் நடந்தது என்பதைப் புரிந்துகொள்ள இயலும். இது உண்மையிலேயே ஒரு தனித்துவமான தமிழ்ப்புலனாய்வு.

42. நிழல் காகம்

குளியலறையிலிருந்து வேணியின் அலறல் கேட்டதும் கிருஷ்ணம்மாவுக்கு உடல் உதற ஆரம்பித்தது.

“யாரோ பார்க்கிறாங்க. ச்சூ ச்சூ” என்று அலறினாள் வேணி. மேற்கூரையற்ற, தடுப்புகள் மட்டும்கொண்ட அந்தக் கீற்று குளியலறையில் நுழைந்து பார்த்தபோது மேலே ஒரே ஒரு காகம் மட்டுமே இருந்தது.

“என்னடி, யாரு எட்டிப்பார்த்தது?”

வேணி காகத்தைக் காட்டினாள். இது முதல்நாள். பிறகு தொடர்ந்து வேணி அவ்வப்போது அலற ஆரம்பித்தாள். பலாப்பழம் நறுக்கும்போது, அரிசி புடைக்கும்போது, சமைக்கும்போது என்று பெருங்கூச்சலிட்டு அலறினாள். தண்ணீர்க்குடம் தூக்கி வந்தவள் குடத்தை வீதியில் போட்டுவிட்டு அலறுவாள்.

“நிறையபேர் இப்போ வர்றாங்க. என்னை உத்து உத்துப் பார்க்கிறாங்க” என்கிறாள். உடலில் தீப்பற்றியதைப்போல ஆடைகளை நெகிழ்த்தி துடிக்கிறாள். காற்றில் கைகளை வீசி பறவைகளைத் துரத்துகிறாள்.

“எல்லாம் அந்த மருந்து செஞ்ச வேலைதான். அந்தாள் எதை மந்திரிச்சுக் கொடுத்தானோ எம் மக இப்படி ஆயிட்டா” என்று அழுது புலம்பினாள் கிருஷ்ணம்மா.

“சும்மா சொல்லாதடி. அவர் எவ்ளோ பெரிய சாமி தெரியுமா. மந்திரம் வைத்தியம் தெரிஞ்ச மனுஷன். ஒம் பொண்ணு சும்மா இருந்தா ஏன் அவர்கிட்ட போகப்போறோம்?” என்று முத்தையா சொன்னாலும்

அவருக்கும் உள்ளுக்குள் உதறல் இருக்கத்தான் செய்தது. வேணியைப் பார்க்கும்போது மனசுக்குள் உடைந்து அழவே செய்தார்.

★★★

வேணிக்கு ஏன் காக்கா கோபாலைப் பிடித்துப்போனது என்பதற்கான காரணத்தை முத்தையா, கிருஷ்ணம்மா இருவராலுமே புரிந்துகொள்ள முடியவில்லை. ஏன் வேணியிடம்கூட, 'உனக்கு ஏன் அவனைப் பிடிக்கிறது?' என்று கேட்டால் அவளாலும் இன்ன காரணம் என்று விளக்கத் தெரியாது. வேணி ஒன்றும் அழகியல்ல. பருவம் அவள் உடலில் கூடு கட்டியிருந்ததால் இளமை வனப்பிருந்தது. ஆனால் அவளுடன் ஒப்பிடும்போது கோபால் சாதாரணத்துக்கும் கீழே.

ஊரில் நடக்கும் எல்லா விசேஷங்களிலும் கோபாலைப் பார்க்க முடியும். கல்யாணம், இறப்பு, சடங்கு என்று எல்லாவற்றிலும் முன்னால் நிற்பான். தலைமை தாங்க அல்ல. எல்லோரும் எடுப்பார் கைப்பிள்ளையாய் எடுபிடி ஏவல் சொல்ல. அவனுக்குக் காக்கா கோபால் என்று பெயர் வரக் காரணம் நிறமல்ல. அவன் ஓரளவு மாநிறம்தான். எந்தக் கூட்டத்திலும் அவன் தனியாகத்தான் தெரிவான். காக்காவைப் போல தலையை அங்குமிங்கும் வெட்டி வெட்டிச் சாய்ப்பான். பார்வையும்கூட தலையைச் சாய்த்துத்தான் பார்ப்பான். காக்கா மின்சாரக்கம்பியில் தத்தித் தத்தித் தாவுவது போலத்தான் அங்குமிங்கும் சுற்றிச் சுழல்வான். உண்மையிலேயே அவன் ஒரு பாதத்துக்கும் இன்னொரு பாதத்துக்கும் இடையில் சீரான இடைவெளியுடன் நடக்கிறானா, காக்கையைப் போல் இரண்டு கால்களையும் சேர்த்துவைத்துத் தாவுகிறானா என்று சொல்ல முடியாத வேகம்.

எல்லா வேலைக்கும் பயன்படுத்திக்கொள்கிற ஊர், காக்கா கோபாலை ஒருபடி கீழாகத்தான் வைத்திருந்தது. ஆனால் அவன் ஒரு நல்ல ஓவியன் என்பதைக் கண்டுபிடித்தவள் வேணிதான். அதுவும் ஓர் இழவில்தான் அவள் அதைக் கண்டுபிடித்தாள். குணா மாமா இறந்து 16வது சடங்குக்குப் படம் வைத்துக்கும்பிட வேண்டும். அவர் தன் வாழ்க்கையில் புகைப்படமே எடுத்ததில்லை. அப்போதுதான் கோபால் தன் நினைவிலிருந்து குணா மாமாவை ஓவியமாகத் தீட்டி ஃபிரேம் போட்டு எடுத்துவந்திருந்தான். வழக்கம்போல் பல

எடுபிடி வேலைகளில் ஒன்றாகத்தான் அதைப் பார்த்தார்களே தவிர, அந்த ஓவியத்துக்காக நல்ல சொல் எதுவும் அவனுக்குக் கிடைக்கவில்லை. வேணி மட்டும்தான் அந்தக் கைகளுக்குச் சில நாள் கழித்து முத்தம் தந்தாள்.

★ ★ ★

எப்போதுமே ஊருக்குக் கண்கள் பத்து, காதுகள் நூறு. வேணியும் காக்கா கோபாலும் ஆத்தங்கரையில், பிள்ளையார் கோயிலில் சந்திக்கும் செய்திகள், முத்தையா காதுக்கும் வந்து சேர்ந்தன. வரும்வழியில் பல காதுகளுக்குள் புகுந்துவந்த செய்திகள்தான். எத்தனைமுறை அடித்தாலும் தலைகலைந்து, உதடுகள் வீங்கி, மூக்கு வெடிக்க, கண்கள் கலங்கி "அவரை எனக்குப் பிடிச்சிருக்கு" என்றுதான் வேணி நின்றாள். அப்போதுதான் நகரத்தில் இருந்த மாதவன் சாமி பற்றிப் பலர் முத்தையாவிடம் எடுத்துச் சொன்னார்கள்.

மூன்று வேளை உணவும் வெற்றிலைதானா என்னும்படி ஆட்டைப்போல் வெற்றிலையை அசைபோட்டுக்கொண்டிருந்தார் மாதவன் சாமி. சட்டையில்லாத மேனி. தன் குறையை எடுத்துச்சொன்னார் முத்தையா.

"இது கண்டிப்பா பித்ரு தோஷம்தான்!"

"அப்படின்னா சாமி...?"

"பித்ருன்னா முன்னோர்கள். தோப்பனார், அவரோட தோப்பனார், அவரோட பாட்டனார்னு நம்ம வம்சம் வேர் விட்டுக் கிளை பிரிக்கும்ல. அந்த முன்னோர்கள்தான் பித்ரு. மகாநதியாட்டம் ஓடும் வம்சத்தில் எங்கேயாவது பிசகு இருந்தா, பாசம் பிடிச்சிருந்தா அது இப்படித்தான் வழுக்கச் சொல்லும். ஏழு தலைமுறை வரைக்கும் பித்ரு தோஷம் பாதிக்கும்"

"அந்தத் தோஷம் எப்படி வரும் சாமி?"

"யாராவது தன் அப்பாவைக் கொன்னிருக்கலாம், அல்லது சித்தப்பா, பெரியப்பாவை. அம்மா, அம்மாவுக்கு சோறு போடாமத் துரத்தியடிச்சிருக்கலாம். ஏன் கருக்கலைச்சா கூட பித்ரு தோஷம்தான். நமக்குத்தான் அது கரு. ஆனா அந்தக் கரு பிறந்து வளர்ந்திருந்தா பித்ரு, வம்சவிருத்திதானே? பித்ருதோஷம் தலைமுறையைப் பாதிச்சா நிறைய சிக்கல்

வரும். புருஷன் பொஞ்சாதிக்குள்ள சண்டை, பிரிஞ்சிடுவாங்க, கலப்புக்கல்யாணம் நடக்கும், ரகசியக் கல்யாணம் நடக்கும்" என்று முழநீளப்பட்டியலை விவரித்த மாதவன் சாமி, கோயில்களில் செய்ய வேண்டிய பரிகாரங்கள், புரோகிதர்களுக்குச் செய்ய வேண்டிய தானங்கள், சாங்கியங்கள் என்று ஏராளமானவறைச் சொன்னார்.

"சிரத்தையுடன் செய்றதுதான் சிரார்த்தம். பித்ருக்களுக்கு திதி, அமாவாசையில் தவறாம சடங்குகள் செய்யணும். சரியா?" என்றார். மாதவன் சாமியிடம் இருக்கும் சிறப்பு, வெறுமனே சடங்குகளைச் சொல்லி பரிகாரங்களை விளக்குவது மட்டுமல்ல. இதற்கென்றே சில நாட்டுமருந்துகளையும் வைத்திருந்தார். அதைக் கொண்டுவந்து கொடுக்க பிரத்யேகமான மருத்துவர்கள் இருந்தார்கள்.

"பொண்ணு சாப்பாட்டுல ஒருவேளை அவளுக்குத் தெரியாம கலந்துடுங்க. காதல், கத்திரிக்காய், அப்புறம் அந்த காக்கா எல்லாம் பறந்துடும்" என்றார்.

★★★

பத்துநாள்களிலேயே காக்கா கோபால் ஆற்றில் விழுந்து செத்துப்போனான். அவன் பையில் இருந்த காகிதத்தில் வேணியை அச்சு அசல் வரைந்திருந்தான். துணிவெளுக்கும் சண்முகம்தான் யாருக்கும் தெரியாமல் முத்தையாவிடம் கொண்டுவந்து கொடுத்தார். அதற்குப்பிறகுதான் வேணி இப்படி ஆகிவிட்டாள். 'அவன் நினைப்பால பித்துப்பிடிச்சு இப்படி ஆகிட்டாளா, அந்த ஜோசியக்காரன் மருந்து மாயத்தில இப்படி ஆகிட்டாளான்னு தெரியலையே' என்று புலம்பிக்கொண்டேயிருந்தாள் கிருஷ்ணம்மா.

★★★

"அப்பா, காக்காவுக்கு ஏன் சோறு வைக்கிறோம்?"

"காக்கா நம்ம பித்ருவோட அடையாளம். பித்ருனா ஃபோர்பாதர்ஸ். அப்பா, தாத்தா, அப்பாவோட தாத்தா, தாத்தாவோட அப்பான்னு காலங்காலமா இருக்கிறாங்கல்ல. அவங்க இறந்தபிறகு காகம் உருவமெடுத்து வருவாங்கங்கிறது ஐதீகம்

“அது ஏன்பா பித்ருக்கள் காக்காவா வரணும்? நல்ல அழகான பேர்ட்ஸ் நிறைய இருக்கே. பென்குயினா வரலாம். அப்புறம் நம்ம நேஷனல் பேர்ட் பீகாக். முருகனுக்கும் பிடிக்கும். பீகாக்காக்கூட வரலாமே”

தன் மகன் மாதவன் பேசுவதைக்கேட்டால் பார்த்தசாரதிக்கு எப்போதும் பூரிப்பு வந்துவிடும். தன் அப்பாவின் பெயரைத்தான் மகனுக்கு வைத்திருக்கிறான். பூ, காத்து, கனிந்து, அதிலிருந்து விதையுண்டாகி மீண்டும் பூக்கிறது. பெயர்களும் அப்படித்தான் வரவேண்டும் என்பது சாரதியின் விருப்பம். அப்பாவுக்கு சாஸ்திரங்களில் பாண்டித்யம் அதிகம். குற்றாலம் அருவியைப்போல பேசிக்கொண்டேயிருப்பார். என்ன கேள்வி கேட்டாலும் தர்க்கரீதியான பதில் சொல்வார். அப்படித்தான் இவனும் இருக்கிறான்.

“மாதவா, காக்கா சனிபகவான் வாகனம். எமலோகத்து வாசலில காக்காதான் இருக்குமாம். நாம இறந்து எமலோகம் போகும்போது நம்மோட நிறைவேறாத விருப்பம் என்ன, பாவ, புண்ணியக் கணக்கு என்னன்னு காக்காவுக்குத்தான் தெரியுமாம். அதான் நம்ம பித்ருக்கள் காக்காவா வர்றாங்க”

★★★

அது என்னவோ தெரியவில்லை. வளர வளர இந்த மாதவன் ரொம்பவே மாறிவிட்டான். சிறுவயதில் அவன்தான் கிருஷ்ணன் வேஷம் போட்டுப் பாதம் பதிப்பான். உச்சிமுடியில் ரப்பர் போட்டுக் கையில் ஒரு குழலைக் கொடுத்தால் சாட்சாத் பகவான் தான். அவனுக்கு குழலூதத் தெரியாது. வாயில் வைத்து உப், உப் என்று சத்தமெழுப்பிக்கொண்டிருப்பான். திருப்பாவை, திருவெம்பாவை தொடங்கி சம்ஸ்கிருத மந்திரங்கள் வரை அத்துப்படி. அவன் கொஞ்சம் கொஞ்சமாகத் தன் மாமனார் போல ஆகிக்கொண்டிருக்கிறானோ என்று தோன்றியது காயத்ரிக்கு. அப்படி அவன் மாமனார் போல ஆவது அவளுக்குப் பிடித்ததா, பிடிக்கவில்லையா என்று சொல்ல முடியவில்லை. ஆனால் சாரதிக்குத் தன் அப்பாவின் நகலாகத் தன் மகன் ஆவது ரொம்பவே பிடித்திருந்தது. ஸ்கூல் ஃபைனல் வரைக்கும் அவன் அப்படித்தான் இருந்தான். ஆனால் அந்த மாதவன் தான் இப்போது முற்றிலுமாக மாறிவிட்டான். சாரதியின் கடைசிக்காலத்திலும் பெரியளவு பேச்சுவார்த்தையில்லை.

நல்லவேளை அவன் ஆஸ்திரேலியாவில் ஒரு வெள்ளைக்காரியைக் கட்டியபோது அவர் உயிருடனில்லை.

★★★

ஆனால் இப்போதெல்லாம் காயத்ரி அதிகம் நினைத்துக்கொள்வது மாதவன் தன் வயிற்றில் சூல்கொள்வதற்கு முன்னான காலத்தை. திருமணமாகி எட்டாண்டுகள் குழந்தையில்லை. மாமனார் இரண்டாம் ஆண்டு, மாமியார் ஐந்தாமாண்டு இறந்துவிட்டார்கள். தங்கள் வம்சம் விருத்தியடையுமா என்ற கவலை அவர்களின் மூடிய கண்களுக்குள் ரேகைகளாய் விரிந்திருக்கும். சாரதியும் காயத்ரியும் மட்டும் இருக்கும் சமயங்களில் அவர் அலுவலகம் போய்விட்டால் காயத்ரிக்கு சமையல், புத்தகம் படிப்பதுதான் வாழ்க்கை. சமையல்கட்டு சன்னல் வழியாக வந்து அமரும் காக்கைகளுடன் தான் அவள் பேசிக்கொண்டிருப்பாள். அவள் எத்தனைமணிக்கு சமைக்க வருவாள் என்று அந்தக் காக்கைகளுக்குத் தெரியும். கொஞ்சம் தாமதமானாலும் குரலெடுத்து கரையத் தொடங்கும். இவள் பேசுவதைக் காகமும் காகங்கள் பேசுவதை இவளும் புரிந்துகொண்டார்கள் என்றுதான் சொல்லவேண்டும். தினந்தோறும் சமைத்ததும் முதல் கைப்பிடிச் சாதமும் நீரும் காகங்களுக்கு வைத்துவிடுவாள்.

★★★

அன்றைக்கும் அவள் போன் செய்தபோது சண்டையில்தான் முடிந்தது. அப்பாவுக்குத் திதி கூட செய்வதில்லை. தலைகீழாக மாறிவிட்டான் மாதவன்.

"அப்பா பித்ரு, திதி, காகம்னு பலதைப்பத்திச் சொல்லியிருக்கார். நான் ஒருநாள் கேட்டேன், 'நம்ம பித்ருக்கள்தான் காக்காவா வர்றாங்கன்னு சொல்றீங்களேப்பா, ஆனா காக்கா அசைவம் சாப்பிடுதே?'ன்னு. அதுக்கப்புறம் அவர் எந்தக் கேள்விக்கும் பதில் சொல்றதில்லை. அம்மா இந்தச் சடங்குகள் எல்லாமே ஆண்களுக்கானதுதான். குலதெய்வம்கிறது அப்பாவோட குலதெய்வம். ஒரு குடும்பத்தில பொண்ணு பொறந்து கல்யாணம் பண்ணிட்டா அவ அப்பாவோட குலதெய்வத்தை மறந்து புருஷன் குலதெய்வத்தைக் கும்பிடணும். பித்ருக்களுக்கு சடங்கு செய்றது, விரதமிருக்கிறதும் ஆம்பளைங்கதான்.

சுகுணா திவாகர்

ஒரு பொம்பளையா நீ ஏன் இதைப்பத்தியெல்லாம் கவலைப்படணும்?"

இதுவும் பித்ரு தோஷமோ என்னவோ, கணவர் போய்ச்சேர்ந்துவிட்டார். மகன் வெளிநாட்டில். மீண்டும் காயத்ரியைத் தனிமை சூழ்ந்துகொண்டது. வேலைக்காரப் பெண் வந்து எல்லா வேலையையும் செய்துவிடுகிறார். காயத்ரி சமையல்கட்டுப்பக்கம் போவதில்லை. பால்கனியில் நாற்காலியைப் போட்டபடி, கிழே காய்கறி வாங்கும் ஜனங்களை வேடிக்கை பார்த்துக்கொண்டிருந்தாள். அலகில் மீன் முள்ளுடன் ஒரு காகம் பால்கனி தாண்டிப் பறந்தது. 'மாதவனும் இப்படித்தான் அயல்நாட்டில் மாமிசம் சாப்பிடுவானா, நம்ம பித்ருக்களில் யாராவது இப்படி இருந்ததாலதான் காகம் அசைவம் ஆச்சா, மாதவனின் மகன் எந்த சம்பிரதாயத்தைக் கடைப்பிடிப்பான்' என்று பலகேள்விகள் அவள் தலைக்கு மேலே பறந்துகொண்டிருந்தன.

❒ ❒ ❒

43. நாக்கின் நீளம்

"யார் இந்தப் பையன்?" என்றான் ரமேஷ்.

பந்தியில் அமர்ந்திருப்பதைப்போல சம்மணமிட்டு அமர்ந்திருந்த அந்தச் சிறுவன் திரும்பிப் பார்த்து சிரித்தான். தோலுரித்த உருளைக்கிழங்கைப்போன்ற நிறம்.

"எதிர்த்த வீட்டுல இந்திக்காரங்க இருக்காங்கல்ல, அவங்க வீட்டுப்பையன். டிவி சத்தம் கேட்டதும் உள்ளே வந்து உக்காந்துட்டான்" என்றாள் அமுதா.

மீண்டும் அந்தச் சிறுவன் திரும்பிப்பார்த்து சிரித்தான்.

"சீரியல் பார்த்துக்கிட்டிருக்கான். இவனுக்குப் புரியுமா?"

"அவனுக்குத் தமிழே தெரியாது. ஆனா தெரிஞ்சமாதிரி ஆர்வமாப் பார்க்கிறான். பையா, டுமாரா நாம் க்யா ஹை?" என்றாள் அமுதா.

"ராம்சிங்" என்று சிரித்த அவன் சிரிப்பில் இப்போது கூடுதல் வெளிச்சம். தனக்குத் தெரிந்த மொழி காதில் விழும்போது கண்களில் வெளிச்சம் கூடும்போல.

இப்போதுதான் திருமணமாகி ரமேஷும் அமுதாவும் சென்னைக்குப் புதிதாகக் குடிவந்திருக்கிறார்கள். இவர்கள் வீடே பள்ளத்தில் இருக்கிறது. அதற்கும் கீழே தாழ்வாரத்தில் இருந்த ஆஸ்பெஸ்டாஸ் வீட்டில் குடியிருந்தது அந்த வட இந்தியக் குடும்பம். கணவன், மனைவி, ராம்சிங். 'மெட்ரோ ரயில் வேலை பார்க்கிறார்' என்றார் ஹவுஸ் ஓனர். நல்ல சிவந்தநிறம். ஆனால் ஏழ்மையின் இருள் அவர்களது முகத்தில் அப்பியிருந்தது. அடர்த்தியான குங்குமப்பொட்டுடன் அவ்வப்போது

சுகுணா திவாகர்

தலைமுக்காடு போட்டு, வாசலில் உட்கார்ந்து பாத்திரங்களைக் கழுவிக்கொண்டிருப்பார் மனைவி. ஹான்ஸ் பாக்கெட்டைக் கையில் கொட்டி வாயில் போட்டுக் குதப்பிக்கொண்டிருப்பார் கணவன். இளைஞனாகத்தான் இருக்கவேண்டும். ஆனால் வறுமை வயதின் தடங்களை அழித்துவிடுகிறது. களைத்து வயதானவரைப் போல்தான் இருப்பார்.

"ஆமா உனக்கு இந்தி தெரியுமா?" என்றான் அமுதாவிடம்.

"எங்க அப்பா பேசுவார்ல, அதில கொஞ்சம் கொஞ்சம் கத்துக்கிட்டேன்"

"உங்க அப்பா இந்தி படிச்சாரா?"

"ஆமா, படிச்சாரு. அவர் ஸ்கூலே எட்டாங்கிளாஸ் தாண்டலை. அவர் டிரைவரா இருந்தப்போ வடநாடு போவார்ல. அப்படி கத்துக்கிட்டதுதான். மலையாளம், இந்தில்லாம் தெரியும். என். பி டிரைவர்ல?"

"என்.பின்னா?"

"நேஷனல் பெர்மிட் வண்டி ஓட்டுனாரு" அமுதாவின் குரலில் பெருமிதம் ஒளிர்ந்தது.

பேசிக்கொண்டே வீட்டிலிருந்த மைசூர்பாகையும் கொஞ்சம் மிக்சரையும் ஒரு சிறுகிண்ணத்தில் போட்டுக்கொண்டுவந்து கொடுத்தாள். எந்த மறுப்பும் இல்லாமல் ராம்சிங் வாங்கிச் சாப்பிட்டான். ரமேஷுக்கு அவனைப் பார்க்க ஆச்சர்யமாகத்தான் இருந்தது. அவனே இந்த சீரியல்களை எல்லாம் பார்ப்பதில்லை. ராம்சிங் வீட்டில் டிவி இல்லை என்று தெரியும். அதனால் அவனுக்கு இது ஒரு ஆச்சர்யம்போல.

"அமுதா எனக்கு டீ தா"

அமுதா ராம்சிங்குக்கும் சேர்த்து டீ கொண்டுவந்து தந்தாள். அவன் சூடு பொறுக்க மாட்டாத பாவனையைக் காட்டினான். அமுதா டம்ளரில் ஆற்றித்தந்தாள். வாங்கிக் குடித்துக்கொண்டே டிவி பார்க்கத் தொடங்கினான். அரைமணி நேரத்தில் வாசலில் முக்காடிட்ட நிழல்.

"ராம்சிங் பையா, ஆவோ" என்று அழைத்தார் அம்மா.

அவன் குடுகுடு என்று ஓடினான். ராம்சிங் அமுதா அமுதாவைப் பார்த்து இந்தியில் ஏதோ சொன்னாள். அமுதாவும் "அச்சா அச்சா" என்றபடி ஏதோ சொன்னாள். சமாளிக்கிறாள் என்பது நிச்சயம் தெரிந்தது.

அவர் போனபின் "ஏதோ நல்லா இந்தி பேசுவேன்னு சொன்னே?"

"நான் எங்கே சொன்னேன், ஏதோ கொஞ்சம் கொஞ்சம் தெரியும்".

ரமேஷ் சீரியலை மாற்றிவிட்டு நியூஸ் பார்க்கத்தொடங்கினான்.

★ ★ ★

ரமேஷும் கல்லூரியில் இரண்டு செமஸ்டர் இந்தி படித்தான். ஆனால் இப்போது நான்கைந்து வார்த்தைகளைத் தவிர எதுவும் நினைவில் இல்லை. அவன் பிளஸ் டூ வரை தமிழ் மீடியத்தில் படித்தவன். ஆங்கிலம் என்ற நெருப்பாற்றைத் தாண்டுவதே அவனுக்கு யுத்தமாக இருந்தபோது இந்தி என்பது நெருப்பாற்றில் நீந்திக்கொண்டே நெருப்பு வளையத்தைத் தாண்டுவதைப்போல இருந்தது.

நல்லவேளையாக இவன் வகுப்புக்கு என்று தனி இந்தி வகுப்பில்லை. நான்கு கோர்ஸ் மாணவர்களுக்கும் சேர்த்து அசோகன் என்று ஒரு இந்தி வாத்தியார். "யாஹ் க்யா ஹை?" என்றால் 'இது என்ன', 'பள்' என்றால் 'பழம்', 'டீவார்' என்றால் சுவர், 'லட்கா - லட்கி' - 'சிறுவன் - சிறுமி' - யோசித்துப்பார்த்ததில் இவ்வளவு வார்த்தைகள்தான் இப்போது ரமேஷுக்கு நினைவுக்கு வந்தன.

பெரும்பாலான மாணவர்கள் இந்தி வகுப்புகளில் கலந்துகொள்வது கிடையாது. தேர்வெழுத அட்டென்டன்ஸ் கிடைக்க வேண்டும் என்பதற்காக இறுதிநாள்களில் மட்டும் வருவார்கள். அப்படி ஏதாவது புதுமுகத்தைக் கண்டுவிட்டால் அவர்களைக் கேள்வி கேட்டுத் துளைத்தெடுப்பார் அசோகன்.

ஒருமுறை அப்படித்தான் பிரிட்டோ மாட்டிக்கொண்டான்.

'டீவார் பர் க்யா ஹை?' என்று கேட்டார் அசோகன் சார்.

பிரிட்டோவுக்கு ஒன்றும் புரியவில்லை. இரண்டுமுறை அதே கேள்விகள். ஆழ்ந்த மௌனம்.

‘சுவரில் என்ன இருக்கிறது?’ என்று கேட்டார் அசோகன் சார்.

கொஞ்சமும் தயங்காமல் ‘சுண்ணாம்பு இருக்கிறது சார்’ என்றான் பிரிட்டோ. ஒட்டுமொத்த வகுப்பறையும் சிரித்தது. இதாவது பரவாயில்லை, ஒருநாள் குமரன் இப்படி மாட்டிக்கொண்டான். அவனை ஏற இறங்கப் பார்த்தவர், ‘அ எழுது’ என்றவர், உடனே ‘ஹிந்தியில அ எழுது’ என்றார். அவன் நெடுநேரம் கரும்பலகைக்கு முன்னால் நின்றுகொண்டே இருந்தான்.

★★★

ரமேஷ் நான்காம் வகுப்பு படிக்கும்போது முதன்முதலாக ஆங்கிலச் சொற்களைச் சொன்னபோது கிருஷ்ணன் தாத்தாவுக்கு மீசை கொள்ளாத சந்தோஷம்.

“தாத்தாவுக்கு இங்கிலீஷ்ல என்ன?”

“கிராண்ட்ஃபாதர் தாத்தா”

“கிரான்டு பாதர்” என்று தனக்குள் சொல்லிக்கொண்டவர், “நிறைய பாஷை பேசுறவன் நாக்கு நீளமாயிடுமாம். கோவிந்தராஜு தெலுங்கு பேசுவான்ல, அவனுக்கு என்னைவிட நாக்கு நீளம். உனக்கும் நாக்கு நீளமாயிடும் ரமேசு” என்றார் தாத்தா.

இவனும் அதை நம்பி அவ்வப்போது தன் நாக்கை நீட்டி நீட்டிப் பார்ப்பான். ஆங்கிலப் பாடப்புத்தகம் படிக்கும்போது எல்லாம் நாக்கு அடர்த்தியானதைப்போன்ற உணர்வு வரும். அந்தக் கிருஷ்ணன் தாத்தாவும் செத்துப்போனார். ‘நேத்துல இருந்து அவர் பேசலையே, நாக்கு சுருங்கியிருக்குமோ?’ என்று ரமேஷ் யோசித்தான். ஆனால் அதையெல்லாம் பரிசோதிக்க முடியாதபடி வாயைக் கட்டி தாத்தாவின் உடலை எடுத்துக்கொண்டு போனார்கள்.

“ஏன்டா லாங்குவேஜ் பேசினா நாக்கு நீளமாகுமா? உன் தாத்தாதான் சின்னப்புள்ளத்தனமாச் சொன்னர்னா நீயுமா அதை நம்புவே?” என்றான் ஒன்பதாம் வகுப்பில் மகேஷ்.

“நான் இப்போ இந்தி படிச்சு மத்யமா எக்ஸாம் எழுதப்போறேன். அப்போ நாக்கு நீளமாகிக்கிட்டே போகுமா?”

“நீ இந்தி வேறயா படிக்கிறே?”

“ஆமாடா. இந்தி படிச்சா பெரிய பெரிய வேலைக்குப் போக முடியுமாம். தங்கராசு பெரியப்பா சொன்னாரு. நம்ம ஊரிலதான் இந்தி படிக்கக்கூடாதுன்னு சொல்லிக்கெடுத்துட்டாங்க” என்றான்.

★★★

ரமேஷ் ஆரம்பகாலத்தில் சென்னையில் வேலை தேடித் திரிந்த காலத்தில் ஒருமுறை கால்சென்டருக்கான நேர்முகத்தேர்வுக்குப் போனான். ஆரம்பகட்டத் தேர்வுகளில் எல்லாம் தேர்ச்சி பெற்று குரூப் டிஸ்கஷன் போனான். எழுதுவது என்றால் ஆங்கிலத்தில் எழுதிவிடலாம். ஆனால் இங்கே ஆங்கிலத்தில் பேச வேண்டும். அவன் அடிவயிற்றில் ஒரு நாய் புரண்டு படுத்தது.

ஆனால் அவனுக்கே ஆச்சர்யமாக, தங்குதடையில்லாமல் ஆங்கிலத்தில் பேசிவிட்டான். ஆனாலும் அவனுக்கு வேலை கிடைக்கவில்லை. வேலை கிடைத்த ஒருவனை டீக்கடையில் பார்த்தபோது ஒரு வணக்கம் வைத்து அருகில் போனான்.

“என்ன ஜி, இங்கிலீஷ் நல்லாத்தானே பேசினேன்?”

“நாட் பேட் ஜி. ஆனா உங்க லாங்குவேஜில் எம்.டி.ஐ இருக்கு” என்றான் அவன்.

“அப்படின்னா...?”

“மதர் டங் இன்ஃப்ளூயன்ஸ். நீங்க தமிழில யோசிச்சு இங்கிலீஷ்ல பேசுறீங்க. நீங்க யூஸ் பண்ற சில வார்த்தைகளை வெச்சு அதைக் கண்டுபிடிக்கலாம். கால்சென்டருக்கு எல்லாம் இங்கிலீஷ்லயே யோசிச்சு இங்கிலீஷ்ல பேசணும் ஜி. உங்க மூளைக்குள்ள இருந்து தமிழைக் கழட்டிவைக்கணும் ஜி” என்றான் அவன்.

‘வேலை கிடைப்பதாக இருந்தால் மூளையையே கழற்றிவைப்பேனே’ என்று தனக்குள் யோசித்தான் ரமேஷ்.

★★★

ஆங்கிலம் என்பது பேசிப்பேசிப் பழகுவது என்பதை விற்பனைப் பிரதிநிதி வேலையின் மூலம் ரமேஷ் தெரிந்துகொண்டான். ஒருநாள் மகேஷ் மெசேஞ்சர் சாட்டில் வந்தான். பாவம், இந்தி படித்தாலும் அவன் திராவிட நாட்டைத் தாண்டவில்லை. பெங்களூருவில் ஒரு சாப்ட்வேர் கம்பெனியில் வேலைபார்க்கிறான்.

"அதை ஏன்டா கேக்கிறே, சீன க்ளையண்டுக்கு அவுட் சோர்ஸிங் பார்க்கிறோம். அவனுகளுக்கு இங்கிலீஷே சரியாத் தெரியாதுடா" என்றான் சோகமாக.

★★★

மெட்ரோ ரயில் வேலையில் பெரிய கிரேன் விழுந்து இரண்டு தொழிலாளர்கள் இறந்ததால் பணிகள் நிறுத்திவைக்கப்பட்டன. மீண்டும் தொடங்கச் சில மாதங்களாகும். இடைப்பட்ட ஐந்து மாதங்களில் ராம்சிங்கின் அப்பாவும் அம்மாவும் சில தமிழ் வார்த்தைகளைக் கற்றுக்கொண்டார்கள். 'ராமேஷ் ஜி', 'கொதுமை', 'டக்காளி' என்று பழுதுடன் சில வார்த்தைகளை அவர்கள் பேசிக் கேட்க, நன்றாகத்தானிருக்கும். ராம்சிங் சிரிப்பில் சினேகம் கூடியது. மொழியைத் தாண்டி சின்னச்சின்ன பாவனைகள், உடல்மொழிகள் வழியாகவே ராம்சிங், அவன் அம்மாவுடன் உரையாடிக்கொண்டிருந்தாள் அமுதா.

இப்போதைக்கு வேலைகள் கிடையாது, வாடகை கொடுக்க முடியாது என்பதால் வீட்டைக் காலி செய்யும்வேலைகளில் மும்மரமாக இருந்தார் ராம்சிங்கின் அம்மா. அவன் அப்பா, புகைப்படங்களைத் துணியால் துடைத்துக்கொண்டிருக்கும் போதுதான் செல்வராசு வந்தார். வடமாநிலத் தொழிலாளர்களை ஒப்பந்தப் பணிகளுக்கு அனுப்பும் தரகர் அவர். ரமேஷுக்கும் அவர் பழக்கம்தான். அவர் வீட்டுக்குள் போன சில நிமிடங்களில் ராம்சிங் அப்பாவின் குரல் பெரிதாகக் கேட்டது. பிறகு அவர் கையில் சில ரூபாய்த்தாள்களைத் திணித்துவிட்டு ரமேஷ் வீட்டுக்கு வந்தார் செல்வராஜ்.

"என்ன சார் பிரச்னை?"

"வழக்கமான பிரச்னைதான். செட்டில்மென்ட் பண்றப்போ காசு கூட கேட்பாங்க" என்றபடி "தண்ணி கொண்டுவாம்மா" என்றார் அமுதாவைப் பார்த்து.

அவர் பொய் சொல்கிறார் என்பது ரமேஷுக்குத் தெரியும் என்பது செல்வராஜுக்கும் தெரியும். அவர் போனபிறகும் ராம்சிங் அப்பா-அம்மாவின் கூச்சல் கேட்டுக்கொண்டுதானிருந்தது.

“பேசின கூலியைவிட குறைச்சுக்கொடுத்திருக்கான் அந்தாள்” என்றாள் அமுதா.

“தெரியும். சத்தம் கேட்டடப்பவே தெரிஞ்சது. கோபத்துக்கும் பசிக்கும் வார்த்தைதான் வேற, மொழி ஒண்ணுதான்” என்றான் ரமேஷ்.

“பாவம்ல, நம்மை நம்பித்தானே அசலூர்ல இருந்து வந்திருக்காங்க?’

அவர்கள் காலிசெய்து கிளம்பிப்போகும்போது பைநிறைய பலகாரங்கள், கொஞ்சம் பருப்பு, காய்கறிகள் மற்றும் வீட்டில் கூடுதலாக இருந்த ஒரு செல்போனையும் கொடுத்து அனுப்பினாள் அமுதா. ராம்சிங்குக்கு இனிமேல் இங்கு வரமாட்டோம் என்பது புரிந்ததா என்று தெரியவில்லை. எப்போதும்போல் பளீர் என்று சிரித்தான். ஏனோ அவர்கள் போனபோது கண்கள் கலங்கின ரமேஷுக்கு.

★★★

ஐந்து மாதங்களுக்குப் பிறகு, ரமேஷ் வீட்டுக்குத் திரும்பியபோது அமுதா வீடியோ காலில் கையாட்டிக்கொண்டிருந்தாள். இவன் எட்டிப்பார்த்தான். மறுமுனையில் ராம்சிங் சட்டையில்லாத உடம்புடன் சிரித்துக்கொண்டிருந்தான். இவனைப்பார்த்ததும் கொஞ்சம் கூடுதலாகச் சிரித்தான். அமுதாவுக்கும் அவனுக்கும் என்ன புரிந்தது என்று தெரியவில்லை. அமுதா போனை இறக்கி தன் வயிற்றைக் காட்டினாள். மூன்றுமாதக் கர்ப்ப மேடு.

❐ ❐ ❐

44. மீசை நாற்காலி

"என்ன தாயி, ரெண்டு மூணுநாளா கண்டுக்கிடறதே இல்லை?" என்றார் சித்தப்பா.

அன்னலெட்சுமிக்கு வெட்கம் பொத்துக் கொண்டு வந்தது. அது என்னவோ இந்தக் கோலத்தில் அவளால் சித்தப்பாவைப் பார்க்க முடியவில்லை. வாரம் முழுக்க ஒரு தபால்காரரையோ வாட்ச்மேனையோ சீருடையில் பார்த்துவிட்டு, ஒரு ஞாயிற்றுக்கிழமை அவரை வெள்ளைச்சட்டையில் பார்த்தால் அவரை யார் என்று தெரியாமல் குழம்பி விடுவோம். சிலருக்குச் சில அடையாளங்கள். சரஸ்வதிக்கு வீணை, சண்முகனுக்கு வேல். அதேபோல் சித்தப்பாவுக்கு மீசை.

"அட, புசுபுசுன்னு பெரிய மீசையோடவே சின்னப்புள்ளையில இருந்து பார்த்திருக்கு. இப்போ மொழுக்கடின்னு பார்க்கவும் என்னவோ மாதிரி இருக்கும்ல?"

பெரிய கருப்பு தாத்தா சரியாகப் பிடித்து விட்டார். அன்னலெட்சுமி சிறுவயதிலிருந்தே சித்தப்பாவைப் பெரிய மீசையுடன்தான் பார்த்திருக்கிறாள். அந்த மீசை ஒரு மலைப்பாம்பைப்போல பொசுபொசுவென்று மூஞ்சி முழுதும் சாப்பிட்டிருக்கும். வேர்விட்டுக் கிளைபரப்பும் ஆலமரம்போல, கரை கொள்ளாமல் பாயும் காட்டாற்று வெள்ளம் போல இருக்கும் அவர் மீசை.

சிறுவயதில் அப்பா இறந்தபிறகு சித்தப்பாதான் குடும்பத்தைக் கவனித்துவருகிறார். அண்ணன் சுரேஷ், தம்பி காமாட்சி சுந்தரத்தைவிட இவள் மீதுதான் அவருக்கு

உயிர். "அக்கா, உன்மேலதான் அப்பா உசிரா இருக்கார்" என்று சித்தப்பா மகள் விமலா சொல்வாள். அப்பா இறந்தாலும் நிலபுலன், ஆடுமாடுகள் என்று சொத்துகள் இருப்பதால் எந்தக் குறையுமில்லை. இருக்கும் ஒரே குறை, இல்லாத அப்பாவின் பாசம்தான். ஆனால் சித்தப்பா இருந்ததால் அந்தக் குறையுமில்லை.

13 ஆண்டுகளாக கம்பீரமான மீசையுடன் பார்த்துப் பழகியிருக்கிறாள். மகன்கள் இல்லாத மச்சக்காளை தாத்தா இறந்ததால் கொள்ளி வைத்த சித்தப்பா மீசையை எடுத்திருக்கிறார். இவளுக்குத்தான் பார்க்க முடியவில்லை.

அன்னலெட்சுமிக்கு சர்ட்டிபிகேட்டில் ரம்யா என்றுதான் பெயர். சித்தப்பா பெண்களும் பசங்களும் அப்படித்தான் கூப்பிடுவார்கள். ஆனால் அம்மாவுக்கும் சித்தப்பாவுக்கும் மட்டும் வாய்நிறைய அன்னலெட்சுமி என்று கூப்பிட்டால்தான் மனசு நிறையும். அதுவும் சித்தப்பா மீசை மயிரில் பட்டு வரும், 'அன்ன லெட்சுமி தாயி' அழைப்பில் இவள் நனைந்து குளிர்ந்துவிடுவாள். ஊருக்குள் பலருக்குப் பெரிய மீசை இருந்தாலும் சித்தப்பாவின் மீசை அதிலிருந்து தனித்துவமாக இருப்பதைப்போல இவளுக்குத் தெரியும். எல்லோருக்கும் அப்படி ஒரு மீசை அமைந்துவிடுவதில்லை. திருவிழாக்கூட்டத்தில் தன் குழந்தை தொலைந்துவிடாமலிருக்கக் கைகளை இறுகப் பற்றிக்கொள்ளும் அம்மாவின் விரல்களைப் போல கிருதாவுடன் இணைந்திருக்கும் அந்த மீசை.

சித்தப்பாவின் மீசையைப் பார்க்கும் போதெல்லாம் அவளுக்குள் ஒரு உற்சாகம் பிறக்கும். அவர் பேசும்போது, சிரிக்கும்போது, கோபப்படும்போது, ஈரம் பட்டு நனைந்திருக்கும்போது, கைகளால் அளையும்போது என்று மீசையும் சித்தப்பாவைப் போலவே விதவிதமான உணர்ச்சிகள் காட்டும். அவளுக்கு என்னவோ அது ஒரு நாய்க்குட்டி, பூனைக்குட்டியைப் போல உயிருள்ள வளர்ப்புப் பிராணியாகத் தான் தெரிந்தது. 'தாத்தா இறந்ததற்காக மீசையை மழித்தவர் அதைத் தன் கையில் கொடுத்திருந்தாலாவது மடியில் வைத்துக் கொஞ்சிக்கொண்டிருக்கலாம்' என்று நினைத்தவள் 'என்ன லூசுத்தனமான நினைப்பு' என்று பின்னந்தலையில் தட்டிக்கொண்டாள்.

சித்தப்பாவைப் பார்த்து மீசைப்பித்து பிடித்ததாலோ என்னவோ அன்னலெட்சுமிக்கு 'ஆம்பளைன்னாலே மீசை' என்ற எண்ணம் உருவாகிவிட்டது. 'ஏன் இந்தி ஹீரோக்களெல்லாம் தாலியறுத்தவ மாதிரி மொழுக்கடின்னு இருக்கானுக' என்று தோன்றும். சிவாஜி கணேசன், கமல்ஹாசன், விஜயகாந்த், சத்யராஜ், அஜித், சூர்யா என்று முறுக்குமீசை வைத்த ஹீரோக்களின் படங்கள் என்றால் அவளுக்குப் பிடிக்கும். ஆனால் எல்லாப் படங்களிலும் அவர்கள் அப்படி வந்துவிடுவதில்லை. சில படங்களில் அவர்களும் இந்தி ஹீரோக்களைப் போல மொழுக்கடி என்றிருப்பார்கள். அப்படிப்பட்ட நேரங்களில் பேப்பரில், புத்தகத்தில் சினிமா விளம்பரம் வரும்போதெல்லாம் இவளாகவே அவர்களுக்கு மீசை வரைந்துவிடுவாள். 'இப்பத்தான் உம் மூஞ்சியைப் பார்க்கிறமாதிரி இருக்கு' என்றும் சொல்லிக்கொள்வாள்.

சினிமா ஹீரோக்கள் என்றில்லை, காலண்டர் முருகன் படம் தொடங்கி கையில் கிடைக்கும் காகிதங்களில் இருக்கும் எல்லா உருவத்துக்கும் மீசை வரைந்துவிடுவாள். சித்தப்பா ஒருமுறை பார்த்து, "சரியாத்தான் பண்ணிருக்கா எம் மவ. முருகன் நம்ம சாமின்னா இப்படி கம்பீரமா மீசையோடதானே இருப்பாரு? ஜெமினிகணேசன் மாதிரி வழுவழுன்னா இருப்பாரு?" என்றபடி மீசையை நீவிக்கொண்டார்.

பிறகு ரம்யாவுக்கு இது ஒரு நோயாகவே மாறிவிட்டது. நேரில் மீசையில்லாத ஆண்முகம் கண்டால் அதில் ஒட்டுமீசை வைத்துவிடவில்லையே தவிர மற்ற எல்லா அறிகுறிகளும் இருந்தன. பாடப்புத்தகங்களில் மீசையில்லாமல் இருக்கும் தலைவர்கள், விஞ்ஞானிகள், கவிஞர்களுக்கும் மீசை வரைந்தாள். இவள் பாடப்புத்தகம் மட்டும் மற்ற பாடப்புத்தகத்திலிருந்து தனியாகத் தெரியும். ஒன்பதாம் வகுப்பு படிக்கும்போது இவள் பாடப்புத்தகத்தில் அப்துல் கலாமுக்கு மீசை வரைந்ததைப் பார்த்த இங்கிலீஷ் மிஸ், பிரம்பால் பிளந்தெடுத்துவிட்டார். விஷயம் கேள்விப்பட்ட சித்தப்பா கொதித்துப்போய் புல்லட்டில் இவளை ஏற்றிக்கொண்டு நியாயம் கேட்கப்போனார். அங்கே சித்தப்பா புல்லட் சைலன்ஸராய்க் கொதித்ததில் அந்த மிஸ் பத்துநாள்கள் பள்ளிக்கு வரவில்லை.

ரம்யா சிறுவயதில் பாடப்புத்தகத்தில் பொத்திப் பாதுகாத்த மயிலிறகும் அவளுக்கு சித்தப்பாவின் மீசையைத்தான் ஞாபகப்படுத்தும். நல்ல மிருதுவாக, அடர்த்தியாக, அழகாக இருக்கும் அந்த மயிலிறகு. ஆனால் வண்ணமயமான மீசை. சித்தப்பாவுக்கும் மீசையின் வண்ணம் மாறிக்கொண்டுதான் வந்தது. இத்தனைக்கும் அவர் அவ்வளவு சிரத்தை எடுத்து மீசையைப் பராமரிப்பார். பசுநெய், விளக்கெண்ணெய், வண்டி மை என்று விதவிதமாகப் பூசித் திரிவார். கதர் சட்டைப்பைக்குள் எப்போதும் மீசையை சீவ சீப்பு இருக்கும். ஆனால் காலம் அவர் மீசையில் சுண்ணாம்பைத் தடவிப்போனது. வெள்ளையானாலும் அந்தக் கம்பீரம் மாறவில்லை.

ஒருமுறை முனியாண்டி கோயில் கிடாவெட்டுக்குப் போனபோது பொங்கல் வைப்பதற்காகத் தண்ணீர் எடுக்க குடத்துடன் போனவளைப் பாம்பு தீண்டிவிட்டது. விஷ ஜந்துதான். பாம்பு கடித்து விஷம் ஏறுவதைவிட, உடன் வந்த பெண்டுபிள்ளைகள் கத்தியதில் அவளுக்கு மயக்கம் வந்துவிட்டது. காலி எவர்சில்வர் குடம், சத்தத்துடன் உருண்டோட, மயங்கி விழுந்துவிட்டாள். அப்போது படபடப்புடன் வந்த சித்தப்பாதான் அவள் கணுக்காலில் வாய் வைத்து விஷத்தை உறிஞ்சினார். அப்போது அவரது மீசை பட்டு அவளுக்குக் குறுகுறுப்பாக இருந்தது. அது அவளுக்குப் பாடப்புத்தகத்தில் பத்திரப்படுத்தி வைத்திருந்த மயிலிறகை நினைவூட்டியது.

அன்னலெட்சுமி ப்ளஸ் டூ போனாலும் அவளுக்குப் பாடப்புத்தகத்தில் மீசை வரையும் பழக்கம் மாறவில்லை. அது டவுன் பள்ளிக்கூடம். என்னதான் ரம்யா என்று பெயர் இருந்தாலும் அவளது இன்னொரு பெயரைத் தெரிந்துகொண்டு மாணவிகள் கிண்டல் செய்தார்கள். அன்னலெட்சுமி ஒருநாள் பாதியிலேயே பள்ளியிலிருந்து வந்துவிட, விஷயம் சித்தப்பாவின் மீசையைத் தாண்டிக் காதுகளுக்குப் போனது. இந்தமுறை அன்னலெட்சுமியை அழைத்து வரவில்லை. அவரே சொல்லாமல் கொள்ளாமல் மறுநாள் பள்ளிக்கு வந்துவிட்டார்.

ஆசிரியர் கிராமத்து மிரட்டலுக்கு பயப்படுபவர்போலத் தெரியவில்லை. எனவே நகரத்துக்கே உரிய நகாசு நாகரிகத்துடன் சித்தப்பா பேசினார். ரம்யாவைக் கிண்டலடித்த பெண்களை

அழைத்துக் கண்டித்த ஆசிரியர், "உங்க பொண்ணு இன்னும் சின்னப் புள்ளையாட்டம் பாடப்புத்தகத்தில கிறுக்கி விளையாடிக்கிட்டிருக்கு. காலையிலதான் கூப்பிட்டுக் கண்டிச்சேன். இதுக்கும் அழுதுட்டு வந்துடுச்சுன்னா நீங்க நாளைக்கு வந்தாலும் வருவீங்கல்ல" என்றபடி பாடப்புத்தகத்தைத் திறந்து காட்டினார். அந்தப் பக்கத்தில் இருந்த அம்பேத்கர் படத்துக்கு முறுக்குமீசை வரைந்து வைத்திருந்தாள் ரம்யா.

சித்தப்பாவுக்கு எங்கிருந்து கோபம் வந்தது என்று தெரியவில்லை. "கொஞ்சமாவது புத்தியிருக்கா... எது நல்லது, கெட்டதுன்னு தெரியாம எருமைமாடு மாதிரி வளர்ந்து என்ன பிரயோசனம்?" என்றவர் டேபிளில் இருந்த ஸ்டேப்ளரைத் தூக்கி எறிந்துவிட்டார். நல்லவேளையாக ரம்யாமீது அது படவில்லை என்றாலும், அவள் அச்சத்தில் ஒடுங்கிவிட்டாள். ஆசிரியரைப் பார்த்து வேண்டாவெறுப்பாக வணக்கம் வைத்துவிட்டு அங்கிருந்து கிளம்பிவிட்டார்.

சிலநாள்கள் அவர் வீட்டுக்கு வரவில்லை. வெளியூரில் கேஸ் விஷயமாகப் போனதாக சித்தி சொன்னது. பத்துநாளைக்குப் பிறகு வந்த சித்தப்பா, எந்தச் சம்பவமும் நடக்காததைப் போலத்தான் அன்ன லெட்சுமியிடம் பேசினார்.

அவள் கல்லூரிக்குப்போன முதலாம் ஆண்டில் முருகேசனுடன் பழக்கம் ஏற்பட்டது. கடைந்தெடுத்த கறுப்பு நிறம். சார்ஜ் ஏற்றப்பட்ட பேட்டரியைப் போல முறுக்கிய உடல். சித்தப்பாவைப்போல பெரிய மீசை வைத்திருக்கலாம் என்று ரம்யா நினைத்தாலும் முருகேசனுக்கு அளவான மீசையே அழகாகத்தான் இருந்தது. இருவருக்கும் காதல் மலர்ந்து தியேட்டரில் படம் பார்க்கும்போது விஷயம் ரம்யா வீட்டுக்குத் தெரிந்தது. கண்காணிப்புகள் தொடர்ந்தன. இருவரும் தனித்தனியாக மிரட்டப்பட்டனர். பூனைக்குட்டியைப் போலிருந்த சித்தப்பாவின் மீசை, வாய்திறந்து கர்ஜிக்கும் கொடிய மிருகமாக மாறியபோது ரம்யா நடுங்கிப்போனாள். பள்ளியில் அவள் நரம்புகளில் பாவிய அதே நடுக்கம்தான்.

இன்றோ நாளையோ எப்படியும் முருகேசனைக் கொன்று விடுவார்கள். ரம்யாவுக்கு விஷம் கொடுக்கப்பட்டிருக்கிறது. கட்டிலில் படுக்கவைக்கப்பட்டிருக்கும் அன்னலெட்சுமியின்

அருகில் ஒரு நாற்காலியில் கால்மீது கால் போட்டபடி மீசையை நீவியபடியே புகைபிடித்துக்கொண்டிருந்தார் சித்தப்பா. புகை வளையங்கள் சித்தப்பா மீசை முடியுமிடத்தின் வெண்வளையங்களைப் போலவே இருந்தன. குட்டிக்குட்டிப் பாம்புகள் அலைபாய்வதைப் போல் ஓடி மறைந்தன. அவளுக்குக் கண்கள் இருட்டிக்கொண்டுவந்தன. சித்தப்பா அன்று வாய் வைத்து உறிஞ்சித் துப்பிய விஷம் இன்று மீண்டும் புகட்டப்பட்டிருக்கிறது. கொஞ்சம் கொஞ்சமாக விஷம் ரத்தத்தில் பாம்பின் வேகத்தில் பரவப் பரவ அவளுக்கு ஒளி மங்கிக்கொண்டே போனது. இப்போது சுற்றிலும் இருட்டு அவளைக் கொஞ்சம் கொஞ்சமாக மலைப்பாம்பைப்போல, பெருக்கெடுத்தோடி வரும் வெள்ளம் போல, பெருமழையில் வீழ்ந்த மரம்போல அழுத்த, அன்னலெட்சுமி என்ற ரம்யாவுக்குக் கடைசியாக ஒருமுறை சித்தப்பாவின் மீசையைப் பிடித்துக் கொஞ்சவேண்டும்போல இருந்தது.

❑ ❑ ❑

45. நூற்றாண்டின் விதைகள்

செய்யவேண்டிய வேலைகளை நினைக்கும்போது மலைப்பாக இருந்தது கரிகாலனுக்கு. இன்றுதான் புதுமனை புகுவிழா முடிந்திருக்கிறது. புதுவீட்டில் பால் காய்ச்சிவிட்டால் அன்று காலியாக விடக்கூடாது. யாராவது இரவு தங்கவேண்டும் என்பதால் கரிகாலன் மட்டும் தங்கியிருக்கிறான். மனைவியும் குழந்தைகளும் உறவினர்களுடன் பழைய வீட்டிலிருக்கிறார்கள். இன்னமும் ஆணியடித்து ஒரு காலண்டரோ கடிகாரமோகூட மாட்டவில்லை. சோபா, கட்டில் என்று எந்தப் பொருள்களும் நிரப்பப்படாததால் வீடு பெரியதாகத் தோன்றியது. புதுவீட்டுக்கே உரிய மணம் அவனுக்குள் உற்சாகத்தைக் கிளப்பியது. சொந்தவீடு வாங்குவது என்பது எப்போதும் ஓர் அசைக்கமுடியாத நம்பிக்கையை ரத்தத்துக்குள் இறக்கும். இத்தனைக்கும் இது புதுவீடு அல்ல. எட்டாண்டுகள் பழைய அபார்ட்மெண்ட். அவ்வப்போது வந்துபோனதில் சில குடித்தனக்காரர்களுடன் பழக்கம் ஏற்பட்டிருந்தது. எதிர் பிளாட்டில் எப்போதும் கூச்சல் சப்தம் கேட்கும் என்று பக்கத்து வீடுகளில் சொல்லியிருந்தார்கள். அந்த வீட்டில் குடியிருந்தவர் கோயம்பேட்டில் பழக்கடை வைத்திருக்கிறார். குழந்தையில்லை. மனைவிமீது சந்தேகம் என்பதால் அடிக்கடி சண்டைகள் நடக்கும் என்றும் ஒருமுறை துப்பாக்கியைத் தூக்கி பிரச்னை பெரிதாகிவிட்டது என்றும் பக்கத்து வீடுகளில் கதைகதையாகச் சொல்லியிருந்தார்கள்.

இரவு ஆகிவிட்டது. இப்போதும் எதிர் பிளாட் சண்டைக்கூச்சலும் அழுகுரலும் புதுவீட்டின் உள்ளே

கேட்டது. வீட்டில் எந்தப் பொருளும் இல்லாததால் அந்த சத்தம் கொஞ்சம் பயத்தை ஏற்படுத்தியது. கதவைச் சாத்திய கரிகாலன் ஒருமுறை காலிவீட்டைக் கண்களால் துளாவினான். நல்லவேளையாக இரண்டு பாட்டில் தண்ணீர் இருந்தது. குடித்துவிட்டு பாத்ரூம் போய்ப் படுக்கலாம் என்று நினைத்தான் கரிகாலன்.

பாத்ரூமில் சிறுநீர் கழித்துவிட்டு முடித்தபோதுதான் இன்னொரு பாத்ரூமில் தண்ணீர் சொட்டும் சத்தம் கேட்டது. க்ளக் களக் என்ற சத்தம் கேட்டதும்தான் அவனுக்கு காலையில் பரிசாக வந்த மணல் கடிகாரம் நினைவுக்கு வந்தது. மதியம் பரிசுப்பொட்டலங்களைப் பிரித்தபோது இதுமட்டும் தனியாகத் தெரிந்தது. மூலையில் குவிக்கப்பட்டிருந்த பரிசுப்பொருட்களில் இருந்து மணல் கடிகாரத்தை எடுத்தவன் அதன் சாவியை இயக்கினான். இப்போது மணல் கொஞ்சம் கொஞ்சமாய்க் கசியத்தொடங்கியது. சிலநிமிடங்கள் பார்த்துக்கொண்டிருந்தவனுக்கு, ‘கீழே உள்ள மெயின்கேட் பூட்டப்பட்டிருக்கிறதா?’ என்ற சந்தேகம் வந்தது. சாவியை எடுத்துக்கொண்டு லிஃப்ட் பட்டனை அழுத்தினான். எதிர்வீட்டில் கூச்சல் உச்சம் எட்டியிருந்தது. லிஃப்ட்டுக்குள் நுழைந்தபோது பெருஞ்சத்தம் அங்கிருந்து வந்தது. கதவு அறைந்து சாத்தப்படுகிறதோ என்று நினைத்தான். ‘இல்லையே இது துப்பாக்கி வெடிக்கும் சத்தம்போல இருக்கிறதே’ என்று அவன் நினைத்தபோது லிப்ட் கீழே இறங்கியது. சில நிமிடங்கள் ஆனபிறகும் லிப்ட் இறங்கிக்கொண்டேயிருந்தது. பழுதா என்று நினைத்தபடி அதன் கதவை ஆட்டினான். ஒன்றும் நடக்கவில்லை. பலம்கொண்டமட்டும் கதவைப் பிடித்து இழுத்தான். பெரும் சத்தத்துடன் லிப்ட் அதிவேகமாக, தரையில் மோதப்போவதைப்போல பெருவிசையுடன் கீழே இறங்கியது. கரிகாலன் பயந்துபோனான்.

★★★

லிப்ட் கதவு திறந்து கீழே விழுந்தான். எதிரில் அமர்ந்திருந்தவன் இவனைக் கண்கள் சுருக்கிப் பார்த்து, “யார் நீ? நான்கூட மரத்தில் இருந்து ஆப்பிள் விழுந்திருச்சுன்னு நினைச்சேன்” என்றான்.

யார் இவன், இது எந்த இடம் என்று புரியாமல் சுற்றுமுற்றும் பார்த்தான். அவன் சொன்னபடி அது ஓர் ஆப்பிள் மரம்தான். இங்கே எப்படி வந்துசேர்ந்தேன் என்று குழம்பிப்போனான் கரிகாலன். எதிரில் அமர்ந்திருந்தவன் தோல் சீவப்பட்ட ஆப்பிளைப்போல வெளுத்திருந்தான்.

“நீங்க யாரு, இது என்ன இடம், என்ன பண்றீங்க?” என்றான் கரிகாலன். வேட்டைநாயின் மூச்சிரைப்பு அவன் கேள்விகளில்.

“நானா, தினமும் இந்த மரத்துக்கு வருவேன். ஆப்பிள் எப்படி கீழே விழுதுன்னு யோசிப்பேன். எப்படியும் ஒருநாளைக்கு மூணு ஆப்பிள் விழும்” என்றான்.

“13 ஆப்பிள் விழும்போது இந்த உலகம் அழிஞ்சுடும்” என்று மரத்துக்குப் பின்னாலிருந்து குரல் கேட்டது.

கரிகாலன் குழம்பிப்பார்த்தபோது,மெல்ல இருவர் மரத்தின் பின்னால் இருந்து வந்தார்கள்.

“யார் இவங்க?” என்றான் கரிகாலன்.

“ஒருத்தன் பேர் மட்டும்தான் தெரியும். பழமை தாமஸ். இன்னொருத்தனிடம் பேசியதுகூட கிடையாது. அவன் பேசும் மொழி தவளைகள் கத்துவதைப்போல இருக்கும். நான் ஆப்பிளைப் பற்றி ஆராய்ச்சி செய்யத்தான் வந்தேன். இவர்களைப் பற்றியில்லை” என்றவன், கீழே விழுந்த ஆப்பிளை எடுத்து, படிந்திருந்த தூசியைத் துடைத்தான்.

“ஆப்பிள் விழுவது என்பது கடவுளுக்குப் பற்கள் விழுவதைப்போலத்தான். விழுந்து விழுந்து முளைக்கும்” என்றான் பழமை தாமஸ்.

“நான் எப்படி விழுந்தேன்னு தெரியலை. ஒரு சாதாரண ஆப்பிள் விழுந்ததுக்கு ஆராய்ச்சியா?”

“ஆப்பிள்னா சாதாரணமா?” பழமை தாமஸின் குரலில் கோபம் அப்பியிருந்தது. “அது இயற்கையின் விதைப்பை. ஆப்பிளைக் கடித்ததால்தான் நீ, நான், இந்த ஆப்பிள் ஆராய்ச்சிக்காரன், இந்தக் குதிரைக்காரன்னு எல்லா மனுஷங்களும் வந்தோம். அதுவும் பாம்பு சொன்னதால் கடிச்ச ஆப்பிள். ஆனா பாம்பு ஆப்பிளை முழுங்கலை” என்றான்.

"ஆனா பாம்பு நிலாவை விழுங்கிடும். அதனாலதான் உலகம் இருட்டாகிடும்" என்றான் அந்தக் குதிரைக்காரன். நெருப்பு அணைந்தபின் மிஞ்சும் சாம்பல் நிறத்தில் இருந்தவன் கைகளில் புல். நாடோடியாக இருக்கவேண்டும். குதிரையை உற்றுப்பார்த்தான். குடுமியைப்போல பிடரியில் முடி செழித்திருந்தது. அதன் முதுகில் ஆச்சர்யமாக வெள்ளைக்கோடுகள் தெரிந்தன.

"துடிப்பான குதிரை. ரெண்டு கணவாயைக் கடந்து ஓடினாலும் களைப்பாகாது" என்றான் அந்தக் குதிரைக்காரன்.

இவர்கள் யார், எந்தக் காலத்தில் இருக்கிறோம், என்ன பேசுகிறார்கள் என்று கரிகாலனுக்கு ஒன்றுமே புரியவில்லை. அப்போது ஆப்பிள்கள் சடசடவென்று மரத்திலிருந்து விழத்தொடங்கின. குதிரை பிரளயத்தைக் கண்டதைப்போல கனைத்தபடி ஓடத்தொடங்கியது. வேர்களுடன் அந்த ஆப்பிள் மரம் கரிகாலன்மீது விழுந்ததில், பாரம் தாங்காமல் புதைந்துபோனான்.

★★★

"இவர் எந்த நூற்றாண்டைச் சேர்ந்தவர் என்று தெரியவில்லையே, மண்ணுக்குள் புதைந்திருக்கிறாரே" என்ற குரல் கேட்டபோது கரிகாலன் விழித்துப்பார்த்தான்.

கூட்டமாக நின்றிருந்த மனிதர்கள் தினவுசெழித்த மேனியுடன், இதுவரை காணாத ஆடையணிந்து, பாறையின் கறுப்பேறியிருந்தார்கள். அவர்கள் யார் என்று தெரியாவிட்டாலும் அவர்களைப் பார்க்கும்போது கரிகாலனுக்கு தோழமை மனசுக்குள் பொங்கிப்பெருகி, ஆன்ம நரம்பு துடித்தது.

"யார் நீங்கள், இது எந்த இடம்?"

"நான் ஆதன். இவர் சேந்தன் அவதி. இடத்தின் பெயர் கீழடி. நீங்கள் மண்ணுக்குள் புதைந்திருந்தீர்கள். பலநூற்றாண்டுக்கு முந்தைய புதையுண்ட நகரத்தைச் சேர்ந்தவர்கள் என்று நினைத்தோம்" என்றவர், கண்களால் ஆணையிட்டதும் கறுப்பும் சிவப்பும் இழைந்த மண்பாண்டம் முழுக்க திரவம் கொண்டுவந்து கொடுத்தார்கள். கரிகாலனுக்குப் பசியோ தாகமோ இல்லையென்றாலும் உபசரிப்பை மறுக்கக்கூடாது என்னும்

சுகுணா திவாகர்

மனமும் அந்தத் திரவத்தின் ருசியறியும் ஆவலும் மேலிட வாங்கிக்குடித்தான். ஆதம் ஆப்பிள் தொண்டையில் ஏறியிறங்க முதல் மிடறு குடித்ததுமே அவனுக்குள் கூட்டம் கூட்டமாய் முயல்கள் ஓடியதைப்போன்ற குறுகுறுப்பு.

"என்ன இது, இந்த திரவத்தின் பெயர் என்ன?" என்றான்.

"தேட் கடுப்பு அன்ன நாட்படு தேறல்" என்றார் சேந்தன் அவதி. பலநாள்கள் ஊறவைத்த சாராயம், குடித்தவர்களுக்குத் தேளோ பாம்போ கடித்ததைப்போல் போதையேறும் என்று கரிகாலனுக்கு உறைத்தது.

"சாப்பிட ஏதுமிருக்கிறதா?" என்றான்.

"ஊன்சோறு கொடுக்கலாம்" என்ற சேந்தனை மறுத்த ஆதன் "தண்பனிப்பழம் சாப்பிடட்டும்" என்றபடி ஒரு பழத்தை எடுத்துக்கொடுத்தான். மேலே தோலை உரித்ததும் உள்ளே பல், பல்லாக மஞ்சளும் நீலமும் கலந்த விதைகள் இருந்தன. கரிகாலனுக்கு மாதுளை நினைவுவந்தது.

"இது என் அன்னைக்கும் தந்தைக்கும் பிடித்த கனி. கொழுத்த காளையின் இறைச்சியும் இந்தத் தண்பனிப்பழமும் இருந்தால் போதும், வேறு உணவே இல்லாமல் மூன்று செங்கல் கட்டடங்களை எழுப்பிவிடுவார்கள். என் அன்னை இறந்துவிட்டார். தந்தையைத்தான் இன்று முதுமக்கள்தாழியில் இடப்போகிறோம். தண்பனிப்பழத்தின் விதைகளைப் போல்தான் மென்மையான பற்கள் என் அன்னைக்கு இருந்தன. கீழ்த்திசை விண்மீன்கள் விழும்போதெல்லாம் பற்கள் விழும் என்பார்கள். ஆனால் விண்மீண்கள் எரிந்து விழுந்தனவே தவிர என் அன்னையின் பற்கள் விழவில்லை" என்றான் அருகில் இருந்த ஓர் இளைஞன்.

"கடவுளின் பற்கள்" என்று முணுமுணுத்தான் கரிகாலன்.

"அது யார், அப்படியோர் மனிதனையோ விலங்கினத்தையோ நாங்கள் அறிந்ததில்லையே?" என்றான் ஆதன்.

அப்போது ஆரவாரத்துடன் அந்த முதுபெரும் கிழவரைச் சுமந்துவந்து அந்தத் தாழியின் அருகில் வைத்தார்கள். பிறகு தோல்கருவிகள் இசைக்க, கிழவரை அந்தத் தாழிக்குள் இறக்கினார்கள். கரிகாலன் உள்ளே எட்டிப்பார்த்தான்.

வேண்டு மளவு தானியங்களும் இரு கூடைகளில் தண்பனிப்பழங்களும் இருந்தன. இன்னும் கொஞ்சம் கண்களை விரித்து உள்ளே துழாவிப்பார்த்தபோது கரிகாலனுக்குத் தலைசுழன்றது.

அவனுக்குப் பரிசாக வந்ததைப்போன்ற ஒரு மணல்கடிகை அங்கேயும் இருந்தது. மேலும் அந்தக் கிழவரின் அருகில் சொற்ப இறைச்சியுடன் ஒரு நீண்ட எலும்புத்துண்டும் இருந்தது. அது ஒரு வேட்டைத்துப்பாக்கியைப் போல இருந்தது.

46. தனிமைப்படுத்தப்பட்ட பகுதி

இரவு தூங்கி எழுந்ததும் மனம் ஆடை களைந்திருந்தது. ‘இப்படியே ஷவர் முன்னால் நின்றால் ஒரு தெளிவு கிடைக்கும்’ என்று நினைத்தான் கதிரேசன். உஷாவும் ராகேஷும் இன்னும் எழவில்லை. ஷூ அணிந்தபடி நடைப்பயிற்சி கிளம்பினான். ஐந்தே நிமிடங்களில் மனக்குரங்கு அலைபாய்ந்து பேன் பார்க்கத்தொடங்கியிருந்தது. இன்னமும்கூட ராகேஷ் நடந்துகொள்ளும் விதத்தை அவனால் புரிந்துகொள்ள முடியவில்லை.

16 வயதாகிறது. இந்தப் பதினாறு வயதில் கதிரேசன் பைக் ஓட்டக்கூடக் கற்றுக்கொண்டதில்லை. ஆனால் ராகேஷ் வெப்சீரிஸ், வித்தியாசமான செயலிகள், ஆன்லைனில் விநோதமான தளங்கள் என்றிருக்கிறான். இதெல்லாம்கூட அவனுக்குப் பெருமையாகத்தான் இருந்தன. ஆனால் அந்த கிராப் வெட்டிய பெண் பிள்ளையுடன் அவன் கூச்சநாச்சமின்றிப் பழகுவதைப் பார்க்கும்போதுதான் அதிர்ச்சியாகவும் குழப்பமாகவும் இருக்கிறது. தொட்டுத் தொட்டுப் பேசுகிறார்கள். அவள் இவன் கன்னத்தைக் கிள்ளுகிறாள். இவன் அவள் முதுகில் தட்டுகிறான். ஒரே ரூமில் மணிக்கணக்கில் லேப்டாப் முன்பு அருகருகே அமர்ந்து நேரம் செலவழிக்கிறார்கள். அன்று அவள் பர்த் டே என்பதற்காக கட்டியணைத்து வாழ்த்து சொல்கிறான் ராகேஷ். கதிரேசனால் இன்னும் அலுவலகத்தில் ஒரு பெண்ணிடம்கூட இயல்பாகப் பேச முடிந்ததில்லை. அதிலும் சியாமளா வந்து அலுவல்ரீதியாகத்தான் ஏதாவது பேசினால்கூட, மனதுக்குள் ஒரு பதற்றத்துடன்தான் பேச முடிகிறது.

"என்னடா ஒரு பொண்ணைக் கட்டிப் பிடிக்கிறே, வீட்டுல அப்பா, அம்மால்லாம் இருக்கோம்!"

"இதில என்னப்பா இருக்கு? ஹக் பண்ணுறதுல என்ன தப்பிருக்கு?" என்கிறான் ராகேஷ்.

இவனுக்கு பிக்பாஸில் ஹக் என்ற பெயரில் கட்டிப்பிடித்துக்கொள்வதைப் பார்க்கும்போதே அதிர்ச்சியாக இருக்கும். ஓரக்கண்ணால் ராகேஷைப் பார்த்தால் அவன் இயல்பாக டிவி பார்த்துக்கொண்டிருப்பான். கதிரேசன் தியேட்டருக்கு சிறுவயதில் படம் பார்க்கப் போகும்போது முத்தக்காட்சிகள் வந்தாலே முகத்தைத் தாழ்த்திக்கொள்வான்.

ஒருநாள் தனியாக ராகேஷைக் கூட்டிக் கொண்டுபோய்ப் பேசினான். ஆனால் அவன் பேசியதைப் பார்த்தால் ஏதோ கதிரேசன்தான் குற்றவாளி என்ற தொனி தெரிந்தது.

"இதில என்னப்பா இருக்கு?" என்றுதான் எந்தக் கேள்விக்கும் பதில் சொல்கிறான். அதுவே கதிரேசனுக்கு எரிச்சலைக் கிளப்பியது.

"சரி, ரெண்டுபேரும் மணிக்கணக்கா என்ன சாட் பண்ணிக்கிறீங்க? வீட்ல பேசினது பத்தாதுன்னு ஃபேஸ்புக் மெசேஞ்சர், வாட்ஸப்னு..."

"அப்பா இதெல்லாம் அவங்கவங்க பர்சனல். நான் உங்க போனை வாங்கி என்னைக்காவது பார்த்திருக்கிறேனா?" என்றான் ராகேஷ்.

கொஞ்சநாளாக இந்தக் குழப்பத்தினூடே மோனிகாவின் நினைப்பு வந்துபோனது கதிரேசனுக்கு. இப்படி ஹக் பண்ணும் காலத்தில் பிறந்திருக்கலாம் என்று நினைத்தான். இரண்டாண்டுகளாக மோனிகாவை உருகி உருகிக் காதலித்ததில் அவளது ஹேர் பின், கசக்கிப்போட்ட பஸ் டிக்கெட், கொலுசு மணி, காதோரத்து நீண்ட மயிர்க்கற்றை, அவளுக்குக் கொடுக்காமல் வைத்திருந்த காதல் கடிதம் ஆகியவைதான் மிச்சம். அவள் சரவணனைக் காதலிக்கிறாள் என்று தெரிந்தபோது பேய்மழை கதிரேசன் தலையில் பெய்ததைப்போலிருந்தது. சரவணன் நண்பன்தான் என்றபோதும் அவனால் அதைத் தாங்கிக்கொள்ளவே முடியவில்லை. அதற்குப்பிறகும் மோனிகா கதிரேசனுடன் இயல்பாகப் பேசிக்கொண்டுதானிருந்தாள்.

ஆனால் இவனுக்குத்தான் அவளிடம் பேசும்போது, ஏதோ கோயிலில் தீக்குழி மிதிப்பதைப்போலிருந்தது. கல்லூரி முடிந்தபிறகு மோனிகா என்ன ஆனாள், சரவணன் என்ன ஆனான், இருவரின் காதல் என்ன ஆனது என்று தெரியவில்லை.

★★★

இப்போது ஃபேஸ்புக்கில் மோனிகாவைத் தேடிப்பிடிக்கலாம் என்று தோன்றியது. அதுவும்கூட அவனுக்குத் தானாக வந்த யோசனையில்லை. ப.பாண்டி, மகளிர் மட்டும் படங்களைப் பார்த்தபோதுதான் ‘இதை முயன்றால் என்ன’ என்று தோன்றியது. கூடவே ‘காலம் தனக்கு முன்னால் எவ்வளவோ தூரம் முன்னே ஓடியிருக்கிறது. அதனால்தான் ராகேஷ் நம்மை மதிப்பதில்லையோ’ என்றும் குழப்பிக்கொண்டான்.

மறுநாளிலிருந்து மோனிகாவை ஃபேஸ்புக்கில் தேடத்தொடங்கினான். நூற்றுக்கணக்கில் மோனிகாக்கள் வந்து குவிய, திகைத்துப்போனான். மோனிகா என்பது தேசியப்பெயர் போல. மோனிகா சாட்டர்ஜி, மோனிகா அர்ஜூன் சர்மா, மோனிகா கிருஷ்ணன் உன்னி என்று மொழி கடந்த மோனிகாக்கள். அவற்றில் தமிழ் மோனிகாக்களை மட்டும் வடிகட்டிப் பார்க்கத் தொடங்கினான். பல மோனிகாக்கள், இவன் காதலித்த மோனிகாவைவிட அழகாக இருந்தார்கள். ஆனால் அதற்காக மோனிகாவை மாற்றிக்கொள்ள முடியுமா என்ன?

அந்த மோனிகா உயரத்திலும் முகச்சாயலிலும் நடிகை அர்ச்சனாவை நினைவுபடுத்துபவள். ஆனால் அர்ச்சனாவைவிட நிறம் கூடுதல். டிவியில் ‘ஓ வசந்த ராசா’ பாடல் பார்க்கும்போதெல்லாம் நீர்க்குமிழியாய் உள்ளிருந்து மோனிகா எழுவாள். எப்படி இத்தனை மோனிகாக்களுக்கு மத்தியில் அந்த மோனிகாவைக் கண்டுபிடிப்பது. வாரக்கணக்கில் அதிலேயே மூழ்கித் தேட ஆரம்பித்தான். இந்தக் கடலில் யார் அவள்? ஆழத்தில் இலை விரித்த செடியா, வாய் பிளக்கும் சிறுமீனா, பெயர் தெரியா கடல் விலங்கா? இந்த மோனிகா தேடலில் சில ஆபாசப் பக்கங்களும் வந்தன. அரைகுறை ஆடையுடன் வந்த மோனிகாக்களைப் பார்த்ததும் ‘ரசிக்கலாமா, புனிதமான காதலுக்கு இழுக்கா’ என்று குழம்பிப்போனான். பிறகு கொஞ்சம் ஏற்றும் கொஞ்சம் தவிர்த்தும் மோனிகாவைத்

தேடத்தொடங்கினான். இடையில் எதற்கும் இருக்கட்டும் என்று சில மோனிகாக்களுக்கு நட்பழைப்பு விடுத்தான். இரண்டு மோனிகாக்கள் அதை ஏற்றுக் கொண்டதும் அவர்கள் உள்பெட்டியில் போய் 'ஹாய்' என்றான். ஆனால் எந்தப் பதிலும் வரவில்லை.

மூன்றுவாரத் தேடலுக்குப் பிறகு அவனுக்கு இரண்டு விஷயங்கள் தெரிந்தன. இணையத்தில் ஆண் நண்பர்களைக் கண்டுபிடிப்பதைப்போல பெண் நண்பர்களைக் கண்டுபிடித்துவிட முடியாது. எல்லாப் பெண்களும் தங்கள் புகைப்படங்களைப் பதிவேற்றுவதில்லை. மேலும் திருமணமானதும் தன் பெயருக்குப் பின்னால் கணவன் பெயரை இணைத்துக் கொள்கிறார்கள். எனவே கதிரேசன் காதலித்தவள் இப்போது யாரின் மனைவி என்பதையும் கண்டுபிடிக்க வேண்டும். பாலைவனத்து அலுப்பு உடல்மீது அழுத்தியது. அப்போது ஒரு நூல் அவன் நக இடுக்கில் மாட்டியது. அவள் வகுப்பில் படித்த ஆண்களைப் பிடித்தால் அதன்மூலம் அவளைப் பிடிக்க வாய்ப்பிருக்கிறது. முதலில் கதிரேசன் தன் வகுப்பில் படித்த ஆண்கள் மற்றும் பெண்களின் நண்பர்கள் பட்டியலில் மோனிகாவோ அவளுடன் படித்தவர்களோ மாட்டுவார்களா என்று தேடத்தொடங்கினான். அந்தத் தேடலில்தான் சில மாதங்களுக்குப் பிறகு 'மோனிகா சரவணன்' என்ற பெயர் கிடைத்தது. முகப்பில் சின்ட்ரெல்லா தேவதை படம் இருந்தது. நட்பழைப்பும் ஏற்றுக்கொள்ளப்பட்டது என்றாலும், அவனுக்குக் குழப்பம் தீரவில்லை.

இன்பாக்ஸில் 'ஹாய்' என்றான். மூன்று நாள்களுக்குப் பிறகு, 'எப்படியிருக்கே கதிர்?' என்று அவளிடமிருந்து பதில் வந்ததும் பரவசமானான். உடல் எடையும் வயதும் குறைந்ததைப்போலிருந்தது.

"நல்லாருக்கேன். நீ எப்படியிருக்கே?" என்று பதில் அனுப்பி, அவளும் நலமாக இருப்பதான பதிலைப் பெற்றுக்கொண்டான். இரண்டு நாள்கள் கழித்துதான் "உண்மையிலேயே நீ சரவணனைக் கல்யாணம் பண்ணிக்கிட்டியா?" என்று கேட்டான். அவள் ஒரு ஸ்மைலியை அனுப்பிவிட்டு, "இல்லை கதிர். அவனுக்குத்தான் காலேஜ் முடிஞ்ச மூணுமாசத்திலேயே சொந்தக்காரப் பொண்ணைக் கல்யாணம்

சுகுணா திவாகர்

பண்ணிவெச்சிட்டாங்களே, இவர் வேற. ஆனா இவர் பேரும் சரவணன்தான்" என்றாள்.

"யூ ஆர் லக்கி மோனிகா."

"இல்லை கதிர். நான் அன்லக்கி. கல்யாணமாகி ஒரு வருஷம் நல்லாத்தான் இருந்தாரு. குழந்தை பிறக்கலைங்கவும் ஆளே மாறிட்டாரு. வாரத்துக்கு மூணுநாள் குடிக்கிறாரு. நிறைய பொண்ணுங்களோடு தொடர்பு இருக்கு."

"நீ கேக்கலையா?"

"கேட்டேன். ஆனா கேக்காமலே இருந்திருக்கலாம். கேட்ட அன்னையில இருந்து எனக்கு அடி, உதை. அவன் அடிக்கடி வெளியூர் போயிட்டு வரும்போதெல்லாம் லிப்ஸ்டிக் கறை, புது பெர்ஃப்யூம் வாசம் இருக்கும். ஒருதடவை சட்டை பட்டனில் நீளமான முடி சிக்கியிருந்தது."

அவர் அவனாக மாறியிருந்ததைக் கதிரேசன் கவனித்தான்.

"நான் சந்தேகப்படறேன்னு தெரிஞ்சதும் அதை மறைக்க அவர் சந்தேகப்பட ஆரம்பிச்சிட்டார். முதல்ல ஃபேஸ்புக்ல போட்டோ வெச்சிருந்தேன். இந்தப் பிரச்னைக்குப் பிறகுதான் எடுத்துட்டேன்" என்றாள் மோனிகா.

நாள்தோறும் உரையாடல் நீண்டுகொண்டே போனது. கணவன் தனக்கு இழைக்கும் கொடுமையின் காயங்களைக் கீறிக் கீறிக் காட்டிக்கொண்டிருந்தாள் மோனிகா. அவளுக்கு ஆறுதல் சொல்வதே கதிரேசன் பணியானது.

ஒருபுறம் ஆழமான வருத்தமிருந்தாலும் உள்ளுக்குள் ஒரு சந்தோஷமும் இருக்கத்தான் செய்தது. அது தவறு என்று அவன் கலாசார மனம் சொன்னதால் அதை விரட்டி விரட்டியடிக்கத் தொடங்கினான். ஆனாலும் அது அவ்வப்போது வந்து அவனுக்குப் போக்குக்காட்டியது. ஒருநாள் மோனிகா தனது புகைப்படத்தை அவனுக்கு அனுப்பினாள். பேரழகின் வசீகரம் குறைந்திருந்தது. அன்றலர்ந்த மலர் போலிருப்பாள். ஆனால் இப்போது ஒரு பெரிய காய்கறி மார்க்கெட்டில் நுழைந்தால் காலில் மிதிபடும் காய்கறிகளைப்போல் இருந்தாள்.

"என்னோட பிரச்னையவே பேசிக்கிட்டி ருக்கேன். உன் குடும்பத்தைப் பத்திச் சொல்லு" என்ற மோனிகாவிடம் தன்

குடும்பத்தைப் பற்றிச் சொன்னதுடன், தொப்பை அவ்வளவாகத் தெரியாத, தன் குடும்பத்துப் புகைப்படங்களையும் அனுப்பிவைத்தான்.

"உன்னைமாதிரி ஒரு ஹஸ்பண்ட் இருந்தா எவ்ளோ நல்லாருக்கும்" என்று மோனிகா பதில் அனுப்பினாள்.

'விண் சொர்க்கமே பொய் பொய், என் சொர்க்கம் நீ பெண்ணே' என்று இடையிலிருந்து பாடல் ஒலித்தது. கண்களை மூடிக்கொண்டான். 'இதழ் நீரைத்தூவு' என்று தன் புறங்கையில் முத்தம் தந்தாள் அர்ச்சனா.

சிலநாள்கள் எந்தத் தொடர்புமில்லை. இவன் அனுப்பிய எந்தச் செய்திகளுக்கும் கேள்விகளுக்கும் எந்தப் பதிலும் வரவில்லை. சரியாக இவன் எண்ணியதில் 11 நாள்களுக்குப் பிறகு மோனிகாவிடமிருந்து பதில் வந்தது. கணவன் குடித்துவிட்டு வண்டி ஓட்டியதில் பெரும் விபத்து. மருத்துவமனையில் உயிருக்குப் போராடிக்கொண்டிருக்கிறான். இந்தச் செய்தியைப் பார்த்ததும் அவள் விடுதலையு ணர்வுடன் இதை அனுப்பியதாகக் கதிரேசனுக்குத் தோன்றியது. இவனுக்கும் நிம்மதியில் கண்ணீர்த்துளிகள் எட்டிப்பார்த்தன. ஆழமான பெருமூச்சை இழுத்து வெளியேற்றினான்.

★★★

அன்றைய இரவு கதிரேசனுக்கு வலிப்பு வந்தது. கண்கள் செருகி, கைகால்களை வெட்டத்தொடங்கினான். உஷாவும் ராகேஷும் பயந்துபோனார்கள். சிகிச்சைக்குப் பிறகு வீடு திரும்பியதும் கதிரேசனிடம் பெரிய மாற்றங்கள். திடீரென்று பதற்றமாவதும் பலநாள்கள் இருவரிடமும் பேசாமல் மௌனத்தில் ஆழ்வதுமாக இருந்தான். ராகேஷ்தான் தன் நண்பனின் தந்தை என்று உளவியல் நிபுணரிடம் அழைத்துச்சென்றான். அவர் கதிரேசனின் மனதைப் பாதாளக் கரண்டியால் அலசியபிறகு உஷாவைத் தனியாக அழைத்துப் பேசினார்.

"உங்க ஹஸ்பண்ட் ஒரு தனியான உலகத்தில் இருக்கார். அவர் காலேஜ் கிரஷ் மோனிகாங்கிற பொண்ணோட ஃபேஸ்புக் ஃபிரெண்டா இருக்கிறதாகவும், அவளை ஹஸ்பண்ட் கொடுமைப்படுத்துறதாகவும் சொல்றார். ஆனா அவர் பாஸ்வேர்டு வெச்சு அக்கவுன்ட்டை ஆராய்ஞ்சு பார்த்தா

அது ஃபேக் ஐடி. அதை ஆரம்பிச்சிருக்கிறவரும் உங்க ஹஸ்பண்ட்தான். அதுமட்டுமல்லாம மோனிகா ஃபேக் ஐடி ஃபிரெண்ட் லிஸ்ட்டில் இருக்கும் எல்லா ஃபேக் ஐடியையும் இவரே உருவாக்கியிருக்கார். மொத்தம் 36 ஐடி. அவருக்கு இப்போது தேவை மனசுவிட்டுப் பேசுறது, இயல்பான வாழ்க்கை, உலகம் பத்திப் புரிஞ்சுக்கிறது. நீங்க இது எதையும் அவர்கிட்ட கேட்டுக்காதீங்க. செவ்வாய், வியாழன் ரெண்டுநாள் கிளினிக் கூட்டிட்டு வாங்க."

★★★

காலையில் போனை நோண்டியபடி நிமிர்ந்து பார்த்த ராகேஷ் அதிர்ந்துபோனான். இவனுடைய ஷார்ட்ஸை அணிந்தபடி பல் துலக்கிக்கொண்டிருந்தார் கதிரேசன்.

"அப்பா, அது என் டூத் பிரஷ்ப்பா."

❒ ❒ ❒

46. அவரவர் இடம்

சூர்யகோமதி அந்தக் கேள்வியைக் கேட்கும்போது துளசிலிங்கத்தின் நினைவுதான் வந்தது கலையரசனுக்கு. எப்போது அவரை நினைத்தாலும் ஆச்சர்யமாகத்தானிருக்கும். ஒரு முதலாளிக்கான தோற்றத்தைப் பெற்றவரில்லை அவர். பிரபல நடிகர்களின் தோற்றத்தில் 'ஆடலும் பாடலும்' கலைக்குழுவில் ஆடும் மேடைக்கலைஞர்களைப் போலத்தான் அவர் முதலாளி போலொரு முதலாளி.

உண்மையில் 'சந்தியா மசாலா' நிறுவனத்தின் உரிமையாளர் ஜானகிராமன். சிறுவயதில் மூளைக்காய்ச்சலில் இறந்துபோன தன் மகள் சந்தியாவின் நினைவாகத்தான் இந்த மசாலா கம்பெனியை ஆரம்பித்திருந்தார். மூக்கன் சந்தில் இரண்டு அறைகள் உள்ள சிறிய நிறுவனம். ஆனால் நிறுவனம் என்ற வார்த்தையின் பாரத்தைத் தாங்கும் அளவுக்கான கம்பெனியில்லை அது. மூன்று அரைவை இயந்திரங்களுடன் ஒரே அறையில் ஆரம்பிக்கப்பட்ட கம்பெனி. கழிவறைகூடக் கிடையாது. சிறுநீர் கழிக்கவேண்டும் என்றால் தெருமுக்கு வந்து ரோட்டைத்தாண்டினால் வரிசையாய் நிற்கும் லாரிகளின் மறைப்பில்தான் நீர் இறக்கவேண்டும்.

அரைவை இயந்திரத்தில் அரைக்கத் தெரிந்த தொழில்காரர் துளசி. எந்த மசாலாவுக்கு எத்தனை விகிதத்தில் என்னென்ன பொருள்கள் சேர்க்க வேண்டும் என்ற விகிதம் தெரிந்தவர் அவர். அரைவை இயந்திரத்தின் முன்பு பணிபுரிவது என்பது கொடும் நரகத்தின் எரியும் தீயைக் காவல் காப்பதைப் போன்றதுதான். மின்விசிறி

போட இயலாது. ஆஸ்பெஸ்டாஸ் கூரையின் வெப்பம் கொல்லும். இன்னொருபுறம் மிளகாய்த்தூள் அரைக்கும்போது அதன் நெடியும் காரமும் நாசிக்குள் நுழைந்து நுரையீரலைத் தீய்க்கும்.

ஜானகிராமன் கடனில் வாங்கி நிறுத்திய ஒரு ட்ரைசைக்கிளில் சரக்குகளை ஏற்றிக்கொண்டு கடை கடையாக விநியோகிப்பதும் அவர்தான். துளசிலிங்கத்துடன் வேலை பார்த்த ராசுப்பெரியவருக்குக் காசநோய் வந்துவிட்டது. ஒருநாள் மாபெரும் நிலநடுக்கம்போல் அவர் இருமி சளியைத் துப்பும்போது ரத்தமும் வந்து விழுந்ததைப் பார்த்து அதிர்ந்துபோனார் துளசி. ஆனாலும் ஜானகிராமனுக்கு வலக்கரமாய் எப்போதும் நீடித்தார்.

★ ★ ★

இதையெல்லாம் பின்னாள்களில் கதைகதை யாகச் சொல்வார் சந்திரன் அண்ணாச்சி. அவரும் துளசிலிங்கமும் சிறுவயதிலிருந்து தோஸ்த். அரிசிக்கடையில் ட்ரைசைக்கிள் வண்டி ஓட்டிக்கொண்டிருந்தவர். துளசி முதலாளியாக உயர்ந்தபோது கையோடு சந்திரனையும் அழைத்துக்கொண்டு வந்துவிட்டார். நைட் ஷிப்ட் வேலை பார்க்கும்போது மூன்று புரோட்டாவைப் பிய்த்துப்போட்டு சால்னாவை ஊற்ற ஆரம்பித்து சந்திரன் அண்ணாச்சி பழைய கதை சொல்ல ஆரம்பித்தால், கதை சால்னாவுடன் சேர்ந்து இலை தாண்டி வழியும்.

மசாலாவை அரைத்து, இரண்டு மூன்று பெண்களுக்குச் சம்பளம் கொடுத்து பாக்கெட்டில் எடைபோட்டு நிறைத்து கடைகளுக்கு விநியோகம் செய்வார்கள். முதலில் பத்துக் கடைகளில் ஆரம்பித்த விநியோகம்தான்.

அப்போதெல்லாம் பாக்கெட்டில் மசாலா வாங்கும் பழக்கம் கிடையாது. வீடுகளிலேயே அம்மியில் அரைத்தால்தான் குழம்பு மணக்கும் என்ற மனமிருந்தது. காலம் செல்லச் செல்ல ஷாம்பு, மசாலாத்தூள், தேங்காய் எண்ணெய், பவுடர் என்று எல்லா மணமும் ருசியும் பாக்கெட்டுகளில் அடைபட்டு சரம் சரமாய்த் தொங்கத் தொடங்கின. அப்போது பிக்கப் ஆன 'சந்தியா மசாலா' கம்பெனியின் வளர்ச்சி அதற்குப்பிறகு ஏறுமுகம்தான்.

ஆனால் அந்த முகத்தை முழுதாய்ப் பார்ப்பதற்கான கொடுப்பினை ஜானகிராமனுக்கு இல்லை. சொந்த நகரத்தில் தொடங்கிய வளர்ச்சி மாவட்டந்தோறும் முகவர்களை நியமிப்பது வரை வளர்ந்தது. மூன்று ஆண்டுகள் இந்த வளர்ச்சியின் திளைப்பில் களித்த ஜானகிராமன் திடீரென்று ஒருநாள் இறந்துவிட்டார். அதன்பின் முழு நிர்வாகத்தையும் எடுத்துப்பார்த்தவர் துளசிலிங்கம்தான். முதலாளியம்மாவுக்கு லாபத்தின் பங்கைத் தர அவர் மறந்ததில்லை.

வளர்ந்தாலும் மூக்கன் சந்தில் பழைய கம்பெனியை மாற்றத் தயாராக இல்லை. அருகில் இருந்த நான்கு வீடுகளை விலை கொடுத்து வாங்கி, கட்டடங்களை இடித்து கம்பெனியை விரிவுபடுத்தினார். துளசிலிங்கம் முதலாளி ஆகிவிட்டாலும் தன்னை அவர் முதலாளி என்று சொல்லிக்கொண்டதில்லை. 'பெரிய வேலையாள்' என்றே அவரை ஜானகிராமன் அழைப்பார். அந்தப் பெயரே துளசிலிங்கத்துக்கு நிலைத்துப்போனது. அடுத்தடுத்த தலைமுறையில் அது பெரியாள், பெரியவர் என்றெல்லாம் அழைக்கப்பட்டது. ஆனால், தப்பித்தவறி யாரும் அவரை 'முதலாளி' என்று அழைத்ததில்லை.

★ ★ ★

ஒரு முதலாளியின் கம்பீரம் என்பது அவர் நாற்காலியில் அமரும் தோரணையில் அழகாகிறது என்பது கலையரசனின் எண்ணம். ஆனால் 'பெரியாள்' எப்போதும் வேட்டியை மடித்துக்கட்டிக்கொண்டு தொடை தெரியத்தான் நாற்காலியில் அமர்ந்திருப்பார். சட்டையின் மேல் இரண்டு பட்டன்கள் திறந்து, புலிமீசை போல வெளுத்த முடி மார்பில் அடர்ந்திருக்கும். முழுக்கைச் சட்டைதான் அணிவார். ஆனால் அதை முழங்கை வரை சுருட்டியிருப்பார். சமயங்களில் அவர் விரல்களில் ரப்பர் பேண்ட் மாட்டியிருக்கும். அப்படியே அலுவலகம் வந்துவிடுவார். ஏதோ ஒன்றைப் பிரித்து, ரப்பர் பேண்டை விரல்களில் மாட்டியிருப்போம். பிறகு தூக்கியெறிந்து விடுவோம். ஆனால் பெரியாள் அதை மறந்து விரல்களில் சுற்றியபடியே காரில் இருந்து இறங்கிவந்துவிடுவார்.

பெரியாள் உட்கார்வதற்கு என்று ஒரு கண்ணாடி அறை இருக்கும். கதவுகள் இருந்தாலும் அது எப்போதும் திறந்தே

சுகுணா திவாகர்

இருக்கும். கம்பெனி விளம்பரம் டிவியில் வரும் என்பதால் சிறிய டிவி அவர் நாற்காலிக்கு எதிரில் அண்ணாந்து பார்க்கும் உயரத்தில் இருந்தது. அவ்வப்போது பழைய பாடல்களைச் சத்தமாக வைத்தபடி வாய் பிளந்து பார்த்தபடியிருப்பார். கலையரசனுக்கு எரிச்சலாக இருக்கும். வேலையில் மனதைச் செலுத்த முடியாது.

இவையெல்லாம்கூடப் பரவாயில்லை. ஆனால் பெரியாள் வாயைத் திறந்தாலே வண்டை வண்டையாக வந்துவிழும் கெட்ட வார்த்தைகள்தான் அவனுக்கு நெருப்பை மிதித்ததைப் போலிருக்கும். ட்ரைசைக்கிள் காரர்கள், வசூலுக்குப் போய் வருகிறவர்கள், எடுபிடிக்கு இருக்கும் சுரேசு என்று எல்லோரையும், கோபம் வந்துவிட்டால் மூன்றெழுத்துக் கெட்ட வார்த்தைகளால் தாளித்தெடுப்பார். ஆனால் ட்ரைசைக்கிள் காரர்களைத் திட்டும்போது மட்டும் அது செல்லமாகக் கடிந்துகொள்வதைப்போல இருக்கும். அப்படித் தோன்றுவது தனக்குத்தானா என்றும் எண்ணிக்கொள்வான் கலை.

ஒருநாள்கூட அப்படி கெட்ட வார்த்தையால் திட்டு வாங்கிவிடக்கூடாது என்றே பார்த்துப் பார்த்து வேலை செய்தான் கலை. கம்ப்யூட்டர்களில் பில் போடுவதும் வெளியூர்களிலிருந்து வரும் தொலைபேசி அழைப்புகளைப் பேசித் தகவல்களை சம்பந்தப்பட்டவர்களுக்குத் தெரிவிப்பதும் தான் அவன் வேலை.

அவன் பெரியாளைப் பார்த்து அதிகம் அதிசயிப்பது சம்பளநாளில்தான். யாருக்கும் முறையான கணக்கு வழக்குகள் கிடையாது. பி.எஃப், கிராஜுவிட்டியையெல்லாம் அவன் ‘சந்தியா மசாலா’ கம்பெனியில் இருந்தவரை கேள்விப்பட்டதுகூடக் கிடையாது. எல்லோருக்கும் சின்ன பாக்கெட் சைஸ் நோட்டு கொடுக்கப்பட்டிருக்கும். முகப்பில் அவரவர் பெயர் எழுதிக் கீழே தொகை எழுதப்பட்டிருக்கும். இன்னமும் கலையரசனுக்கு சிவப்புநிற பாக்கெட் சைஸ் நோட் ஞாபகமிருக்கிறது. கலையரசன் என்ற பெயருக்குக் கீழ் 1250 என்று எழுதப்பட்டிருக்கும்.

சம்பளநாள் அன்று டிராயரில் பத்துரூபாய்க் கட்டுகள் இருக்கும். பரபரவென்று துளசிலிங்கம் எண்ணி, இடதுகையால் மேஜையின் மீது வீசுவார். கொத்தாக வந்துவிழும் நோட்டுகளை எண்ணினால் 1800 ரூபாய் இருக்கும். அதுதான் அவன் சம்பளம்.

அது என்ன கணக்கு என்று தெரியாது. எல்லோருக்கும் பாக்கெட் சைஸ் நோட்டில் உள்ளதுடன் கூடுதலான தொகை சம்பளமாக அளிக்கப்படும். இவை எல்லாவற்றையும் மனக்கணக்காகவே வைத்திருப்பார் பெரியாள். அலுவலகத்தையும் மில்லையும் சேர்த்தால் ஊழியர்கள் எப்படியும் 250 பேர் இருப்பார்கள். அத்தனைபேருக்கும் ஒரு ரூபாய் மிகாமல், குறையாமல் சம்பளம் வழங்குவார். இத்தனைக்கும் அவருக்குப் பெரிய எழுத்துவாசனையில்லை. காசோலையில் அவர் கையெழுத்து போட்டு முடிக்க 40 விநாடிகளுக்கு மேல் எடுத்துக்கொள்வார். அதைக் கையெழுத்து என்று சொல்ல முடியாது. பெயரின் ஒவ்வோர் எழுத்தும் தெருவிளக்குக் கம்பங்களைப்போல் தனித்தனியாக நிற்கும்.

"வலதுகையில் பணம் தந்தா தங்காதுன்னு பெரியாளுக்கு ஒரு நம்பிக்கை" என்பார் சந்திரன் அண்ணாச்சி. முதலில் என்னவோபோல இருந்தாலும் கலையரசனுக்குப் பழகிவிட்டது.

நன்றாக, தேதி வரை ஞாபகமிருக்கிறது. மார்ச் 13. அன்று தென்காசி ஏஜென்ட் போனில் சொன்ன ஆர்டர்களை அவன்தான் குறித்து சரக்குகளை அனுப்பிவைத்தான். ஆனால் "நான் மல்லித்தூள் சிப்பம்தான் கேட்டேன். வந்திருப்பது மிளகாய்த்தூள்" என்று தென்காசிக்காரரிடமிருந்து மறுப்பு வந்துவிட்டது. சத்யா அண்ணன்தான் அதைச் சமாளித்தார். பக்கத்திலிருந்த செங்கோட்டை ஏஜென்டுக்கு மிளகாய்த்தூள் தேவை இருக்கவும் அதை அப்படியே மாற்றிவிட்டார். நல்லவேளையாகப் பெரியாள் அன்று ஊரில் இல்லை. திருப்பதி போயிருந்தார்.

நாலுநாள் கழித்து அவர் திரும்பும்போது எல்லாம் மாறியிருக்கும் என்றுதான் கலை நினைத்தான். ஆனால் ஞாபகமாக சத்யா அண்ணன் பெரியாளிடம் போட்டுக் கொடுத்துவிட்டார். கண்ணாடி ரூமிலிருந்து தலையசைத்து அழைத்தார் பெரியாள்.

கலையரசனுக்குக் கால் நழுவியது. அதற்கு முன்னால் கேட்ட அத்தனை வார்த்தைகளும் வெப்ப அலைகளாகக் காதுமடலைத் தாக்கின. முடிந்தால் கண்களை மூடி மயங்கிவிடலாம் என்று நினைத்தான். தொண்டை உலர்ந்திருந்தது. ஆடைகளைந்த மனப்பிம்பத்துடன் கண்ணாடி ரூமுக்குள் போய் நின்றான். அவனை ஏற இறங்கப் பார்த்தார் பெரியாள்.

உடனடியாக அவரிடமிருந்து எந்த வார்த்தையும் வராததும் அவஸ்தையாகத்தான் இருந்தது. சத்யா அண்ணனைக் கூர்ந்து பார்த்தார்.

"கவன மயிறு இல்லாம என்ன வேலை பார்க்கிறே நீ?" என்றார். குரல் உயரவில்லை. அவனுக்கே அது ஆச்சர்யமாகத்தான் இருந்தது. 'அவ்வளவுதானா' என்றிருந்தது. கொஞ்சம் ஏமாற்றமாகவும் இருந்தது. அவர் அதற்குமேல் ஒரு வார்த்தையும் பேசாமல் சத்தம் அதிகம் வைத்து டிவி பார்க்க ஆரம்பித்தார். கலையரசன் தன் நாற்காலிக்குத் திரும்பினான்.

மறுநாளே வேலையிலிருந்து நின்றுவிடத் தீர்மானித்தான். "சென்னையில் வேலை கிடைத்திருக்கிறது" என்று பொய் சொன்னான். ஒருவாரத்துக்குப் பிறகு கணக்கு செட்டில் செய்யும்போது பணத்தை எண்ணி இடதுகையால் மேஜைமீது வீசினார்.

★ ★ ★

பிறகு சென்னைக்கு வந்த கலையரசன் எட்டுத்திசைகளிலும் காற்றில் அலையும் பிளாஸ்டிக் குப்பை போல் அலைவுற்று ஒருவழியாக சினிமாவில் செட்டில் ஆகிவிட்டான். அவனுக்கு உண்மையில் சினிமா ஆசையெல்லாம் தொடக்கத்தில் இல்லை என்றாலும் அதன் ஓட்டத்தில் ஓடி, ஒரு படத்தை இயக்கி, அதுவும் சுமாராக ஓடிவிட்டது. "நீங்க வாங்கின முதல் சம்பளம் என்ன?" என்று சூர்யகோமதி என்ற பத்திரிகையாளர் அவனிடம் நேர்காணலுக்காகக் கேட்டபோது, அவனுக்குத் துளசிலிங்கம்தான் தொடை தெரிய நினைவில் வந்தார்.

அவன் இப்போது ஒரு பிரபலம் என்பதால் சொந்த ஊரில் நடக்கும் கிரிக்கெட் டோர்னமென்டிற்குத் தலைமை தாங்க அழைக்கப்பட்டிருந்தான். 'தேவ்' என்னும் விளையாட்டு வீரருக்கென்று தனியாக ரசிகர்கள் இருந்ததையும் கண்டுகொண்டான்.

"இது யார் தெரியும்ல, 'சந்தியா மசாலா' குடும்பப் பையன். சின்னவன் வாரிசு."

"பெரியாள் வந்திருக்காரா, என்ன பண்ணுறார்?"

அஞ்சிறைத்தும்பி

"உங்களுக்கு விஷயம் தெரியாதா தம்பி, ஆவணி வந்தா அவர் இறந்து நாலு வருஷம் ஆகுதே?" என்றார் 'எஸ்.ஆர்.ஜே ஜுவல்லர்ஸ்' முதலாளி.

ரசிகர்கள் கூட்டம் ஆர்ப்பரிக்க இளைஞன் ஒருவன் மைதானத்தில் இறங்கியதுமே கலையரசனுக்குத் தெரிந்துபோனது. "இந்தத் தம்பிதான்" என்று உறுதிப்படுத்தினார் நகைக்கடை முதலாளி.

முதல் ஓவரின் மூன்றாம் பந்தை இடதுகை வீச்சில் சுழற்றியடித்தான் தேவ். பந்து கீழே ஒலித்த ஆரவாரத்தையும் தூக்கிக்கொண்டு மேலே பறந்தது.

48. தீர்க்கரேகை

மனமும் கைகளில் இருந்த ஓரிணை பாதுகைகளும் கனத்தன சித்திரக்கண்ணனுக்கு. இரு சடலங்களுக்கான கனம் அவை. இறுதிச்சடங்கு முடிந்து அரண்மனை, நீர் ஊற்றப்பட்ட மாக்கோலம் போல் பொலிவிழந்து கிடந்தது. விடைபெறுவதற்கு எதுவுமில்லை. கையில் பாதுகைகளை ஏந்தி, கவனமாக அதற்கென்று அமைக்கப்பட்ட சிறிய ஆசனத்தில் வைத்து ஏறி அமர்ந்தான் சித்திரக்கண்ணன். பொதுவாகத் தேர் எப்போதும் நீலக்குறிஞ்சிப்பூக்களால் அலங்கரிக்கப்பட்டிருக்கும். ஆனால் இப்போது எந்த அலங்காரமும் இல்லாமல் வெறுமையால் நிரம்பியிருந்தது. எங்கு போகிறோம் என்று தெரியாமல் கிளம்பிய குதிரைகள் மட்டும் உற்சாகத்துடன் விரைந்தன. தேரில் இருந்த சித்திரத்தில் தந்தையும் அண்ணனும் புன்னகையுடன் காட்சியளித்தனர். இறுதியில் எஞ்சியது அதுதான்.

சித்திரனின் மனதில் எண்ணங்கள் சுழன்று எழுந்தன. அவை குதிரையின் வேகத்துடன் போட்டிபோட்டு விரைந்தோடின. தந்தையும் பேரரசருமான ரதமுதல்வன், போர்களில் வெற்றிகளை மட்டுமே கண்டவர். அவரது கனத்த பாதுகைகள் பட்ட இடங்கள் எல்லாம் அவர் ஆளுகைக்குள் வந்தன. வடபுலத்தின் பெரும்பகுதியில் அவரது 'தீச்சுடர்' கொடியே பறந்தது. ஆறாண்டுகளாகத்தான் அவர் உடல்நலமில்லாமல் படுத்த படுக்கையில் சாய்ந்தார். அண்ணன் கணரதன் அரசுப்பொறுப்பை ஏற்றபோதும் அரியணையில்

அமரவில்லை. தந்தையின் பாதுகைகளை அரியணையில் வைத்தே ஆட்சி நடத்திக்கொண்டிருந்தார். ஒரு நகரமே அழிந்ததைப்போல் தந்தையின் பெருமரணம் நிகழ்ந்தபோது காற்றில் பறந்த கொடித்துணிபோல் அண்ணனின் உயிரும் சேர்ந்து பறந்தது. சடங்குகள் எல்லாம் முடிந்தபிறகு வேதியர் சொன்னபடி தந்தையின் பாதுகைகளைப் புனித நதியில் நீராட்டி எடுத்துச் செல்வதற்காகத்தான் சித்திரன் கிளம்பியிருக்கிறான்.

காடுகளையும் மலைகளையும் நகரங்களையும் கடந்து இதுவரை 11 புனித நதிகளில் நீராட்டி தன் பயணம் தொடர்ந்தவன், வானத்தின் துண்டுநிலம்போல் விரிந்துகிடந்த கானுறைமலையைக் கடந்து தும்பாநதியை அடைந்து பாதுகைகளை நீராட்டியெடுத்தான். அப்போதுதான் ஒரு பாதுகையின் முனை அறுந்திருந்ததையும் இன்னொரு பாதுகையின் கீழ்ப்பகுதி பிளந்திருந்ததையும் பார்த்தான். பலமைல் தூரப் பயணத்துக்குப் பிறகு ஒரு வேட்டுவக்கிராமத்தை அடைந்தான். தோலால் செய்யப்பட்ட கதவுகளைக் கொண்ட குடிசைகள் நிறைந்த மலைக்கிராமம். எல்லா வீடுகளின் சாளரங்களிலும் தோல் இசைக்கருவிகள் தொங்கின. தேனும் கனியும் கள்ளும் இறைச்சியும் சுவைத்து அந்த இசைக்கருவிகளை இசைத்து வாழ்வதே வாழ்க்கை என்றிருந்தவர்கள் அவர்கள். அந்த இனத்தலைவன் தென்புகன், சித்திரனிடம் இருந்த பாதுகைகளைச் செப்பனிட்டுத் தந்தான். ஏதோ மனதில் தோன்ற அந்த மலைக்கிராமத்திலேயே சிலகாலம் தங்கிவிட்டவன், தலைவரின் மகள் சாக்கியாவை விரும்பி மணம் முடித்தான்.

பாதுகைகள், புனிதநீர் நிரப்பப்பட்ட மண்கலயங்கள், விதவிதமான கனிகளுடன் சாக்கியாவையும் அழைத்துத் தன் அரண்மனைக்கு வந்தான். ஆனால் தென்புலத்தைச் சேர்ந்த ஒரு மலையினப் பெண்ணை மணமுடித்து வந்த சித்திரனுக்கு அரண்மனைக் கதவு அறைந்து சாத்தப்பட்டது. ஓர் அறுந்த செருப்பைப்போல வீதியில் விழுந்தான் சித்திரன்.

★★★

சாக்கியாவின் மலைக்கிராமத்தில் தங்கி தேனும் கள்ளும் கனியும் இறைச்சியும் நிரம்பிய வாழ்க்கையைத் தனதாக்கிக்கொண்டான். தன் மகன் சிரமணனுடன் சுள்ளி பொறுக்கப்போனபோதுதான்

பெருநெருப்பு எரிந்துகொண்டிருந்ததைப் பார்த்தான். அங்கே சற்றே தடித்த புல்லைப்போன்ற மெலிந்த ஒருவனும் இரண்டு பெண்களும் நின்றுகொண்டிருந்தார்கள். ஒருத்தி மனைவியாக இருக்கவேண்டும். மண் அகற்றப்பட்ட மலைக்கிழங்கைப்போல் இருந்தவள் மகளாக இருக்கவேண்டும்.

“யார் நீங்கள்? என்ன செய்துகொண்டிருக்கிறீர்கள்?” என்றான் சித்திரன். அப்போதுதான் அந்த மெலிந்தவன் தன் கதையைச் சொல்லத்தொடங்கினான். பாஞ்சவ அரச குடும்பத்தின் ஐந்து சகோதரர்களில் ஒருவன் அனுகூலன். நிலத்தகராறின் காரணமாக பங்காளிகளால் நாட்டைவிட்டு வெளியேறிக் கானகத்தில் வசித்த அந்த ஐவரில் இளையவனான அனுகூலன், தேர்ந்த நிமித்தகன். வானத்து நட்சத்திரங்களையும் பூமியின் குறிகளையும் கொண்டு மனக்கண்ணில் கோள்களின் நடமாட்டங்களை யூகித்து எதிர்காலங்களைக் கணித்துச்சொல்பவன். சகோதரன் கஜகுகனின் அம்புகூட குறிதப்பியிருக்கிறதே தவிர, அனுகூலன் கணித்துச் சொன்னது இதுவரை தப்பியதில்லை என்னும் கௌரவம் கொண்டவன்.

பங்காளிகளுடனான போர், அனுகூலன் குறித்துத் தந்த நாளில், குறித்த திசையில்தான் தொடங்கியது. தொடக்கத்தில் வெற்றிகளை ஈட்டிய பாஞ்சவர்கள் 48வது இறுதிநாளில் தோற்றுப்போனார்கள். நான்கு மலைக்கிராமங்களை அவர்கள் ஆள்வதற்காகப் பெருந்தன்மையுடன் கொடுத்துவிட்டு, தங்கள் தலைநகரத்துக்குத் திரும்பிவிட்டார்கள் பங்காளிகள். கணிப்பு தவறியதால் அனுகூலனைக் கானகத்திலிருந்து விரட்டியனுப்பிவிட்டார்கள் சகோதரர்கள் நால்வரும். இதோ, அனுகூலன் தன்னிடமிருந்த நிமித்தகச் சுவடிகளை எரித்து, அதன்முன் அழுதபடி நின்றுகொண்டிருக்கிறான். அவன் மனதிலும் தீ ஆள்கிறது.

அவனையும் அவன் குடும்பத்தையும் அரவணைத்து கள் கொடுத்து ஆற்றினான் சித்திரன். அணையாது எரிந்த தீ இதயத்தின் அறைகளைத் தின்ன, சில ஆண்டுகளில் அனுகூலன் இறந்துவிட்டான். அவன்மகள் பொய்யாமொழியை மணம் முடித்தான் சித்திரனின் மகன் சிரமணன்.

★★★

“இந்தக் கரங்களில்தான் அந்தக் கொலைவாள் மரணத்தின் பற்களாய் மின்னியது. அந்தக் கொலைவாளில்தான் அவன் தலை துண்டுபட்டு தரையில் உருண்டோடியது. அந்தத் தலையின் கண்களை என்ன செய்தும் மூட முடியவில்லை. கண்களை மூட விடாமல், இமைகளுக்கு நடுவே ஒரு கேள்விக்குறி நின்றுகொண்டிருந்தது” என்று தனக்குள் புலம்பிக்கொண்டிருந்தான் மனச்சாந்தன்.

காடுகள் செழித்திருந்தபோது தந்தை சிரமணனும் தாய் பொய்யாமொழியும் மலைக்குரங்களும் நீலநிறப்பறவைகளும் தேனும் இறைச்சியும் கள்ளும் என வாழ்க்கை ருசித்துக்கிடந்தது. ஆனால் காடு அழிக்கப்பட்டு ஒரு பிரமாண்டக் கோயிலும் அருகிலேயே வேதியர் குடியிருப்பும் கட்டப்பட்டபிறகு நகரத்தின் பணியாள்களாக மாறிப்போனது மனச்சாந்தனின் குடும்பம். அவன் இப்போது தண்டனைக்களத்தில் புகழ்பெற்ற கொலையாளுள். அரசனால் மரணதண்டனை விதிக்கப்பட்டவர்களின் தலைகளைத் துண்டிப்பதில் கைதேர்ந்தவனாகியிருந்தான்.

அப்படி வெட்டுப்பட்ட, தலைகளில் ஒன்றுதான் மாசறுநிலவனின் தலை. கட்டடக் கலைஞன். அசுரர்களின் கட்டடக் கலைஞான மயன்தான் பாதாளலோகத்தைக் கட்டியெழுப்பியதாகப் புராணங்கள் கூறுகின்றன. ‘இரண்டாம் மயன்’ என்று தலைமை அமைச்சரால் சிறப்பித்துச் சொல்லப்படுபவன் மாசறுநிலவன். அவன் வரைந்த வரைபடத்திலிருந்துதான் மன்னனின் அத்தனைக் கட்டடங்களும் எழுந்தன. எழுதலும் ஆள்தலுமாய் மாசறுநிலவனின் பணிகள் தொடர்ந்தன.

வடபுலத்திலிருந்து வந்த சமயத்தின்பால் ஈர்ப்புகொண்டு மதம்மாறிய மன்னன் நாடெங்கும் அதன் வழிபாட்டிடங்களை எழுப்பிக்கொண்டே போனான். உடலெங்கும் கொப்புளங்களாய் நாடெங்கும் வழிபாட்டிடங்கள் எழுந்தன. அந்தக் கட்டடங்கள் அனைத்தும் மாசறுநிலவனின் மனச்சித்திரத்திலிருந்தே எழுந்தவை. அவன் ஒருநாள் நாடோடி இனத்தைச் சேர்ந்த செவ்விழியாளைத் திருமணம் செய்துகொண்டபோது நாடே கொந்தளித்தது. இதுவரை அவனால் எழுப்பப்பட்ட புனிதத் தலங்கள் அனைத்தும் தீட்டுப்பட்டதாக வேதியர்கள்

கூறியதன்பேரில் அரசன், இரண்டாம் மயனுக்கு மரணதண்டனை விதித்தான்.

அந்தத் தலைதான் மனச்சாந்தனின் கொலைவாளால் வெட்டுப்பட்டது. அவன் கண்களில் தொக்கிய கேள்வியைக் கைகளில் ஏந்தி ஆவேசத் தோற்றமடைந்தாள் செவ்விழியாளுள். அவளுடன் நாடோடிக்கூட்டமும் இணைந்தது. வேதியர் குடியிருப்பில் வளர்க்கப்பட்ட வேள்வித்தீயிலிருந்துதான் முதல் எரிப்பு தொடங்கியது. இரண்டாம் மயனால் எழுப்பப்பட்ட எல்லாக் கட்டடங்களையும் எரிக்கத்தொடங்கினார்கள் செவ்விழியாளும் நாடோடிகளும்.

'தீயே எழுக, அநீதியின் கறை அழிக்க தீயே எழுக, நீயே ஆள்க, தீயே ஆள்க' என்னும் கண்ணீர்க் கூக்குரலுடன் நகரம் தீக்கிரையாக்கப்பட்டது. தப்பிப்பிழைத்த சில குடும்பங்களில் மனச்சாந்தனின் குடும்பமும் ஒன்று.

★★★

போர்க்களம், அணைந்துபோன ஒரு பிரமாண்ட அடுப்பைப்போல இருந்தது. மரணம் முடிந்தவரை வாய்நிறைய தின்றதுபோக, ஆங்காங்கே வெட்டுப்பட்டுக் கிடந்தவர்கள், இறுதிவாய்த் தண்ணீருக்காகப் போராடிக்கொண்டிருந்தனர். போர்க்களங்களில் பிணங்களையும் வெற்றியையும் பார்த்து அலுத்துப்போயிருந்தான் உதிரசேனன். இந்தக் கொலைகளைத் தவிர்க்கும்படி தன் மரணம் வரை தந்தை மனச்சாந்தன் வலியுறுத்திக்கொண்டுதானிருந்தார். ஆனால் பிணங்களின் மீது நாட்டப்பட்ட வெற்றிக்கொடியிலிருந்து எழும் காற்று சுகமளித்தது சேனனுக்கு. கொஞ்சம் கொஞ்சமாய் மனம் இந்த ரத்தக்கொண்டாட்டத்தில் இருந்து விலகிக்கொண்டிருந்தது. தளபதியிடம் நேற்று இரவு நிகழ்ந்த உரையாடல்தான் இருட்டின் நீளத்தை அதிகப்படுத்தியது.

“யாதும் ஊரே, யாவரும் கேளிர் என்று நம் செய்யுள்கள் சொன்ன வழியைச் சமீபமாக மனம் நாடிக்கொண்டிருக்கிறது. பிணங்களைப் பார்த்து பார்த்து மனம் விறைத்துப்போயிருக்கிறது தளபதி” என்றான்

“சேனா, யாதும் ஊரே என்ற செய்யுள் பாடப்பட்டதன் காலமும் களமும் உனக்குத் தெரியவில்லை. யுத்தமே நமது மொழி.

வெற்றியே நமக்கான இலக்கணம். ஒவ்வொரு ஊராய் வெற்றி கொள்ளும்போது நம் ஆளுகைக்குள் வரும் ஊர்கள் எல்லாம் நம் ஊரே. ஆகவேதான் யாதும் ஊரே" என்றான்.

மனம் ஒப்பவில்லை சேனனுக்கு. அவன் புத்த சங்கத்தில் இணைந்து 'தம்மநந்தன்' என்னும் பெயர் மாற்றித் துறவியானான். கடைசிப்போர்க்களத்திலிருந்து இரண்டு பொருள்களை மட்டும் எடுத்துவந்திருந்தான். கைப்பிடி கழன்ற, ரத்தத்தில் நனைந்த தன் குறுவாள், தன் பழைய பாதையை நினைவூட்டுவதற்காக. காதறுந்துபோன இரு செருப்புகளையும் எடுத்துவந்திருந்தான். யாருடையது என்றுதான் தெரியவில்லை.

★ ★ ★

விறகு டிப்போவின் அருகில் காத்துக்கிடந்தான் கேசவன். அந்தக் கிழவர் இந்த வழியாகத்தான் வரவேண்டும். அவர் பொதுக்கூட்டத்தில் பேசிய பேச்சின் பொறிதான் அவனுக்குள் வெப்பத்தைக் கிளர்த்தி மனம் வேள்வித்தீயாய் எரிந்துகொண்டிருந்தது.

"மயிர்நீக்க ஒரு சாதி, மலமெடுக்க ஒரு சாதி, துணிவெளுக்க ஒரு சாதின்னு ஒதுக்கிவெச்ச மாதிரிதான் சமையலுக்குப் பொம்பளைங்களை ஒதுக்கிவெச்சிருக்காங்க. வீட்டுக்கு ஒரு சமையல்கூடம் இருக்கக்கூடாதுங்க. எல்லாத்தையும் இடிச்சுட்டு தெருவுக்கு ஒரு சமையல்கூடம் இருக்கணுங்க. பொதுச்சமையல், பொதுச்சாப்பாடு இருக்கணுங்க. ஒருத்தன் மேல, ஒருத்தன் கீழ், பொண்ணுங்க அடிமைங்கிறதும் ஒழியணும். கேட்டா சாஸ்திரம் சொல்லுதுங்கிறான் வெங்காயம்" என்று ஆரம்பித்து கேசவன் நம்பிக்கொண்டிருந்த அத்தனைமீதும் தீவைத்துக்கொண்டிருந்தார் அந்தக்கிழவர். தீ படபடவென்று பற்றியெரிந்தது.

"நான் சொன்னேன்னு எதையும் ஏத்துக்காதீங்க. வீட்டுக்குப் போய் நல்லா யோசிங்க. நான் சொன்னது சரின்னு தோணுச்சுன்னா ஏத்துக்கங்க, இல்லைன்னா விட்டுடுங்க" என்று அவர் பேசும்போதே கூட்டத்திலிருந்து கிளம்பிவிட்டான். அவர் ஒவ்வொரு கூட்டத்தின் முடிவிலும் இப்படி சொல்லித்தான் முடிப்பார் என்று சொல்லியிருந்தார்கள். அந்த நேரம் கிளம்பினால்தான் தான் பணிபுரியும் விறகு டிப்போவின் அருகில் மறைந்துநின்று அந்தக் காரியத்தைச் செய்ய முடியும்.

சுகுணா திவாகர்

இருட்டில் வெள்ளைத்தாடி அசைய ஒரு ரிக்ஷாவில் வந்துகொண்டிருந்தார் அந்தக் கிழவர். அவரைப் பார்த்ததும் தன் மனசுக்குள் தகித்த அத்தனைக் கங்குகளையும் திரட்டி அதே ஆத்திரத்துடன் தன் கையிலிருந்த செருப்பை வீசியெறிந்தான். கிழவர் பதற்றமானாரோ இல்லையோ ரிக்ஷா ஓட்டி வந்தவர் பதற்றமாகி, ''யாருடா அது?'' என்று குரல் கொடுத்ததும் கேசவன் இருட்டுக்குள் விரைந்து ஓடி மறைந்தான்.

''எந்தக் களவாணிப்பயன்னு தெரியலைங்கய்யா. பயந்தாங்கொள்ளி ஓடிட்டான்போல. வாங்க போவோம்'' என்றார் ரிக்ஷாகாரர்.

''அட இருங்க, அந்த ஒத்தைச்செருப்பை வெச்சு அவர் என்ன பண்ணப்போறாரு, நான்தான் என்ன பண்ணப்போறேன்? எப்படியும் அடுத்த செருப்பை வீசுவாரு. காத்திருப்போம்'' என்று தன் கையிலிருந்த தடியை ரிக்ஷா இருக்கையில் சாய்த்துவிட்டு தாடியைத் தடவியபடி காத்திருந்தார் அந்தக் கிழவர்.

49. தனுஷ் நடிக்க வேண்டிய படம்

"ஒரு கலைஞன் எப்பவும் தன்னைப் புதுப்பிச்சுக்கிட்டே இருக்கணும். தனுஷ் நடிக்க வந்தப்போ 19 வயசு. மூணு படம் ஹாட்ரிக் ஹிட். தமிழ் சினிமாவில யாருக்குமே அந்த வயசுல அப்படி ஒரு ரீச் கிடைச்சதில்லை. அப்பல்லாம் தினத்தந்தியைப் பிரிச்சாலே தனுஷ் நடிக்கப்போற பட விளம்பரம் பக்கம் பக்கமா இருக்கும். 'காதல் கொண்டேன்'ல தனுஷ் கெட்டுப்போன சாப்பாட்டைச் சாப்பிட்டப்போ நான் அழுதிட்டேன். ஏன்னா நானும் அப்படி சாப்பிட்டிருக்கேன். 'புதுப்பேட்டை' மாஸ்டர்பீஸ் சினிமா. ஆனா அப்போ தனுஷுக்கு 'திவ்யா திவ்யா'ன்னு உரக்க கத்திப்பேசுற பாடி லாங்குவேஜ் இருந்தது. ஆனா முட்டையை உடைச்சு பறவை வர்றமாதிரி அந்த பாடி லாங்குவேஜை மாத்திக் கொஞ்சம் கொஞ்சமா வேற ஆளா மாறினாரு. 'புதுப்பேட்டை' தனுஷ் வேற, 'பொல்லாதவன்'ல இருந்த தனுஷ் வேற. அஞ்சுவருஷத்துல 'ஆடுகளம்' தனுஷ் டோட்டலா வேற"

பேசிக்கொண்டே போனார் பாரதி அண்ணன். தென் தமிழகத்தின் ஒரு கிராமத்திலிருந்து 30 வருஷத்துக்கு முன்பு சினிமா ஆசையில் சென்னை வந்தவர். பேருக்குப் பின்னால் சாதி போட்டுக்கொள்வதுபோல கவிதை ஆசை உள்ளவர்கள் எல்லாம் பேருக்குப் பின்னால் பாரதி என்று போட்டுக்கொள்வார்கள். இவரும் 'கனல் பாரதி' என்று புனைபெயர் வைத்துக்கொண்டு சினிமா பாடல் எழுத, படம் இயக்க முயற்சி செய்து பலரிடம் அசிஸ்டென்ட் டைரக்டராக இருந்திருக்கிறார். நான்கு படங்கள் பூஜை போட்டு இரண்டு பூஜையுடன் நின்றிருக்கின்றன. ஒரு

படம் 15 நாள் ஷூட்டிங்கோடு உயிரைவிட்டது. ஒரே ஒரு படம் மட்டும், 'கனவே வராதே' ரிலீஸ் ஆனது. மகேஷ் அதை மெகா டிவியில் பார்த்திருக்கிறான். யார் பார்த்தாலும் பாரதி அண்ணன் மீதான மரியாதை குறையும். 'நான் நினைச்சதைப் பண்ண விடலைடா' என்பார் அண்ணன். படம் தோல்வியடைய அதற்குப்பிறகு கதை விவாதம், வசன உதவி, உப்புமா படங்களுக்குப் பாடல் என்று வண்டி ஓடுகிறது. சாலிகிராமம் காவேரி டீ ஸ்டால் மாஸ்டர் தொடங்கி பிரபல இயக்குநர்கள் வரை கனல் பாரதியைத் தெரியும். ஆனால் தமிழ் சினிமா பார்வையாளர்களுக்கு இன்னும் அவரைத் தெரியாது.

கொஞ்சநாளாக அவர் தனுஷ் புராணம் பாடிக்கொண்டிருக்கிறார். மகேஷ் ஐ.டி கம்பெனியில் வேலை பார்த்து குறும்படங்களில் நடித்துக்கொண்டிருக்கிறான். ஒரு ஃபிலிம் பெஸ்டிவலில் பாரதி அண்ணன் பழக்கம். அவருக்கு அதிக மகிழ்ச்சியோ தாங்க முடியாத சோகமோ சரக்கு, சிகரெட் பாக்கெட்டுடன் இப்போது மகேஷும் தேவை என்றாகிவிட்டது.

★★★

"தனுஷுக்குப் பலம், பலவீனம் ரெண்டுமே உடம்புதான். கமல், விக்ரம் மாதிரி அவரால உடம்பை ஏற்றி இறக்க முடியாது. 'புதுப்பேட்டை' வந்தப்போ இப்படி ஒரு ரவுடியான்னு பேச்சு வந்தது. ஆனா பெரும்பாலான ரவுடி இப்படித்தான் இருப்பான். ஆனா இன்னொருபக்கம் உடம்புதான் தனுஷோட மூலதனம், ஆயுதம். இப்போ நினைச்சாக்கூட அவரால ஒரு ஸ்கூல் ஸ்டூடண்டா நடிக்கமுடியும். 'புதுப்பேட்டை'யில் விட்டதை 'அசுரன்'ல பிடிச்சார். 'புதுப்பேட்டை'யில் அவரை ரவுடியா நம்ப மறுத்தவன்கூட 'அசுரன்'ல வயசானவரா நம்பினான். அந்த மாற்றம்தான் தனுஷ். ஊர் காலில விழுந்து மன்னிப்புக்கேட்டுட்டு தளர்வா வர்ற நடையில தெரியுற அவமானமும் வயோதிகமும்... கலைஞன்டா"

மகேஷ், சிகரெட் பாக்கெட்டிலிருந்து ஒரு சிகரெட்டை எடுத்து பற்றவைத்தான்.

"தனுஷுக்குன்னு ஒரு ஸ்கிரிப்ட் எழுத ஆரம்பிச்சிட்டேன். அதில தனுஷ் மட்டும்தான் நடிக்க முடியும். இப்போதைக்கு சீன் பிரிக்காம ஒன்லைன் ரெடி பண்ணிட்டிருக்கேன்."

தனுஷ் நடிக்க வேண்டிய படம்:

(வாய்ஸ் ஓவர்)

“என் பேரு சிவக்குமார். சிவான்னு கூப்பிடுவாங்க. ஃப்ரெண்ட்ஸ் ‘சிறுத்தை சிவா’ன்னு கூப்பிடுவாங்க. ஏன்னா 100 மீட்டர், 200 மீட்டர்னு தடகளத்துல சிறுத்தை மாதிரி ஓடுவேன். ஒருதடவை அப்படித்தான் ஒரு போட்டியில கிரவுண்ட்ல சுபாவைப் பார்த்து லவ் ஆகி கல்யாணம் வரை போயிடுச்சு. நான் தடகளத்தில சிறுத்தைன்னா சுபா குண்டு எறிதல் விளையாட்டில சிங்கப்பெண். ரெண்டுபேருக்கும் ஸ்போர்ட்ஸ் கோட்டாவில வேலை கிடைச்சது. ஒரு பையன், பேரு அபிஷேக். வாழ்க்கை நல்லாத்தான் போச்சு. 40 வயசைத் தாண்டியும் நான் காலேஜ் படிக்கிறப்ப எப்படி இருந்தேனோ அப்படியே இருந்தேன். என்கூடப் படிச்சவங்க ஆச்சர்யப்படுவாங்க. பின்னே என்ன ப்ரோ, அத்தனைபேருக்கும் தொப்பை விழுந்து, முடி விழுந்து வாழ்க்கையே விழுந்துகிடக்கிறப்போ நான் மட்டும் இளமையா இருந்தா பொறாமை வரத்தானே செய்யும்? ஆனா இப்படி ஜாலியா போயிட்டிருந்த வாழ்க்கையில பிரச்னைகளும் வந்தது.”

★★★

காவேரி டீ ஸ்டாலில் பாரதி அண்ணனைப் பார்த்ததும் கும்பலாக இளைஞர்கள் மரியாதை வணக்கம் வைத்தார்கள். ஒருவன் முதுகுக்குப் பின்னால் சிகரெட்டை மறைத்துக்கொண்டான்.

“டீக்கடை வெச்சு முதல்வராகிறாங்க, பிரதமர் ஆகிறாங்க. காவேரி டீ ஸ்டாலில் டீ குடிச்சவன் டைரக்டர் ஆகிடறான்.”

“நல்லாயிருக்குடா மகேசு. ஏதாவது ஒரு படத்தில யூஸ் பண்ணலாம். இல்லைன்னா ட்வீட்டர்ல போடு. விகடன் ‘வலைபாயுதே’வில் போடுவான். காலையில டிவியில் ‘மாரி’ பாட்டு பார்த்தேன். தனுஷ்... சான்ஸே இல்லைடா.”

“அண்ணே ‘மாரி’ படமுமா?”

“மகேசு. ரவுடி படம்னாலும் இது ‘பாட்ஷா’ மாதிரி பெரிய டான் இல்லை. சின்னப்பசங்க பலூனை உடைச்சு விளையாடற, அதேநேரத்தில சம்பவமும் செய்ற ரவுடி. கொஞ்சம் ஸ்லிப் ஆனாக்கூட வடிவேலு மாதிரி சிரிப்பு ரவுடி ஆகிடும்டா.

அதை பேலன்ஸ் பண்ணி நடிக்கிறதுக்கு ஒரு திறமை வேணும். பொதுவா நடிகர்கள் கண்ணுலதான் உணர்ச்சியைப் பிரதிபலிக்க முடியும். ஆனா ‘டானு டானு’ பாட்டுல காஜல் அகர்வால் பக்கத்துல நிக்கணும்னு தனுஷ் சார் மொட்டைமாடிக்கு வருவாரு. அங்கே இடிதாங்கி நின்னுட்டுக் கூப்பிடுவான். ‘வேணாம்’னு சொல்லிட்டு இறங்கிப் போறப்போ ஒரு எக்ஸ்பிரஷன் காட்டுவார் பாரு, கூலிங்கிளாஸுக்குள்ள பார்வையோட உணர்ச்சியைக் காட்டுறதெல்லாம் உச்சம்.”

“பேசிக்கிட்டே இருந்தா எப்படி? ஸ்கிரிப்ட் என்னாச்சு?”

“போயிட்டிருக்கு. டைட்டில்கூட முடிவு பண்ணிட்டேன். ‘மார்க்கண்டேயன்’. தனுஷ் கேரக்டர் பேர் என்ன தெரியுமா?”

“சிவக்குமார்.”

“எப்படிடா கரெக்டா சொன்னே?”

“தமிழ் சினிமாவில் மார்க்கண்டேயன்னா சிவக்குமார்தானே?”

“ஓ, நீ அப்படி வர்றியா? என் ஒரிஜினல் பேர் உனக்குத் தெரியாதுல்ல. என் பேரும் சிவக்குமார்தான்.”

★★★

மார்க்கண்டேயன்:

“என் வாழ்க்கையில பிரச்னை வந்துச்சுன்னு சொன்னேன்ல, ஆமா, எல்லார் வாழ்க்கையிலும் எப்படி பிரச்னை வருமோ அதேமாதிரி என் வாழ்க்கையிலும் ஒரு பெண்ணாலதான் பிரச்னை வந்துச்சு. காலேஜ் ஃபர்ஸ்ட் இயர் படிக்கிற பொண்ணு, பார்க்க நஸ்ரியா மாதிரியிருக்கும், என்னை லுக்விட ஆரம்பிச்சது. நான் ரொம்பநாளாக் கவனிக்கலை. அந்தப் பொண்ணுக்கும் என் பையனுக்கும் ஒரே வயசு. ஆனா அது அந்தப் பொண்ணுக்குத் தெரியாதே! ஒரு வாலன்டைன்ஸ்டேவில் எனக்கு அந்தப் பொண்ணு புரபோஸ் பண்ணி விஷயம் என் பெண்டாட்டிக்குத் தெரிஞ்சு ஒரே ரணகளம்தான். ஏற்கெனவே அவ குண்டு வீசுறதில வீராங்கனை. நான் குண்டு இல்லை. ஆனா அவ வீசினா.

அதுக்கப்புறம் நான் அடங்கித்தான் இருந்தேன். ஆனா என்னைச் சுத்தியிருக்கிறவங்களுக்கு எல்லாம் வயசாக, எனக்கு வயசுங்கிறது

கண்ணுக்கெட்டுற தூரத்தில தெரியலை. அப்போதான் என் பெண்டாட்டியோட பிரெண்ட், அமெரிக்காவில் டாக்டரா இருக்கிற மிருணாளினி ஊருக்கு வந்தா. அவதான் என்னை கிளினிக்குக்குக் கூப்பிட்டு டெஸ்ட் பண்ணினா. அப்ப வரைக்கும் அது ஒரு நோய்ன்னே எனக்குத் தெரியாது.

"உங்களுக்கு வந்திருக்கிறது 'நோ ஏஜிங் டிஸ்டன்ஸ்'. சிண்ட்ரோம் எக்ஸ்னு சொல்வோம்."

"ஷங்கர் படம் மாதிரி நாலஞ்சு ஃபாரீன் வீடியோ போட்டு இங்கிலீஷ்ல புரியாமப் பேசுவீங்களே, நாலஞ்சு வெள்ளைக்காரங்களுக்கும் இதேமாதிரி வியாதி வந்துச்சுன்னு சொல்வீங்களே?"

"சிவா, நீங்க கிண்டலடிச்சாலும் அதான் நிஜம்...ன்னு நிறைய உதாரணம் சொல்ல முடியும். இதெல்லாம் வெளியிலதானே தவிர, உடம்புக்குள்ள வயசானா நடக்கிற மாற்றங்கள் நடந்துக்கிட்டேதான் இருக்கும். சிலபேருக்கு 10 வயசோட நின்னுடும்."

"'தெய்வத்திருமகள்' விக்ரம் மாதிரியா? நிலா வந்தாச்சு..." என்று நான் கிண்டலடிக்க, மிருணாளினி சிரிக்க, என் பெண்டாட்டி முறைக்க அதற்கப்புறம் வாழ்க்கை எப்படியெல்லாம் மாறும்னு எனக்கு அப்போ தெரியலை."

★★★

15 நாள்களாக மகேஷால் பாரதி அண்ணனைத் தொடர்புகொள்ள முடியவில்லை. போன் அடித்தாலும் எடுக்கவில்லை. இரண்டு வாரத்துக்குப் பிறகு அவரே அழைத்தார். வடபழனி பாரில் சந்தித்தான். கசக்கிப்போட்ட வாட்டர் பாக்கெட்போல இருந்தார்.

"ஒரே பிரச்னை மகேசு. சினிமா, சினிமான்னு திரிஞ்சு கல்யாணமும் பண்ணலையா? ஊர்ல தம்பிதான் அம்மாவைப் பார்த்துக்கிட்டிருந்தான். எவ்ளோநாள்தான் பார்ப்பான். தம்பிக்கும் பெண்டாட்டிக்கும் சண்டை. அம்மாவுக்கும் உடம்பு சரியில்லை. என்ன பண்ணப்போறேன்னு தெரியலை"

15 நாள்களில் 30 ஆண்டுகள் வயதானவரைப் போல இருந்தார் பாரதி அண்ணன்.

★★★

மார்க்கண்டேயன்:

"'பவர் பாண்டி' ராஜ்கிரண் மாதிரி என்னோட பழைய கேர்ள் பிரென்ட்ஸ்லாம் தேடிப்போய்ப் பார்க்கிறது, ஃபேஸ்புக்ல சாட் பண்றதுன்னு இருந்தேன். பல பொண்ணுங்களோட குழந்தைகளுக்கே கல்யாணம் ஆகியிருந்தது. அண்டா மாதிரி நிறையபேர் குண்டாகியிருந்தாங்க. எல்லாத்துக்கும் என்னைப் பார்க்கிறப்போ அப்படி ஒரு ஆச்சர்யம். அந்த ஆச்சர்யத்தைப் பார்க்கும்போது எனக்குள்ள அடைமழை மாதிரி சந்தோஷம், அவங்களைப் பொறாமைப்படுத்திப் பார்க்கிறதுல ஒரு வக்கிர சந்தோஷம். நான் ஒரு அதிசய மனிதன்னு பத்திரிகைகாரங்க, டிவிகாரங்கல்லாம் பேட்டியெடுக்க ஆரம்பிச்சாங்க. இதெல்லாம் ஒருபக்கம்னா இன்னொருபக்கம் பிரச்னையெல்லாம் வரிசையா வர ஆரம்பிச்சது.

'இவருக்கு வயசே ஆகாது. ரிட்டயர்ட் ஆக வாய்ப்பில்லை'னு ஒருத்தர் கோர்ட்ல கேஸ் போட, என்னை வேலையை விட்டுத் தூக்கிட்டாங்க. அட, இன்ஷ்யூரன்ஸ்கூட போட மாட்டேன்னுட்டாங்க. அப்பதான் எங்க சாதிக்கட்சிக்காரர் என்னை மண்டையைக் கழுவி அந்தச் சாதிக்கட்சியில் சேர்த்தாரு. "இளமையும் வலிமையும் நம்ம சாதிக்குத்தான் சொந்தம்" - தலைவர் எனக்கு வீரவாள் பரிசளித்து மேடையில பேசினார். 'அட லூசுக்கூமுட்டை'னு மனசில நினைச்சாலும் கூட்டம் கைதட்டுச்சு. ஆனா அதே இளமைதான் எனக்கு அங்கேயும் பிரச்னை ஆச்சு. தலைவர் மகனுக்கு 55 வயசு, இளைஞரணித் தலைவரா இருந்தாரு. பக்கத்தில நான் நிக்கவும் அவருக்கு உறுத்தலா இருந்தது. கட்சியில இருந்து கட்டம் கட்டிட்டாங்க.

என்னதான் இருந்தாலும் என் பெண்டாட்டியும் பொம்பளைதானே, தலை நரைச்சு அவ கிழவியாக, நான் மட்டும் அப்படியே இருந்தா? என் மகனோட எந்தப் பிரச்னையும் வராதுன்னுதான் நினைச்சேன். ஆனா ஒவ்வொரு ஜெனரேஷனுக்கும் ஜெனரேஷன் கேப்பும் அவசியம்தான்னு லேட்டாத்தான் உறைச்சது. என்னதான் அப்பா நண்பனாப் பழகினாலும் தலை நரைச்சு, கை நரம்பெல்லாம் தளர்ந்து ஆறுதல் சொல்ற அப்பாவைத்தான் மகனுக்குப் பிடிச்சது. 'சிறுத்தை' சிவாவைவிட்டு குண்டு எறிதல் வீராங்கனையும் அவ மகனும் பல ஆயிரம் மீட்டர் ஓடிப்போனாங்க. ஒருகட்டத்தில

மகனும் சுபாவும் ஃபாரீன் போக, நான் என் சொந்தக் கிராமத்துக்குத் திரும்பி விவசாயம் பார்க்க ஆரம்பிச்சேன். அப்பதான் நம்மைச் சுத்தி எவ்வளவு பிரச்னை இருக்குன்னு புரிய ஆரம்பிச்சது. ஒரு கெமிக்கல் கம்பெனி எங்க கிராமத்தை, கிராமத்து நிலங்களை, ஆற்றைக் கொஞ்சம் கொஞ்சமாக் கொல்ல ஆரம்பிச்சது. அப்போ அதை எதிர்த்துப்போராடிக்கிட்டிருந்த கபிலன் எனக்கு அந்த ஆபத்தைப் பத்தி விளக்க ஆரம்பிச்சார். என்னைவிட அவர் எட்டு வயசு குறைவு. ஆனாலும் எனக்கு அவர் ஆசான். தொழிற்சாலைக் கழிவுகள் ஆத்திலும் காத்திலும் கலக்க, எங்க கிராமத்தில் பலபேருக்குப் பலவிதமான வியாதிகள். என்னோட உடம்பு வயசைத் தாண்டி நின்னது. ஆனா எங்க கிராமத்தில் பல குழந்தைகள் கருவிலேயே கலைஞ்சது. கபிலன் அண்ணனைத் தேசத்துரோகச் சட்டத்தில் கைது செஞ்சுட்டாங்க. அதுக்கப்புறம் நான் போராட்டத்தைக் கையிலெடுத்தேன். என் வாழ்க்கைக்கான அர்த்தம் அப்பதான் புரிஞ்சது. எது இளமை, எது வீரம், எது வாழ்க்கை, எது மகிழ்ச்சின்னு எனக்குப் போராட்டம்தான் கத்துக்கொடுத்தது. 'மகிழ்ச்சி என்றால் என்ன?'ன்னு கேட்டப்போ 'போராட்டம்'னு பதில் சொன்னாராம் கார்ல்மார்க்ஸ்."

★★★

"'3' பட டைரக்டர் தனுஷோட மனைவிதான். ஆனா சென்டிமென்ட் நிறைஞ்ச தமிழ் சினிமாவில ஓப்பனிங் சீனே ஹீரோ கழுத்தறுத்து தற்கொலை பண்ணிக்கிறது. அசாத்திய துணிச்சல்டா மகேசு! தற்கொலை பண்ணிக்கிறதுக்கு முன்னால தனுஷ் நடத்துவாரே ஒரு உணர்வுப் போராட்டம், ப்பா! ஒரு பார்க்கிங் சண்டைக்காட்சியில தனுஷ் கண்ணில தெரியுற கோபம் இருக்கே, அதேமாதிரிதான் 'எனை நோக்கிப்பாயும் தோட்டா'வில் அண்ணன் சசிகுமார் இறந்தது தெரிஞ்சதும் அந்தக் கண்ணில கோபம், வருத்தம், ஆத்தாமையெல்லாம் மின்னல் மின்னலா வந்து மறையும்டா. சத்தியமா சிவாஜிக்குப் பிறகு பெஸ்ட் ஆக்டர் தனுஷ்டா" - ஆறாவது ரவுண்டின் கிணற்றுமுனையில் இருந்தார் பாரதி.

"அண்ணே, சொன்னாக் கேளுங்க, உங்களுக்கு ஓவராகிடுச்சு" என்று அவரைக் கைத்தாங்கலாக அழைத்து வெளியேவந்தான் மகேஷ்.

“கண்ணில உணர்ச்சியைக் காட்டுறது மட்டுமில்லைடா, ‘மாரி’ படத்தில...”

“தெரியும்ண்ணே சொல்லிட்டீங்க. தனுஷ் கூலிங்கிளாஸ் போட்டும் உணர்ச்சியைக் காட்டியிருப்பாப்ல” என்று சொல்லியபடியே ஒருகையால் கண்ணாடிப்பொருளைக் கையாளும் லாகவத்துடன் பாரதியைப் பிடித்துக்கொண்டு இன்னொரு கையால் ஓலா புக் செய்தான்.

மறுநாள்தான் மகேஷுக்குத் தெரிந்தது, காரில் போகும்போதே பாரதி அண்ணன் மாரடைப்பால் இறந்துவிட்டார் என்று. வீட்டுக்குச் சென்றபோது அந்தச் சின்ன வீட்டின் வாசலில் செருப்புகள் கொஞ்சம் கொஞ்சமாக நிறைய ஆரம்பித்தன. பாரதி அண்ணனைத் தெரிந்த சினிமாக்காரர்கள் பிரபலங்களில் இருந்து முகம் தெரியாதவர்கள் வரை கூட்டம் கூடியது. கிராமத்து உறவுகளின் கூட்டம் குறைவுதான். எல்லாம் முடிந்தது, எல்லாமுமே!

மறுநாள் மின்னஞ்சலைத் திறந்தபோதுதான் பாரதி அண்ணன் அதுவரை தயார் செய்திருந்த கதையைத் தனக்கு அனுப்பியிருந்ததைக் கவனித்தான்.

★ ★ ★

“வாழ்க்கை வலதுகாலிலும் மரணம் இடதுகாலிலும் துரத்த துரத்த ஓடிக்கிட்டிருக்கேன். எத்தனையோ தடவை ஓடியிருக்கேன். ஆனா மரண ஓட்டம்னா என்னன்னு இப்போதான் தெரியுது. கபிலனை மூணுதடவைக் கொலை பண்ண முயற்சி செஞ்ச கூட்டம், என் மண்ணை, மக்களை, தலைமுறையை சிதைச்சு சீரழிச்ச கூட்டம்தான் இப்போ என்னைக் கொலைபண்ணத் துரத்துது. இந்த நட்டநடு ராத்திரியில ஆளே இல்லாத தெருக்களில ஓடிக்கிட்டிருக்கேன். சுபா, அவளை நான் சந்திச்ச அந்த கிரவுண்ட், என்னைவிட்டு விலகிப்போன மகன் அபிஷேக், நான் காதலிச்ச, என்னைக் காதலிச்ச பொண்ணுங்க, கபிலன், ஒருபாவமும் அறியாத இந்த மக்கள், சின்ன வயசுல சங்குல பாலூத்தின என் அம்மா எல்லார் முகமும் என் கண்ணுக்குத் தெரியுது. நான் ஓடிக்கிட்டிருக்கேன். எனக்கு முன்னால என் இளமையும் வாழ்க்கையும் ஓடிக்கிட்டிருக்கு. நான் துரத்தி ஓடிக்கிட்டிருக்கேன்.”

❒ ❒ ❒

50. தொடர்பு எல்லைக்கு அப்பால் ஞானம்

மழை வரும்போல்தான் இருந்தது. தயாளன் தப்படிகளை விரைவாக எட்டிப்போட்டான். மழை வருவதற்குள் வீட்டுக்குச் சென்றுவிடலாம் என்று நினைத்தபடி டிஷர்ட் பாக்கெட்டில் இருந்த செல்போனை எடுத்துப்பார்த்தான். மணி 7.10. எத்தனை அடிகள் நடந்திருப்போம் என்று பார்த்தான். 1230 அடிகளைக் காட்டியது செயலி. 2500 அடிகள் நடப்பது வழக்கம். திரும்பி விடலாம் என்று நினைத்தான். உள்ளே சட்டைப்பையில் வைக்கும்போதுதான் இரவு வந்த ஒரு மிஸ்டு காலைப் பார்த்தான். நசீர் அழைத்திருக்கிறான். ஏன் நள்ளிரவு அழைத்தான் என்று தெரியவில்லை. இந்நேரம் எழுந்திருப்பானா என்று தெரியாது. எதற்கும் அழைத்துப்பார்ப்போம் என்று அழைத்தபோது நெடுநேரம் ஒலித்து அடங்கும் நேரம் போனை எடுத்த நசீரின் குரலில் சோம்பல் படர்ந்திருந்தது.

"என்ன நசீர், எழுப்பிட்டேனா, ஸாரி" என்றான் தயாளன்.

"பரவாயில்லை. நேத்து நைட் உங்க அம்மாவுக்கு உடம்புக்கு முடியாமப் போயிடுச்சு. அதுக்குத்தான் கூப்பிட்டேன்"

"என்னாச்சு?" என்ற பதற்றத்தில் குளிரும் சேர்ந்துகொள்ள உடல் நடுங்கியது.

"அம்மாவுக்கு..." நசீர் சொல்லிக்கொண்டிருக்கும்போதே, தயாளனின் உடல் குலுங்கியது. நல்லவேளை, கீழே விழுந்திருப்பான். அருகிலிருந்த மின்கம்பத்தைப் பிடித்து சுதாரித்து நின்றுவிட்டான். பத்து விநாடிகளுக்குப்

பிறகுதான் என்ன நடந்தது என்று புரிந்தது. அவன் பின்னால் வேகமாய் வந்த பைக்கில் இருந்த இளைஞர்கள் தயாளனின் கைகளில் இருந்த செல்போனைப் பறித்துச் செல்கிறார்கள். பதற்றத்தின் வெப்பம் பரவ அருகில் கிடந்த கல்லை எடுத்து தூர எறிந்தான். அது கீழே கிடந்த ஒரு காலி மதுபாட்டிலில் பட்டு விழுந்தது. பைக்கின் பின்சீட்டில் இருந்து திரும்பிப்பார்த்த இளைஞன், தாடி வைத்திருந்தான். இவனைப் பார்த்து சிரித்தபடி கைகாட்டினான். பைக் சென்றுவிட்டது.

★★★

தயாளனுக்கு அவமானமும் இயலாமையும் ஆத்திரமும் உடலை அழுத்த அழவேண்டும்போல இருந்தது. தன்னையறியாமல் கண்களில் நீர் கசிந்தது. என்ன செய்வதென்று தெரியவில்லை. இந்தப் பதற்றத்தில் நசீரையும் அம்மாவையும் மறந்துவிட்டிருந்தான். சில வினாடிகளுக்குப் பிறகு இயல்புக்கு வந்தவன் நடக்கத்தொடங்கினான். வீடு செல்லும் வழி நீண்டுகொண்டே போனதைப்போலிருந்தது.

அப்போதுதான் பானு எழுந்து டீ போட்டுக்கொண்டிருந்தாள். அவளிடம் பதற்றத்துடன் நடந்ததைச் சொன்னாள். அவள் போட்டது போட்டபடி, நாற்காலியில் இடிந்துபோய் உட்கார்ந்தாள். பானுவின் போனில் நல்லவேளையாக நசீரின் எண் இருந்தது. அழைத்துப்பேசினான். வழக்கமாக அம்மாவுக்கு வரும் இளைப்பு நோய்தான். இப்போது ஒன்றும் பிரச்னையில்லை. எதற்காகக் கவலைப்படுவது என்று தெரியாமல் சோர்ந்துபோய் அமர்ந்தான். பானுவின் போனில் தயாளனின் அலுவலக ஊழியர்கள் யார் எண்ணும் இல்லை. என்ன யோசித்தும் எந்த எண்ணும் நினைவுக்கு வரவில்லை. பதற்றமும் கவலையும் சூழ, குளித்துக்கிளம்பினான்.

"பானு, உன் போனை எடுத்துட்டுப்போறேன்"

"அது சார்ஜ் நிக்காதே. அரைமணிநேரத்தில ஆஃப் ஆகிடும். சார்ஜ் போட்டுக்கிட்டேயிருக்கணும்"

"எல்லாத்தையும் இப்ப சொல்லு"

"நான் சொல்லிக்கிட்டுத்தான் இருக்கேன். நீங்கதான் போனை ரிப்பேர் பண்ணியே தரலை"

உண்மைதான். வேறுவழியில்லை. இப்போதைக்கு பானுவின் போனையும் சார்ஜரையும் எடுத்துக்கொண்டு கிளம்பினான்.

★★★

செல்லும் வழியெங்கும் செல்போன் குறித்த யோசனையாகவே இருந்தது. இந்தப் புது வேலைக்குச் சேர்ந்து பத்துநாள்கள்தான் ஆகின்றன. புது போன் வாங்க வேண்டுமானால் குறைந்தது 12,000 ரூபாய்க்குக் குறைந்து நல்ல போன் இல்லை. அவன் முதன்முதலில் வைத்திருந்த செங்கல் கனமுள்ள நோக்கியா போன் 3000 ரூபாய். அப்போது அதுவே தயாளனுக்கு அதிகம். ஒருவரைக் கொல்ல வேண்டும் என்றால் அதை எறிந்து கொல்லலாம். பிறகு எடை குறைந்து ஏராளமான வசதிகளுடன் போன்கள் மாறிவிட்டன. நோக்கியா கம்பெனியையே மூடிவிட்டார்கள். ஐந்தாண்டுகளுக்கு முன்புவரை கூட பத்தாயிரம் விலையில் போன் வாங்குவது காஸ்ட்லியாகத்தான் பார்க்கப்பட்டது. இன்று 12,000 ரூபாய்க்குத்தான் ஓரளவு நல்ல போன் வாங்கமுடியும். சமூகம் ஒரு செல்போனுக்கு என்னென்ன லட்சணங்கள் இருக்கவேண்டும் என்று நிர்ணயித்துள்ளதோ அந்த லட்சணங்கள் குறையாமல் இருக்கும் போன்களின் விலை அது.

அலுவலகம் சென்றதும் தன் போன் திருடப்பட்ட தகவலைச் சொன்னான். மதியத்துக்குள் ஆறுபேர் துக்கம் விசாரித்திருப்பார்கள். தங்களுக்குத் தெரிந்த, தெருவில் இருந்த, ஊரைச் சேர்ந்தவர்களின் போன்கள் இப்படி திருடப்பட்ட கதையைச் சொன்னார்கள். அப்படி அணுக்கமான தகவல்கள் இல்லாதவர்கள் பத்திரிகைகளில் படித்த, தொலைக்காட்சியில் பார்த்த செல்போன் திருட்டுகளைப் பற்றிச் சொன்னார்கள்.

"திருடுறது எல்லாம் காலேஜ் படிக்கிற பசங்களாம். காலம் எப்படி கெட்டுப்போயிருக்கு, பார்த்தீங்களா?"

"இன்ஷூரன்ஸ் போட்டிருக்கீங்களா ஜி?" என்றான் கோபி. இந்தப் பத்து நாள்களில் ஓரளவுக்குப் பழக்கமானவன்.

"மெடிக்கல் இன்ஷூரன்ஸா?" என்றான் தயாளன்.

"இல்லை ஜி, செல்போன் வாங்கும்போதே இன்ஷூரன்ஸ் போடுவாங்க. போன் காணாமப்போச்சுன்னா புது மொபைல் தருவாங்க"

“அதெல்லாம் சாதாரணமா கொடுக்கமாட்டாங்க சார். போன் வாங்கிறப்ப அப்படித்தான் சொல்வாங்க. அதுக்கப்புறம் போலீஸ் கம்ப்ளெயின்ட் காப்பி வேணும்னு சொல்வாங்க. அது ஈஸியாக் கிடைக்காது. எல்லாம் கொண்டுபோய்க்கொடுத்தாலும் அது நொள்ளை, இது நொள்ளை, க்ளெய்ம் பண்ண முடியாதுன்னு சொல்வாங்க” என்றார் கேஷியர் அல்போன்ஸ்.

★★★

தயாளனுக்கு செல்போன் இல்லாத நிலை, கை, கால்கள் வெட்டப்பட்டதைப் போல்தானிருந்தது. அவனால் இயல்பாக எந்த வேலைகளையும் பார்க்க முடியவில்லை. சிறுவயதில் நூறு திருக்குறள்களை மனப்பாடமாகச் சொல்பவன். இப்போது யாருடைய எண்ணும் நினைவில் இல்லை. யாரைத் தொடர்புகொள்வதாக இருந்தாலும், சிறுகல்லை நகர்த்தும் வேலையாக இருந்தாலும் செல்போன் அவசியமாகிவிட்டது. ‘ஆள்பாதி அலைபேசி பாதி’ என்றொரு வாக்கியம் மனதுள் வந்துபோனது. பானுவின் போனைப் பயன்படுத்துவது என்பது கிழிந்த உள்ளாடையுடன் அலைவதைப்போலிருந்தது. பத்து நிமிடத்துக்கு மேல் ஆழ் உறக்கத்துக்குள் சென்றது. எவ்வளவு தட்டியும் எழுப்ப முடியவில்லை. எல்லா இடங்களிலும் சார்ஜருடன் அலைய முடியாது.

அவன் வண்டியில் திரும்பும்போது தொலைந்துபோன மொபைல்போனின் ரிங்டோன் கேட்டது. அனிச்சையாக சட்டைப்பையைத் தொட்டுப்பார்த்தவன், உடனே உணர்ந்து திரும்பிப்பார்த்தான். எல்லாம் எண்ணக்கானல், எதார்த்தமல்ல. இந்த உணர்வு அவ்வப்போது தயாளனுக்கு வருவதுண்டு. நடைப்பயிற்சி செல்லும்போதோ, வண்டியில் செல்லும்போதே தன் மொபைல் ரிங்டோன் காதுக்குள் சன்னமாக ஒலிக்கும். ஆனால் போனை எடுத்துப்பார்த்தால் யாரும் அழைத்திருக்க மாட்டார்கள். அலுவலகத்தில் இருந்து மேலதிகாரியிடம் இருந்து வசை வரும் என்ற உள்ளுணர்வு இருக்கும்போதோ மனைவியிடம் சண்டை போட்டுவிட்டுச் செல்லும்போதோ இந்த ரிங்டோன் சத்தம் காதுக்குள் ஒலிக்கும். வழக்கமான ஓசைவலிமையுடன் அல்ல, மிகமிகச் சன்னமாக. ஆனால் போனில் அழைப்பு வந்திருக்காது. பொதுவாகவே கூட்டத்தில் இருக்கும்போது யார் போனுக்கு அழைப்பு வந்தாலும்,

தன்னிச்சையாக தன் போனை எடுத்துப்பார்க்கும் பழக்கம் பலருக்கு இருப்பதைப்போல்தான் தயாளனுக்கும் இருக்கிறது. அரைமணி நேரத்துக்கு ஒருமுறை போன்காலோ மெசேஜோ வந்தாலும் வராவிட்டாலும் போனை எடுத்து நிலை சோதிப்பதே அனைவரின் வழக்கமாக இருக்கிறது. இவை எதுவும் நிகழாத இன்றைய நாள், தன் வாழ்விலிருந்து கழித்து குப்பைத்தொட்டியில் வீசப்பட்ட காலண்டர் காகித நாள் என்றே நினைத்துக்கொண்டான் தயாளன்.

அல்போன்ஸ் சொன்னதைப்போல காவல்நிலையம் சென்று காணாமல் போன அலைபேசி குறித்து புகார் கொடுக்கலாமா என்று நினைத்தான். ஆனால் அவன் இதுவரை ஒருமுறைகூட காவல்நிலையம் சென்றதில்லை. அப்படியான நாள் தன் வாழ்வில் வரக்கூடாது என்ற மதிப்பீடு ரத்தத்தில் உறைந்துபோயிருந்தது. வரும்வழியில் பானுவின் செல்போனுக்கு பேட்டரி மாற்றலாம் என்று விசாரித்துப்பார்த்தான். 2000 ரூபாய் ஆகுமாம். இப்போதைக்கு வாய்ப்பில்லை. புது போன் வாங்குவது, பேட்டரி மாற்றுவது இரண்டும் சம்பளம் வந்தால்தான் சாத்தியம்.

★★★

வீட்டுக்கு வந்ததும் கேம் விளையாட போன் வேண்டும் என்று ரித்திகா அடம் பிடித்தாள். ஆறு வயதுதான் ஆகிறது. சாப்பிடும்போதில் இருந்து அவளுக்கு போனில் விளையாட வேண்டும். போன் காணாமல் போய்விட்டது என்பதை அவளுக்கு விளக்க முடியவில்லை. பானு குழந்தையின் முதுகில் நாலு சாத்து சாத்தியதும் பெருங்குரலெடுத்து அழுதது. டிவியில் போகோ சேனல் வைத்ததும்தான் சமாதானமானது.

இரவு உறங்கும்போதும் தயாளனுக்குத் தன் மொபைல்போனின் ரிங்டோன் கேட்டது. உடனே எழுந்துவிட்டான். வியர்வை கசகசத்தது. மணி எத்தனை என்று தெரியவில்லை. போன் இருந்தால் எடுத்துப்பார்த்திருக்கலாம். கடிகாரம் பார்க்க விளக்கைப்போட வேண்டும். ஜன்னலின் திரைகளை விலக்கி வெளியில் பார்த்தான். நள்ளிரவிருக்கும். அந்தத் தெருவிளக்கின் வெளிச்சத்தில் எதிர் வீட்டு அபார்ட்மெண்ட் மாடியில் ஓர் இளைஞன் சட்டையில்லாமல் போனில் பேசிக்கொண்டிருப்பதைப் பார்த்தான். ‘இந்த நேரத்தில் என்னத்த

பேசுவானுகளோ?' என்று நினைத்தான். பாத்ரூமில் சிறுநீர் கழிக்கும்போது, அதன் சத்தம் அவன் ஆத்திரத்தைக் காட்டியது.

★★★

காலையில் ஒரு செல்போன் என்னவெல்லாம் செய்கிறது என்று தயாளன் ஒரு பேப்பரில் பட்டியலிட்டான். அழைப்பு, செய்திகள், படங்கள், வரைபடம், உடல்நலம் குறித்த தகவல்கள், நினைவூட்டல்கள், கால்குலேட்டர், அலாரம், வங்கிக்கணக்கு, திரைப்படம், இசை, பக்தி, காமம், அரசியல், தட்பவெப்ப நிலை, பயணம், வணிகம்....

அம்மா, மனைவி, குழந்தையைவிட செல்போன் கூடுதலான உறவாகத் தெரிந்தது.

"இந்த போனை எடுத்துட்டுப்போங்க. சார்ஜ் நிக்கும்" என்று பானு எடுத்துக்கொடுத்தது கையடக்க போன். எந்த நவீன வசதிகளும் இல்லாத, பேசுவதற்கு மட்டுமே பயன்படுத்தக்கூடிய போன். வாங்கி சட்டைப்பையில் வைத்துக்கொண்டான்.

இப்போதும் அவனுக்கு வண்டியில் செல்லும்போதும் சமயங்களில் அலுவலகத்தில் அமர்ந்திருக்கும்போதும் தன் மொபைல் ரிங்டோன் கேட்டது. போன் வைத்திருப்பவர்களைப் பார்க்கும்போது ஆற்றாமையும் கோபமும் வந்தது. தன் பழைய பள்ளி நண்பன் கான்ஸ்டபிளாக இருந்தது நினைவுவர அவனை அழைக்கலாம் என்று முடிவெடுத்து, நசீரிடம் அவன் எண் வாங்கினான். கான்ஸ்டபிள் நண்பனிடம் பேசியபோது அவன் விசித்திரமான கதை சொன்னான். போலீஸ் சீருடையுடன் அவன் சினிமாப்பாடலுக்கு நடனமாடி டிக்டாக்கில் ஏற்றியது தொலைக்காட்சி, சமூகவலைத்தளங்களில் செய்தியாகி, சஸ்பெண்ட் செய்யப்பட்டு, ஆறுமாதங்களாக துறைவிசாரணையில் இருக்கிறானாம். எதற்கெல்லாம் போனைப் பயன்படுத்துகிறார்கள் என்று நினைத்துக்கொண்டான் தயாளன்.

போன் வாங்குகிறோமோ இல்லையோ, எதற்கும் பார்த்துவைப்போம் என்று போகிறவழியில் மொபைல் ஷோரூம் போனான். இவன் அறிந்திராத பல வசதிகளுடன் மொபைல் போன்கள் முகம் காட்டின. போன்களை மட்டுமே இவன் அறிந்திருந்தான். ஆனால் அதற்கான துணைக்கருவிகளே

பத்துக்கும் மேற்பட்ட வகைகளில் இவன் பாதி சம்பள விலையில் இருந்தன.

பைக் சிக்னலில் நிற்கும்போது வழக்கமாக போனை எடுத்துப்பார்த்தான். எல்லோருக்குமே இருக்கும் பழக்கம்தான். ஆனால் அந்த டப்பா போனில் எதுவுமில்லை. கேம் பகுதியைத் திறந்து பார்த்தான். சுருள் சுருளாகப் பழைய பாம்பு கேம் இருந்தது. செத்த பாம்பு.

★★★

“எதை நினைக்கிறாயோ அதுவாகவே ஆகிவிடுகிறாய். இப்போ உங்க மனசு முழுக்க செல்போன் நினைப்பு. மனசு அலைபாயுறதைத் தடுக்கணும்னா தியானம் பண்ணனும்” என்றான் கோபி. அவன் ஆன்மிகத்தில் நாட்டம் கொண்டவன் என்பது பழகிய பத்துநாள்களில் தெரிந்தது.

“உயிர்ச்சக்தியைத் திரட்டி நெற்றிப்பொட்டில் நிறுத்தணும் ஜி”

“அப்புறம்?”

“அதைக் கொஞ்சம் கொஞ்சமாக் கீழே இறக்கணும்” என்றான். ‘இறக்கத்தானே போகிறார்கள், அதை ஏன் ஏற்றவேண்டும்?’ என்று தோன்றியது தயாளனுக்கு.

“உங்களுக்கு ஒரு வீடியோ வாட்ஸ்-அப் அனுப்புறேன், பாருங்க” என்றான் கோபி.

“இந்த போன்ல வாட்ஸ்-அப் கிடையாது”

“ஸாரி ஜி, இந்தாங்க என் போன்லயே பாருங்க” என்று ஒரு வீடியோவைக் காட்டினான்.

ஆன்மிகத்துக்கே உரிய பின்னணி இசை, சம்ஸ்கிருத வார்த்தைகள் ஒலிக்க, ஒரு சாமியார் மூடியிருந்த கண்களைத் திறந்தார்.

“என்ன போன் ஜி?”

“ஒன் ப்ளஸ். அவர் கண்களில் கருணை தெரியுதுல்ல?”

“போன் என்ன ரேட்?”

“சொல்றேன். வீடியோவைக் கவனமாப் பாருங்க”

உண்மையிலே அவர் குரல் காந்தத்தை அரைத்து தடவியதைப்போல வசீகரமாகவும் மென்மையாகவும் இருந்தது. காற்றில் அவர் தாடி மயிர்கள் அலைபாய்ந்துகொண்டிருந்தன. பின்னணியில் மெல்லிய இசை ஒலிக்க அவர் குழந்தைகளுக்குப் பாடம் சொல்வதைப்போல பேசிக்கொண்டே போனார்.

"நீங்கள் யார்? 'நான்' என்பது என்ன? எண்ணங்கள், செயல்கள், நினைவுகள், இவைதானே 'நான்'? இப்போது உங்கள் ஞாபகத்தின் வலிமை என்ன? உங்களால் உங்கள் திருமண நாள், மனைவியின் பிறந்தநாளைச் சரியாகச் சொல்லமுடியவில்லை. அதிகபட்சம் பத்துபேருக்கு மேலான போன் எண்கள் நினைவில் இல்லை. மிகச்சிறிய கணக்குக்குக்கூட கால்குலேட்டரை நாடுகிறீர்கள். ஆனால் இவையெல்லாவற்றையும் உங்களைவிட உங்கள் கையிலிருக்கும் செல்போன் திறம்படச் செய்கிறது. அப்படியானால் செல்போனைவிட நீங்கள் சிறியவரா, செல்போன்தான் உங்கள் மாஸ்டரா? நீங்கள் என்பது உங்கள் செல்போன்தானா? ஆன்மா என்பது என்ன, உங்கள் செல்போனில் இருக்கும் பேட்டரியா? பேட்டரி தீர்ந்துவிட்டால்தான் செல்போன் செத்துப்போகிறதே! அப்படியானால் உங்கள் வாழ்க்கையின் அர்த்தம் என்ன? வாழ்க்கையின் உண்மையான அர்த்தம், ஞானம், பேரானந்தம் என்பது, உங்கள் பாஷையில் சொல்லப்போனால் செல்போன் டவர் போல. அதுதான் உங்களை இயக்குகிறது. ஆனால் நீங்கள் அதை அறிவதில்லை. அறியாமல் உங்கள் லௌகீக வாழ்க்கையின் சின்னச் சின்ன சந்தோஷங்களில் அமிழ்ந்துபோகிறீர்கள். அப்படித்தான் நீங்கள் உங்கள் செல்போன் டவரிலிருந்து வெகுதூரம் விலகிப்போகிறீர்கள். உங்கள் தொடர்பு எல்லைக்கு அப்பாலிருக்கிறது பேரானந்தம்"

கேட்க சுவாரஸ்யமாகத்தானிருந்தது.

"Infinite Wisdom - இதுதான் எங்க ஆன்மிகக் குழுமம். சுவாமிஜிதான் எங்கள் திசைகாட்டி. அடுத்த மாதம் சென்னையில் அவர் ஃபங்ஷன் இருக்கு. நான் சொல்ற அட்ரஸுக்குப் போய் புக் பண்ணிக்கங்க" என்றபடி, மடித்துவைத்திருந்த துண்டறிக்கையை எடுத்துக்கொடுத்தான் கோபி. அவன் விரல்நுனியிலும் துண்டறிக்கையின் மடிப்புகளிலும் பணிவு.

★★★

அஞ்சிறைத்தும்பி

அந்த அலுவலக வரவேற்பறையில் இருந்த பெண், மேம்பட்ட உடையணிந்திருந்தார்.

“ஒன்லி எயிட் டிக்கெட்ஸ் ஆர் அவைலபிள். உங்க ஃபேமிலியில் எத்தனைபேர் சார்?” என்றார்.

“நான், மனைவி, குழந்தை”

“குழந்தைக்கு எத்தனை வயசு?” என்று கேட்டுத் தெரிந்துகொண்டதும் “12 வயசு வரைக்கும் அனுமதி இலவசம். உங்க ரெண்டுபேருக்கு மட்டும் புக் பண்ணினாப் போதும். பே பண்றீங்களா?” என்றார் அந்தப் பெண்.

ஒருகணம் திடுக்கிட்ட தயாளன், “எவ்வளவு?” என்றான்.

“ஒருத்தருக்கு 5000 ரூபாய்தான்” என்றதும் எரிமலையிலிருந்து ஒரு கரண்டி நெருப்பை அள்ளித் தலையில் கொட்டியதைப்போலிருந்தது.

“இல்லைங்க. நான் நாளைக்கு வர்றேன்” என்று வேகமாக நகர்ந்தான் தயாளன்.

“ஆன்லைன் புக்கிங் பண்ணலாம். ஆனா சீக்கிரம் பண்ணுங்க” என்றபடி, ஒரு தகவல் துண்டறிக்கையை எடுத்துக்கொடுத்தார். அவசரமாக வாங்கி, பேண்ட் பாக்கெட்டில் வைத்தபடி வெளியில் வந்தான்.

வண்டியை எடுக்கும்போது எதிரில் இருந்த பிரமாண்ட பேனரைப் பார்த்தான்.

‘நீ பறிகொடுத்ததாய் நினைப்பது இங்கேதான் இருக்கிறது.

தொலைத்ததைக் கண்டடைவாய்’ என்ற வாசகம் பெரிதாக எழுதப்பட்டிருந்தது. ‘கல்லை எடுத்து எறியலாம்’ என்று தோன்றிய எண்ணத்தை அடக்கிக்கொண்டான். வாயிலில் சொற்பக்கூட்டம் இருந்தது.

‘புக்கிங் செய்ய’ என்று அலைபேசி எண்கள் எழுதப்பட்டிருக்க, பேனரில் கைகளைக் காட்டியபடி தாடிக்குள் சிரித்தார் குரு ஜி.

❐ ❐ ❐

51. சிவப்புநிற சவப்பெட்டி

செல்வனுக்கு சட்டையின் இரண்டாவது பட்டனைப் போடும்போதே தெரிந்துவிட்டது, இது நிச்சயம் டைட்டாகத்தான் இருக்கும் என்று. ஒருவழியாக சிரமப்பட்டு பட்டன்களைப் போட்டு முடித்தபோது சிறிய உறைக்குள் பொருந்தாத தலையணையை நுழைத்ததைப்போலிருந்தது. தொப்பை மட்டும் தனியாகத் துருத்திக்கொண்டு நின்றது. இது முதல்முறையல்ல. எப்போதுமே நடக்கும் பிரச்னைதான்.

"இதுக்குத்தான் உங்களை டிரையல் பார்த்து எடுக்கச்சொன்னேன்" என்றாள் அனுஷா.

எப்போதும் டிரையல் பார்த்து எடுப்பதுதான். அன்று துணிக்கடையில் கூட்டம் அளவுக்கு அதிகமாக இருந்ததால் 'எல்லாம் சரியாக இருக்கும்' என்ற நம்பிக்கையில் சட்டையை வாங்கிக்கொண்டு வந்துவிட்டான். இப்போது வயிற்றைப்பிடிக்கிறது. இவன் சைஸ் என்னவோ 40தான். ஆனால் எல்லா 40களும் ஒன்றல்ல. ஒவ்வொரு பிராண்டுக்கும் ஏற்றாற்போல் அவை மாறும். அதிலும் 40 ஸ்லிம் ஃபிட் சட்டைகள் வயிற்றுப்பகுதியில் இறுக்கிப்பிடிக்கும். தெரியாமல் எடுத்துவந்துவிட்டால் அவ்வளவுதான். அதனாலேயே எப்போதுமே டிரையல் பார்த்து ஆடைகளைத் தேர்ந்தெடுப்பது செல்வனின் வழக்கம். ஆனால் சமயங்களில் நான்கு சட்டை, பேண்ட்களை டிரையல் பார்த்தபிறகும் எதுவும் பொருந்தாமல் போய்விடுவதும் உண்டு. இதிலேயே நேரம் எப்படியும் ஒருமணி நேரத்தைத் தாண்டிவிடும்.

அனுஷாவின் கதை வேறு. அவளுக்கு எதையும் டிரையல் பார்க்க வேண்டிய அவசியமில்லை. ஆனால் செல்வனுக்கு ஆகும் ஒருமணிநேரத்தில் அரைப்பங்கு, முக்கால்பங்கு கூடுதலாக ஆகும். நேரம் ஆவதுகூட பிரச்னையில்லை. அவ்வளவு நேரத்துக்குப் பிறகு "எதுவும் பிடிக்கலை. இன்னொருநாள் வந்து பார்க்கலாம்" என்பாள். அப்போதுதான் செல்வனுக்கு கோபம் உச்சந்தலைக்கு ஏறும். "உங்களுக்கு மட்டும் ஒருமணி நேரம் ஆகலையா?" என்பாள். இரண்டும் ஒன்றல்ல என்றாலும் பொறுத்துக்கொள்வான். இதற்கு இரண்டே தீர்வுகள்தான். ஒன்று தொப்பையைக் குறைக்கவேண்டும் அல்லது துணி எடுத்து டெய்லரிடம் தைக்கக் கொடுக்கவேண்டும். அப்போது அப்பாவின் ஞாபகம்தான் வந்தது செல்வனுக்கு.

வளரும்காலத்தில் உடை என்பது எட்டாத உயரத்தில் பறக்கும் தேவதையின் சிறகு. வருடத்துக்கொரு முறை தீபாவளிக்குத்தான் அப்பா ஆடைகள் வாங்கித்தருவார். பெரும்பாலான ஆண்டுகளில் தீபாவளிக்கு முதல்நாள்தான் அப்பாவுக்கு போனஸ் கிடைக்கும். அன்றுதான் உடைகள், பனியன், ஜட்டி, சொற்ப பட்டாசுகள் எடுக்கவேண்டும். மிச்சமிருக்கும் காசில் காலையில் கறி எடுத்தால் மணக்க மணக்க இட்லியுடன் சாப்பிடலாம்.

தள்ளுவண்டிக்கடைகளில் மலிவாக விற்கும் ஆடைகள்தான் செல்வனுக்குத் தீபாவளி டிரஸ். நடுரோட்டிலேயே டவுசரைக் கழற்றி, புது டவுசரைப் போட்டுப்பார்க்கச் சொல்வார் அப்பா. ஏழை நிர்வாணம் கூச்சமறியாது. அப்பாவுக்கு நிரந்தர நிறுவனமோ நிரந்தர வருமானமோ கிடையாது. சில நிறுவனங்களில் தீபாவளிக்கு ஒருவாரம் முன்பு போனஸ் கிடைக்கும்போது செல்வன் உற்சாகமாகிவிடுவான். துணி எடுத்துக்கொடுத்து டெய்லரிடம் தைக்கக்கொடுக்கலாம். காலரில் பட்டன், சட்டைப்பையில் மாங்கா டிசைன், கைப்பட்டையில் பட்டன் என்று ஒவ்வோராண்டும் விதவிதமாக தைத்துத் தருவார் ராமநாதன் டெய்லர். 'சூப்பர் டெய்லர்ஸ்' என்று போர்ட் மாட்டிய கடையில் சூப்பர் எல்லாம் தீபாவளி சீஸனில்தான்.

தீபாவளி முதல்நாள்வரை டெய்லர் கடையில் கூட்டம் மணிக்கணக்கில் காத்திருந்து ஆடைகளை வாங்கிச்செல்லும். இரண்டு நாள்களில் தருவேன் என்று சொன்ன எந்த சட்டை, பேண்டையும் அவர் சொன்ன தேதியில் தைத்துக்கொடுத்தது

கிடையாது. ஒருவழியாகப் பழுப்புநிற காகிதப்பையில் புது உடைகளை மடித்து வீட்டுக்கு எடுத்துவரும்போதே செல்வன் மனசில் மத்தாப்புகளுடன் தீபாவளி பிறந்துவிடும்.

★ ★ ★

வளர வளர செல்வனுக்குக் கிடைத்தவையெல்லாம் இரண்டு அண்ணன்கள் அணிந்த பழைய ஆடைகள்தான். கொடிது கொடிது இளமையில் வறுமை; அதனினும் கொடிது வறுமைக்குடும்பத்தில் தம்பியாய்ப் பிறத்தல். செல்வன் கல்லூரியில் அணியும் ஆடைகள் பத்து வருடங்களுக்கு முந்தைய ஃபேஷனில் இருந்தவை. எல்லாம் அண்ணன்கள் அணிந்தவை. கல்லூரியே செல்வனைக் கல்தோன்றி மண் தோன்றாக் காலத்தே முன்தோன்றிய மூத்தகுடியாகத்தான் பார்ப்பதைப்போலிருக்கும்.

படித்து முடித்து வேலைக்குச் சேர்ந்ததற்குப் பிறகு இப்போதெல்லாம் செல்வனுக்கு ஆடைகள் பொருட்டல்ல. நினைத்தால் எப்போது வேண்டுமானாலும் புத்தாடைகள் வாங்கலாம். ஆனாலும் நடுரோட்டில் டவுசரைக் கழற்றி புது டவுசர் மாட்டிய உற்சாகம் மட்டும் தொலைந்துபோனது. இப்போது ஆடைகள் கிடைக்காதது பிரச்னையில்லை. கிடைத்த ஆடைகள் பொருந்தாத அளவுக்குத் தொப்பை பெருத்ததே பிரச்னை.

கிட்டத்தட்ட 20 ஆண்டுகளாக ரெடிமேட் உடைகள்தான். 'எப்போது கடைசியாக டெய்லர் கடையில் துணி தைத்தோம்' என்று நினைத்தபோதும் செல்வனுக்கு அப்பாவின் நினைவுதான் வந்தது. அப்பா இறந்தபோது 16ஆம் நாள் காரியத்துக்கு உறவுமுறைகள் ஆடைகளை முறைசெய்திருந்தார்கள். இரண்டு அண்ணன், ஒரு தங்கை, செல்வன் என்று துணிகளைப் பிரித்தபோது எப்படியும் பத்துக்கும் மேற்பட்ட சட்டை மற்றும் பேண்ட் பிட்கள் கிடைத்திருந்தன. வழக்கமாக அவன் அணியும் ஆடைகளின் டிசைன்களுக்கும் அவற்றுக்கும் எந்தச் சம்பந்தமும் இல்லைதான். இருந்ததில் ஓரளவுக்குப் பரவாயில்லை என்று தோன்றிய மூன்று சட்டை, பேண்ட் துணிகளை மட்டும் தைத்துப்போட்டான்.

நினைவுகளில் மூழ்கியபடியே பொருந்தாத சட்டையை மடித்து பீரோவில் வைக்கும்போது, கௌதமின் சின்னஞ்சிறு

உடைகள் கண்ணில் பட்டன. எட்டு மாதங்களாகிவிட்டன, மூன்று வயது கௌதம் இறந்து. பிறக்கும்போதே அவன் மூளையில் இருந்த கட்டி, அவனோடு சேர்ந்து மூன்றாண்டுகள் வளர்ந்தது. செல்வனும் தன்னால் முடிந்தளவு பணம் சேர்த்தும் கௌதமைக் காப்பாற்ற இயலவில்லை. அனுஷாவுக்கு கௌதமின் உடைகளை எறிந்துவிட மனமில்லை. கனத்த மனதுடன் அந்த ஆடைகளை வருடிக்கொடுத்தான் செல்வன்.

★★★

ராஜனை 15 ஆண்டுகளுக்குப் பிறகு சந்திக்கப்போகிறோம் என்ற உற்சாகத்துடன் பைக் ஓட்டினான் செல்வன். கல்லூரிக்காலத்திலேயே நாடகம், பாடல், இலக்கியம், அரசியல் என்று திரிந்தவன் ராஜன். பேச்சுப்போட்டியில் எல்லோரும் திருவள்ளுவர், காந்தி, விவேகானந்தர் பொன்மொழிகளை வைத்துப்பேசினால் ராஜன் மட்டும், "முதலாளித்துவம் எப்போது தொழிலாளி வர்க்கத்தைப் படைத்ததோ அப்போதே அது தன் சவப்பெட்டிக்கான ஆணியைத் தயாரித்துவிட்டது" என்பான். அவனுக்குப் பெரும்பாலும் பேச்சுப்போட்டியில் பரிசு கிடைக்காது அல்லது மூன்றாவது பரிசு கிடைக்கும். ஒருமுறை காந்தி பிறந்தநாள் பரிசுப்போட்டியில் "எல்லா அதிகாரங்களும் வன்முறையுடனே தோன்றின;வன்முறையாலேயே நிலைபெற்றன. அவை வன்முறையாலேயே அழிக்கப்படும்" என்று ராஜன் பேசியது பெரிய சர்ச்சையானது. ஆனால் அவன் போட்டி, பரிசைப் பற்றிக் கவலைப்படாமல் துறவியைப்போல தான் நம்பும் கொள்கைகளையே பேசினான்.

ஏற்கெனவே பாடப்புத்தகத்திலிருக்கும் பாதி விஷயங்கள் புரியாமல் திணறும் செல்வனிடம் பூர்ஷ்வா, பாட்டாளி வர்க்கச் சர்வதிகாரம், சுயநிர்ணய உரிமை என்றெல்லாம் பேசி அலறவிடுவான் ராஜன். கல்லூரி இறுதியாண்டில் திடீரென்று காணாமல் போன அவன், ஒரு தீவிர கம்யூனிஸ்ட் கட்சியில் முழுநேர ஊழியராகிவிட்டதாக அறிந்தான். ஒருமுறை ஆயுதப்பயிற்சியின்போது காவல்துறையால் கைது செய்யப்பட்டு சிறையில் அடைக்கப்பட்ட தகவலையும் கல்லூரி நண்பர்கள்மூலம் தெரிந்துகொண்டான். இப்போது அவன் கட்சிகள் எதிலும் இல்லை. ஹைதராபாத்தில் தங்கி நாடகம் போடுவது, ஆவணப்படங்களை இயக்குவது என்றிருந்ததையும்

அறிந்துகொண்டான். அவனைத்தான் இப்போது சந்திக்கப்போகிறான். அவன் பார்த்தால் சந்தோஷப்படுவான் என்று ஒரு சே குவேரா டி-ஷர்ட்டையும் அணிந்திருந்தான் செல்வன். மேலும் இது அணிவதற்குக் கொஞ்சம் தாராளமாகவும் தொப்பையை அவ்வளவாக வெளிக்காட்டிக்கொள்ளாமல் இருந்ததும் மறைமுகக் காரணம். தன் வாழ்நாளின் கணிசமான பகுதியைத் தலைமறைவு வாழ்க்கையில் கழித்த சே குவேரா, இப்போது செல்வனின் தொப்பையை மறைக்கப் பயன்பட்டார்.

ராஜனின் முடி குறையவில்லை. ஆனால் வெளுப்பேறியிருந்தது. கல்லூரியில் பார்த்ததைப்போல்தானிருந்தான்.

“இவங்க தோழர் அமுதா. ‘குரல்கள்’ நாடகக்குழுவை நடத்துறாங்க” என்று ராஜனால் அறிமுகப்படுத்தப்பட்ட அமுதா, ஒரு டிஷர்ட்டும் ஷார்ட்ஸும் அணிந்திருந்தாள். அச்சம், மடம், நாணம், பயிர்ப்பு என்பதில் கடைசி இரண்டும் செல்வனை ஆக்கிரமித்தன. அவன் சென்னை வந்தபோதே துப்பட்டா அணியாத, டிஷர்ட் அணிந்த பெண்கள் அதிர்ச்சியளித்தார்கள். போகப்போக பழகிவிட்டாலும் ஷார்ட்ஸ் அணிந்த ஒரு பெண்ணை அருகில் பார்த்தது அதிர்ச்சியாக இருக்க, ஒரு வணக்கத்தை மட்டும் செலுத்திவிட்டு, அவசரமாக அமுதாவைத் தவிர்த்துவிட்டு செல்வாவைப் பார்த்தபோது, இன்னொரு பெண் சுடிதாரில் வந்து நின்றாள்.

“இவங்க வித்யா தோழர். வித்யா, இவன் என் காலேஜ் பிரெண்ட், செல்வன்” என்றான் ராஜன்.

“வணக்கம் தோழர்” என்ற வித்யாவின் குரலில் தெரிந்த ஆண்மை செல்வனுக்கு இரண்டாவது அதிர்ச்சி.

புரிந்துகொண்ட ராஜன் “வித்யா திருநங்கை. டிரான்ஸ்ஜெண்டர் உரிமைகளுக்காகப் போராடிக்கிட்டிருக்காங்க. அவங்களுக்காக மட்டுமில்லை, நெடுவாசல், கதிராமங்கலம், சிஏஏ எதிர்ப்புன்னு எல்லாப் போராட்டங்களிலும் அவங்களைப் பார்க்கலாம்” என்றான்.

செல்வன் அவன் ஊரிலேயே இப்படி இரண்டு பேரைச் சந்தித்திருக்கிறான். பிறகு கடைகளில், ரயில் பயணத்தின்போது சேலை அணிந்துவரும் இதுபோன்றவர்களைப் பார்க்கும்போது ஒருபுறம் எரிச்சலும் இன்னொருபுறம் அருவெருப்பும்தான்

வரும். இப்போது என்ன ரியாக்ட் செய்வது என்று தெரியாமல் சின்னதாகப் புன்னகைத்தான். ஷார்ட்ஸ் அணிந்த பெண்ணையும், அது என்ன, திருநங்கையையும் சந்தித்தையும் அவர்கள் இயல்பாக இருந்ததையும் அனுஷாவிடம் சொல்லவேண்டும். கண்கள் விரியக் கேட்பாள். ‘இந்தப் புரட்சிகரப் பெண்களாவது துணிக்கடையில் சீக்கிரம் ஆடைகளைத் தேர்ந்தெடுத்துவிடுவார்களா?’ என்றும் தோன்றியது செல்வனுக்கு.

“சே டி ஷர்ட் போட்டிருக்கார். தோழர் எந்த இயக்கத்தில் இருக்கார்?” என்றார் வித்யா.

“தோழரா, இவனா?” என்று சிரித்த ராஜன், “சே குவேரா டிஷர்ட் போடுறதெல்லாம் இப்போ ஃபேஷன். அவ்ளோதான்” என்று சொன்னபோது செல்வனுக்கு உள்ளுக்குள் கோபம் வந்தாலும் வெளிக்காட்டிக்கொள்ளவில்லை.

“அதுவும் சரிதான் தோழர். பெரியாரிஸ்ட்டும் கறுப்புச்சட்டை போடுறாங்க. அய்யப்ப பக்தரும் போடுறார். கம்யூனிஸ்ட்டுக்கும் சிவப்புச்சட்டை. பங்காரு அடிகளார் வழிபாட்டுக்கும் சிவப்புச்சட்டை. கலர், டிரஸ்ஸை வெச்சு எந்த முடிவுக்கும் வந்துட முடியறதில்லை” என்றார் அமுதா.

“இப்பெல்லாம் டி-ஷர்ட்லதானே புரட்சி பண்றாங்க. ‘இந்தி தெரியாது போடா’ன்னு டி ஷர்ட் போட்டா இந்தி போயிடுமா?” என்றான் செல்வன். குரலில் கோபமும் அவர்களைப் பழிவாங்கிய திருப்தியும் தெரிந்தது.

“அப்படி ஒரேடியா சொல்லிட முடியாது அமுதா. ஆடைகளிலும் அரசியல் இருக்கத்தான் செய்யுது. இன்னமும் தீபாவளி, பொங்கல், பிறந்தநாளைக்கு டிரஸ் எடுக்கிறப்போ அதில் கொஞ்சம்கூட கறுப்பு இருந்திடக்கூடாதுன்னு நினைக்கிறவங்கதான் அதிகம்” என்று ராஜன் சொல்லும்போதும் அனுஷாவின் நினைவு வந்தது செல்வனுக்கு. அவள் கறுப்பைத் தவிர்ப்பதில் கறார்த்தனம் காட்டுவாள்.

“இப்போ நாலுபேர் பேசிக்கிட்டிருக்கோம். ரோட்டில் நின்னு பேசிக்கிட்டிருக்கப்போ போலீஸ் ரோந்து வந்துச்சுன்னா முதல்ல கூப்பிட்டு விசாரிக்கிறது யாரைன்னு பார்த்தா அது லுங்கி கட்டினவரா இருக்கும். ஆனா பெரியார் மேடையிலேயே லுங்கி

கட்டி வந்து பேசினார். அதுவும் அரசியல்தானே?" என்றார் வித்யா.

"ஆமாமா, காந்தி சட்டையைக் கழட்டினதுக்குப் பின்னாலயும் அரசியல் இருக்கு, அம்பேத்கர் கோட் மாத்தினதுக்குப் பின்னாலயும் அரசியல் இருக்குன்னு 'கபாலி'யில் வசனம் வருமே?" என்று செல்வன் சொன்னபோது, தானும் இந்த உரையாடலுக்குத் தகுதியானவன்தான் என்று நிரூபிக்கும் வேகம் தெரிந்தது.

"கார்ல் மார்க்ஸ் கோட்டைக் கழட்டினதிலும் அரசியல் இருக்கு" என்றான் ராஜன்.

"அவரும் காந்தி சட்டையைக் கழட்டினமாதிரி கோட்டைக் கழட்டினாரா?" என்று கேட்ட செல்வனுக்கு, 'தான் சரியாகத்தான் கேட்டோமா?' என்ற சந்தேகம் கேட்டபின் தோன்றியது.

"உனக்கு கார்ல் மார்க்ஸ் பற்றி என்ன தெரியும்னு தெரியலை. அவரோட 200வது பிறந்தநாளைக்குத்தான் நாடகம் போடப்போறோம். அதுக்கான பயிற்சிக்குத்தான் நான் வந்திருக்கேன். மார்க்ஸ் அரசுகளையும் முதலாளித்துவத்தையும் விமர்சித்துப் பேசினதால, எழுதினதால் அவரை ஒவ்வொரு நாடும் துரத்துச்சு. அவர் வயித்துல பசியையும் மூளையில் புரட்சியையும் எடுத்துட்டு ஒவ்வொரு நாடாப்போனார். மார்க்ஸின் காதல் மனைவி ஜென்னி மார்க்ஸ். ஜென்னிக்கும் மார்க்ஸுக்கும் பிறந்த ஏழு குழந்தைகளில் மூன்று குழந்தைகள் மட்டும்தான் உயிரோட இருந்தது. காரணம் வறுமை. ஒருமுறை ஜென்னி தன் குழந்தைகளுக்குப் பால் கொடுத்தப்போ அவங்க மார்பில் பால் வரலை தோழர், ரத்தம் வந்தது ரத்தம்" என்று ராஜன் சொல்லும்போதே உணர்ச்சிவசப்பட்டான். அமுதா, வித்யா இருவரின் முகங்களிலுமே உணர்ச்சி ஒரு தீப்பந்தத்தைப்போல சுழன்றதை செல்வனால் உணர முடிந்தது.

"செல்வா தோழர், ஒரு குழந்தை இறந்தப்போ அதைப் புதைக்கக்கூட கார்ல் மார்க்ஸிடம் பணமில்லை. நம்ம நாட்டில் கோட் போடறது ஆடம்பரம். ஆனால் மேலைநாடுகளில் அது அத்தியாவசியம். கடும் குளிரைத் தடுக்கிறது மேல் கோட்டுதான். குழந்தையைப் புதைக்க காசு இல்லாம தன் கோட்டை வித்துப்புதைச்சார் மார்க்ஸ். ஆனா அவர் அதைத் தன்னோட

சோகமா, வறுமையா நினைக்கலை. உலகத்தில் உழைக்கும் மக்கள் ஏன் வறுமையில் இருக்காங்கன்னு யோசிச்சார்.”

செல்வனுக்கு எல்லாமே புதிய தகவல்களாக இருந்தன. ஒருமணிநேரத்துக்கும் மேலாக உரையாடல் நீண்டது.

★★★

செல்வன் நினைத்ததற்கு மாறாக நாடகத்துக்குப் பெருங்கூட்டம் வந்திருந்தது. அந்தக் கூட்டம், அங்கே விற்கப்பட்ட புத்தகங்கள், மேடை அமைப்பு என எல்லாமே அவனுக்கு விசித்திரமாகத்தான் இருந்தது. ஆனால் ஒவ்வொருவர் கண்களிலும் தெரிந்த கனவு வேட்கை, தீபாவளியைப்போல இதுபோன்ற நிகழ்வுகளிலும் உற்சாகமிருக்கும் என்று உணர்த்தியது.

ராஜன், கார்ல் மார்க்ஸின் நண்பன் ஏங்கெல்ஸாக நடித்தான். வழக்கம்போல் பாதிக்கும் மேற்பட்ட விஷயங்கள் புரியவில்லை என்றாலும் ஏதோ ஓர் உணர்ச்சிக்கொந்தளிப்பில் நாடகத்தில் மூழ்கிப்போனான்.

வித்யா, குழந்தை மடியில் படுத்திருப்பதைப் போன்ற பாவனையில் வசனத்தைப் பேசத்தொடங்கினாள். மெல்ல அது பாட்டாக மாறியது.

“பால் என்பதும் ரத்தத்திலிருந்து வந்ததுதான்.

ரத்தமே பாலாக மாறியது.

இப்போது பால் ரத்தமாக மாறியது.

இந்த ரத்தத்தின் நிறம்

என் காதலனுக்குப் பிடித்த நிறம்.

ஒருநாள் உலகம் முழுதும் அந்த நிறம் பரவும்.

இப்போதைக்கு உன் சிறுவாயில் மட்டும்”

என்று அவள் பாடும்போதே கண்களில் நீர் வழிந்தது செல்வனுக்கு. கார்ல் மார்க்ஸ் தன் கோட்டைக் கழற்றி குழந்தையின் சடலத்தை மூடுவதைப் போன்ற காட்சி வந்தபோது அவனால் தாளவே முடியாமல், வேகமாக நடந்து அருகிலிருந்த மைதானத்துக்குப் போய் வெடித்து அழுதான்.

மீண்டும் அவன் நாடகம் நடக்கும் இடத்துக்கு வந்தபோது அவன் அமர்ந்திருந்த நாற்காலியில் யாரோ அமர்ந்திருந்தார்கள். மேடை அருகில் நின்ற கூட்டத்தில் கலந்தவன் காதுகளில் ராஜனின் குரல் கேட்டது.

"குழந்தைக்கு சவப்பெட்டி வாங்க இயலாது தவித்த மார்க்ஸ்தான் உழைக்கும் மக்களின் நிலை மாற சிந்தித்தார். தோழர்களே, முதலாளித்துவம் பாட்டாளி வர்க்கத்தைப் படைத்ததன் மூலம் தன் சவப்பெட்டிக்கான ஆணியைத் தானே தயாரித்துவிட்டது."

★ ★ ★

நள்ளிரவு உறக்கத்தில் எழுந்த அனுஷா திடுக்கிட்டுத்தான் போனாள். செல்வன் தன் மகனின் உடைகளைத் தடவியபடி இருட்டில் அமர்ந்திருந்தான். அவன் ஒரு கண்ணில் அப்பாவும் மறுகண்ணில் மார்க்ஸும் நீராய் வழிந்துகொண்டிருந்தார்கள்.

❑ ❑ ❑

52. மாமிசம்

"வார்த்தையிலிருந்து மாம்சம் உருவானது. கடவுள் முதலில் ஆணைத்தான் படைத்தாராம். அப்புறம் ஆணின் விலா எலும்பை எடுத்துப் பெண்ணை உருவாக்கினாராம். இதிலிருந்து என்ன தெரியுது? ஆம்பளைக இடுப்பை ஒடிக்கிறதே பொம்பளைங்க வேலை. ஆண் பலவீனமாயிருக்கக் காரணம் பொண்ணுதான். ஜஸ்ட் ஜோக்கிங்."

"பொண்ணுங்க எலும்பாவே இருக்கட்டும். எலும்புக்காக நாக்கைத் தொங்கப்போட்டு யாரு அலைவாங்க? சரியாத்தான் கடவுள் ஆம்பளைகளை உருவாக்கியிருக்கார்"

"அப்போ ஆம்பளைங்களை நாய்ங்கிறியா?"

இப்படியொரு வார்த்தை-மாம்சப் போரில்தான் பிரச்னை உருவானது. அப்படியும் சொல்வதற்கில்லை. ஏராளமான பிரச்னைகளில் இதுவும் ஒன்று என்று சொல்லலாம்.

கிளாராவும் கல்யாணராமனும் காதலித்துத்தான் திருமணம் செய்துகொண்டார்கள். அவள் ஆங்கிலப்பேராசிரியை. இவன் வேதியியல் பேராசிரியர். திருமணமாகி ஒரு வருடம் வரை செம்புல பெயல்நீர் வாழ்க்கைதான். மூன்றாண்டுகள் ஆகியும் இன்னும் ஒரு குழந்தை உருவாகாதது பிரச்னைகளுக்கான ஒரு காரணம். இன்னும் சொல்லப்போனால் 'குழந்தை பிறக்காமலிருப்பது பிரச்னைகளைக் கிளற இவனுக்கு ஒரு வாய்ப்போ?' என்றும் கிளாரா நினைத்தாள்.

ரத்தத்தைவிட அதிகமாக கல்யாணராமன் உடம்பில் சந்தேகம் ஊறியது. பழையகாலம் போல அவளைப்

சுகுணா திவாகர்

பின் தொடர்ந்து கண்காணிக்க முடியாது. அதற்கான அவசியமும் இல்லை. அவளது தொலைபேசி அழைப்புகள், குறுஞ்செய்திகள், மின்னஞ்சல்கள், வாட்ஸ்- அப் செய்திகள் என அனைத்தையும் கண்காணித்து சந்தேகத்தின் கிளை பரப்பினான்.

ஒருவருடத்துக்குப் பிறகு கல்யாணராமன் பல்லாயிர ஆண்டுகளுக்கு முந்தைய கற்கால ஆயுதங்களை மனதில் வைத்திருக்கும் சாடிஸ்ட் என்பதை கிளாரா கண்டுகொண்டாள். எல்லா சாடிஸ்ட்களுக்கும் இருப்பதைப்போல சிகரெட்டால் சூடுபோடும் பழக்கம் அவனுக்கும் இருந்தது. ஆனால் அவன் ஒரு வலிமையான சாடிஸ்ட் இல்லை. சரியாகச் சொல்லப்போனால் கிளாரா ஒரு பலவீனமான அடிமையில்லை என்பதால் கல்யாண், அவன் கைகளிலேயே அடிக்கடி சூடுவைத்துக்கொள்வான். சண்டை முற்றிப்போகும்போது கைவிரல்களைக் கிழித்து ரத்தத்தால் கடிதம் எழுதுவான்.

முதலில் பரிவு தோன்றியது கிளாராவுக்கு. ஆனால் சூடும் ரத்தமும் ஆறிப்போய் வெறுப்புதான் தோன்றியது. தன் மாம்சத்தைக் கிழித்து ஆயுதமாக்கும் கோழைகள் இந்த சாடிஸ்ட்கள். ‘கடவுள் எலும்பிலிருந்து பெண்ணை உருவாக்கினாரோ இல்லையோ, பாம்பின் விஷத்தை ரத்தமாகவும் தேளின் கொடுக்கை மாம்சமாகவும் கொண்டு கல்யாணராமனை உருவாக்கினார்’ என்று தோன்றியது கிளாராவுக்கு. மனமுறிவு மணமுறிவுக்கு இட்டுச்சென்றது.

★★★

மெய்ப்பொருள் - பெயரைப்போலவே ஆளும் விசித்திரமானவன் தான். கருத்தரங்கு ஒன்றில் பழக்கம். முதல் சந்திப்பிலேயே கிளாரா இதைச் சொன்னாள்.

“உங்க பேரு ரொம்ப வினோதமா இருக்கு.”

“பேரோட அர்த்தம் புரியுதுல்ல?”

“ஏங்க இது புரியாதா? எப்பொருள் யார்யார் வாய் கேட்பினும் அப்பொருள் மெய்ப்பொருள் காண்பதறிவு. இங்கிலீஷ் பேராசிரியையா இருந்தாலும் திருக்குறள் தெரியும்.”

“அர்த்தம் புரியாத பெயர்கள்தான் இப்ப இயல்புன்னு நம்பப்படுது. அர்த்தம் புரிஞ்சா அது விநோதமான பெயர் ஆயிடுது.”

“நல்லாப் பேசுறீங்க” என்ற கிளாரா அவன் ஆய்வுப்பொருள் பற்றி தெரிந்தபோது இன்னும் ஆச்சர்யப்பட்டுப்போனாள். உலகம் முழுவதுமுள்ள மாமிச உணவுப்பழக்கங்கள் பற்றியதுதான் அவன் ஆய்வு.

“இதெல்லாமா ஆய்வு பண்ணுவாங்க?”

“என்னங்க இப்படி கேட்டுட்டீங்க? மனிதன் உருவாகும்போதே மாமிசமும் உருவாகிடுச்சு.”

“தெரியும். எலும்புத்துண்டிலிருந்துதான் பொண்ணுங்க உருவானாங்க.”

சிரித்த மெய்ப்பொருள் “நீங்க சொல்றது ஆன்மிகம். நான் சொல்றது அறிவியல். மனிதர்களின் முதலுணவு இறைச்சிதான். அதுதான் அவனுக்குத் தேவையான ஆற்றலைக்கொடுத்துச்சு. இறைச்சியை மெல்லவும் குத்திக்கிழிக்கவும் ஏற்றமாதிரி நம்ம பல், தாடை அமைப்பே உருவாகியிருக்கு” என்றான்.

“தெரியும். ஆண்களோட நாக்குகூட குத்திக்கிழிக்கிறதுக்குத்தான் உருவாகியிருக்கு.”

வெடித்துச் சிரித்த அவன், “உங்க கதை எனக்குத் தெரியும் கிளாரா” என்றான்.

“அதுதான் யுனிவர்சிட்டி முழுக்கத் தெரியுமே. இப்ப எதுக்கு அந்த ஆராய்ச்சி? உங்க ஆராய்ச்சி பத்திச் சொல்லுங்க.”

“உங்களுக்குத் தெரிஞ்சிருக்கும். மனிதனோட முதல் கண்டுபிடிப்பு நெருப்பு. அது வெளிச்சத்துக்கு மட்டுமல்ல, மாமிசத்தை சுட்டுத்தின்னவும் உதவுச்சு.”

“அப்போ நாகரிகம் அப்பயிருந்துதான் தொடங்குச்சுன்னு சொல்லலாமா?”

“அப்படியில்லை. பச்சை மாமிசத்தில் நாகரிகமில்லை, சுட்ட மாமிசத்தில் நாகரிகம் இருக்குன்னு பார்க்கிறதே ஒரு அதிகாரம்தான்.”

“ஹலோ அப்போ நரமாமிசம் சாப்பிடறதையும் தப்பு இல்லைங்கிறீங்களா?”

“எல்லாரும் ஆளாளுக்கு இடுப்பில ஒரு தராசைக் கட்டிக்கிட்டு அலையறோம். எதிரில் வர்ற மனுஷியையோ மனுசனையோ அதில உக்கார வெச்சு எடைபோட ஆரம்பிச்சிடறோம். தப்பு, சரியெல்லாம் நம்ம தராசைப் பொறுத்தது. இதைச் சாப்பிட்டா நாகரிகம், அதைச் சாப்பிட்டா அருவருப்புங்கிறதெல்லாம் சரியான விஷயம் கிடையாது. உம்பர்ட்டோ ஈக்கோன்னு ஒரு இத்தாலிய தத்துவவியல் அறிஞர், ‘ஒரு கலாசாரத்தை இன்னொரு கலாசாரத்தால் மதிப்பிட முடியாது’னு சொன்னார். நீங்க கேட்டமாதிரிதான் அவர்கிட்ட கேட்டாங்க, ‘நரமாமிசம் சாப்பிடறவங்ககிட்ட என்ன சொல்வீங்க?’ன்னு. ‘என்னைச் சாப்பிட வேணாம்’னு கேட்டுக்குவேனே தவிர என் உணவுப்பழக்கத்தால் அவங்க பழக்கத்தை அளவிட மாட்டேன்ன்னு சொன்னார்.”

“நல்ல விளக்கம். செமினார் ஆரம்பிக்கப்போகுது போகலாம். மதியம் லஞ்ச் நர மாமிசம்தானா?”

“இதுவரைக்கும் அந்தப் பழக்கம் உருவாகலை. கவலைப்படாதீங்க. நர மாமிசம் சாப்பிட்டாலும் உங்களைச் சாப்பிட மாட்டேன்.”

சிரிப்புடன் அரங்கத்துக்குள் நுழைந்தார்கள்.

★★★

மெய்ப்பொருள் உலகம் முழுக்க சுற்றிக்கொண்டிருந்தான். இந்தியாவில் மூன்றுமாதங்களுக்கு ஒருமுறை பயணம். அதுவும் தமிழகத்தில் எப்போதாவதுதான். கிளாராவுக்கும் அவனுக்குமிடையில் நல்ல நட்பு உருவாகியிருந்தது. தன் ஆய்வு தொடர்பான விஷயங்களை சுவாரஸ்யத்துடன் பரிமாறிக்கொள்வான்.

“ஆடு, மாடு, கோழி, பன்றி, மீன் - இந்த அஞ்சும்தான் பொதுவா நமக்குத் தெரிஞ்ச மாமிசம். ஆனா இதைத்தாண்டியும் நிறைய உயிரினங்களைச் சாப்பிடறாங்க. உங்களுக்குத் தெரிஞ்சிருக்கும். பன்றிக்கறி முஸ்லீம் சாப்பிட மாட்டாங்க. ஹராம்- விலக்கப்பட்டது. ஆனால் எந்த மதத்திலும் விலக்கப்படாத மாமிசம் மீன் இறைச்சி. உலகத்தின் ஆதி

இறைச்சியில் ஒண்ணு. ஆறு, குளம், கடல் பின்னால அணைக்கட்டுன்னு விதவிதமான மீன்களில் விதவிதமான ருசி. மதுரை, திண்டுக்கல், விருதுநகர், கோவில்பட்டின்னு தமிழகத்தின் தென்மாவட்டங்களில் பெரும்பாலும் கடல் சாராத ஊர்கள்தான். அங்கெல்லாம் ஒருகாலத்தில் ஆட்டிறைச்சியும் கோழி இறைச்சியும்தான் பிரதான உணவு. இப்போ நீரிழிவு நோய் காரணமா அங்கேயும் அதிகம் மீன் சாப்பிட ஆரம்பிச்சிட்டாங்க. பெரும்பாலும் ராமநாதபுரத்தில் இருந்துதான் மீன் வருது. மதங்களைத் தாண்டிய மாமிசம் மீன். யேசு மீனையும் அப்பத்தையும் பலபேருக்குப் பகிர்ந்த கதை உங்களுக்குத் தெரிஞ்சிருக்கும். இந்து மதத்திலகூட மச்ச அவதாரம் உண்டு."

"ஆனா அது மீன் அவதாரம்தான். மீன் சாப்பிடச் சொல்லலை."

"சொல்லலைதான். ஆனா சாப்பிடக்கூடாதுன்னும் இல்லை. கண்ணப்ப நாயனார் கதை கேள்விப்பட்டிருப்பீங்க. அவர் வேட்டையாடி விதவிதமான மாமிசத்தைக் கடவுளுக்குப் படைச்சார். அவரும் ஏத்துக்கிட்டார். இதைச் சாப்பிடலாம், இதைச் சாப்பிடக்கூடாதுன்னு கடவுள் தடுக்கலை. மனுசங்கதான் தடுக்கிறாங்க."

★★★

தென்னாப்பிரிக்காவில் நடைபெற்ற மனித உரிமை கருத்தரங்கில் கலந்துகொண்ட மெய்ப்பொருள், அவன் பதிவுசெய்த வீடியோ ஒன்றை அனுப்பிவைத்தான். கிராமப்புறத்து இந்தியில் பேசிய ஓர் இளைஞனின் மார்பு மீது ஆங்கிலத்தில் சப்-டைட்டில் ஓடியது.

"நான் உத்திரப்பிரதேசத்தில் ------ கிராமம். மூணு தலைமுறையா விவசாயக்குடும்பம். எங்ககிட்ட மூணு பசுமாடும் ஒரு காளைமாடும் இருந்துச்சு. திடீர்ன்னு ஒரு பசுமாட்டுக்கும் காளைக்கும் கழிச்சல் வியாதி வந்திடுச்சு. உள்ளூர் வைத்தியர் என்னென்னவோ மருந்து கொடுத்தும் நிக்கலை. கண்ணு ரெண்டும் செருகிடுச்சு. டவுன்ல இருக்கிற மாட்டாஸ்பத்திரிக்குக் கொண்டுபோகச் சொல்லி வைத்தியர் சொல்லிட்டாரு. உங்களுக்குத் தெரிஞ்சிருக்கும். ஆம்புலன்ஸ் இல்லாம தன் மனைவியின் பிணத்தைச் சுமந்துவந்தாரே டோக்லாசிங் அவர்

எங்க பக்கத்து கிராமம்தான். மனுசங்களுக்கே இப்படின்னா மாட்டு வைத்தியம் எப்படி எங்கூர்ல இருக்கும்?

அன்னைக்கு நைட்டு டெம்போவில மாடுகளை ஏத்திட்டு வைத்தியம் பார்க்கிறதுக்காக எங்க அப்பா போனாரு. கறி வெட்டறதுக்காக மாடுகளைக் கடத்திட்டுப்போறார்னு பத்துபேரு கையில கத்தி, அரிவாளோட கூடிட்டாங்க. அப்பா எவ்வளவோ சொல்லியும் அவங்க நம்பலை. 'பசு என் தாய்டா. அம்மாவை அறுத்து விக்கப்போறியா?'ன்னு கூட்டத்துக்குத் தலைவர் ஆவேசமாக் கேட்டிருக்கார். அவர் ஒரு ரியல் எஸ்டேட் முதலாளி. அவருக்கும் மாடுகளுக்கும் எந்தச் சம்பந்தமுமில்லை. நாங்க மாடுகளோடயே வளர்ந்தவங்க. அந்தக் கும்பல் கல்லால அடிச்சு, அரிவாளால் வெட்டி அப்பாவைக் கொன்னுட்டாங்க."

"அந்த மாடுகளுக்கு என்னாச்சு?"

"அதுங்க கழிசலில் கண்ணு செருகி கதறி உயிரை விட்டுடுச்சு. அப்பாவையும் காப்பாத்த முடியலை. மாடுகளையும் காப்பாத்த முடியலை."

★★★

மெய்ப்பொருள் தன் ஆய்வு குறித்த சுவாரஸ்யமான தகவல்களை அவ்வப்போது கிளாராவுக்கு அனுப்பிவைப்பான்.

"ஐரோப்பா முழுக்கவே நத்தை சாப்பிடும் பழக்கம் உண்டு. இங்கிலாந்தில் நெருப்புக்கோழி ஸ்டீக் பிரபலம். அசாமில் நாய்க்கறி சாப்பிடும் திருவிழா ஒவ்வோர் ஆண்டும் நடைபெறும். பச்சையாக சாப்பிடப்படும் ஜப்பானிய மீன் சுஷி. அல்பேனியாவின் சுவையான உணவு தவளைக்கால் வறுவல். பசஸி - ஜப்பானில் கிடைக்கும் பச்சையான குதிரைக்கறி. கொரிய தெருக்கடைகளில் கிடைக்கும் பட்டுப்புழு துவையலின் பெயர் பொயிண்டேகி."

படிக்கும்போதே கிளாராவுக்கு குமட்டல் வந்தது. மெய்ப்பொருளையும் உம்பர்ட்டோ ஈக்கோவையும் நினைத்து அடக்கிக்கொண்டாள்.

"யாகங்களில் உயிரினங்களைப் பலியிடுவதற்கு எதிரா தோன்றிய மதம் புத்த மதம். கொல்லாமையை வலியுறுத்திய புத்த

மதத்தைக் கடைப்பிடிக்கிற எல்லா நாடுகளிலும் அசைவம் உண்டு. மதத்தைக் கடைப்பிடிச்சவங்க மாமிசத்தை விலக்கலை."

கிளாராவுக்கும் அது ஆச்சர்யமாகத்தானிருந்தது.

"உலக அளவுல அதிக மாமிசம் சாப்பிடுற தேசம் சீனா. ஒரு நாளைக்கு சராசரியா ஒருத்தர் 160 கிராம் மேல இறைச்சி சாப்பிடுவாங்க. இப்படி எல்லா புத்த நாடுகளிலும் இறைச்சி உண்டு. புத்த மதத்தில் முழுமையா மாமிசம் இல்லைன்னு சொல்ல முடியாது. அங்கேயும் விலக்கப்பட்டது, அனுமதிக்கப்பட்டது உண்டு. ஒரு பவுத்தர் விருந்தினராகப் போகும்போது அவருக்கு மாமிசம் பரிமாறப்பட்டா அதை அவங்க ஏற்றுக்கொள்ளலாம். ஆனால் அந்த பவுத்தருக்காக திட்டமிட்டு ஓர் உயிரைக் கொன்னு சமைக்கக்கூடாதாம். இன்னும் என் ஆராய்ச்சி முழுமையடையலை. புத்தமத நூல்கள், பவுத்த மடாலயங்கள் எல்லாவற்றையும் முழுசா ஆராய்ச்சி செய்யணும். புத்தர் இறந்ததற்குக் காரணமே அவர் கெட்டுப்போன கீரை அல்லது கெட்டுப்போன பன்றி மாமிசம் சாப்பிட்டதுதான்னு ஒரு கதை இருக்கு."

★★★

அதிசயமாக இருந்தது. கல்யாணராமன் பத்து தடவைக்கு மேல் தொலைபேசி அழைப்பு விடுத்திருந்தான். கிளாரா எடுக்கவேயில்லை. 'உன்னைச் சந்திக்க வேண்டும் ப்ளீஸ் ப்ளீஸ்' என்று செய்திகள் அனுப்பியிருந்தான். அவனைச் சந்திப்பதற்கு ஏன் அச்சப்பட வேண்டும் என்ற மனதுடன் ஓர் உணவகத்தில் அவனைச் சந்தித்தாள்.

"எப்படி இருக்கே கிளாரா?"

"நல்லாயிருக்கேன்" என்றவனுக்குத் திருமணமாகிவிட்டதாம்.

"அவ வேலைக்குப் போகலை. வீட்டுலதான் இருக்கா. ஆறுமாசமாச்சு. முழுகாம இருக்கா."

அவன் குரலில் உற்சாகம் தெரிந்தது. அது வன்மம் தடவப்பட்ட உற்சாகமென்று கிளாராவுக்குத் தோன்றியது. குழந்தை பிறக்காமலிருந்ததற்குத் தான் காரணமில்லை என்று சொல்வதுதான் அவன் நோக்கம். இதற்காகத்தான் இந்தச் சந்திப்பு என்று புரிந்துபோனது கிளாராவுக்கு.

358 சுகுணா திவாகர்

"வாழ்த்துகள். அப்பாவாகப்போறீங்க."

"ஆமா. சந்தோஷமா இருக்கு. கிளாரா. நீ கல்யாணம் பண்ணலையா? ஒரு பையனோட சுத்துறேன்னு கேள்விப்பட்டேன்."

எரிச்சலுடன் "நான் யார்கூட சுத்தினா உங்களுக்கு என்ன கல்யாண்?" என்றாள்.

"எனக்கென்ன, ஒண்ணுமில்லை. சும்மாதான் கேட்டேன். தப்பான அர்த்தமில்லை. நாம பிரிஞ்சாலும் நண்பர்களா இருக்கலாம். உனக்கு ஒண்ணு தெரியுமா, என் மனைவி சைவம். நானும் சைவமாகிட்டேன்."

"பால் குடிப்பீங்கல்ல, அதுவும் ரத்தம்தான்."

"நீ இப்படி சொல்வேன்னு தெரியும். நோ மில்க். நான் வீகன் டயட்."

"நான் பேலியோ டயட். அரிசி, கோதுமை, தானியம், கிழங்குன்னு எந்த கார்போஹைட்ரேட்டும் கிடையாது. இறைச்சி மட்டும்தான்" என்ற கிளாரா, ஒரு சிக்கன் டிக்காவும் சில்லி பீஃப்பும் ஆர்டர் செய்தாள்.

"அந்தப் பையன் உன்னைவிட சின்னப்பையனாமே. மாமிசம் சாப்பிடறதைப் பத்தி ஆராய்ச்சி பண்றானாமே. நீ வெறுமனே சிக்கன், பீஃப் மட்டும்தானா, நாய்க்கறி, பன்னிக்கறியும் சாப்பிடுவியா?"

நிமிர்ந்து பார்த்தவள் கண்களில் எரிச்சல் தெரிந்தது.

"இல்லை. நீதான் ஒரே விஷயத்தில திருப்தி அடைய மாட்டியே. வெரைட்டின்னாதானே உனக்குப் பிடிக்கும்?"

கையிலிருந்த முள்கரண்டியை அவன் முகத்தில் எறிந்தாள். அது ஒன்றும் அவன் வார்த்தையளவுக்குக் கூர்மையில்லை.

"டேய். நீ சைவத்துக்கு மாறினாலும் உன் மனசெல்லாம் வேட்டையாடற மிருகம்தான் வாய்பிளந்து நிக்குது. யூ ஆர் எ மேல்சாவனிஸ்ட் பிக்."

பாதரச மாமிசமென உருண்ட அவள் கண்களில் வெப்பம் தெரிந்தது.

❑ ❑ ❑

அஞ்சிறைத்தும்பி

53. வளர்ந்துகொண்டேயிருக்கும் ஓவியம்

சிறுகுழந்தையைப்போல கைகளை மடக்கி விரித்து எண்ணிப்பார்த்தாள் ஆதிரா. முழுதாக இன்னும் 18 நாள்கள்தான் இருக்கின்றன. அதற்குள் ஓவியத்தை முடிக்கவேண்டும். ஆனால் இன்னமும் சரியான நூல் கிடைக்காமல் தடுமாறுகிறாள். இடம் பெயர்ந்தோர் குறித்து சர்வதேச அளவில் நடக்கும் ஓவியக்கண்காட்சிக்கு ஓவியம் அனுப்பத்தான் இத்தனை பிரயத்தனமும். இடம்பெயரும் வலிகள் குறித்து ஆயிரக்கணக்கில், இன்னும் சொல்லப்போனால் அதற்கும் மேல்கூட ஓவியங்கள் வரையப்பட்டுவிட்டன. அந்த சோகத்தின் எடையுடன், கால்கள் தேயும் நீண்ட பயணத்தில் மோதிய கட்டைவிரல் குருதியின் ஈரத்துடன் எத்தனையோ ஓவியங்கள் வரையப்பட்டுவிட்டன. எத்தனை எழுதினாலும் எத்தனை வரைந்தாலும் எத்தனை சொற்களை இறைத்து இறைத்து ஊற்றினாலும் தீராத சோகம்தான். அதை ஓர் ஓவியத்துக்குள் சிறைப்பிடிப்பது ஆதிராவுக்குப் பெரும் சவாலாக இருந்தது.

பொதுவாக வாகனத்தில் செல்லும்போது, புத்தகம் படிக்கும்போது, ஏதேனும் கொறித்துக் கொண்டிருக்கும்போது, இணையத்தில் அலையும்போது ஏதேனும் சிறுபொறி கிடைத்துவிடும். பின் அது காட்டுத்தீயாய் ஓவியத்தைப் பற்றிக்கொள்ளும். ஆனால் கங்குகள் அணைந்த வெறுமைப்பொழுதுகளில் அலைபாய்ந்துகொண்டிருக்கிறாள் ஆதிரா. ரோகிங்யா முஸ்லீம் அகதிகளின் துயரம் குறித்து எழுதப்பட்டிருந்த புத்தகத்தைப் படித்தபடியே தூங்கியபோதுதான் ஆதிராவுக்கு அந்தக் கனவு வந்தது.

★★★

சுகுணா திவாகர்

இருள் பந்தாய் உருண்டு ஆதிராவை நோக்கிவருகிறது. அதன் இருபுறமும் கனத்த சிறகுகள் அசைகின்றன. அதன் கீழ்ப்பகுதி பருத்து முன்னோக்கி அடியெடுத்துவருகிறது. இரண்டு பிறைநிலாக்களின் உடைந்தபகுதி அதனூடாக ஒட்டிக்கொண்டு தெரிகின்றன. சின்ன அகல்விளக்கைப்போல் ஒரு வெளிச்சக்கீற்றும் வருகிறது. இத்தனை வெளிச்சத்தையும் கழித்துப்பார்த்தால் அது பிரமாண்டமான இருள்பந்து.

அருகே வந்தபிறகுதான் அது ஓர் யானை உருவம் என்பதை அவளால் கண்டுகொள்ள முடிந்தது. யானை தன் துதிக்கையால் அவள் உடலெங்கும் வருடிக்கொடுத்தது. பிறகு எதிர்பாராத ஒருகணத்தில் அவளைச் சுழற்றி அந்தரத்தில் அடித்தது. அவள் மேகங்களின்மீது போய் விழுந்தாள். பிறகு அதன் வால்நுனியில் சிறுகற்றையாய்க் குவிந்த முடி, தூரிகையாய் மாறியது. அதைக்கொண்டு ஒரு கேன்வாஸில் யானை வரைந்த ஓவியம் என்னவென்று பார்ப்பதற்குள் கனவு கலைந்திருந்தது. ஆதிரா ஒன்றை மறந்துவிட்டாள். ஆமாம், அவளுக்கு ஓவியத்துக்கான பொறி கனவிலும் வரும்.

விடிந்ததும் அம்மாவுக்குப் போன் போட்டு கனவுக்கான அர்த்தம் என்னவென்று கேட்டாள்.

"கணபதியே உன் கனவுல வந்திருக்கார்டி. பிள்ளையாரப்பா உனக்கு ஏதோ நல்லது செய்யப்போறார்" என்றாள் அம்மா.

பிள்ளையாருக்கும் புலம்பெயர்தலுக்கும் என்ன சம்பந்தம்? அவர் இடத்தைவிட்டே நகர்வதில்லையே, எங்குமே நகராமல்தானே முருகனை ஏமாற்றி மாம்பழத்தையே வாங்கிக்கொண்டார் என்று தோன்றியது ஆதிராவுக்கு.

மறுநாளும் யானை கனவில் வந்தது. வள்ளி திருமணம் கதையில் வருவதைப்போல அவளைத் துரத்தத் தொடங்கியது. இந்தமுறை அவளை யானை சுழற்றி வீசியபோது கேன்வாஸில் பட்டு சித்திரமாய் உறைந்துபோனாள். மூன்றாம்நாள் கனவில் யானையின் முன்பு கவளம் கவளமாய்ச் சில்லறைக்காசுகள் உருட்டிவைக்கப்பட்டிருக்கின்றன. அதை அள்ளி அள்ளித் தின்னும் யானையின் தந்தங்கள் வழியே ரத்தம் வழிந்தோடுகிறது. வலியில் அலறியபடியே யானை தன் பாதங்களை அழுத்தி அழுத்தி நடக்கிறது.

அதன்கீழே பொம்மைக்கட்டடங்களாய் ஆதிரா வீடு உள்பட பல கட்டடங்கள் நொறுங்குகின்றன. இந்தமுறை யானை சுழற்றிவீசியபோது ஆலமரத்தின் மேல் கிளையில் போய்விழுந்த ஆதிரா, அதன் விழுதுகளைப் பிடித்துக் கீழிறங்குகிறாள். அந்த விழுதுகள் யானையின் துதிக்கையாய் மாறியிருந்தன.

எழுந்து அமர்ந்தவளுக்கு மலையாளக் கவிஞர் சச்சிதானந்தனின் 'நினைவில் காடுள்ள மிருகம்' என்னும் வார்த்தைகள் மின்னல்கீற்றாய் வந்துபோயின.

மறுநாளிலிருந்து காடுகளில் இருந்து நகரத்துக்கு யானைகள் ஏன் வருகின்றன, ஏன் வயல்களைச் சேதப்படுத்துகின்றன என்ற செய்திகளைப் படிக்க ஆரம்பித்தாள். தூரிகை கொண்டு யானையின் வாலை வரைந்து தன் ஓவியத்தைத் தொடங்கிவைத்தாள்.

★★★

ஆதிரா கனவில் யானை வந்த அதேநாட்களில்தான் ஆதிராவும் யானையின் கனவுக்குள் வந்துபோயிருந்தாள். யானையின் கண்களுக்குப் பச்சைநிறம் மட்டுமே பரிச்சயம். புல்வெளிகள், மரங்கள் என பார்க்குமிடமெங்கும் பச்சை. காடு பச்சையைச் சுழற்றி சுழற்றிப் போர்த்தியிருந்தது. பச்சையைப் பார்த்துப் பார்த்துப் பழகிய யானையின் கண்களுக்கு எல்லாமே பச்சைதான். வானம் பச்சை, மேகம் பச்சை, ஓடும் நதி பச்சை. யானையின் கனவுக்குள் நுழைந்த ஆதிரா தன் தூரிகையால் ஒரு நகரத்தை வரையத்தொடங்கினாள். வீடுகள், தொழிற்சாலைகள், மனிதர்கள், கழிப்பறைகள், வணிகவளாகங்கள் என வரைய ஆரம்பித்தபோது அவள் முதலில் அழிக்க ஆரம்பித்தது பச்சையைத்தான். யானையின் கண்களில் இருந்து பச்சை மறைய ஆரம்பித்தது. கட்டடங்கள் எழ எழ, மனிதர்கள் கூடக்கூட பச்சை உதிர்ந்து உதிர்ந்து மறையத் தொடங்கியது. யானை இருந்த வனவெளிச் சித்திரத்தை அழித்து எண்ணற்ற ஆதிராக்கள் புதிய புதிய கட்டடங்களை வரைந்து வரைந்து எழுப்பினார்கள்.

தன் காடுகளைத் தேடி, தன் நதிகளைத் தேடி, தன் பச்சையைத் தேடி ஊருக்குள் வந்த யானை எங்குமே காடில்லாமல், எங்குமே நதியில்லாமல், எங்குமே பச்சையில்லாமல் திகைத்துப்போனது. அதன் பிரமாண்ட உடலைவிட பெரும் திகைப்பு. பின்

வாழைத்தோட்டங்களில் உள்ள பச்சை மரங்களையெடுத்து சுழற்ற ஆரம்பித்தது. இப்போது யானைக்கு ஒரு பச்சை தும்பிக்கை முளைத்திருந்தது.

★ ★ ★

"தோழர், கண்ணகிநகர், பெரும்பாக்கம் மக்கள் போராட்டத்துக்கு ஆதரவா ஒரு கூட்டம் நடத்துறோம். உங்க ஓவியங்களைப் பயன்படுத்திக்கலாம்ல?" என்று தொலைபேசியில் அழைத்துக்கேட்டார் செம்பியன். போராட்டங்களில் எல்லாம் முன்நிற்பவர்.

"அதுக்கென்ன தோழர், தாராளமாப் பயன்படுத்திக்கங்க" என்றாள் ஆதிரா.

ஒருநாள் அந்தப் போராட்டத்துக்குச் சென்று அந்த மக்கள் ஒலிபெருக்கியில் முன்வைத்த எல்லா துயர அனுபவங்களையும் வாரி எடுத்துவந்திருந்தாள். அதன் வண்ணம் ஒன்றாகவே இருந்தது.

நகரத்தின் மையப்பகுதியில் இருந்து அவர்களை நகரத்தின் முதுகுப்பகுதிக்கு விசிறியடித்திருந்தார்கள். இப்போது நகரம் முகம் திரும்பி அவர்களைப் பார்க்கமுடியாது. நடுமுதுகின் தேமல்போல அவர்கள் அங்கே கிடப்பார்கள். இந்த நகரம் அவர்களைப் பார்க்க விரும்புவதுமில்லை. இந்த நகரத்தைக் கட்டியமைத்தவர்கள் அவர்கள்தான். இந்த நகரம் பெற்றுப்போட்ட மைந்தர்கள் அவர்கள்தான். ஆனால் இப்போது நகரம் அவர்கள் கைகளிலிருந்து நழுவியிருக்கிறது. அந்தக் கரங்கள் அழுக்குக்கைகள் என்ற புகாரின் காரணமாக, நகரத்தை அழகுபடுத்துவதற்காக அவர்கள் இடம் மாற்றப்பட்டிருக்கிறார்கள். இப்போது அவர்கள் உழைத்துப்பிழைக்கும் இடம், அவர்கள் குழந்தைகள் படிக்கும் பள்ளிக்கூடங்கள், அவர்களின் கொண்டாட்ட நிகழ்விடங்கள் எல்லாவற்றிலிருந்தும் தொலைதூரத்துக்கு அப்புறப்படுத்தப்பட்டி ருக்கிறார்கள். இனி அவர்கள் சொற்பக்கூலியில் பெரும்பகுதியைப் பேருந்துக்கட்டணத்துக்குக் கொடுத்து மீண்டும் நகரின் மையப்பகுதிக்கு வந்து அதன் அழகு கெடாமல் ஒளிந்து ஒளிந்து உழைத்துவாழ வேண்டும். அவர்கள் குழந்தைகள் பல கிலோமீட்டர் பயணித்துப் படிக்கவேண்டும். அவர்கள் பைகள் கனத்திருக்கின்றன.

இப்போது அவர்கள் ஆதிராவின் ஓவியத்துக்குள் வந்திருந்தார்கள்.

★★★

“இது எங்களுக்கு மோசமான நாள்” என்று சேத் சொல்லும்போதே அவர் குரல் துக்கத்தால் நடுங்குகிறது.

வட கனடா மாகாணமாகிய அல்பெர்ட்டாவில் உள்ள கால்கரி நகரம் அது. புதிதாக ரிங்ரோடு போடப்பட்டு அதன் திறப்புவிழாவில் பேசும் அந்த இளைஞனின் முழுப்பெயர் சேத் கார்டினல் டாஜிங்ஹெளஸ். பூர்வகுடி இளைஞனான சேத் குடும்பத்துக்குச் சொந்தமான நிலத்தில்தான் அந்தச் சாலை புதிதாகப் போடப்பட்டிருக்கிறது. இழந்த துண்டுநிலம் அவன் கண்களில் மணிகளாய் உருண்டுகொண்டிருக்கிறது.

“இந்த சாலை என் குடும்ப நிலத்தின் மேல் போடப்பட்டிருக்கிறது. மக்கள் இன்றிலிருந்து என் வீட்டின் மேல் பயணம் செய்யப்போகிறார்கள். கடந்த ஆறு ஆண்டுகளாக, தினமும் என் நிலமும் வீடும் கொஞ்சம் கொஞ்சமாக சிதைந்து, இந்த சாலையாக உருமாறுவதை கண்கூடாக பார்த்துவருகிறேன். இது தரும் மன அழுத்தங்களை எல்லாம், நானும் என் குடும்பமும் இனி அனுதினமும் சுமக்க வேண்டும். உங்களுக்கு இது ஒருபோதும் புரியப்போவதில்லை. இன்று இந்த சாலை திறப்பு என்னும் செய்தியைக் கேட்டதிலிருந்து என் தாய் வீட்டில் அழுதுகொண்டிருக்கிறார். என் நிலத்திலிருந்து ஒரு பிடி மண்ணை சுமந்து நிற்கிறேன். என் மண்ணை விடவும் எனக்கு எதுவும் சிறந்த பாதுகாப்பை தரப்போவதில்லை. அது இந்த சிறு பையில், இனி எப்போதும் எங்களுடன் இருக்கும். இந்த சாலைக்கு நான் இதைக் காணிக்கையாக்க விரும்புகிறேன்” என்று சொன்ன அந்தப் பழங்குடி இளைஞன் தன் சுருண்டு தொங்கிய கூந்தல் முடியைக் கத்தரித்து, வளர்ச்சியும் நாகரிகமும் இழைத்துக்கட்டப்பட்ட அந்தச் சாலையின்மீது வீசுகிறான். தென்னிந்தியக் கிராமத்துப் பெண்கள் ஆவேசத்தில் வாரியிறைக்கும் புழுதியைப்போல் அந்த முடிக்கற்றை சாலையை அப்பிக்கொள்கிறது.

பிறகு அந்த முடிகள் காற்றில் பறந்து ஓரிடத்தில் குவிகின்றன. இப்போது அவை யானைவால் முடியின் தோற்றத்துக்கு வந்திருக்கின்றன.

சேத், ஆதிராவின் ஓவியத்துக்குள் வந்துவிட்டான். அவனுக்குப் பின்னால் காடுகளில் இருந்து துரத்தப்பட்ட பழங்குடிகள் தங்கள் புராதன ஆயுதங்களுடனும் செயலிழந்த தெய்வங்களுடனும் ஆதிராவின் ஓவியத்துக்குள் வந்துகொண்டிருக்கிறார்கள்.

★★★

இதற்கிடையில் ஆதிரா தன் பழைய கல்லூரித்தோழியைச் சந்தித்தாள். ஆதிரா இதுவரை திருமண வாழ்க்கைக்குள் செல்லவில்லை. அந்தத் தோழியோ நான்கு குழந்தைகளைப் பெற்றிருந்தாள். ஒரு பெரிய கூட்டுக்குடும்பத்தில் வசிக்கிறாளாம்.

“ஆளாளுக்குத் தனிக்குடித்தனம் போற இந்தக் காலத்துல பாரம்பரியம், கலாசாரத்தைக் காப்பாத்துற வாழ்க்கையா நினைச்சா பெருமையா இருக்கு” என்று சொன்ன தோழி, தன் கூட்டுக்குடும்பத்தில் உள்ள 23 பேர்களுக்கும் என்னென்ன உணவு பிடிக்கும், எப்படி சமைத்துப்போடுவாள் என்பதை உற்சாகமாக விளக்கினாள். அவள் இட்ட உணவுப்பட்டியல், அவர்கள் அமர்ந்திருந்த உணவகத்தின் மெனுகார்டை விட நீளமாக இருந்தது. ஆதிராவுக்குத் தன் எதிரே ஒரு பிரமாண்டமான சமையல் கரண்டி அமர்ந்திருப்பதைப்போலவே தோன்றியது.

“இந்தா குலசாமி கோயில் துன்னூரு” என்று ஒரு கோயில் பெயரைச் சொல்லியபடி அவள் தந்ததை வாங்கிக்கொண்டாள். ஆதிராவுக்கு இதில் எல்லாம் நம்பிக்கையில்லை என்றாலும் தோழி கல்லூரிக்காலத்திலிருந்தே பக்திப்பழம் என்பதால் அவள் குலதெய்வம் பெயர் தெரியும். ஆனால் இப்போது சொன்ன பெயர் அதுவல்ல.

“அதெல்லாம் அப்பா, அம்மா வீட்டில. எந்த வீட்டுக்கு வாக்கப்பட்டுப் போறோமோ அந்தக் குடும்பம் குலசாமிதான் நம்ம குலசாமி” என்றாள் தோழி.

இவள் தன் வீட்டைவிட்டுப் புலம்பெயர்ந்து வந்துவிட்டாள். இவள் தெய்வம் புலம் பெயர முடியாமல் கால்கள் கட்டிப்போடப்பட்டு அங்கேயே செய்வதறியாது நிற்கிறது.

★★★

திருமணமாகித் தன் நிலம் விட்டு வந்தவர்களின் பெயர்களைப் பட்டியலிட்டாள். ஆதிராவின் அம்மா தொடங்கிக் கல்லூரித்தோழிகள் வரை பலரும் ஓவியத்துக்குள் வந்துவிட்டார்கள். திருப்பூர் பின்னலாடை தொழிற்சாலையில் உளைபவர்கள், தங்கள் கிராமங்களையும் உறவுகளையும் விட்டுவிட்டு சென்னையின் வெப்பம் இறக்கும் ஆஸ்பெஸ்டாஸ் கூரையின்கீழ் பக்கெட் தண்ணீரோடு வசிக்கும் வட இந்தியத் தொழிலாளர்கள், வளைகுடாப் பாலைவனத்தின் வெம்மையில் வதைபவர்கள், இந்தக் கதையை நீங்கள் படித்துக்கொண்டிருக்கும் நேரத்தில் ஏதோ ஒரு நாட்டின் எல்லையில் திருட்டுத்தனமாய் நுழைந்துகொண்டிருக்கும் அகதிகள் என ஏராளமானோர் ஆதிராவின் ஓவியத்துக்குள் வந்துவிட்டார்கள். இது எப்போது முடியும் என்று தெரியவில்லை.

ஆதிராவின் கைகளில் மடித்தபடி பத்துக்கும் குறைவான நாள்களே இருக்கின்றன. அதற்குள் இந்த ஓவியம் முடிந்துவிடுமா?

◻ ◻ ◻

54. இது முடிகிற கதையில்லை!

“தும்பி, இன்னும் சொல்லப்படாத கதைகள் இருக்கின்றவனா?”

“இன்னும் எழுதப்படாத கதைகள் ஏராளம். எழுதப்பட்டாலும் மீண்டும் மீண்டும் எழுதப்பட வேண்டிய கதைகள் ஏராளம்.”

“சரி, உனக்கு எட்டு கதைகள் அனுமதிக்கப்படுகின்றன.”

சிறகசைப்பு 1

“கொங்குதேர் வாழ்க்கை அஞ்சிறைத்தும்பி, காமம் செப்பாது கண்டது உரை. பெண்களின் கூந்தலுக்கு இயற்கை மணமா, செயற்கை மணமா?”

“அரசர்களின் ஆய்வுகள் எப்போதுமே இப்படி மக்களுக்கு அப்பாற்பட்டுதான் இருக்கின்றன. உனக்குப்பின்னும் வரப்போகும் மன்னர்களும் மக்களைப் பற்றிக்கவலைப்படாமல் மங்கை கூந்தல் மணத்தை ஆராய்ச்சி செய்பவர்களாகவோ மயில்களிடம் கருணை காட்டுவதுபோல் பாவனை செய்யவோதான்போகிறார்கள்.”

“அதிகம் பேச அவகாசமில்லை அஞ்சிறைத்தும்பி. பெண்களின் கூந்தலுக்கு இயற்கை மணமா, செயற்கை மணமா?”

“பெண்ணுக்கும் ஆணுக்கும் ஆதியில் ஒரே கூந்தலே இருந்தது. காலம் செல்லச்செல்ல ஆணின் கூந்தல்

கத்தரிக்கப்பட்டு வடிவம் மாறியது. ஆனால் இன்னமும் பெண்ணின் கூந்தல் ஆண்கள் இழுத்து அடிப்பதற்கும் சுனாமியோ விலங்குகள் துரத்தலோ மரக்கிளையில் மாட்டி இறப்பதற்கு ஏதுவாக நீளமாகத்தானிருக்கிறது. பெண்களின் கூந்தல் கருக்கவும் மேனி சிவக்கவுமான வணிக விளம்பரங்கள்தான் ஏராளம்."

"மீண்டும் கதையிலிருந்து விலகி அரசியல் பேசிக்கொண்டிருக்கிறாய். பெண்களின் கூந்தலுக்கு இயற்கை மணமா, செயற்கை மணமா?"

"பெண் இருட்டை அள்ளி தன் கூந்தலாய் முடிந்தவள். இருட்டுக்கு என்ன மணமிருக்கிறதோ அதுதான் அவள் கூந்தலுக்குமான மணம். ஆதிகாலத்தில் வேட்டையாடப்பட்ட விலங்குகளின் குருதியை அள்ளி தன் கூந்தலில் தடவிக்கொண்டாள். அப்போது ரத்தக்கவுச்சியின் வாடைதான் அவள் கூந்தல் மணமாக இருந்தது. கீழே உதிர்ந்த கனிகளையும் வேட்டையாடப்பட்ட இறைச்சியையும் சமமாகப் பங்கிட்டவரை அவள் கூந்தல் மணமுள்ளதாகத்தான் இருந்தது. ஆண் எப்போது வேட்டை மிருகமாக மாறினானோ அப்போது பெண்ணின் குருதியே அவள் கூந்தலில் தடவப்பட்டது. அவள் ரத்தத்தின் வாடையே அவள் கூந்தல் மணமானது.

குழந்தைகளுக்கும் ஆண்களுக்கும் தொடர்பில்லாத வரை குழந்தைகள் குழந்தைகளாகவும் பெண் பெண்ணாகவும் இருந்தாள். எப்போது குழந்தைகள் ஆண்களுடையதானதோ அப்போது அது ஆண் குழந்தையாகவும் ஆண்களுக்கான பெண் குழந்தையாகவும் மாறிப்போனது. பெண் பெண்ணாக இல்லை. அவள் கூந்தலின் ஒவ்வொரு இழையிலும் புனிதத்தின் பெயரால் வழிபாட்டின் பெயரால் பண்பாட்டின் பெயரால் கயிறுகள் கட்டப்பட்டன. நூற்றாண்டுகாலம் அழுக்கடைந்த அந்தக் கயிறுகளின் சிக்குப்பிடித்த மணமே பெண்களின் கூந்தல் மணமானது. பிறகு அவள் பிரசவிக்கும்போது எல்லாம் குழந்தைகள் அவளுக்கான விலங்குகளையும் சங்கிலிகளையும் கருப்பைக்குள்ளிருந்து இழுத்துவந்தார்கள். அந்தச் சங்கிலி ஆயிரம் ஆண்டுகளைத் தாண்டியும் அறுபடாமல் நீள்கிறது"

★★★

சிறகசைப்பு 2

“எத்தனைகாலம் நீங்கள் உங்கள் நாக்குகள் வழியாகவே பேசுவீர்கள்? அவை புனிதமான நாக்குகளும் அல்ல. மனிதர்களின் எச்சிலால் நனைந்தவை. நாங்கள் சில புனிதமான நாக்குகளைக் கொண்டுவந்திருக்கிறோம். இந்த நாக்குகளை நீங்கள் பொருத்திக்கொண்டால் புனிதச்சொற்கள் உங்கள் வசப்படும்.”

“நாங்கள் இந்த நாக்குகளால்தான் பலநூற்றாண்டுகாலம் பேசியிருக்கிறோம். இது எங்கள் தாய்முலை, பிறந்தபோது அசைந்த காலுதைப்பு. இதை எப்படி அகற்ற முடியும்?”

“அந்த வேலைகளை நாங்கள் பார்த்துக்கொள்கிறோம். அது எங்களுக்கு எளிதானதும்கூட. உங்கள் நாக்குகளைவிட எங்கள் நாக்குகள் இன்னும் பழமையானவை. ஆனால் அதை மனிதர்கள் பயன்படுத்தாமலிருந்ததால் துருப்பிடித்துவிட்டன. இப்போது நீங்கள் எங்கள் நாக்குகளைப் பொருத்திக்கொண்டால் வெகுவிரைவில் உங்கள் மூளைகளையும் அகற்றிவிட்டு எங்கள் மூளைகளைப் பொருத்திக்கொள்ளும் பாக்கியம் கிடைக்கும்.”

அகற்றப்பட்ட நாக்கு ஒரு விலாங்குமீனைப்போல் துடித்துக்கொண்டிருக்கிறது. அது எப்போதும் தன் துடிப்பை நிறுத்தாது.

★★★

சிறகசைப்பு 3

“ஆணையும் பெண்ணையும் பற்றிய கதைகளைக்கூட புரிந்துகொள்ள முடிகிறது. ஆனால் நீ யார்?”

“பெண்ணைப்பற்றிய கதையை உன்னால் புரிந்துகொள்ள முடிகிறதா? புதுக்கதையாக இருக்கிறதே?”

“அது இருக்கட்டும். நீ ஆணுமில்லாமல் பெண்ணுமில்லாமல் இருட்டுக்கும் வெளிச்சத்துக்கும் இடையில், இரு கரைகளுக்கு நடுவில் அல்லாடும் ஓடமென, நீ யார்? உனக்கு நான் என்ன பெயர் வைப்பது?”

“அந்த சிரமம் உனக்கு வேண்டாம். எனக்கான பெயரை, எனக்கான அடையாளத்தை நானே உருவாக்கிக்கொள்கிறேன்.

ஆண்களுக்கான உன் மொழி வளைந்திருக்கிறது. பெண்ணுக்கான சொற்களை உருவாக்கும்போது அது முழுமையடையாமல் அந்தரத்தில் நின்றுவிட்டது பார், முதலில் அதை நிறைவுசெய். எங்களுக்கான சொற்களை நாங்கள் உருவாக்கிக்கொள்கிறோம்.”

“என்ன செய்கிறாய் நீ?”

“ஆண்களின் உடைகளைக் களைகிறேன். வைத்துக்கொள். இவை அதிகாரத்தின் உடைகள். இன்னும் அகற்றப்பட வேண்டிய ஒன்று இருக்கிறது.”

★★★

சிறகசைப்பு 4

320 மில்லியன் ஆண்டுகளுக்கு முன்பு தோன்றிய கரப்பான் பூச்சி கல்தோன்றி மண்தோன்றாக் காலத்தே மனிதர் முன்தோன்றி மூத்த குடி. மனிதர்கள் தோன்றிய காலத்திலிருந்து உலகத்தையும் மனிதர்களையும் கவனித்துவருகிறது. மனிதர்கள் தங்களால் சாத்தியப்பட்டவரை உலகத்தை அழிக்க முயல்கிறார்கள். கரப்பான்பூச்சி தான் தோன்றிய காலத்திலிருந்து எத்தனையோ உயிரினங்களைப் பார்த்துவிட்டது. எந்த உயிரினமும் முழுதாக இன்னொரு உயிரினத்தை அழித்துவிடவில்லை, மனிதர்களைத் தவிர.

‘இவர்களுக்கு மூத்த எம் போன்ற உயிரினங்கள் இருக்கும்போது இந்த மனிதர்கள் ஏதோ பூமி தனக்கு மட்டும்தான் சொந்தம் என்பதுபோல் இப்படி நடந்துகொள்கிறார்களே’ என்று கரப்பான்பூச்சி உரக்க சிரிக்கும்போதெல்லாம் அதன் உணர்கொம்புகள் அசைகின்றன. உடனே சமையலறையிலும் குளியறையிலும் நடுக்கூடத்திலும் மனிதர்கள் கரப்பான் பூச்சிகளைத் துரத்த ஆரம்பித்துவிடுவார்கள். என்ன செய்தும் அவர்களால் கரப்பான் பூச்சிகளை அழிக்க முடியவில்லை. கட்டிலுக்கு அடியில் ஒளிந்திருக்கும் கரப்பான் பூச்சியை அவர்கள் குனிந்து தேடும்போதெல்லாம், மனிதர்கள் தங்கள் தோல்வியை ஒப்புக்கொண்டு மண்டியிடுவதாகத்தான் கரப்பான்பூச்சிகளுக்குத் தோன்றும்.

உலகின் மிகச்சிறிய திகில்கதையின்மீது இப்போது ஒரு கரப்பான் பூச்சி ஊர்கிறது. ஊர்ந்து ஊர்ந்தே அது கதைக்குள் நுழைந்தும்விட்டது.

உலகின் கடைசி மனிதனின் வீட்டுக்கதவு தட்டப்பட்டது. அவன் கதவைத் திறந்தபோது லட்சக்கணக்கான கரப்பான்பூச்சிகள் வீட்டுக்குள் நுழைந்ததில் அவன் மூழ்கிக்கொண்டிருந்தான்.

★ ★ ★

சிறகசைப்பு 5

ரசாயனக் குண்டுகள் வீசப்பட்ட நெடி இன்னமும் அமிழவில்லை. காற்று போர்வையைப் போல் அந்த நெடியைச் சுமந்துகொண்டிருந்தது. முகக்கவசத்துடன் துவராடை அணிந்த புத்தர் நடந்துகொண்டிருந்தார். குண்டுவீச்சால் கிழிந்த உடல்கள் மலைமலையாய்க் குவிந்துகிடந்தன. ஆனால் இன்னமும் சொற்ப மனிதர்கள் இருக்கத்தான் செய்கிறார்கள். அவர்களிடம் தேசத்தைக் காப்பாற்ற வேண்டிய மகத்துவம் குறித்தும் அதற்காக எந்தத் தியாகத்தையும் செய்ய வேண்டிய தேவை குறித்தும் உரையாற்றுவதற்காகவும் இன்னும் சிலர் இருக்கிறார்கள்.

தன் நான்கு குழந்தைகளையும் கணவனையும் இழந்த பெண் புத்தரின் முன் கைகூப்பி வணங்கினாள்.

"ததாகதராம் புத்தரே, சாவைக் கண்டு நீங்கள் புத்தி பெற்று புத்தரானீர்கள். இப்போது என் வீட்டில் எல்லோரும் பிணமாகிவிட எஞ்சி நிற்கிறேன் நான். எப்படி இந்த துக்கத்தை வெல்வது?" என்று சொல்லும்போது அவளிடமிருந்து ஒரு மரத்தைச் சாய்க்குமளவு வலிமையான பெருமூச்சு வெளிப்பட்டது.

"சாவு நிகழாத வீட்டில் கடுகு வாங்கி வா தாயே" என்று சொன்ன புத்தர், பிறகு அது ஏற்கெனவே தன்னால் சொல்லப்பட்டதுதான் என்பதை உணர்ந்து "ராணுவம் இல்லாத நாட்டில் இருந்து ஒருகையளவு உப்பு கொண்டு வா" என்றார்.

எப்படியும் அந்தப் பெண்மணி திரும்பப்போவதில்லை என்பது அவருக்குத் தெரியும். மிஞ்சியிருந்த குழந்தைகளைப் பார்த்துப் புன்னகைத்த புத்தர், வெடித்துக்கிடந்த ஆயுதங்களின் இரும்பை உருக்கி அவர்கள் விளையாடுவதற்காக சின்னஞ்சிறு ஊஞ்சல்களைச் செய்தார். பிறகு சிதறிக்கிடந்த கரிமருந்துகளைத் திரட்டி ஒரு பென்சில் செய்து குழந்தைக்கு நீட்டினார். அது ஆர்வத்துடன் பிணமாய்க் கிடந்த தன் தந்தையின் விரல்களை விடுவித்து புத்தரை நோக்கிவந்தது.

சிறகசைப்பு 6

ஒரு புதிய மொபைலை வாங்கித் தன் சட்டைப்பையில் அவன் வைத்துக்கொண்டான். அன்றிலிருந்து ஒரு நிழல் அவன் சட்டைப்பைக்குள் நுழைந்துகொண்டது. ஆனால் அது அவன் நிழல் அல்ல. இப்போது அவனுக்கு எப்போதும் தன் பின்னங்கழுத்து அருகில் யாரோ மூச்சிரைக்கும் ஓசை கேட்கிறது.

★ ★ ★

சிறகைசப்பு 7

இணையத்தின் வழியாக வாங்கிக்குவித்த பொருள்கள் வீட்டை நிறைத்திருந்தன. தன் வீட்டின் வெளியே படுத்திருந்த அவன் கனவுக்குள் முதுமையின் தடுமாற்றமின்றி ஒரு முதிய மனிதர் நுழைந்திருந்தார்.

"நீங்கள் விளம்பரத்தில் வரும் நகைக்கடை முதலாளியா? இளைத்திருக்கிறீர்களே?" என்றான்.

"இல்லை. நான் காந்தி. மரணத்துக்குப் பின்னாலும் என்னால் நடையை நிறுத்த முடியவில்லை. இப்போது பலரின் கனவுகள் வழியே நுழைந்து வெளியேறி நடந்துகொண்டிருக்கிறேன்."

"உங்களைப் பாடப்புத்தகத்திலும் சில திரைப்படங்களிலும் பார்த்தது. அதற்குப்பிறகு இப்போதுதான் கனவில் உங்களைப் பார்க்கிறேன்."

"நான் பொய்களை விரும்புவதில்லை. தினந்தோறும் உங்கள் கைகளில் தவழும் அச்சடிக்கப்பட்ட காகிதங்களில்தான் இருக்கிறேனே, 2016 நவம்பர் 8 அன்றுகூட என் புகைப்படம் கொண்ட இரண்டு தாள்கள் தடை செய்யப்பட்டபோது இந்தியாவுக்கு இரண்டாவது சுதந்திரம் கிடைத்தது என்று ட்வீட் இட்டிருந்தீர்களே?"

"உண்மைதான் காந்தி. ஏன் அந்தக் கொடிய நாள்களை நினைவுபடுத்துகிறீர்கள்? ஆனால் நீங்கள் இவ்வளவு நினைவு வைத்திருப்பீர்கள் என்று நாங்கள் நினைக்கவில்லை. நாங்கள் அவ்வப்போதைய விஷயங்களை அவ்வப்போது மறந்துவிடுவோம், உங்களை உள்பட. ஆமாம், உங்களைச் சுட்டது இரண்டு தோட்டாக்கள் என்றும் மூன்று தோட்டாக்கள்

என்றும் ஒரு சர்ச்சை ஓடுகிறதே" என்று கேட்டபோது, அவர் தன் மார்பிலிருந்து பிய்த்து தோட்டாக்களைக் கையளித்தார்.

"ஆனால் அவை கடைசி தோட்டாக்கள் அல்ல" என்றார்.

★★★

சிறகசைப்பு 8

பிணங்களைத் துக்க வீட்டுக்கும் உணவுப்பொட்டலங்களை இளைஞர்களின் அறைக்கும் டெலிவரி செய்ய தொழிலாளர்கள் உலகமெங்கும் விரைந்துகொண்டிருக்கிறார்கள். பூமியின் சுழற்சியில் எப்போதெல்லாம் பழுது ஏற்படுகிறதோ அப்போதெல்லாம் அதன் சின்னச் சின்ன மறைகளைச் சுழற்றி சரிசெய்கிறார்கள். ஒருநாள் உலகம் எங்கும் இருந்த தொழிலாளர்கள் எந்த வேலையும் செய்யாமல் மூன்று நிமிடங்கள் தங்கள் கைகளை உயர்த்தினார்கள். பேனாக்கள், சுத்தியல்கள், கலப்பைகள், மண்வெட்டிகள், மீன்பிடித் தூண்டில்கள் என்று அத்தனையையும் தூர வீசிவிட்டு தங்கள் கைகளை வெறுமனே உயர்த்தினார்கள். அப்போது பூமி மறை கழன்று பால்வீதியில் நழுவி ஓடத்தொடங்கியது.

"எதைக்கொண்டு வந்தாய் இழப்பதற்கு?"

"இழப்பதற்கு எதுவுமில்லை, கைவிலங்குகளைத் தவிர."

★★★

"தும்பி, உனக்கான அவகாசம் முடிந்துவிட்டது. உனக்கான இடமும்கூட. நீ விடைபெற வேண்டிய நேரமிது."

"இல்லை. நான் இன்னும் ஒரு கதையைச் சொல்லவேண்டும். விதிகளை உருவாக்குபவர்களைவிட விதிகளை மீறுபவர்களால்தான் உலகம் இயங்குகிறது."

ம் என்ற குரல்களுக்கு நடுவே,

ஏன் என்ற குரலே உயிர்ப்பானது.

★★★

"இருவருமே குழந்தைகளை இழந்திருக்கிறோம். நீங்கள் ஒரு மேல்கோட்டை விற்று உங்கள் குழந்தையைப் புதைத்திருக்கிறீர்கள். வேண்டுமானால் என்னிடமிருக்கும் இன்னொரு கோட்டை நீங்கள் அணிந்துகொள்ளுங்கள்" என்றபடி அம்பேத்கர் நீட்டிய கோட்டை வாங்கிப் புன்னகைத்தபடி அதை அணிந்துகொண்டார் கார்ல் மார்க்ஸ்.

"உடைமைகளைப் பகிர்தல் என்பதை மரணங்கள் வழியே உணர்ந்திருக்கிறோம்"

"நல்லவேளை நான் குழந்தை பெத்துக்கலை. பொண்ணுங்களும் பிள்ளை பெத்துக்கிற இயந்திரமா இருக்க வேணாம்னும் சொன்னேன். பொண்ணுங்க குழந்தை பெத்துக்கலைன்னா மனித சமூகம் எப்படி விருத்தியடையும்னு கேட்டாங்க. மனித சமூகம் விருத்தியடையலைன்னா என்ன, மத்த ஜீவராசிகள் விருத்தியடையட்டுமே? மனித சமூகம் விருத்தி அடையறதைவிட பொண்ணுங்க சுதந்திரமா இருக்கிறதுதான் முக்கியம்" என்று தாடியைத் தடவியபடியே சிரித்தார் பெரியார்.

உலகமெங்கும் பிறக்கும் குழந்தைகள் அவர்களின் நினைவுகளிலும் சொற்களிலும் இருந்து மேல்கோட்டையும் புத்தகங்களையும் தடிகளையும் எடுத்து பகிர்ந்துகொள்கிறார்கள். இப்போது உலகம் அந்தக் குழந்தைகளால் நிறைந்துகொண்டிருக்கிறது. தும்பி அடுத்தடுத்த கதைகளின் உலகத்துக்குப் பறக்கிறது. விடுதலையின் வண்ணங்கள் மகரந்தத்தூள்களாய் அதன் கால்களில் ஒட்டியிருக்கின்றன.

□ □ □

சுகுணா திவாகர்